நான்காயிரம் வாரங்கள்

நான்காயிரம் வாரங்கள்

நிலையற்ற மாந்தருக்கான நேர நிர்வாகம்

ஆலிவர் பர்க்மேன்

தமிழில்: PSV குமாரசாமி

MANJUL

மஞ்சுள் பப்ளிஷிங் ஹவுஸ்

First published in India by

MANJUL

Manjul Publishing House

Corporate and Editorial Office

• 2nd Floor, Usha Preet Complex, 42, Malviya Nagar, Bhopal 462 003 - India

Sales and Marketing Office

• C-16, Sector 3, Noida, Uttar Pradesh, 201301, India

Website: www.manjulindia.com

Distribution Centres

Ahmedabad, Bengaluru, Bhopal, Kolkata, Chennai,
Hyderabad, Mumbai, New Delhi, Pune

Tamil translation of *Four Thousand Weeks* by Oliver Burkeman

Tamil edition first published in 2024
by Manjul Publishing House Pvt. Ltd.

ISBN: 978-93-5543-923-9

Translated by: PSV Kumarasamy
Edited by: Nagalakshmi Shanmugam
Layout done by: Manoranjan Kumar

Printed and bound in India by Nutech Print Services India

ஹீதருக்கும் ரோவனுக்கும்

நாம் நன்றியுணர்வுடன் இருக்கின்ற கடைசி விஷயம், நம் பிறப்பின் நிகழ்வு. அது நிகழ்ந்திருக்க வேண்டியதில்லை. ஆனாலும் நீங்கள் நிகழ்ந்திருக்கிறீர்கள்.

– டக்ளஸ் ஹார்டிங்

இது குணப்படுத்தப்படக்கூடிய ஒன்று என்ற உங்களுடைய தவறான நம்பிக்கைதான் இதை இன்னும் தாங்கிக் கொள்ள முடியாததாக ஆக்குகிறது.

– சார்லட் ஜோகோ பெக்

உள்ளடக்கம்

முன்னுரை

மரணம் நிச்சயம்

மனிதனின் சராசரி ஆயுட்காலம், பயமுறுத்துகின்ற விதத்தில், சகித்துக் கொள்ள முடியாத விதத்தில் மிகவும் குறுகியது. பின்வரும் கண்ணோட்டத்தில் பார்த்தால் இதன் நிதர்சனம் சட்டென்று சுடும்: நவீன மனிதன் சுமார் 2,00,000 ஆண்டுகளுக்கு முன்பு ஆப்பிரிக்காவில் தோன்றினான். அவன் ஏதோ ஒரு வடிவத்தில், சூரியன் அணைந்து போகின்றவரை, இன்னும் 150,00,00,000 ஆண்டுகளுக்கு இந்த பூமியில் உயிரோடு இருப்பான் என்று அறிவியலறிஞர்கள் நம்புகின்றனர். ஆனால், நீங்கள்? நீங்கள் உங்களுடைய எண்பதாவது வயதுவரை வாழ்கிறீர்கள் என்று அனுமானித்துக் கொண்டால், நீங்கள் இந்த உலகில் இருக்கப் போவது வெறும் 4,000 வாரங்கள் மட்டுமே.

ஒருவேளை நீங்கள் அதிர்ஷ்டம் செய்திருந்து தொண்ணூறு வயதுவரை வாழலாம். அப்போது உங்களுக்கு 4,700 வாரங்கள் கிடைக்கும். நீங்கள் மிக மிக அதிர்ஷ்டசாலியாக இருந்தால், 1997இல், உலகிலேயே மிக அதிக நாட்கள் வாழ்ந்த பெருமையைப் பெற்றப் பிரெஞ்சுப் பெண்மணி ஜீன் கால்மெனின் 122 வயதை நீங்கள் எட்டக்கூடும். உலகப் புகழ்பெற்ற ஓவியர் வின்சென்ட் வான் காவை அவர் நேரில் சந்தித்திருந்தார். 1996இல் உலகிலேயே முதன்முறையாக 'உயிரியல் படியெடுப்பு' முறையில் செயற்கையாக உருவாக்கப்பட்ட

முதல் பாலூட்டியான 'டாலி' என்ற ஆடு பிறந்தபோதும் ஜீன் உயிருடன் இருந்தார். மனிதர்கள் அவருடைய ஆயுட்காலத்தை எட்டுகின்ற நாள் வெகு தொலைவில் இல்லை என்று அறிவியலறிஞர்கள் நம்புகின்றனர். ஜீன்கூடக் கிட்டத்தட்ட 6,400 வாரங்கள் மட்டுமே வாழ்ந்திருந்தார்.

நம்மை அதிர வைக்கின்ற இந்தக் கண்ணோட்டத்தின் ஊடாக மனித வாழ்வை நாம் பார்க்கின்றபோதுதான், பண்டைய கிரேக்கக் காலகட்டத்திலிருந்து தற்காலம் வரையுள்ள அனைத்துத் தத்துவவியலாளர்களும், மனித வாழ்க்கையின் இந்தச் சொற்பமான ஆயுட்காலத்தை மனித இருத்தலின் மிக முக்கியமான பிரச்சனையாக ஏன் கருதினர் என்பது நமக்குப் புரியும். வரம்பற்றத் திட்டங்களை உருவாக்குகின்ற மன ஆற்றல் நமக்கு வாய்த்திருக்கின்றபோதிலும், அவற்றைச் செயல்படுத்துவதற்குத் தேவையான நேரம் நமக்கு இருப்பதில்லை. ரோமானியத் தத்துவவியலாளரான செனக்கா கூறியுள்ளதுபோல, "நம்மில் ஒரு சிலரைத் தவிர மற்ற அனைவரும், தாங்கள் வாழத் தயாராகிக் கொண்டிருக்கின்ற சமயத்தில், தங்களுக்குக் கொடுக்கப்பட்டுள்ள வாழ்க்கையெனும் இந்தக் கால அவகாசம் படுவேகமாக முடிவுக்கு வந்துவிடுவதைக் காண்கின்றனர்." முதன்முதலாக நான் இந்த நான்காயிரம் வாரக் கணக்குக்கு வந்தபோது, எனக்குத் தலை கிறுகிறுத்துப் போனது. ஆனால், நான் அதிலிருந்து தெளிந்ததும், என் நண்பர்கள் பலரிடம், ஒரு நபர் சராசரியாக எத்தனை வாரங்கள் உயிர் வாழ்வார் என்று ஊகிக்குமாறு கேட்டேன். ஆனால், அவர்கள் எந்தவிதமான மனக்கணக்கும் போடாமல் சட்டென்று சொல்ல வேண்டும் என்று நான் நிபந்தனை விதித்தேன். ஒருவர் 3,10,000 வாரங்கள் என்று கூறினார். பண்டைய மெசொபொட்டேமியாவைச் சேர்ந்த சுமேரியர் ஒருவர் இன்றுவரை உயிருடன் இருந்தால்தான் அது சாத்தியப்படும் என்று நான் அவருக்கு விளக்க வேண்டியதாயிற்று. நாம் வாழப் போகின்ற காலம் எவ்வளவாக இருந்தாலும் சரி, சமகாலத்திய தத்துவவியலாளரான தாமஸ்

நேகல் கூறியபடி, “நாம் அனைவருமே எக்கணத்திலும் மரிக்கக்கூடியவர்கள்தாம்.”

இதன் அடிப்படையில் பார்த்தால், நேர நிர்வாகம்தான் ஒவ்வொருவரின் தலையாய அக்கறையாக இருந்தாக வேண்டும். இன்னும் சொல்லப் போனால், வாழ்க்கை என்பதே நேர நிர்வாகம்தான். ஆனால், நவீனக் கண்ணோட்டத்தின்படி, நேர நிர்வாகமும், அதன் உடன்பிறவாச் சகோதரன் என்று அழைக்கப்படுகின்ற உற்பத்தித்திறனும், மிகவும் குறுகியதொரு கண்ணோட்டத்தில் பார்க்கப்பட்டு வருகின்றன. ஒரு குறிப்பிட்ட நேரத்திற்குள் எத்தனை வேலைகளைச் செய்து முடிக்க முடியும்; ஒரு கச்சிதமான காலை நேர அட்டவணையை உருவாக்குவது எப்படி, ஞாயிற்றுக்கிழமையன்றே அந்த வாரம் முழுவதற்குமான உணவைத் தயாரிப்பது எப்படி போன்றவை அதற்கான எடுத்துக்காட்டுகளில் சில. இது போன்ற செயல்பாடுகள் ஓரளவுக்குத் தேவைதான் என்பதில் சந்தேகமில்லை. ஆனால், அவைதாம் எல்லாமே என்று எடுத்துக் கொள்ள முடியாது. உலகம் ஆச்சரியங்களால் நிரம்பி வழிகிறது. அத்தகைய அதிகமான ஆச்சரியங்களை இரசித்து அனுபவிக்கத் தேவையான நேரத்தைப் பெறுவதுதான் அதீத உற்பத்தித்திறன்மீதான மோகத்தின் நோக்கம் என்று உற்பத்தித்திறனைத் தூக்கிப் பிடிக்கின்ற ஆசான்கள் முழங்குகின்றனர். நம்முடைய சமூக வாழ்க்கை தாறுமாறாகப் போய்க் கொண்டிருக்கிறது; சமீபத்திய கொரோனா வைரஸ் பெருந்தொற்று மக்களின் பொதுவாழ்க்கையை முற்றிலுமாக முடக்கிப் போட்டுள்ளது; காலநிலை மாற்றத்தின் காரணமாக இயற்கையின் கொடூரத் தாண்டவங்களை மக்கள் ஆங்காங்கே அனுபவிக்கத் தொடங்கிவிட்டனர். ஆனால், உங்களுடைய சக மனிதனுடன் ஓர் உருப்படியான விதத்தில் உறவாடுவதற்கான நேர நிர்வாக உத்தி ஒன்றை நீங்கள் தலைகீழாக நின்றாலும் உங்களால் கண்டுபிடிக்க முடியாது. குறைந்தபட்சம், மனித வாழ்க்கையின் நீர்க்குமிழித்தன்மையைக் கணக்கில் எடுத்துக் கொண்டு, இந்த உலகில் வாழ்வதற்கு நமக்குக் கிடைத்துள்ள

சொற்பக் காலத்தை எப்படிச் சிறப்பாகப் பயன்படுத்த வேண்டும் என்று அறிவுறுத்துகின்ற புத்தகங்கள் நிறைய இருக்கும் என்று நீங்கள் எதிர்பார்த்தால், நீங்கள் ஏமாந்துதான் போவீர்கள்.

அந்தக் குறையைப் போக்குவதற்காக மேற்கொள்ளப்பட்டுள்ள ஒரு முயற்சிதான் இந்நூல்.

'கன்வேயர் பெல்ட்டில்' வருவதுபோலத் தொடர்ந்து வந்து கொண்டிருக்கின்ற வேலைகள்

நேரம் போதவில்லை என்ற பல்லவியைப் பாடாத நபர்களை உங்களால் பார்க்காமல் இருக்க முடியாது. நாம் என்னதான் முயற்சி செய்தாலும் நிரம்பி வழிந்து கொண்டிருக்கின்ற நம்முடைய மின்னஞ்சல் வருகைப் பெட்டிகளை நம்மால் காலி செய்ய முடிவதில்லை; செய்து முடிக்கப்பட வேண்டிய காரியங்களின் பட்டியல் சுருங்குவதற்குப் பதிலாக விரிந்து கொண்டே போகிறது; நம்மால் இன்னும் அதிகமானவற்றைச் செய்து முடிக்க முடியவில்லையே என்ற குற்றவுணர்வு நம்மை உறுத்திக் கொண்டே இருக்கிறது. முன்னெப்போதைவிடவும் இப்போதுதான் மக்கள் நேரப் பற்றாக்குறையை அதிகமாக உணர்கின்றனர் என்று ஆய்வுகள் தெரிவிக்கின்றன. ஆனால், அந்த ஆய்வுகள் உண்மை நிலவரத்தைக் குறைத்து மதிப்பிடுவதாக 2013இல் நடத்தப்பட்ட ஓர் ஆராய்ச்சி கூறியது. ஏனெனில், அந்த ஆய்வுகளில் கலந்து கொள்ள முடியாத அளவுக்கு நிறைய மக்கள் தங்களுடைய வேலையில் மும்முரமாக இருந்தனராம்! எந்தவிதமான உரிமைகளும் பெற்றிராத தற்காலிகத் தொழிலாளர்களை வைத்துக் கொண்டு செயல்படுகின்ற தொழில்கள் பெருகியுள்ள இச்சூழலில், 'இடைவிடாத உழைப்பு' போற்றுதலுக்கு உகந்த ஒன்று என்று பிரச்சாரம் செய்யப்படுகிறது. மட்டுக்குள் இருக்கின்ற நேரத்திற்குள் அளவுக்கதிகமான வேலைகளைத் திணிக்கின்ற போக்குதான் இது.

ஆனால், மும்முரத்தன்மை வெறும் தொடக்கம் மட்டுமே. நாம் முன்வைக்கின்ற பெரும்பாலான புகார்கள்,

உண்மையில் நேரப் பற்றாக்குறை குறித்தப் புகார்களே. கணினித் திரைகள், அலைபேசித் திரைகள் மற்றும் தொலைக்காட்சித் திரைகள் நம்முடைய கவனத்தை அன்றாடம் சிதறடித்துக் கொண்டிருக்கின்றன. சிறு வயதில் புத்தகப் புழுக்களாக இருந்தவர்கள்கூட இப்போது அலைபேசிக்குத் தாவத் துடிக்கின்ற தங்களுடைய கண்களுக்குக் கடிவாளமிட்டுவிட்டுத் தொடர்ந்து படிக்க முடியாமல் தவிக்கின்றனர். இதன் இறுதி விளைவு என்ன? நமக்குக் கிடைத்திருக்கின்ற குறுகிய காலத்தைச் சிறந்த முறையில் பயன்படுத்த முடியாமல் இருக்கின்ற நிலைதானே? உங்கள் வசம் ஏகப்பட்ட நேரம் இருந்தால், நீங்கள் இணையத்தில் இன்னும் கூடுதல் நேரம் மேய்வது குறித்து உங்களைக் கடிந்து கொள்ள மாட்டீர்கள், சரிதானே? அல்லது உங்களுடைய பிரச்சனை இதற்கு நேர்மாறானதாக இருக்கலாம். சலிப்பூட்டுகின்ற ஒரு வேலையில் நீங்கள் மாட்டிக் கொண்டிருக்கலாம். அல்லது, நீங்கள் வேலையே இல்லாமல் இருக்கலாம். அது ஒருவருக்கு இன்னும் அதிகமான மன அழுத்தத்தைத் தரும். ஏனெனில், உங்களுக்குக் கிடைக்கின்ற குறுகிய நேரத்தைக்கூட உங்களுக்கு விருப்பமில்லாத ஒரு வழியில் செலவிட வேண்டிய கட்டாயத்திற்கு நீங்கள் ஆளாகியிருப்பீர்கள். அதனால்தான், சமூக ஊடகங்கள் மக்களின் உணர்ச்சிகளைத் தூண்டி அவர்களுடைய கவனத்தைக் கவர்கின்ற காரியங்களில் ஈடுபடுகின்றன.

இது போக, தொன்று தொட்டு மனிதனுக்கு இருந்து வரும் இரண்டக நிலைத் தடுமாற்றங்களும் அவனை வாட்டி வதைக்கின்றன. யாரைத் திருமணம் செய்து கொள்வது, குழந்தைகள் பெற்றுக் கொள்வதா வேண்டாமா, வேண்டுமென்றால் எத்தனைக் குழந்தைகளைப் பெற்றுக் கொள்வது, எந்த மாதிரியான வேலைக்குப் போவது போன்றவை அவற்றில் முக்கியமானவை. நம்மால் ஆயிரக்கணக்கான ஆண்டுகள் வாழ முடிந்தால், இது போன்ற விஷயங்கள் நம்மை வாட்டி வதைக்காது. ஏனெனில், ஒவ்வொன்றையும் ஒரு சில பத்தாண்டுகள் முயற்சி செய்வதற்குக் கால அவகாசம் இருக்கும். இதில் மற்றொரு முக்கியமான

அம்சத்தையும் சேர்த்துக் கொள்ள வேண்டும். குறிப்பாக, முப்பது வயதைத் தாண்டியவர்கள் இதை அனுபவித்து வருகின்றனர். அவர்களுக்கு, அந்த வயதிற்குப் பிறகு, காலம் படுவேகமாக ஓடத் தொடங்கிவிடுகிறது. எழுபது அல்லது எண்பது வயதில் இருப்பவர்கள், ஒரு மாதம் என்ற கால அளவுகூட ஒரு மணி நேரத்தைப்போல, கண்மூடித் திறப்பதற்குள் கடந்து சென்றுவிடுவதாக எண்ணிப் பரிதவிக்கின்றனர். இது ஒரு கொடுமையான ஏற்பாடாகத் தோன்றுகிறது. இருப்பதே நான்காயிரம் வாரங்கள்தாம். ஆனால், அதன் முடிவு நெருங்க நெருங்க அது வேகவேகமாகக் கரைந்துவிடுவதைப் போன்ற உணர்வு மனிதர்களால் தாங்கிக் கொள்ள முடியாத ஒன்றாக இருக்கிறது.

நமக்கு விதிக்கப்பட்டுள்ள குறுகிய காலத்தோடு நாம் கொண்டுள்ள உறவு எப்போதுமே கடினமானதாக இருந்து வந்துள்ளபோதிலும், சமீபத்திய நிகழ்வுகள் அதை ஓர் உச்சத்திற்குக் கொண்டு சென்றுவிட்டன. 2020இல் கொரோனா வைரஸ் காலகட்டத்தில் கொண்டுவரப்பட்டப் பொதுமுடக்கத்தின்போது, ஒரே சமயத்தில், நேரம் படுவேகமாக ஓடிக் கொண்டிருந்ததைப்போலவும், நேரம் ஓடாமல் மெதுவாக இழுத்தடித்துக் கொண்டிருந்ததைப்போலவும் ஒரு கலவையான சூழல் நிலவியது. வீட்டிலிருந்து வேலை செய்து கொண்டிருந்தவர்களும் குழந்தைகளைப் பராமரிக்க வேண்டியிருந்தவர்களும் நேரப் பற்றாக்குறையைக் கடுமையாக உணர்ந்தனர். வேலை இல்லாமல் இருந்தவர்களும் வேலையிலிருந்து துரத்திவிடப்பட்டவர்களும் நேரத்தை எப்படி ஓட்டுவது என்று தவித்துக் கொண்டிருந்தனர். இரவு மற்றும் பகல், வெளிச்சம் மற்றும் இருட்டு என்ற வேறுபாடின்றி, எந்நேரமும் கணினித் திரையின் வெளிச்சத்தில் பலர் ஏகப்பட்ட நேரம் வேலை செய்து கொண்டிருந்தனர். வேறு சிலர் தங்களுடைய உயிர்களைப் பணயம் வைத்து மருத்துவமனைகளில் பிறருக்குத் தொண்டாற்றிக் கொண்டிருந்தனர். இன்னும் சிலர், வைரஸ் தங்களைத் தொற்றிக் கொள்ளக்கூடிய ஆபத்தான சூழலிலும்

வீடுவீடாகச் சென்று அத்தியாவசியப் பொருட்களை விநியோகித்துக் கொண்டிருந்தனர். வருங்காலம் என்பதே தற்காலிகமாக நிறுத்தி வைக்கப்பட்டு, நாம் நிகழ்காலத்தில் பசை போட்டு ஒட்டி வைக்கப்பட்டுவிட்டோமோ என்ற உணர்வு நமக்கு எழுந்தது. 'முடிவேயில்லாத புது விதமான ஒரு நிகழ்கணம்' தோன்றியிருந்ததாக ஓர் உளவியலாளர் அதை வர்ணித்திருந்தார். மக்கள் கண்ட கண்ட நேரத்தில் தூங்கி, கண்ட கண்ட நேரத்தில் சாப்பிட்டுக் கொண்டிருந்தனர்; தேவையில்லாமல் சமூக ஊடகங்களில் தங்களைத் தொலைத்துக் கொண்டிருந்தனர்; தூங்கி வழிந்த முகங்களோடு வீடியோ செயலிகளில் தோன்றி யார் யாரோ பேசியதையெல்லாம் கேட்டு கொண்டிருந்தனர். அக்காலகட்டத்தில், அர்த்தம் வாய்ந்த எந்தவொரு திட்டத்தையும் உருவாக்குவது கிட்டத்தட்டச் சாத்தியமற்றதாக இருந்தது. ஏன், ஒரு வாரம் தாண்டி யோசிப்பதுகூட நமக்கு மலைப்பு ஏற்படுத்துவதாக இருந்தது.

ஏற்கனவே நாம் நேரத்தை நிர்வகித்துக் கொண்டிருந்த இலட்சணத்தில் இதுவும் சேர்ந்து கொண்டதால் நம்முடைய விரக்தி மேலும் அதிகரித்தது. பல ஆண்டுகளாக, நேர நிர்வாகம் மற்றும் உற்பத்தித்திறனின் அடிப்படையில் கச்சிதமானதொரு வாழ்க்கையை வாழ்வது எப்படி என்று அறிவுறுத்திய பல புத்தகங்கள் நம்மைத் திக்குமுக்காடச் செய்து வந்துள்ளன. 'எக்ஸ்டிரீம் புரடக்டிவிட்டி,' 'த ஃபோர் அவர் ஒர்க் வீக்,' 'ஸ்மார்ட்டர், ஃபாஸ்டர், பெட்டர்' போன்ற நூல்கள் அவற்றில் குறிப்பிடத்தக்கவை. சலிப்பூட்டுகின்ற அன்றாட வேலைகளிலிருந்து ஒரு சில நிமிடங்களைத் திருடுவதற்கான உத்திகளைக் கற்றுக் கொடுக்கும் பணியில் பல வலைத்தளங்களும் யூடியூப் வீடியோக்களும் இறங்கின. உங்களுடைய வேலை நாளிலிருந்து, உடற்பயிற்சியிலிருந்து, ஏன், உங்களுடைய தூக்கத்திலிருந்தும்கூட உச்சகட்டப் பயனைப் பெறுவதை நோக்கமாகக் கொண்ட, அலைபேசி மற்றும் அதிதிறன் கைக்கடிகாரம் போன்ற கருவிகளின் மூலம் இயங்குகின்ற பல செயலிகள் உருவாக்கப்பட்டன. உணவு உண்கின்ற

நேரத்தை மிச்சப்படுத்த பானங்கள் தயாரிக்கப்பட்டன. வீட்டு உபயோகச் சாதனங்களிலிருந்து இணைய வங்கிச் சேவை வரையிலான ஆயிரக்கணக்கான பொருட்கள் மற்றும் சேவைகள், உங்களுடைய பொன்னான நேரத்தை மிச்சப்படுத்துவதுதான் தம்முடைய முதன்மையான நோக்கம் என்று முழங்கின.

இந்தப் பொருட்கள், சேவைகள் மற்றும் உத்திகளின் பிரச்சனை, அவை சரியாக வேலை செய்யவில்லை என்பது அல்ல. மாறாக, அவை வேலை செய்தன என்பதுதான். எந்த விதத்தில் வேலை செய்தன என்பதைத்தான் நீங்கள் இங்கே கவனமாக உற்று நோக்க வேண்டும். இங்கு நீங்கள் அதிகமான வேலைகளைச் செய்வீர்கள்; அடுத்தடுத்து ஓர் அலுவலகக் கூட்டத்திலிருந்து அடுத்தக் கூட்டத்திற்கு ஓடிக் கொண்டிருப்பீர்கள்; உங்களுடைய குழந்தைகள் பள்ளியிலிருந்து வந்தவுடன் அவர்களைக் கல்விசாரா பயிற்சிகள் பலவற்றுக்குக் கூட்டிச் சென்று கொண்டிருப்பீர்கள்; உங்களுடைய முதலாளிக்கு இன்னும் அதிக இலாபம் சம்பாதித்துக் கொடுத்துக் கொண்டிருப்பீர்கள். ஆனாலும், இறுதியில், நீங்கள் கூடுதல் பதற்றத்துடன் இருப்பீர்கள், ஒருவிதமான வெறுமையுணர்வு உங்களைச் சூழ்ந்து கொள்ளும். "நேரம் என்பது நிறுத்தப்பட முடியாத ஒரு கன்வேயர் பெல்ட்டைப் போன்றது," என்று அமெரிக்க மானுடவியலாளரான எட்வர்டு டி. ஹால் குறிப்பிடுகிறார். அந்த பெல்ட்டில் நம்மை நோக்கி நகர்ந்து வருகின்ற வேலையைச் செய்து முடித்தவுடன், அடுத்த வேலை நமக்காகத் தொடர்ந்து வந்து கொண்டே இருக்கும். நாம் எந்த வேகத்தில் அதைச் செய்து முடிக்கிறோமோ, அதே வேகத்தில் அடுத்த வேலை அந்த பெல்ட்டில் நம்மிடம் வந்து சேரும். அதாவது, அந்த பெல்ட்டின் வேகம் அதிகரிக்கின்றபோது, உங்களுடைய 'உற்பத்தித்திறன்' அதிகரிக்கும். அதற்கு உங்களால் ஈடுகொடுக்க முடியவில்லை என்றால், அந்த பெல்ட் சீர்குலைந்துவிடும். இன்று, வயதில் இளையவர்கள்கூடக் கடும் களைப்பும் விரக்தியும் அடைகின்ற காட்சியை நாம் அடிக்கடிப் பார்க்கிறோம்.

அன்றாடச் சாதாரணமான வேலைகளைச் செய்யக்கூடத் திராணியற்றவர்களாக அவர்கள் ஆகிவிடுகின்றனர். "கருவிலிருந்தே உற்பத்தித்திறனுடன் இயங்குகின்ற ஓர் இயந்திரமாக இத்தலைமுறை உருவாக்கப்பட்டுக் கொண்டிருக்கிறது," என்று சமூக விமர்சகரான மால்கம் ஹாரிஸ் குறிப்பிடுகிறார்.

நேரத்தை நிர்வகிக்க வேண்டும் என்று அறிவுரை கூறுகின்ற பலர் தவறவிட்டுவிடுகின்ற உண்மை இது. இது அடம்பிடிக்கின்ற ஒரு குழந்தையைக் கட்டுப்படுத்த முயல்வதைப் போன்றது. நீங்கள் நேரத்தை எவ்வளவு அதிகமாக உங்களுடைய கட்டுப்பாட்டிற்குள் கொண்டுவர முயற்சிக்கிறீர்களோ, அவ்வளவு அதிக வேகமாக அது உங்களிடமிருந்து நழுவிக் கொண்டிருக்கும். நேரத்தைக் கைவசப்படுத்துவதற்கு நாம் கண்டுபிடித்துள்ள எண்ணற்றச் சாதனங்களையும் இயந்திரங்களையும் நினைத்துப் பாருங்கள். துணி துவைக்கும் இயந்திரம், பாத்திரம் கழுவும் இயந்திரம், மாவாட்டும் இயந்திரம், நுண்ணலை அடுப்பு, கார்கள், விமானங்கள் போன்றவை நீக்கமற நிறைந்திருக்கின்ற இந்த உலகில் நேரம் அபரிமிதமாகத்தானே இருக்க வேண்டும்? பலரிடம் ஏராளமான நேரம் கைவசம் இருக்க வேண்டும், இல்லையா? ஆனால் அப்படி எவரும் உணர்வதில்லை. அதற்கு மாறாக, வாழ்க்கை இன்னும் வேகமெடுக்கிறது, எல்லோரும் மேன்மேலும் பொறுமை இழக்கின்றனர். முன்பு இரண்டு மணி நேரம் அடுப்பின் முன் காத்திருக்கத் தயாராக இருந்த நபருக்கு, இப்போது நுண்ணலை அடுப்பின் முன் இரண்டு நிமிடங்கள் காத்திருப்பது மிகவும் எரிச்சலூட்டுகிறது. முன்பு ஒரு தகவல் அஞ்சலில் வந்து சேர மூன்று நாட்கள் காத்திருக்கத் தயாராக இருந்த நபருக்கு, மின்திரையில் ஒரு வலைத்தளம் தோன்றுவதற்கு மூன்று நொடிகள் காத்திருப்பது மிகவும் எரிச்சலூட்டுகிறது.

வேலைச் சூழலில் உற்பத்தித்திறனை அதிகரிப்பதற்கு நாம் மேற்கொள்கின்ற முயற்சிகளுக்கும் இதேபோன்ற எதிர்விளைவுகள்தாம் கிடைக்கின்றன. சில ஆண்டுகளுக்கு முன், என் மின்னஞ்சலின் வருகைப் பெட்டியில் வந்து

குவிந்த அஞ்சல்களை நிர்வகிப்பதற்கு 'இன்பாக்ஸ் ஜீரோ' என்ற செயலியை நான் நிறுவினேன். மின்னஞ்சல்களுக்கு பதிலளிப்பதில் நான் எவ்வளவு அதிகத் திறமை வாய்ந்தவனாக ஆனேனோ, அவ்வளவு அதிகமான மின்னஞ்சல்கள் எனக்கு வரத் தொடங்கியதை விரைவில் நான் கண்டுபிடித்தேன். அடுத்து, என் உற்பத்தித்திறனை அதிகரித்துக் கொள்வதற்காக, நேர நிர்வாக குருவான டேவிட் ஆலன் எழுதியுள்ள 'கெட்டிங் திங்ஸ் டன்' என்ற நூலை நான் வாங்கினேன். 'அந்த நூலைப் படிப்பதன் மூலம், கணக்கிட முடியாத அளவுக்குக் காரியங்களைச் செய்த பிறகும் ஒருவரால் தெளிந்த நீரோடை போன்ற மனநிலையைக் கொண்டிருக்க முடியும்' என்று அது அளித்த வாக்குறுதியை நம்பித்தான் நான் அப்புத்தகத்தை வாங்கினேன். ஒருவருக்கு எப்போதுமே செய்து முடிக்கச் சாத்தியமற்ற எண்ணிக்கையில் வேலைகள் இருந்து கொண்டுதான் இருக்கும் என்பதால், அளவுக்கதிகமான எண்ணிக்கையில் வேலைகளைச் செய்து முடிக்கக்கூடிய மனநிலையை அவர் வளர்த்துக் கொள்ள வேண்டும் என்ற கருத்தை டேவிட் மறைமுகமாக அதில் தெரிவித்திருந்தார். அதைப் படித்து முடித்தப் பிறகு, நான் தயாரித்திருந்த 'அன்றாடம் செய்து முடிக்கப்பட வேண்டிய பணிகளின் பட்டியலில்' இடம்பெற்றிருந்த வேலைகளை என்னால் விரைவாகச் செய்து முடிக்க முடிந்தது என்பது உண்மைதான். ஆனால், மாயாஜாலம்போல இன்னும் அதிக எண்ணிக்கையில் வேலைகள் வந்து குவியத் தொடங்கின. (உண்மையில், இதில் மாயாஜாலம் எதுவும் இல்லை; இது உளவியல் மற்றும் முதலாளித்துவம் சார்ந்தது. இதைப் பற்றிப் பின்னர் விரிவாகப் பார்க்கலாம்.)

மிகச் சிறந்த பொருளியலாளரான ஜான் மேனார்டு கீன்ஸ், 1930இல், 'நம்முடைய பேரக்குழந்தைகளின் எதிர்காலப் பொருளாதாரச் சாத்தியக்கூறுகள்' என்ற தலைப்பில் ஆற்றிய ஒரு சொற்பொழிவில், ஒரு பிரபலமான கணிப்பைத் தெரிவித்திருந்தார்: "இன்னும் ஒரு நூற்றாண்டுக்குள், செல்வப் பெருக்கத்தின் காரணமாகவும், தொழில்நுட்ப முன்னேற்றத்தின்

விளைவாகவும், எவரும் வாரத்திற்குப் பதினைந்து மணி நேரத்திற்கு மேல் வேலை செய்ய வேண்டிய அவசியம் இருக்காது. அப்போது மக்களின் கைகளில் இருக்கின்ற மீதி ஓய்வு நேரத்தை என்ன செய்வது என்பதைக் கண்டுபிடிப்பதுதான் அவர்களுக்குச் சவாலானதாக இருக்கும். மனிதகுலம் தோன்றிய நாளிலிருந்து, அவன் முதன்முறையாக ஒரு விநோதமான பிரச்சனையை எதிர்கொள்வான். பொருளாதாரக் கவலைகளிலிருந்து தனக்குக் கிடைத்திருக்கும் சுதந்திரத்தை எப்படிப் பயன்படுத்துவது என்ற பிரச்சனைதான் அது.” ஆனால், கீன்ஸின் அனுமானம் முற்றிலும் தவறாகப் போனது. தங்களுடைய தேவைகளை ஈடுசெய்கின்ற அளவுக்கு மக்கள் வருவாய் ஈட்டியவுடன், அவர்கள் எப்படியோ புதிய தேவைகளைக் கண்டுபிடித்துவிடுகின்றனர். அவர்கள் ஒரு புதிய வாழ்க்கைமுறைக்கு ஏங்கத் தொடங்கிவிடுகின்றனர். அவர்கள் தங்களை யாருடன் ஒப்பிட்டு அவர்கள் அளவுக்கு வளர வேண்டும் என்று நினைக்கிறார்களோ அந்த நிலையை எட்டியவுடன், தங்களை ஒப்பிடுவதற்குத் தங்களைவிட மேம்பட்ட நிலையில் இருப்பவர்களை அடையாளம் கண்டுகொண்டு, அவர்களை எட்டிப் பிடிக்க முயல்கின்றனர். இதன் காரணமாக, அவர்கள் மேன்மேலும் மும்முரமாக உழைக்கத் தொடங்குகின்றனர். ஒரு கட்டத்தில், மும்முரமாக இருத்தல் என்பது ஒரு கௌரவச் சின்னமாக ஆகிவிடுகிறது. ஆனால், அது முழுக்க முழுக்க அபத்தமானது. ஏனெனில், வரலாறு நெடுகிலும், பணக்காரர்களாக ஆவது என்பது அதிகமாக வேலை செய்யாமல் இருப்பதற்காகத்தான் என்றே இருந்து வந்துள்ளது. மேல் மட்டத்தை அடைந்த பிறகு மேலும் பணத்தைச் சேர்ப்பதற்கு, தங்களுடைய நிறுவனங்களின் உற்பத்திச் செலவைக் குறைக்கின்ற அதே வேளையில் உற்பத்தித்திறனை வலுப்படுத்துவது என்ற வழியையே அவர்கள் கடைபிடிக்கின்றனர். அதன் விளைவாக, அவர்களுக்குக் கீழே இருப்பவர்கள் வெறுமனே வாழ்க்கையை ஓட்டுவதற்கே முன்பைவிட அதிகக் கடினமாக உழைக்க வேண்டியதாகிவிடுகிறது.

தவறான காரியங்களைச் செய்தல்

இதில் வேடிக்கை என்னவென்றால், ஓரளவுக்கு சௌகரியமான நிலையில் இருப்பவர்கள்கூட, ஏகப்பட்டக் காரியங்களைச் செய்து கொண்டிருந்தாலும் அரிதாகவே சரியான காரியங்களைச் செய்கின்றனர். நம்முடைய நேரத்தை நமக்கு மன நிறைவு அளிக்கின்ற விதத்தில் செலவிடுவதற்கான வழிகள் இருக்கின்றன என்பதை நம்மால் உணர முடிந்தாலும், நாம் அதைச் செய்வதில்லை; அதற்கு நேர் எதிரான காரியங்களையே நாம் செய்து கொண்டிருக்கிறோம். அர்த்தமுள்ள காரியங்களைச் செய்ய வேண்டும் என்ற ஏக்கம் பல வழிகளில் வெளிப்படும். ஒரு இலட்சியத்திற்காக உங்களை அர்ப்பணித்துக் கொள்ள வேண்டும் என்ற விருப்பம் அதற்கான ஓர் எடுத்துக்காட்டு. வரலாற்றின் இந்த நெருக்கடியான காலகட்டத்தில், நீங்கள் அதிகப் பங்களிப்பை நல்க வேண்டும் என்ற ஆசை மற்றோர் எடுத்துக்காட்டு. அதே நேரத்தில், நீங்கள் விரும்புகின்ற வேலையைச் செய்வதற்கு உங்களுக்குக் குறைவான நேரமே இருக்கிறது என்ற விரக்தியும் அந்த ஏக்கத்தைச் சேர்ந்ததுதான். இந்த பூமியில் நீங்கள் இருக்கப் போகின்ற சொற்பக் காலத்தில், நீங்கள் நேசிக்கும் நபர்களுடன் உங்களால் அதிக நேரத்தைச் செலவிட முடியவில்லை என்ற ஆதங்கமும் இந்த இரகத்தைச் சேர்ந்ததுதான். சுற்றுச்சூழலியலாளரான சார்லஸ் ஐசென்ஸ்டைன், 1970களில் அமெரிக்காவில் செழிப்பாக வாழ்ந்து வந்தபோதிலும், தன் குழந்தைப்பருவத்திலேயே, நேரத்தைத் 'தவறாகப்' பயன்படுத்துகின்ற நம்முடைய போக்கை உணர்ந்திருந்தார். அவர் இவ்வாறு எழுதியுள்ளார்:

> *எனக்குத் தெரிந்தவரை, வாழ்க்கை இதைவிட அதிக மகிழ்ச்சிகரமானதாகவும், இதைவிட அதிக அர்த்தமுள்ளதாகவும், இதைவிட அதிக அழகானதாகவும் இருக்க வேண்டும். நாம் திங்கட்கிழமைகளை வெறுக்காத நிலை நிலவ*

> வேண்டும். அதேபோல, வார இறுதிக்காக வாரத்தின் முதல் நாளே நாம் ஏங்கிக் கொண்டிருக்கலாகாது. சிறுநீர் கழிப்பதற்கு அனுமதி கேட்கும் விதமாக நம்முடைய கைகளை உயர்த்துகின்ற நிலை இருக்கக்கூடாது. ஓர் அழகான நாளில் வீட்டுக்குள் நாம் அடைத்து வைக்கப்படக்கூடாது.

நாம் நம்முடைய உற்பத்தித்திறன்மீது அதீத மோகம் கொண்டிருப்பதால், உண்மையிலேயே முக்கியமான விஷயங்கள் பின்னுக்குத் தள்ளப்பட்டுவிடுகின்றன. அது, நாம் நம்முடைய நேரத்தைத் 'தவறாகப்' பயன்படுத்திக் கொண்டிருக்கிறோம் என்ற விரக்தியுணர்வை மேலும் அதிகரிக்கிறது. நம் முன் குவிந்துள்ள வேலைகளை முடிப்பதிலேயே நாம் கண்ணும் கருத்துமாக இருப்பதால், அர்த்தமுள்ள வேலைகளைச் செய்வதற்கு நமக்கு நேரமே இருப்பதில்லை. அதன் காரணமாக, நாம் போதுமானவர்கள் அல்லர், நம்மிடம் போதுமான செயல்வேகமும் உற்சாகமும் இல்லை, இன்று உலகம் நகர்ந்து கொண்டிருக்கின்ற வேகத்திற்கு நம்மால் ஈடுகொடுத்து இயங்க முடியாது என்பன போன்ற எண்ணங்கள் நம்மை அலைக்கழிக்கத் தொடங்குகின்றன. "இந்தக் காலகட்டம் ஆனந்தமற்ற அவசரத்தனத்துடன் இருக்கிறது. நம்மால் உருவாக்கப்பட்டிராத, நம்மால் புரிந்து கொள்ள முடியாத மோசமான முடிவுகளுக்கு இட்டுச் செல்கின்ற காரணிகளாக நம்மையும் நம்முடைய குழந்தைகளையும் நாம் தயார்படுத்துகிறோம்," என்று மேரிலின் ராபின்சன் என்ற கட்டுரையாளர் கூறுகிறார். அதிகமான வேலைகளைச் செய்து முடிக்க வேண்டும், அவை அனைத்தையும் சிறப்பாகவும் செய்து முடிக்க வேண்டும் என்று நாம் முனைப்புடன் செயல்படுவது பிறருடைய நலனை மட்டுமே நிறைவேற்றும். எடுத்துக்காட்டாக, வேலை நேரம் தாண்டியும் உழைத்துச் சம்பாதித்து நாம் மேன்மேலும் நுகர்பொருட்களை வாங்கிக் குவிப்பது, பெரும் பணக்காரர்களின் நலன்களைப் பாதுகாக்கின்ற பொருளாதார இயந்திரத்தின் சிறு பற்சக்கரங்களாக

நாம் தொடர்ந்து இருக்கும்படி செய்துவிடும். அது ஒருக்காலும் நமக்கு மன நிம்மதி அளிக்காது. அதோடு, நாம் நேசிக்கின்ற நபர்களோடும் நாம் விரும்புகின்ற விஷயங்களிலும் நேரத்தைச் செலவழிப்பதற்கு அது நமக்கு இடம் கொடுக்காது.

நம்முடைய நேரத்தை ஆகச் சிறந்த வழியில் எப்படிச் செலவழிப்பது என்ற நோக்கத்துடன் எழுதப்பட்டுள்ள பிற நூல்களிலிருந்து இந்நூல் சில வழிகளில் வேறுபடுகிறது. நமக்கு இதுவரை கற்றுக் கொடுக்கப்பட்டுள்ள, நாம் நடைமுறையில் பின்பற்றிக் கொண்டிருக்கின்ற நேர நிர்வாகச் செயல்முறை, பரிதாபகரமான தோல்வியைத் தழுவியுள்ளது; ஆனால், அது உண்மையல்ல என்று நம்மை நாமே ஏமாற்றிக் கொள்ளத் தேவையில்லை என்ற நம்பிக்கையின் அடிப்படையில் இந்த நூல் எழுதப்பட்டுள்ளது. நேரம் நம்மிடமிருந்து கழன்று தனியாக இயங்கிக் கொண்டிருப்பது போன்ற உணர்வு தலைதூக்கிக் கொண்டிருக்கின்ற, வரலாற்றின் இந்த விநோதக் கணம், ஒருவேளை, நேரத்துடனான நம்முடைய உறவை மறுவரையறை செய்து கொள்வதற்கான ஒரு வாய்ப்பை நமக்கு வழங்கக்கூடும். நமக்கு முந்தைய தலைமுறையைச் சேர்ந்த சிந்தனையாளர்கள் இதே சவாலை எதிர்கொள்வதற்குக் கடைபிடித்திருந்த ஞானத்தை நாம் இன்றைய காலகட்டத்திற்குப் பொருத்தினால், சில விஷயங்கள் தெளிவு பெறும்: உற்பத்தித்திறன் என்பது நம்மை வாரிச் சுருட்டிக் கொள்கின்ற ஒரு பொறி. அதன் மூலம் உங்களுடைய செயல்திறன் அதிகரித்தாலும், ஒருவிதமான பதற்றம் உங்களைத் தொற்றிக் கொள்ளும். வேலைகள் குறைவதற்குப் பதிலாக அதிகரிக்கும். மனிதகுல வரலாற்றில் எந்தக் காலகட்டத்திலும் எவரொருவரும் 'வேலைக்கும் குடும்பத்திற்கும் இடையேயான சமநிலையை' (அதற்கு என்ன அர்த்தம் என்று என்னைக் கேட்காதீர்கள்!) ஒருக்காலும் அடைந்திருக்கவில்லை. 'வெற்றியாளர்கள் காலை 8.00 மணிக்குள் செய்து முடிக்கின்ற விஷயங்களைப்' பிரதியெடுப்பதன் மூலம் கண்டிப்பாக அதை உங்களால் அடைய முடியாது.

அனைத்தும் உங்களுடைய கட்டுப்பாட்டிற்குள் இருக்கின்ற 'அந்த ஒரு நாள்' ஒருக்காலும் வரப் போவதில்லை. நிரம்பி வழிகின்ற மின்னஞ்சல்கள் குறையப் போவதில்லை; செய்து முடிக்கப்பட வேண்டிய காரியங்களின் பட்டியலின் நீளம் சுருங்கப் போவதில்லை; அலுவலகத்திலும் வீட்டிலும் நீங்கள் ஆற்ற வேண்டிய அனைத்துக் கடமைகளையும் நீங்கள் ஆற்றிவிட்டீர்கள் என்று நெஞ்சை நிமிர்த்திக் கொள்கின்ற வாய்ப்பு உங்களுக்குக் கிடைக்கப் போவதில்லை; காலக்கெடுவை நீங்கள் தவறவிட்டிருந்தால் அதற்காக நீங்கள் வறுத்தெடுக்கப்படாமல் இருக்கப் போவதில்லை. இந்த விஷயத்தில் நம்முடைய தோல்வியைக் கௌரவமாக ஒப்புக் கொள்வதைத் தவிர நமக்கு வேறு வழியில்லை.

ஆனால் அது ஓர் அருமையான செய்தி என்பது உங்களுக்குத் தெரியுமா?

பகுதி ஒன்று

தேர்ந்தெடுப்பதைத் தேர்ந்தெடுத்தல்

அத்தியாயம் ஒன்று

எல்லைகளை நிர்ணயிக்கின்ற வாழ்க்கையை சுவீகரித்துக் கொள்ளுதல்

உண்மையான பிரச்சனை நமக்கு இருக்கின்ற குறைவான நேரம் அல்ல. மாறாக, நமக்குக் கிடைத்திருக்கின்ற வரம்புக்குட்பட்ட நேரத்தை எப்படிப் பயன்படுத்திக் கொள்ள வேண்டும் என்பது குறித்து நம்மை அறியாமலேயே நாம் சுவீகரித்துக் கொண்டுள்ள யோசனைகள்தாம் உண்மையான பிரச்சனை என்று நான் கருதுகிறேன். அந்த யோசனைகள் அனைத்தும் விஷயங்களை மேலும் மோசமாக்குவதற்குத்தான் உதவுகின்றன. நாம் எப்படி அந்த இடத்தை அடைந்துள்ளோம் என்பதைக் கண்டறிவதற்கு நாம் கடிகாரத்தின் முட்களைப் பின்னால் திருப்பி வைக்க வேண்டும். இன்னும் சரியாகச் சொல்ல வேண்டுமென்றால், கடிகாரம் கண்டுபிடிக்கப்பட்டிராத காலத்திற்குள் நாம் நுழைய வேண்டும்.

கூட்டிக் கழித்துப் பார்க்கின்றபோது, நீங்கள் மத்திய காலகட்டத்தில் இங்கிலாந்தில் ஒரு விவசாயியாகப் பிறக்காமல் இருந்துள்ளது குறித்து நீங்கள் நன்றியுணர்வு கொள்ள வேண்டும். ஏனெனில், முதலில், அக்காலகட்டத்தில் நீங்கள் உங்களுடைய வாலிபப் பருவத்தைக் கடந்து உயிர்பிழைத்திருப்பதற்கான

வாய்ப்புகள் குறைவாக இருந்திருக்கும். அப்படித் தப்பித் தவறி நீங்கள் உயிர்பிழைத்திருந்தாலும், உங்களுடைய மீதி ஆயுட்காலம் முழுவதையும் நீங்கள் ஒரு கொத்தடிமையாகக் கழிக்க நேர்ந்திருக்கும். உள்ளூர்ப் பிரபு உங்களுக்குக் குத்தகைக்கு விட்டுள்ள ஒரு சிறு துண்டு நிலத்தில் நீங்கள் முதுகொடிய வேலை செய்து, அவர் 'பெரிய மனத்துடன்' உங்களுக்கு அளக்கின்ற படியை வாங்கிக் கொண்டு நீங்கள் திருப்தியடைய வேண்டியிருந்திருக்கும். அதிலும் ஒரு பகுதியை உங்களிடமிருந்து பிடுங்கிக் கொள்வதற்குத் தேவாலயம் கண்கொத்திப் பாம்பாகக் காத்திருக்கும். மறுத்தால் நரகத்திற்குப் போக வேண்டியிருக்கும் என்ற பயத்தில் நீங்கள் அதற்கும் அடிபணிவீர்கள். இரவில் நீங்கள் உங்களுடைய ஒற்றை அறைக் குடிசை வீட்டுக்குள் படுக்கச் சென்றால், அங்கு உங்களைப்போலவே குளிக்காமலும் பல் தேய்க்காமலும் இருக்கின்ற உங்களுடைய குடும்ப உறுப்பினர்களுடன் நீங்கள் அந்த அறையைப் பகிர்ந்து கொள்ள வேண்டியிருக்கும். அதோடு, உங்களுடைய கோழிகளையும் பன்றிகளையும் அதே அறைக்குள்தான் நீங்கள் அடைத்து வைக்க வேண்டியிருக்கும். இல்லையெனில், வீட்டைச் சுற்றியுள்ள காடுகளில் அலைந்து கொண்டிருக்கும் கரடிகள் மற்றும் ஓநாய்களின் பசிக்கு அவை விருந்தாகிவிடும். தட்டம்மை, சளிக்காய்ச்சல், பிளேக் போன்ற நோய்கள் உங்களுடைய நிரந்தரத் தோழர்களாக இருந்திருக்கும்.

கால அட்டவணைக்கு முந்தைய காலகட்டம்

இத்தனை பிரச்சனைகள் இருந்தும், ஒரே ஒரு பிரச்சனையை நீங்கள் கண்டிப்பாக எதிர்கொண்டிருந்திருக்க மாட்டீர்கள். நேரப் பற்றாக்குறை என்ற பிரச்சனைதான் அது. உங்களுக்குப் பெரும் களைப்பு ஏற்படுத்திய நாட்களில்கூட, நீங்கள் செய்வதற்கு இன்னும் ஏகப்பட்டக் காரியங்கள் இருக்கின்றன என்ற யோசனை உங்களுக்கு வந்திருக்காது; வாழ்க்கை அநியாயத்திற்கு வேகமாகச் சென்று கொண்டிருக்கிறது என்ற நினைப்பு உங்களுக்கு

ஏற்பட்டிருக்காது; 'வேலைக்கும் குடும்பத்திற்கும் இடையேயான சமநிலை' பாதிக்கப்பட்டுள்ளது என்று உங்களுக்குத் தோன்றியிருக்காது. அதேபோல, அமைதியான நாட்களில், அந்த நாள் சுவாரசியமற்று இருப்பதாக நீங்கள் உணர்ந்திருக்க மாட்டீர்கள். மரணத்தின் நிழல் எப்போதும் உங்கள்மேல் கவிந்து கொண்டிருந்தாலும், உங்களைச் சுற்றிலும் சாவு திடீர்த் திடீரென்று ஒருவரை வாரிச் சுருட்டிக் கொண்டிருந்தாலும், நேரம் என்பது வரம்புடையது என்று நீங்கள் உணர்ந்திருக்க மாட்டீர்கள். நேரத்தைச் சேமிக்க வேண்டும் என்ற எந்தவிதமான அழுத்தத்தையும் நீங்கள் உணர்ந்திருக்க மாட்டீர்கள். அதேபோல, நேரத்தை வீணாக்கிவிட்டோம் என்ற குற்றவுணர்வு உங்களைப் பீடித்திருக்காது. ஒரு நாள் வயலில் களையெடுப்பதற்குப் பதிலாக, கிராமத்தில் நடைபெறுகின்ற சேவல் சண்டையைப் பார்க்கச் சென்றுவிட்டது குறித்து அன்று மாலையில் நீங்கள் கண்டிப்பாகப் பின்வருத்தம் கொண்டிருக்க மாட்டீர்கள். இதற்குக் காரணம், அக்காலகட்டத்தில் அனைத்தும் மெதுவாக நடைபெற்றுக் கொண்டிருந்தது என்பதல்ல. அல்லது, அக்கால விவசாயிகள் ஆசுவாசமாக இருந்தார்கள் என்பதும் அல்ல. அல்லது, அவர்கள் தங்களுக்கு விதிக்கப்பட்டது இவ்வளவுதான் என்று தங்களுடைய தலைவிதியை அப்படியே ஏற்றுக் கொண்டுவிட்டார்கள் என்பதும் அல்ல. அவர்கள் நேரத்தை ஓர் அரூபமான விஷயமாக அனுபவித்துக் கொண்டிருக்கவில்லை என்பதே அதற்குக் காரணம்.

இது நமக்குக் குழப்பம் ஏற்படுத்துவதாக இருக்கலாம். ஏனெனில், நம்மால் நேரத்தை நம்மிடமிருந்து பிரித்துச் சிந்திக்க முடியாது. மீனுக்கு நீரென்றால் என்னவென்று தெரியுமா என்று புதிர் போடுவார்களே, அதைப் போன்றது இது. நீர் எப்போதும் தன்னைச் சுற்றி இருப்பதால், மீன் நீரைப் பற்றி எதற்காகச் சிந்திக்கப் போகிறது? ஆனால், அதிலிருந்து சற்று விலகியிருந்து சிந்தித்தால், அது விநோதமாகத் தோன்றும். இதன்படி, நேரத்தை நம்மிடமிருந்தும் நம்மைச் சுற்றியுள்ள உலகத்திடமிருந்தும்

விலகி இருக்கின்ற ஒன்றாக நாம் கற்பனை செய்து கொள்கிறோம். அமெரிக்கக் கலாச்சார விமர்சகரான லூயிஸ் மம்ஃபோர்டு கூறுவதுபோல, நேரத்தைக் 'கணிதரீதியாக அளவிடப்படக்கூடிய ஓர் அம்சமாக' நாம் பார்க்கிறோம். அவர் என்ன சொல்ல வருகிறார் என்பதைப் புரிந்து கொள்வதற்கு, நேரம் தொடர்பான கேள்வி ஒன்றை உங்களிடமே நீங்கள் கேளுங்கள். எடுத்துக்காட்டாக, "நாளைய தினத்தின் மாலை நேரத்தை நீங்கள் எவ்வாறு செலவிடப் போகிறீர்கள்?", "கடந்த ஆண்டில் நீங்கள் என்ன சாதித்துள்ளீர்கள்?" போன்ற கேள்விகளை எடுத்துக் கொள்ளலாம். யோசிக்காமல் அவற்றுக்கு பதிலளிக்கும்படி உங்களிடம் கேட்டுக் கொள்ளப்பட்டால், உடனடியாக, ஒரு நாட்காட்டி, கடிகாரத்தில் இடம்பெற்றுள்ள எண்கள், அளக்கும் நாடா, அடிக்கோல் போன்ற ஏதேனும் ஒன்று உங்கள் மனத்தில் தோன்றும். பின் நீங்கள் அந்த அளவுகோலின் அடிப்படையில் உங்களுடைய வாழ்க்கையை அளவிடத் தொடங்குவீர்கள். இதைத்தான் எட்வர்டு ஹால், நம் முன்னால் தொடர்ந்து நகர்ந்து கொண்டிருக்கின்ற கன்வேயர் பெல்ட்டாக நேரத்தைக் கற்பனை செய்தார். ஒவ்வொரு மணி நேரமும், வாரமும் அல்லது ஆண்டும் அந்தக் கன்வேயர் பெல்ட்டின்மீது வைக்கப்பட்டு நகர்ந்து கொண்டிருக்கின்ற ஒரு பெட்டியைப் போன்றது. நாம் நம்முடைய நேரத்தை உருப்படியாகப் பயன்படுத்திக் கொண்டிருக்கிறோம் என்ற உணர்வு நமக்கு ஏற்பட வேண்டுமென்றால், அந்தப் பெட்டியில் நாம் எதையாவது போட்டு நிரப்ப வேண்டும். அந்தப் பெட்டிக்குள் போடக்கூடியதைக் காட்டிலும் அதிக அளவு வேலைகள் நமக்கு இருந்தால், நாம் மும்முரமாக இருப்பதாக உணர்கிறோம்; அது குறைவாக இருந்தால், நாம் சலிப்பாக உணர்கிறோம். நம்மைக் கடந்து சென்று கொண்டிருக்கின்ற கன்வேயர் பெல்ட்டின் வேகத்திற்கு ஏற்ப நம்மால் அந்தப் பெட்டிகளை நிரப்பிக் கொண்டிருக்க முடிகின்றபோது, நாம் சிறப்பாகச் செயல்பட்டுக் கொண்டிருப்பதாக நம்மை நாமே பாராட்டிக் கொள்கிறோம்; நம்முடைய இருத்தலை நியாயப்படுத்திக்

கொள்கிறோம். அதே வேளையில், நம்மைக் கடந்து சென்று கொண்டிருக்கின்ற கன்வேயர் பெல்ட்டின் வேகத்திற்கு ஏற்ப நம்மால் அந்தப் பெட்டிகளை நிரப்ப முடியாமல் போகின்றபோது, நாம் நம் நேரத்தை வீணாக்கிவிட்டதாக உணர்கிறோம். 'வேலை நேரம்' என்று எழுதப்பட்டுள்ள ஒரு பெட்டியை நம்முடைய தனிப்பட்டப் பொழுதுபோக்கு நடவடிக்கைகளால் நாம் இட்டு நிரப்புகின்றபோது, நம்முடைய முதலாளி எரிச்சலடைகிறார். ஏனெனில், அவர்தான் அந்தப் பெட்டிகளுக்காகப் பணம் கொடுக்கிறார். அவர்தான் அவற்றின் உரிமையாளர்.

மத்திய காலகட்ட விவசாயிகளுக்கு இப்படிப்பட்ட விநோதமான யோசனைகளுக்கு ஏற்பத் தங்களைத் தகவமைத்துக் கொள்ள வேண்டிய தேவை இருக்கவில்லை. அந்த விவசாயிகள் பொழுது புலர்ந்தபோது எழுந்தனர். சூரியன் அஸ்தமித்தபோது தூங்கச் சென்றனர். அவர்களுடைய நாள், பருவத்திற்கு ஏற்பக் கூடிக் குறைந்து கொண்டிருந்தது. நேரத்தை அரூபமான ஒன்றாகவோ அல்லது தங்களுடைய வாழ்க்கையிலிருந்து விலகியிருக்கின்ற ஒன்றாகவோ நினைக்க வேண்டிய தேவை அவர்களுக்கு இருக்கவில்லை. பால் தேவைப்பட்டபோது அவர்கள் மாட்டிடமிருந்து பால் கறந்து கொண்டனர். கதிர்கள் முதிர்ந்தபோது, அவர்கள் அவற்றை அறுவடை செய்தனர். ஒரு மாதத்திற்குத் தேவையான பாலை ஒரே நாளில் கறந்து வைக்கவோ அல்லது கதிர்கள் முற்றுவதற்கு முன்பாகவே அவற்றை அறுவடை செய்யவோ யாராவது முனைந்தால், அவர்களுக்குப் பாராட்டுப் பத்திரம் கிடைக்காது, பைத்தியக்காரன் என்ற பட்டம்தான் கிடைக்கும். அனைத்தையும் செய்து முடித்துவிட வேண்டும் என்ற அழுத்தமும் அவர்களுக்கு இருக்கவில்லை. ஏனெனில், விவசாயிகளின் வேலை என்பது முடிவற்றது. பால் கறக்கின்ற வேலையும் அறுவடை வேலையும் அடுத்தடுத்து வந்து கொண்டேதான் இருக்கும். அவை ஒருபோதும் முடிவுக்கு வராது. அதனால், அவற்றைச் செய்து முடித்துவிட

வேண்டும் என்று அவசரப்படுவதற்கான தேவை அங்கு எழவில்லை. வரலாற்றியலாளர்கள் இந்த நிலையை 'வேலை நோக்கு நிலை' என்று அழைக்கின்றனர். இங்கு வாழ்க்கையின் தாளகதி வேலைகளிலிருந்தே பிறக்கிறது, ஒரு கால அட்டவணையிலிருந்து அல்ல. இன்று கால அட்டவணைப்படி இயங்குவதே நம்முடைய இயல்பாக ஆகிவிட்டது. மத்திய காலகட்ட வாழ்க்கைமுறையை மெதுவாக நகர்கின்ற ஒன்று என்று அழைக்க நமக்குத் தோன்றலாம். ஆனால், அக்காலகட்டத்தில் வாழ்ந்த மக்களுக்கு அது அர்த்தமற்றதாகப் படும். ஏனெனில், ஒன்றை மெதுவானது அல்லது விரைவானது என்று கூற வேண்டுமென்றால், அதை வேறு ஏதாவது ஒன்றுடன் ஒப்பிட வேண்டும், இல்லையா? ஆனால், அந்த விவசாயி அதை எதனுடன் ஒப்பிடுவார்? கடிகாரங்கள் இல்லாத காலகட்டத்தில் ஒரு குறிப்பிட்டக் காரியத்திற்கு எவ்வளவு நேரம் ஆகும் என்பதை விவரிக்க வேண்டிய தேவை உங்களுக்கு ஏற்பட்டால், அதை ஒரு வழமையான வேலை ஒன்றுடன் ஒப்பிட்டுச் சொல்வதைத் தவிர வேறு வழி இருக்காது. பைபிளிலுள்ள ஒரு குறிப்பிட்ட வசனத்தைப் படிப்பதற்கு ஆகும் நேரத்தோடு அவர்கள் வேறு ஒரு காரியத்தை ஒப்பிடுவார்கள்.

இப்படிப்பட்டதொரு முறையில் வாழ்கின்றபோது, அந்த விவசாயிக்குத் தனிப்பட்ட முறையில் வாழ்க்கை கடினமானதாக இருந்தாலும், அவர் ஒருவிதமான பேராச்சரிய உணர்வுடனேயே தன்னைச் சுற்றியுள்ள உலகை உணர்ந்திருப்பார். காலம் வேகமாகக் கரைந்து கொண்டிருக்கிறது என்ற ஆயாச உணர்வு இல்லாமல் வாழ்க்கையை அவர் அனுபவித்திருப்பார். ரிச்சர்டு ரோர் என்ற பாதிரியார் அதை 'ஆழமான நேரத்தின் மடியில் உறங்குதல்' என்று அழைக்கிறார். மாலையில் காடுகளிலிருந்து உறுமிக் கொண்டிருக்கின்ற வனவிலங்குகளின் சத்தங்களோடு சேர்த்து, ஆவிகளின் கிசுகிசுப்புக் குரல்களையும் அந்த விவசாயி கேட்டிருந்திருப்பார். அவருடைய முன்னோர்களின் ஆவிகள் அங்கு உலவிக் கொண்டிருந்ததாக அவர் நினைத்திருந்திருப்பார். ஆழமான நேரத்தின் மடியில்

உறங்குகின்ற அந்த உணர்வை அவர் நிச்சயமாக அனுபவித்திருந்திருப்பார் என்பதை நம்மால் கிட்டத்தட்ட உறுதியாகக் கூற முடியும். ஏனெனில், சில சமயங்களில் நமக்கும் அதே விதமான உணர்வு ஏற்படுகிறது. கேரி எபர்லே என்ற எழுத்தாளர், “அந்த இடத்தில் கடிகாரத்தின் இயக்கம் நிற்கப் போவதில்லை, ஆனால் அதன் சத்தம் நமக்குக் கேட்காது,” என்று வர்ணிக்கிறார்.

சிலருக்கு இது பிரார்த்தனைகளின்போது நிகழ்கிறது. சிலருக்கு தியானத்தின்போதும், வேறு சிலருக்கு இயற்கையோடு இருக்கின்றபோதும் இது நிகழ்கிறது. சிறு குழந்தைகள் இந்த உலகில்தான் பெரும்பாலான நேரத்தைச் செலவழிக்கின்றனர் – அவர்கள்மீது நாம் அட்டவணைகளைத் திணிக்கத் துவங்குகின்றவரை இது தொடர்கிறது! பிரபல உளவியலாளரான கார்ல் யுங், 1925இல் கென்யாவுக்குச் சென்றபோது, ஒரு நாள் சூரிய உதயத்தின்போது ஒரு காட்டுப் பகுதியில் தனக்கு இந்த உணர்வு ஏற்பட்டதாகத் தெரிவித்தார். அதை அவர் இவ்வாறு வர்ணிக்கிறார்:

> *நாங்கள் ஒரு சிறு குன்றின்மீது நின்று கொண்டிருந்தோம். எங்கள் முன்னால் கண்ணுக்கெட்டிய தூரம்வரை சமவெளி பரவிக் கிடந்தது. அதில் மான்கள், வரிக்குதிரைகள், காட்டுப் பன்றிகள் உட்படப் பல காட்டு விலங்குகள் கூட்டங்கூட்டமாகச் சென்று கொண்டிருந்தன. அவை மெதுவாக ஊர்ந்து செல்கின்ற ஒரு நதியைப்போல முன்னோக்கிச் சென்று கொண்டிருந்தன. இரைப் பறவைகளின் தொலைதூரக் கூச்சல்களைத் தவிர வேறு எந்தச் சத்தமும் அங்கு இல்லை. உலகம் தோன்றியபோது இருந்த ஒரு பேரமைதி அங்கு நிலவியது. நான் என்னுடன் வந்திருந்தவர்களிடமிருந்து மெதுவாக விலகி நடந்து சென்று, முற்றிலும் தனிமையாக இருக்கின்ற ஓர் உணர்வை இரசித்து அனுபவித்தேன்.*

நேரப் பிரக்ஞையற்ற நிலையின் முடிவு

நேரம் என்ற அரூபமான யோசனை குறித்துப் போதிய கவனம் செலுத்தாமல் இருப்பதிலுள்ள ஒரு பெரிய பிரச்சனை என்னவென்றால், உங்களால் சாதிக்க முடிகின்ற விஷயங்களை அது வெகுவாக மட்டுப்படுத்துகிறது. பருவ காலங்களை உங்களுடைய கால அட்டவணையாக வைத்துக் கொண்டு இயங்குகின்ற ஒரு சிறு விவசாயியாக உங்களால் தாராளமாக இருக்க முடியும். ஆனால், நீங்கள் என்றென்றைக்கும் ஒரு சிறு விவசாயியாகவே இருந்துவிட நேரிடும். அதிகமான எண்ணிக்கையிலுள்ள நபர்களை ஒருங்கிணைத்து நீங்கள் பணிபுரிய வேண்டியிருந்தால், நேரத்தை அளவிடுவதற்கு, நம்பத் தகுந்த, சம்பந்தப்பட்டவர்களால் ஏற்றுக் கொள்ளப்படுகின்ற அளவீட்டு முறை ஒன்று உங்களுக்குக் கண்டிப்பாகத் தேவைப்படும். முதல் கடிகாரம் கண்டுபிடிக்கப்பட்டது குறித்துப் பொதுவாக ஏற்றுக் கொள்ளப்பட்ட ஒரு கதை இருக்கிறது. அதை மத்திய காலகட்டத்தைச் சேர்ந்த துறவிகள்தாம் கண்டுபிடித்தனர். ஒரு மடத்தில் சூரிய உதயத்திற்கு முன்பே நடத்தப்பட வேண்டிய ஒரு பிரார்த்தனைக் கூட்டத்தில் கலந்து கொள்ள அங்கிருந்த துறவிகள் அனைவரையும் எழுப்பிவிடுவதற்கு நேரத்தை அளவிடுவதற்கான ஒரு கருவி அல்லது முறை தேவைப்பட்டது. ஏனெனில், அதுவரை கையாளப்பட்டு வந்த முறையில் பல நடைமுறைச் சிக்கல்கள் இருந்தன. பொதுவாக அவர்கள் ஒரு துறவியை இரவு முழுவதும் விழித்திருக்கச் செய்வர். அவர் வானில் தெரிகின்ற நட்சத்திரங்களின் நிலையை வைத்து நேரத்தை ஊகித்து மற்றவர்களை எழுப்பிவிட வேண்டும். இது ஒழுங்காக வேலைசெய்வதற்கு, முதலில் அந்தத்துறவி தூங்கிவிடாமல் இருக்க வேண்டும். இரண்டாவது, இரவு வானத்தை மேகம் சூழ்ந்து கொள்ளாமல் இருக்க வேண்டும். இப்படியாக நேரம் தரப்படுத்தப்பட்டு, எல்லோர் கண்களுக்கும் தெரியும்படி ஆக்கப்பட்டது, நேரம் என்பது தனியான இருத்தலைக் கொண்ட, அரூபமான

ஒன்று என்று மக்கள் நினைப்பதற்கு வழிவகுத்துவிட்டது. ஒரு கடிகாரத்தில் நொடி முள் நகர்கின்றபோது உண்டாவதுதான் நேரம் என்று ஆகிவிட்டது. பொதுவாக, தொழிற்புரட்சி, நீராவி இயந்திரத்தின் கண்டுபிடிப்போடு தொடர்புபடுத்தப்படுகிறது. ஆனால், மம்ஃபோர்டு 1934இல் எழுதிய மிகப் பிரபலமான 'டெக்னிக்ஸ் அன்ட் சிவிலைசேஷன்' என்ற நூலில், கடிகாரத்தின் கண்டுபிடிப்பு நிகழ்ந்திருக்கவில்லை என்றால் தொழிற்புரட்சி ஏற்பட்டிருக்காது என்று அடித்துக் கூறுகிறார். ஏனெனில், 1700களின் இறுதியில், ஆங்கிலேய கிராமப்புற விவசாயிகள் சாரைசாரையாக நகர்ப்புறங்களுக்குப் படையெடுத்துச் சென்று, அங்கிருந்த தொழிற்சாலைகளிலும் ஆலைகளிலும் பணிபுரியத் தொடங்கினர். அந்தத் தொழிற்சாலைகளை வாரத்திற்கு ஆறு நாட்கள் தினமும் குறிப்பிட்டச் சில மணி நேரம் இயங்க வைப்பதற்கு, அதில் பணிபுரிந்து வந்த நூற்றுக்கணக்கான தொழிலாளர்களைச் செம்மையான முறையில் ஒன்றிணைக்க வேண்டியிருந்தது.

அதனால், இப்போது நேரத்தை ஒரு வளமாகவும், நிலக்கரி, இரும்பு மற்றும் பிற கச்சாப் பொருட்களைப்போல வாங்கி விற்கப்படக்கூடிய ஒரு பண்டமாகவும் கருத வேண்டிய நிலை உருவாயிற்று. அதற்கு முன்பு, தொழிலாளர்களுக்கு, நேரக் கணக்கில் துல்லியமாக வரையறுக்கப்பட முடியாத, பொத்தம்பொதுவான 'தினக்கூலி' கொடுக்கப்பட்டு வந்தது. அல்லது, அவர்கள் உற்பத்தி செய்து கொடுத்தப் பொருட்களின் எண்ணிக்கையின் அடிப்படையில் அவர்களுக்கு ஊதியம் வழங்கப்பட்டது. வைக்கோல்போர்களின் எண்ணிக்கை, வெட்டப்பட்டப் பன்றிகளின் எண்ணிக்கை போன்றவை அதற்கான ஒரு சில எடுத்துக்காட்டுகள். ஆனால், படிப்படியாக, நேரத்தின் அடிப்படையில் ஊதியம் வழங்கப்படுகின்ற நடைமுறை பரவலாயிற்று. ஒரு குறிப்பிட்ட நேரத்திற்குள் தன்னுடைய தொழிலாளிகளிடமிருந்து அதிகமான உழைப்பை உறிஞ்சிக் கொள்கின்ற ஒரு முதலாளியால், அப்படிச் செய்ய முடியாமல் இருக்கின்ற

முதலாளியைவிட அதிக இலாபம் ஈட்ட முடியும். பேராசை பிடித்தச் சில முதலாளிகள், வேலையில் தங்களை முழுமையாக அர்ப்பணித்துக் கொள்ளாத தொழிலாளர்கள் உண்மையில் தங்களிடமிருந்து திருடிக் கொண்டிருந்ததாகக் கூறும் நிலைக்குச் சென்றனர். எடுத்துக்காட்டாக, மிகப் பெரிய இரும்பு ஆலை ஒன்றின் முதலாளியான அம்ப்ரோஸ் குரோலி, 1790இல் அனுப்பிய ஒரு சுற்றறிக்கையில் இவ்வாறு குறிப்பிட்டிருந்தார்: "நான் அற்ப மனிதர்களால் ஏமாற்றப்பட்டுள்ளேன். அதனால், நான் புதிய விதிமுறைகளை அறிவிக்கிறேன். புகைபிடிக்கச் செல்லுதல், பாடுதல், செய்தித்தாள்களைப் படித்தல், சச்சரவுகளில் ஈடுபடுதல், வேலைக்குத் தொடர்பில்லாத பிற நடவடிக்கைகளில் ஈடுபடுதல் போன்ற எதையேனும் செய்யும் தொழிலாளர்களிடம் ஊதியப் பிடித்தம் மேற்கொள்ளப்படும்." தன்னுடைய தொழிலாளர்களுக்கு நேரத்தின் அடிப்படையில் ஊதியம் வழங்கப்பட்டு வந்ததால், தொழில்சார் நடவடிக்கைகளில் ஈடுபடாமல் நேரத்தை வீணாக்கியவர்களைத் திருடர்கள் என்று குரோலி கருதினார்.

அதற்காக, நேரம் தொடர்பான நம்முடைய இன்றைய பிரச்சனைகள் அனைத்திற்கும் கடிகாரம் கண்டுபிடிக்கப்பட்டதுதான் காரணம் என்று நீங்கள் நம்பத் தேவையில்லை. ஆனால், அதன் மூலம் ஒரு புதிய வாசல் திறக்கப்பட்டுள்ளதை மறுக்க முடியாது. முன்பு நேரம் என்ற இடையூடகத்தின் வழியாக வாழ்க்கை மலர்ந்து கொண்டிருந்தது. ஆனால், பெரும்பாலான மக்களின் மனங்களில், நேரமும் வாழ்க்கையும் பிரிக்கப்பட்டுவிட்டவுடன், நேரம் என்பது பயன்படுத்தத்தக்க ஒரு பொருளாக மாறிவிட்டது. இந்த மாற்றம்தான், நேரம் தொடர்பான நம்முடைய தற்காலப் பிரச்சனைகள் அனைத்துக்குமான மூலகாரணமாகிவிட்டது. நேரம் பயன்படுத்தத்தக்கதொரு பொருளாக ஆனவுடன், அதைச் செம்மையாகப் பயன்படுத்துவதற்கான அழுத்தம் அதிகரிக்கத் தொடங்கியது. நீங்கள் அதை வீணாக்கிக் கொண்டிருக்கிறீர்கள் என்ற உணர்வு உங்களுக்கு

ஏற்பட்டால், உங்களை நீங்களே வசைமாரி பொழியத் துவங்குகிறீர்கள். செய்து முடிக்கப்பட வேண்டிய காரியங்கள் நிறைய இருக்கின்றபோது நேரத்தைச் செம்மையாகப் பயன்படுத்துவதுதான் செயல்திறனுடன் செயல்படுவதற்கான சிறந்த வழி என்று நீங்கள் அனுமானிக்கிறீர்கள். அப்போது, தொழிற்புரட்சிக் காலகட்டத்தைய இயந்திரத்தைப்போல உங்களுடைய உற்பத்தித்திறனை அதிகரிப்பதற்கு, கைவசம் இருக்கின்ற நேரத்திற்குள் கடினமாக உழைப்பது அல்லது அதிக நேரம் உழைப்பது போன்ற நடவடிக்கைகளில் நீங்கள் இறங்க வேண்டியதாகிவிடுகிறது. உங்கள்மீது திணிக்கப்படுகின்ற அழுத்தம் நியாயமானதுதானா என்று கேட்க நீங்கள் மறந்துவிடுகிறீர்கள். அதன் அடுத்தக் கட்டமாக, ஒரே நேரத்தில் பல வேலைகளில் ஈடுபடுவதற்கான சபலம் நமக்குத் தோன்றுகிறது. அதாவது, ஒரு நேரத் தொகுதியை, ஒரே நேரத்தில் இரண்டு வேலைகளுக்குப் பயன்படுத்த முனைவது அது. இதை முதன்முதலில் கவனித்தவர் ஜெர்மானிய தத்துவவியலாளரான ஃபிரடெரிக் நீட்சேதான். “மக்கள் இப்போதெல்லாம் கைக்கடிகாரத்தை உற்று நோக்கிக் கொண்டுதான் சிந்திக்கின்றனர்,” என்று 1887 ஆம் ஆண்டிலேயே அவர் குறைபட்டுக் கொண்டார். “அவர்கள் பங்குச் சந்தை குறித்தச் செய்தியைப் பார்த்துக் கொண்டே மதிய உணவு உண்கின்றனர்,” என்று அவர் விமர்சித்தார். நீங்கள் உங்களுடைய வருங்காலம் குறித்த உங்களுடைய கற்பனைக் குதிரையைத் தட்டிவிடுகின்றபோது, அது உங்களுடைய ஆசைப்படியே நனவாகுமா என்ற பதற்றம் உங்களைத் தொற்றிக் கொள்கிறது. உடனே நீங்கள் உங்களுடைய நேரத்தைப் பயன்படுத்திக் கொண்டிருக்கின்ற விதத்தை உங்களுடைய சுயமதிப்போடு முடிச்சுப் போடத் தொடங்கிவிடுகிறீர்கள். உங்களுக்குக் குற்றவுணர்வு அல்லது திக்குமுக்காடல் உணர்வு ஏற்படுவதைத் தடுப்பதற்கு, நேரம் என்பது நீங்கள் நீந்திக் கொண்டிருக்கின்ற தண்ணீர் என்ற உணர்வைத் தாண்டி, நீங்கள் ஆதிக்கம் செலுத்த வேண்டிய அல்லது கட்டுப்படுத்த வேண்டிய ஒன்று என்ற எண்ணத்தை

நீங்கள் சுவீகரித்துக் கொண்டாக வேண்டும். அன்றொரு நாள் என் கைக்குக் கிடைத்த ஒரு நூலின் தலைப்பு இதை மிகவும் அழகாக வெளிப்படுத்துகிறது: 'நேரத்தை வசப்படுத்துவோம், வாழ்க்கையை வசப்படுத்துவோம்.'

ஆனால், இதில் ஓர் அடிப்படைப் பிரச்சனை இருக்கிறது. நேரம் குறித்த இந்த அணுகுமுறையை சுவீகரித்துக் கொள்கின்றபோது, நேரத்தை நீங்கள் சிறப்பாகக் கையாண்டு கொண்டிருக்கிறீர்கள் என்ற உணர்வு உங்களுக்கு ஒருக்காலும் வராது. காலப்போக்கில் வாழ்க்கை எப்படி மலர்கிறதோ அதன்படி வாழ்வதற்குப் பதிலாக, நம்முடைய வருங்கால இலக்கை அடைவதை அல்லது அனைத்துக் கடமைகளையும் நிறைவேற்றிவிட்டு வருங்காலத்தில் எந்தவிதமான கவலைகளுமின்றி ஆசுவாசமாக இருக்கின்ற ஒரு நிலையை அடைவதைச் சாத்தியமாக்குகின்ற விதத்தில் இன்று நாம் ஒவ்வொரு கணத்தையும் செலவழித்துக் கொண்டிருக்கிறோமா என்று நாம் கணக்குப் பார்க்கத் தொடங்கிவிடுகிறோம். மேலோட்டமாகப் பார்த்தால், அப்படி வாழ்வதுதான் புத்திசாலித்தனமான வழிமுறையாகத் தோன்றும். குறிப்பாக, இன்றைய அடாவடியான போட்டி நிறைந்த பொருளாதாரச் சூழலில், வெறுமனே வாழ்க்கையை ஓட்டிக் கொண்டிருப்பதற்கே அப்படிப்பட்ட ஒரு மனப்போக்கு உங்களுக்குத் தேவைப்படும் என்ற எண்ணம் பரவலாக இருக்கிறது. நம்மில் பெரும்பாலானோர் வளர்க்கப்பட்டுள்ள விதத்தையே இது பிரதிபலிக்கிறது: "வருங்கால நன்மைகளுக்கு முன்னுரிமை அளிக்கப்பட வேண்டும்; அதற்காக, நிகழ்கால மகிழ்ச்சியைக் காவு கொடுப்பதில் தவறேதும் இல்லை." ஆனால், இது நமக்கு எதிராகத்தான் திரும்பும். இது நம்மை நிகழ்கணத்திலிருந்து அப்புறப்படுத்தி, வருங்காலத்தின்மீது மிகையான கவனம் செலுத்துகின்ற ஒரு வாழ்க்கைமுறைக்கு இட்டுச் செல்கிறது. வருங்காலம் நாம் எதிர்பார்த்துள்ளதுபோல மலருமா என்ற பரிதவிப்பு நம்மை ஆட்கொண்டுவிடுகிறது. எப்போதும், பின்னாளில் என்றோ கிடைக்கக்கூடிய சாத்தியக்கூறு உள்ள ஒன்றின் பின்னால் மனம் அலைபாய்ந்து

கொண்டிருப்பதால், மன நிம்மதி ஒருக்காலும் வந்து சேர்வதில்லை. அதனால், ஆழ்ந்த கவனக்குவிப்பு என்பது சாத்தியமற்றதாக ஆகிவிடுகிறது.

"இந்த நவீன மனப்போக்கு நம்மை ஆட்கொள்ளத் தொடங்குகின்றபோது, மனித நடவடிக்கைகளின் அளவீடாகத் திகழ்ந்த 'நேரப் பிரக்ஞையற்ற நிலை' முடிவுக்கு வந்துவிடுகிறது," என்று மம்ஃபோர்டு தெரிவிக்கிறார். அந்த இடத்தை, கடிகாரத்தின் சட்டாம்பிள்ளைத்தனமும், கால அட்டவணைகளும், கூகுள் நாட்காட்டிச் செயலியின் எச்சரிக்கை அழைப்புகளும் எடுத்துக் கொள்கின்றன. மேரிலின் ராபின்சன் குறிப்பிட்ட 'ஆனந்தமற்ற அவசரத்தனமும்,' இன்னும் அதிகமானவற்றைச் செய்து முடிக்க வேண்டும் என்ற மனப்போக்கும் நம்மைச் சூழ்ந்து கொள்கின்றன. நேரத்தை வசப்படுத்த நீங்கள் முயற்சி செய்வதிலுள்ள பிரச்சனை என்னவென்றால், இறுதியில் அது உங்களை வசப்படுத்திக் கொள்கிறது.

ஓர் உற்பத்தித்திறன் வெறியனின் ஒப்புதல் வாக்குமூலம்

இதற்குப் பிறகு, இப்புத்தகம், நேரத்துடன் ஓர் ஆரோக்கியமான உறவை எப்படி வளர்த்துக் கொள்வது என்பதைப் பற்றியும், அதை அடையத் தேவையான, நடைமுறைக்கு உகந்த யோசனைகளைப் பற்றியும் பேசப் போகிறது. இதற்கு, நேரத்தை வசப்படுத்துவதையும் அதன்மீது ஆதிக்கம் செலுத்துவதையும் ஒட்டுமொத்தமாக நிராகரித்துள்ள தத்துவவியலாளர்கள், உளவியலாளர்கள் மற்றும் ஆன்மிக ஆசான்களின் கருத்துகளையும் நான் இதில் கலந்துள்ளேன். அமைதியான, அர்த்தமுள்ள ஒரு வாழ்க்கையை வாழ்வதற்கான யோசனைகளை இது அடிக்கோடிட்டுக் காட்டுகிறது. அவற்றைப் பின்பற்றுகின்ற பட்சத்தில், நீண்டகால நோக்கில் உற்பத்தித்திறனும் மேம்படும். இங்கு நான் ஓர் ஒப்புதல் வாக்குமூலம் கொடுத்தாக வேண்டும். நான் பல ஆண்டுகளாக, நேரத்தை வசப்படுத்துவதற்குப் பல

வழிகளிலும் முயற்சி செய்து தோற்றுப் போயுள்ளேன். சரியாகச் சொல்ல வேண்டுமென்றால், நான் ஓர் 'உற்பத்தித்திறன் வெறியன்'. சிலர் ஒரு கட்டுக்கோப்பான உடலை வளர்த்தெடுத்தல், மலையேற்றம் போன்றவற்றில் ஈடுபட்டிருப்பதை நீங்கள் பார்த்திருப்பீர்கள். அதேபோல, உற்பத்தித்திறன் வெறியர்கள், செய்து முடிக்கப்பட வேண்டிய வேலைகளின் பட்டியல் எப்போதும் காலியாக இருக்க வேண்டும் என்ற வெறியோடு செயல்களைச் செய்து முடிப்பர்.

நான் முன்பு குறிப்பிட்டிருந்த 'இன்பாக்ஸ் ஜீரோ' செயலி அவற்றில் ஒன்று. என்னுடைய இந்த மோகத்தின் காரணமாக, நான் ஏகப்பட்டப் பணத்தையும் நேரத்தையும் இழந்ததுதான் மிச்சம். நான் இதற்காக அதிக விலை கொண்ட, அழகாகத் தோற்றமளித்தக் குறிப்பேடுகளையும் வண்ண வண்ணப் பேனாக்களையும் வாங்கினேன். என்னால் சரியான நேர நிர்வாக அமைப்புமுறை ஒன்றைக் கண்டுபிடிக்க முடிந்தால், என்னால் செம்மையான பழக்கங்களை வளர்த்துக் கொள்ள முடிந்தால், என்னால் சுயகட்டுப்பாட்டை அமல்படுத்த முடிந்தால், நேரத்துடனான என்னுடைய போராட்டம் நிரந்தரமாக ஒரு முடிவுக்கு வந்துவிடும் என்று நான் நம்பினேன். நான் உழன்று கொண்டிருந்த இந்த மாயையின் உச்சகட்டமாக, ஒரு பத்திரிகையில், உற்பத்தித்திறன் குறித்துத் தொடர் கட்டுரை எழுதும் அளவுக்கு நான் சென்றேன். அதைச் சாக்காக வைத்து, நான் நேர நிர்வாக உத்திகள் பலவற்றை முயற்சி செய்து பார்த்தேன். என் முயற்சிகளுக்கு ஒரு நோக்கம் இருந்தது என்று என்னை நானே சமாதானப்படுத்திக் கொண்டேன். இது ஒரு குடிகாரன் மதுவை ருசித்து அதன் தரத்தைச் சோதிக்கும் வேலையைப் பெற்றுக் கொள்வதைப் போன்றது. நான் ஒரு முறை என்னுடைய மொத்த நாளையும் பதினைந்து நிமிடத் தொகுதிகளாகப் பிரித்துக் கொண்டு, அதன்படி வேலைகளை அட்டவணைப்படுத்தினேன். இன்னொரு முறை, அலாரக் கடிகாரத்தை வைத்துக் கொண்டு, ஒரு நாளின் நேரத்தை 30 நிமிடங்களாகப் பிரித்துக் கொண்டேன்.

அதில் 25 நிமிடங்களை வேலைக்கும், மீதி 5 நிமிடங்களை ஓய்வுக்கும் என்று நான் ஒதுக்கினேன். (இதற்குப் 'போமோடோரோ உத்தி' என்ற அதிகாரபூர்வமான ஒரு பெயரும் இருக்கிறது; இணையத்தின் மூலம் இதைப் பின்பற்றிக் கொண்டிருக்கின்ற கும்பல் ஒன்றும் இருக்கிறது.) நான் செய்து முடிக்க வேண்டியிருந்த வேலைகளை உள்ளடக்கிய பட்டியலில் இடம்பெற்றிருந்த வேலைகளை 'ஏ,' 'பி,' 'சி' என்ற தலைப்புகளின் கீழ், அவை செய்து முடிக்கப்பட வேண்டிய முன்னுரிமையின்படி நான் வரிசைப்படுத்தினேன். என்னுடைய அன்றாடச் செயல்நடவடிக்கைகள் என்னுடைய இலக்குகளுடன் ஒத்திசைவாக இருந்தனவா என்பதை நான் உறுதி செய்து கொண்டேன். அதேபோல, என்னுடைய இலக்குகள் என்னுடைய விழுமியங்களோடு இணக்கமாக இருந்தனவா என்பதையும் நான் சோதித்துக் கொண்டேன். இந்த உத்திகளை நடைமுறைப்படுத்துவதன் மூலம் என் உற்பத்தித்திறன் வெகுவாக உயரும் என்றும், என் பதற்றம் குறையும் என்றும், அர்த்தமுள்ள நடவடிக்கைகளில் நான் அதிகமாக ஈடுபடுவேன் என்றும் நான் நம்பினேன். ஆனால், அந்தப் பொன்னான நாள் ஒருபோதும் வரவில்லை. மாறாக, என் மன அழுத்தமும் மகிழ்ச்சியின்மையும் அதிகரித்தன.

2014ஆம் ஆண்டின் குளிர்காலத்தின்போது ஒரு நாள், என் வீட்டுக்கு அருகேயுள்ள ஒரு பூங்காவில் நான் ஒரு பெஞ்சில் அமர்ந்திருந்தேன். நான் செய்து முடிக்க வேண்டிய வேலைகள் அடங்கிய பட்டியல் குறித்து நான் பதற்றத்துடன் இருந்தபோதுதான் எனக்குத் திடீரென்று ஒரு ஞானோதயம் ஏற்பட்டது. நான் கடைபிடித்துக் கொண்டிருந்த எந்த உத்தியும் வேலை செய்யப் போவதில்லை என்ற புரிதல்தான் அது. எல்லாம் என் கட்டுப்பாட்டில் இருந்தது, நான் என் கடமைகள் அனைத்தையும் செவ்வனே நிறைவேற்றிக் கொண்டிருந்தேன், வருங்காலம் குறித்து எனக்குத் துளிகூடக் கவலையில்லை என்ற உணர்வைப் பெறுவதற்குத் தேவையான செயல்திறனையும் சுயகட்டுப்பாட்டையும் அடைவதில் நான் ஒருக்காலும்

வெற்றி பெறப் போவதில்லை என்பதை நான் உணர்ந்தேன். இதில் நகைமுரணாக, இந்த உத்திகள் எதுவும் எனக்கு மன நிம்மதியைக் கொடுக்கப் போவதில்லை என்ற புரிதல் எனக்கு மன நிம்மதியைக் கொடுத்தது! நீங்கள் முயற்சித்துக் கொண்டிருக்கின்ற ஒரு விஷயம் சாத்தியமற்றது என்ற முடிவுக்கு நீங்கள் வரும்போது, அதில் தோல்வியடைவதற்காக உங்களை நீங்களே வாட்டி வைத்துக் கொள்ள மாட்டீர்கள். அச்சமயத்தில் நான் புரிந்து கொள்ளாமல் இருந்த ஒரு விஷயம், இந்த உத்திகள் அனைத்தும் ஏன் தோல்வி அடைகின்றன என்பதுதான். எப்போதும் எட்டாத தூரத்தில் இருக்கப் போகின்ற என் வாழ்க்கையின்மீது ஒரு கட்டுப்பாட்டு உணர்வைப் பெறுவதற்கு நான் இந்த உத்திகளைப் பயன்படுத்திக் கொண்டிருந்தேன்.

உற்பத்தித்திறன்மீது நான் கொண்டிருந்த அதீத மோகத்திற்குப் பின்னால் ஒரு மறைவான உணர்ச்சிசார் அம்சம் இருந்தது என்பதை நான் புரிந்து கொண்டிருக்கவில்லை. நவீன வேலை உலகோடு பின்னிப் பிணைந்துள்ள ஓர் உறுதியற்றத்தன்மையை எதிர்கொள்வதற்கு இது எனக்கு உதவியது. பத்திரிகைகளில் எழுதுவதற்கு எனக்குக் கிடைக்கின்ற அனைத்து வாய்ப்புகளையும் நான் பயன்படுத்திக் கொண்டு, சொந்தமாக வேறு சில வேலைகளையும் பார்த்துக் கொண்டிருந்தால், ஒருவேளை என்றேனும் ஒரு நாள் நான் தொழில்ரீதியாகவும் பொருளாதாரரீதியாகவும் பாதுகாப்பாக இருப்பதாக உணரக்கூடும். அதே நேரத்தில், என் வாழ்க்கையைக் கொண்டு நான் என்ன செய்து கொண்டிருந்தேன் என்ற, என்னை பயமுறுத்திய கேள்வியைக் கேட்க நான் துணியாமல் இருந்தேன். திருமணம் செய்து கொள்வதும் குழந்தை பெற்றுக் கொள்வதும் அது தொடர்பான இரண்டு முக்கியக் கேள்விகள். இது போன்ற முக்கியமான தீர்மானங்களைத் துணிச்சலுடன் எடுக்கின்ற ஒரு நிலையை என்றேனும் ஒரு நாள் நான் அடைவேன் என்று கற்பனை செய்வது ஆறுதலளிப்பதாக இருந்தது.

பயப்படாதீர்கள். நான் என் சொந்தக் கதையை

விரிவாகக் கூறி உங்களுடைய பொறுமையைச் சோதிக்கப் போவதில்லை. பொதுவாகவே, நாம் எதிர்கொள்கின்ற எதார்த்தங்களை முழுமையாக அனுபவிப்பதை ஏதாவது ஒரு வழியில் தவிர்க்க நாம் ஏராளமான ஆற்றலைச் செலவழிக்கிறோம். நாம் சரியான பாதையில்தான் சென்று கொண்டிருக்கிறோமா, நம்மைப் பற்றி நாம் கொண்டிருக்கின்ற எந்த யோசனைகளை நாம் களைய வேண்டும் என்பன போன்ற கேள்விகளால் நமக்கு ஏற்படக்கூடிய பதற்றத்தை உணர நாம் விரும்புவதில்லை. நாம் நம்முடைய உறவுகளில் காயப்பட விரும்புவதில்லை. தொழில்வாழ்க்கையில் தோல்வியைத் தழுவ நாம் விரும்புவதில்லை. நம்முடைய பெற்றோரைத் திருப்திப்படுத்தும் முயற்சியிலோ அல்லது நம்மிடம் நமக்குப் பிடிக்காமல் இருக்கின்ற விஷயங்களை மாற்றுவதிலோ நாம் ஒருக்காலும் வெற்றியடையப் போவதில்லை என்பதை நாம் ஏற்றுக் கொள்ள விரும்புவதில்லை. கண்டிப்பாக, நோய்வாய்ப்படவோ அல்லது இறந்து போகவோ நாம் விரும்புவதில்லை. இதிலுள்ள சில நுணுக்கங்கள் ஆளுக்கு ஆள் வேறுபடலாம். ஆனால், பொதுவாக, இது நம் அனைவரிடமும் ஏதோ ஒரு வடிவில் இருந்து கொண்டுதான் இருக்கிறது. ஆனால், இந்த வாழ்க்கை ஏகப்பட்டக் குளறுபடிகளுடனும், ஒரு வரம்பெல்லை உடையதாகவும், நம் பிடிக்குள் அகப்படாமலும் இருந்தாலும், அதை வாழ்வதற்கு நமக்கு ஒரே ஒரு வாய்ப்பு மட்டுமே கிட்டும் என்ற நிதர்சனம் நெஞ்சைப் பதற வைப்பதாக இருக்கிறது, அதை நம்மால் ஏற்றுக் கொள்ள முடிவதில்லை. அதனால், நாம் அதனோடு முரண்டு பிடிக்கிறோம். “எதார்த்தத்தால் மட்டுப்படுத்தப்படுகின்ற, நம்மைத் திக்குமுக்காட வைக்கின்ற, நம்மை அதிகாரமற்றவர்களாக உணரச் செய்கின்ற, நாம் சிறைபிடிக்கப்பட்டுள்ளது போன்ற ஓர் உணர்வை நாம் வலிந்து ஏற்றுக் கொள்ள வேண்டியதில்லை,” என்று நவீன உளவியலாளரான புரூஸ் டிஃப்ட் கூறுகிறார். பழைய பாணி உளவியலாளர்கள் இதை ‘மனச்சோர்வு’ என்று அழைக்கின்றனர். அதீத வேலை மோகம், திருமண

உறவுக்குள் நுழைவதற்கான பயம், சகசார்பு குறித்த பயம், அதீதக் கூச்ச சுபாவம் போன்ற பல வடிவங்களை இது எடுக்கும்.

எதார்த்தம் நம்மீது திணிக்கின்ற கட்டுப்பாடுகளைத் தவிர்ப்பதற்கு நாம் எத்தகைய முயற்சிகளை மேற்கொள்கிறோமோ, அதே இடத்திலிருந்துதான் நேரத்துடனான நம்முடைய உறவுச் சிக்கல்களும் பிறக்கின்றன. நம்முடைய உற்பத்தித்திறனைப் பெருக்குவதற்கு நாம் தேர்ந்தெடுக்கின்ற உத்திகள் நிலைமையை மேலும் மோசமாக்குகின்றன. ஏனெனில், அடிப்படையில் அவை தவிர்த்தலின் வேறு வடிவங்கள், அவ்வளவுதான். என்ன இருந்தாலும், உங்களுக்கு இருக்கின்ற நேரம் குறைவானது என்ற எதார்த்தத்தை ஏற்றுக் கொள்வது வலிமிக்கது. ஏனெனில், நீங்கள் ஒரு காலத்தில் கனவு கண்ட விஷயங்கள் அனைத்தையும் நனவாக்கத் தேவையான நேரம் உங்கள் வசம் இல்லை என்பதையும், நீங்கள் கடினமான தேர்ந்தெடுப்புகளை எதிர்கொள்ள வேண்டியிருக்கும் என்பதையும் நீங்கள் ஏற்றுக்கொள்ள வேண்டியிருக்கும். அதோடு, உங்களுக்குக் கிடைத்திருக்கின்ற சொற்ப நேரத்தின்மீதுகூட நீங்கள் பெருமளவு ஆதிக்கம் செலுத்த முடியாது என்பதும் உங்களுக்கு வலியேற்படுத்தும். அதனால், உங்களுடைய சக்திக்கு மீறிய விதத்தில் கடினமாக உழைக்கவும், சாத்தியமற்ற 'வேலைக்கும் குடும்பத்திற்கும் இடையேயான சமநிலையைப்' பேணவும் நீங்கள் முயற்சிக்கிறீர்கள். அல்லது, உங்களுக்கு ஆசை காட்டுகின்ற நேர நிர்வாக உத்திகளை நீங்கள் முயன்று பார்க்கத் துடிக்கிறீர்கள். தோல்விக்கான சாத்தியக்கூறைத் தவிர்ப்பதற்காக விஷயங்களை நீங்கள் தள்ளிப்போடுகிறீர்கள். உணர்ச்சிரீதியாக நம்மை மரத்துப் போக வைக்கின்ற கவனச்சிதறல்களாலும், பயனற்ற விஷயங்களில் நம்மை மும்முரமாக ஈடுபடுத்துகின்ற முயற்சிகளாலும் நம்முடைய மனங்களை நாம் இட்டு நிரப்புகிறோம். "வாழ்க்கையை ஓட்டுவதற்குத் தேவைப்படுவதையும் தாண்டி நாம் நம்முடைய அன்றாட வேலைகளில் தீவிரமாக ஈடுபடுகிறோம். ஏனெனில், ஓய்வு கிடைத்தால்

நாம் சிந்திக்க வேண்டியிருக்கும். அதைத் தவிர்ப்பதற்காக நாம் எப்போதும் எதிலாவது மும்முரமாக இருக்கிறோம். பரபரப்பாக இருப்பது என்பது ஓர் உலகளாவிய போக்கு. ஏனெனில், ஒவ்வொருவரும் அவரவரிடமிருந்து தப்பி ஓடிக் கொண்டிருக்கின்றனர்," என்று ஃபிரடெரிக் நீட்சே கூறியுள்ளார். இல்லையெனில், நாம் தீவிரமான திட்டமிடுதல்களில் ஈடுபடுகிறோம். அப்படிச் செய்யாமல் இருந்தால், வருங்காலத்தின்மீது நமக்கு எந்தவிதமான கட்டுப்பாடும் இல்லை என்ற அப்பட்டமான உண்மையை நாம் எதிர்கொள்ள வேண்டியிருக்கும். இவை தவிர, நாம் தனிப்பட்ட முறையில் நேரத்தை நம் வசப்படுத்த முனைகிறோம். நம்முடைய கலாச்சாரமும் அதற்குத் தூபம் போடுகிறது. உங்களுடைய கால அட்டவணையை உங்களால் மட்டுமே கட்டுப்படுத்த முடியும் என்றும், நீங்கள் விரும்புகின்ற விஷயங்களை உங்களால் மட்டுமே செய்ய முடியும் என்றும் அது உங்களுக்குக் கொம்பு சீவிவிடுகிறது. ஏனெனில், நடைமுறை எதார்த்தம் அதற்கு நேரெதிரானதாக இருக்கிறது. திருமணத்திலிருந்து குழந்தை வளர்ப்புவரை, தொழில் உலகிலிருந்து அரசியல்வரை, இந்த உலகிலுள்ள அனைத்திற்கும் உங்களுக்குப் பிறரின் ஒத்துழைப்பு தேவைப்படுகிறது.

ஆனால், எதார்த்தத்தை நிராகரிப்பது ஒருபோதும் வேலை செய்வதில்லை. அதிகபட்சமாக அது தற்காலிகமான நிவாரணத்தை வேண்டுமானால் அளிக்கலாம். ஏனெனில், வருங்காலத்தில் ஏதோ ஒரு கட்டத்தில் அனைத்தும் உங்கள் கட்டுப்பாட்டிற்குள் இருக்கும் என்ற சிந்தனை உங்களுக்குள் பிறக்க அது வழிவகை செய்யும். ஆனால், நீங்கள் போதுமானவற்றைச் செய்திருக்கிறீர்கள், நீங்கள் போதுமானவராக இருக்கிறீர்கள் என்ற உணர்வை அது உங்களுக்கு ஒருபோதும் அளிக்காது. ஏனெனில், மனிதர்களால் எக்காலத்திலும் அடைய முடியாத, முழுமையான கட்டுப்பாடு இருக்கின்ற நிலையைத்தான் அது 'போதுமானது' என்று வர்ணிக்கிறது. மாறாக, எல்லையற்றப் போராட்டமானது, பதற்றமான மற்றும்

மனநிறைவற்ற வாழ்க்கைக்குத்தான் இட்டுச் செல்லும். அனைத்தையும் உங்கள் கட்டுப்பாட்டிற்குள் கொண்டு வந்துவிட முடியும் என்று நீங்கள் நம்புகின்றபோது, நீங்கள் ஆழமான சிந்தனையில்லாமல் அளவுக்கதிகமான விஷயங்களை இழுத்துப் போட்டுக் கொண்டு செய்வீர்கள். அதன் விளைவாக, நீங்கள் பெரிதாக மதிப்புக் கொடுக்காத விஷயங்களையும் நீங்கள் செய்து கொண்டிருப்பதை நீங்கள் காண்பீர்கள். நீங்கள் எவ்வளவு அதிகமாக அவசரத்தனம் காட்டுகிறீர்களோ, அவ்வளவு அதிகமாக, அவசரப்படுத்தப்பட முடியாத நிலையில் இருக்கின்ற வேலைகள் உங்களுக்கு விரக்தி ஏற்படுத்தும். வருங்காலம் குறித்து நீங்கள் தீவிரமாகத் திட்டமிடலாம். ஆனால், எதிர்பாராத நிகழ்வுகளுக்கு ஒருபோதும் பஞ்சமிருக்காது. நீங்கள் அவற்றை எதிர்கொள்கின்றபோது, நீங்கள் கடும் மன உளைச்சலுக்கு ஆளாவீர்கள். தனிப்பட்ட முறையில் நீங்கள் உங்களுடைய நேரத்தை எந்த அளவுக்குக் கைவசப்படுத்துகிறீர்களோ, அந்த அளவுக்கு நீங்கள் தனிமைப்படுத்தப்படுவீர்கள். இவற்றைக் ‘கட்டுப்பாடுகளின் முரண்’ என்று அழைக்கலாம். இது எல்லாவற்றிலும் நிகழ்கிறது. அனைத்தையும் உங்களுடைய கட்டுப்பாட்டிற்குள் கொண்டுவருவதற்கான உங்களுடைய இலக்கை அடைவதற்காக உங்களுடைய நேரத்தை நிர்வகிக்க நீங்கள் எந்த அளவுக்கு முயல்கிறீர்களோ, அந்த அளவுக்கு உங்களுக்கு அதிகமான விரக்தி ஏற்படும், உங்களுடைய மன அழுத்தம் அதிகரிக்கும், வெறுமை உணர்வு ஏற்படும். அதற்கு நேர்மாறாக, நீங்கள் வாழ்க்கையின் குறுகியதன்மையை ஏற்றுக் கொள்கின்றபோது, உங்களுடைய உற்பத்தித்திறன் அதிகரிக்கும், உங்களுடைய வாழ்க்கை ஆனந்தமானதாகவும் அர்த்தமுள்ளதாகவும் மாறும். பதற்ற உணர்வு முழுமையாக நம்மைவிட்டு அகன்றுவிடும் என்று நான் நினைக்கவில்லை. ஆனால், இதைவிட மேம்பட்ட நேர நிர்வாக முறை எதுவும் இருப்பதாக நான் கருதவில்லை.

எதார்த்தத்தின் சவுக்கடி

நேரம் என்பது மட்டுப்படுத்தப்பட்டது என்ற சிந்தனையை சுவீகரித்துக் கொள்கின்றபோது, நீங்கள் செய்ய விரும்புகின்ற அனைத்தையும் செய்வதற்கும், அல்லது பிறர் கொடுக்கின்ற வேலைகளைச் செய்வதற்கும் உங்களுக்குப் போதுமான நேரம் இருக்காது என்ற புரிதலுடன்தான் நீங்கள் உங்களுடைய அன்றாட வேலைகளை வடிவமைத்துக் கொள்ள வேண்டியிருக்கும். அதனால், தோற்பது குறித்து நீங்கள் பெரிதாக அலட்டிக் கொள்ள மாட்டீர்கள். அதோடு, கடினமான தேர்ந்தெடுப்புகளை நீங்கள் மேற்கொள்ள வேண்டியிருக்கும் என்பதால், கடின உழைப்பையும் நேர நிர்வாக உத்திகளையும் கொண்டு உங்களால் எல்லாவற்றையும் சமாளித்துவிட முடியும் என்று உங்களை ஏமாற்றிக் கொள்வதற்குப் பதிலாக, எவற்றின்மீது கவனத்தைக் குவிக்க வேண்டும், எவற்றை அலட்சியப்படுத்த வேண்டும் என்பதை நீங்கள் கற்றுக் கொள்ள வேண்டியிருக்கும். சில தேர்ந்தெடுப்புகளை நீங்கள் மேற்கொள்கின்றபோது, சிலவற்றை நீங்கள் தவறவிட வேண்டியிருக்கும். நாம் சிலவற்றைத் தவறவிட்டுவிடுவோமோ, அல்லது சிலர் நம்மைத் தங்களுடன் சேர்த்துக் கொள்ளாமல் போய்விடுவார்களோ என்ற பயத்தின் காரணமாகவே பலர் வேண்டாதவற்றையெல்லாம் செய்து கொண்டிருக்கின்றனர். ஆனால், சிலவற்றைத் தவறவிடுவது ஒன்றும் மோசமான காரியமல்ல. ஏனெனில், சிலவற்றைத் தவறவிடுவதுதான் தேர்ந்தெடுப்புகளை அர்த்தமுள்ளவையாக ஆக்குகிறது. நீங்கள் ஒரு குறிப்பிட்ட நேரத் தொகுதியில் ஒரு குறிப்பிட்ட வேலையைச் செய்வதைத் தேர்ந்தெடுப்பதன் மூலம், அதே நேரத்தில் செய்யப்படக்கூடிய வேறு பல வேலைகளைத் தியாகம் செய்கிறீர்கள். அந்தத் தியாகங்களைச் செய்வதன் மூலம், உங்களுக்கு எது முக்கியமானது என்ற நிலைப்பாட்டை நீங்கள் எடுக்கிறீர்கள். இங்கு நான் ஒரு விஷயத்தைத் தெளிவுபடுத்திக் கொள்ள விரும்புகிறேன். இத்தகைய மனப்போக்குகளின் சுவீகாரத்தில் நான் கரை

கண்டுவிடவில்லை. இன்றளவும் நான் தடுமாறிக் கொண்டுதான் இருக்கிறேன். இன்னும் சொல்லப் போனால், நான் இந்தப் புத்தகத்தை எனக்கும் சேர்த்துத்தான் எழுதியுள்ளேன். “எதைத் தீவிரமாகக் கற்றுக் கொள்ள வேண்டிய தேவை உங்களுக்கு இருக்கிறதோ, அதைத்தான் உங்களால் சிறப்பாகக் கற்றுக் கொடுக்க முடியும்,” என்று பிரபல நூலாசிரியர் ரிச்சர்டு பாக் கூறியுள்ளார்.

நேரத்தின் மட்டுத்தன்மையை இப்படி எதிர்கொள்கின்ற போக்கு, சில நேரங்களில், சுதந்திரம், உங்களுடைய கால அட்டவணைமீது உங்களுக்கு இருக்கின்ற பிடிமானத்தின் மூலமாக அல்லாமல் உங்களுடைய சமூகத்தின் தாளகதிக்கு ஏற்ப வளைந்து கொடுத்து நடந்து கொள்வதன் மூலம் உங்களுக்குக் கிடைக்கக்கூடும் என்ற உண்மையை வெளிப்படுத்துகிறது. பொதுவாக, நீங்கள் சமூக நடவடிக்கைகளில் ஈடுபடும்போது, நீங்கள் என்ன செய்ய வேண்டும் என்பதையோ அல்லது அதை எப்போது செய்ய வேண்டும் என்பதையோ நீங்கள் தீர்மானிக்க முடியாது. அர்த்தமுள்ள உற்பத்தித்திறன், பரபரப்பின் மூலமாக அல்லாமல் நிதானமாகச் செய்யப்படுகின்ற காரியங்களின் மூலம் உங்களுக்குக் கிடைக்கக்கூடும் என்ற உள்நோக்குக்கு இது இட்டுச் செல்கிறது. எல்லாவற்றுக்கும் சிகரம் வைப்பதுபோல, நேரம் என்பது உண்மையிலேயே நீங்கள் பயன்படுத்தக்கூடிய ஒன்று என்ற யோசனையையே நீங்கள் கேள்விக்கு உட்படுத்த வேண்டும். அப்படியானால், அதற்கான மாற்று என்ன என்று நீங்கள் கேட்கலாம். நேரம் உங்களைப் பயன்படுத்திக் கொள்ள அனுமதிப்பதுதான் அதற்கான மாற்று. வாழ்க்கையை வெற்றிக்கான உங்களுடைய திட்டங்களை அமல்படுத்துவதற்கான ஒரு வாய்ப்பாகக் கருதாமல், வரலாற்றில் நீங்கள் இருக்கின்ற இடம் மற்றும் தருணத்தின் தேவைகளுக்கு எதிர்வினையாற்றுகின்ற ஒரு விஷயமாக அதை நீங்கள் அணுகலாம்.

நேரத்துடனான நம்முடைய பிரச்சனைகள் அனைத்தும் மனத்தோடு மட்டும் தொடர்புடையவை

என்று நான் கூற வரவில்லை என்பதை இங்கு நான் தெளிவுபடுத்திக் கொள்ள விரும்புகிறேன். நம்முடைய கண்ணோட்டத்தைச் சிறிது மாற்றிக் கொண்டால் அந்தப் பிரச்சனை மறைந்துவிடும் என்றும் நான் முன்மொழியவில்லை. பெரும்பாலும் நம்முடைய நேரப் பிரச்சனை, நம்முடைய கட்டுப்பாட்டுக்கு வெளியே இருக்கின்ற காரணிகளின் மூலம் வருகிறது. குடும்பச் சூழல், குழந்தை வளர்ப்பு, பெண்களுக்கு இருக்கின்ற இரட்டைச் சுமை, கடுமையான போட்டி நிறைந்த பொருளாதாரச் சூழல் போன்றவை அவற்றில் சில. சுயமேம்பாட்டின் மூலமாக இவற்றில் எதுவொன்றுக்கும் தீர்வு கண்டுவிட முடியாது. ஆனி ஹெலன் பீட்டர்சன் என்ற எழுத்தாளர் எழுதியுள்ள ஒரு பிரபலமான கட்டுரையில், "மன அழுத்தம் மூலமாக ஏற்படுகின்ற அதீதக் களைப்புப் பிரச்சனைகளை, ஒரு சுற்றுலாவுக்குச் செல்வதன் மூலமாகவோ, பெரியவர்களுக்கான வண்ணம் தீட்டும் புதிர்ப் புத்தகங்களின் மூலமாகவோ, கவனக்குவிப்பு தேவைப்படுகின்ற கேக் தயாரித்தல் போன்றவற்றின் மூலமாகவோ, 'போமோடோரோ உத்தி' போன்ற நேர நிர்வாக உத்திகளின் மூலமாகவோ, ஓட்ஸ் போன்ற துரித உணவுத் தயாரிப்பு முறைகளாலோ தீர்த்துவிட முடியாது," என்று கூறியுள்ளார். நீங்கள் ஒரு சௌகரியமான வாழ்க்கைமுறையைக் கொண்டிருக்கலாம் அல்லது ஒரு துரதிர்ஷ்டமான சூழலில் மாட்டிக் கொண்டிருக்கலாம். ஆனால், எதார்த்தத்தை நேரடியாக எதிர்கொள்வது என்பது உங்களுக்கு உதவத்தான் செய்யுமே ஒழிய உங்களுக்கு ஒரு பிரச்சனையாக இருக்காது. உங்களுடைய நேரத்தைக் கடுமையாக விழுங்குகின்ற வேலைகளை நீங்கள் தொடர்ந்து செய்து கொண்டும், 'என்றேனும் ஒரு நாள், அவற்றை எளிதாகச் செய்வதற்கான ஒரு வழியை நான் கண்டுபிடிப்பேன்,' என்று உங்களுக்கு நீங்களே ஒரு நொண்டிச்சாக்கைக் கூறிக் கொண்டும் இருந்தால், மறைமுகமாக அவற்றுக்கு நீங்கள் அடிபணிகிறீர்கள் என்றுதான் அர்த்தம். அவை சாத்தியமற்றவை என்பதை நீங்கள் புரிந்து கொள்கின்றபோது, அவற்றை எதிர்த்து

நிற்பதற்கு உங்களுக்கு நீங்களே அதிகாரம் வழங்கிக் கொள்வீர்கள், உங்களுடைய சூழலில் உங்களுக்கு அர்த்தமுள்ளதாகத் தோன்றுகின்ற ஒரு வாழ்க்கையைக் கட்டியெழுப்ப முயல்வீர்கள்.

நேரம் மட்டுப்படுத்தப்பட்ட ஒன்று என்ற உண்மையை நிராகரிப்பதற்குப் பதிலாக அதை ஏற்றுக் கொள்வதில்தான் மனநிறைவு அடங்கியுள்ளது என்ற யோசனை, பண்டைய கிரேக்க மற்றும் ரோமானிய தத்துவவியலாளர்களுக்கு வியப்பு ஏற்படுத்தியிருக்காது. ஏனெனில், கடவுளர்களுக்கு மட்டுமே வரம்பெல்லைகள் இல்லை என்ற கோட்பாட்டை உடையவர்கள் அவர்கள். மனிதப் பிறவியின் உச்சகட்ட நோக்கம்கூட, கடவுளை ஒத்த ஒருவனாக ஆவது அல்ல, மாறாக, ஓர் உன்னதமான மனிதனாக மிளிர்வது என்று அவர்கள் கருதினர். எது எப்படியோ, இதுதான் எதார்த்தம். 1950களில் பிரித்தானிய எழுத்தாளரான சார்ல்ஸ் கார்ஃபீல்டு, 'டீச் யுவர்செல்ஃப் டு லிவ்' என்ற ஒரு புத்தகத்தை எழுதினார். அதில், வாழ்க்கைக்கு ஒரு வரம்பெல்லை உண்டு என்று அவர் குறிப்பிட்டுள்ளார். அவருடைய பரிந்துரை மனச்சோர்வளிப்பதாக இருந்ததாகக் கூறியவர்களிடம், அவர், "மனச்சோர்வளிக்கிறதா? கண்டிப்பாக இல்லை. எலும்பை உறைய வைக்கின்ற குளிரான நீரில் குளிப்பது மனச்சோர்வளிக்குமா அல்லது புத்துணர்ச்சி அளிக்குமா? இந்தக் கண்ணோட்டத்தை நீங்கள் சுவீகரித்துக் கொள்கின்றபோது, மற்றவர்களைப்போல, ஒரு போலியான, தவறான வழிக்கு இட்டுச் செல்கின்ற மாயைக்குள் நீங்கள் சிக்கிக் கொண்டிருப்பதில்லை," என்று காட்டமாகப் பதிலளித்தார். எல்லையற்ற உற்பத்தித்திறனை வழிபட்டுக் கொண்டிருக்கின்ற, எல்லாவற்றையும் படுவேகமாகச் செய்து முடிப்பதற்கு முன்னுரிமை கொடுக்கின்ற ஒரு சமுதாயத்தை, தனியொருவராக நம்மால் திருத்திவிட முடியாது. ஆனால், அது நமக்குத் திருப்தியைக் கொண்டுவந்து சேர்க்கும் என்ற மாயைக்குள் விழுந்துவிடாமலிருக்க நீங்கள் இக்கணத்தில் உறுதி பூணலாம். எதார்த்தத்தை உங்களால் எதிர்கொள்ள முடியும். குளியலறைக்குள் சென்று கடுங்குளிரான நீரில் குளிக்க உங்களை நீங்கள் தயார்படுத்திக் கொள்ளலாம்.

அத்தியாயம் இரண்டு

செய்நேர்த்தி எனும் பொறி

நாம் மும்முரத்தன்மையிலிருந்து தொடங்கலாம். இது மட்டுமே நம்முடைய நேரப் பிரச்சனை அல்ல. அதேபோல, இது எல்லோருக்கும் இருக்கும் பிரச்சனையும் அல்ல. ஆனால், நம்மால் செய்ய முடிவதைக் காட்டிலும் அதிகமாகச் செய்ய நாம் கண்டிப்பாக முயல வேண்டும் என்ற நம்முடைய இயல்பான உணர்வின் வெளிப்பாடு இது. அதே சமயம், சில விதமான மும்முரத்தன்மைகள் நமக்கு மகிழ்ச்சியளிக்கின்றன. 1960களில் அமெரிக்காவில் ரிச்சர்டு ஸ்காரி என்ற குழந்தைகள் படக்கதை ஆசிரியர் உருவாக்கியிருந்த 'மும்முர நகரில்' வசிக்க யார்தான் விரும்ப மாட்டார்கள்? அந்த நகரில் ஒரு பலசரக்குக் கடை வைத்து நடத்தி வந்த பூனைகளும், தீயணைப்புப்படை வீரர்களாக இருந்த பன்றிகளும் எப்போதும் தம்முடைய வேலையில் மும்முரமாக இருந்தன. அந்த நகரில் எதுவுமே 'சும்மா' இருக்கவில்லை. ஆனால், ஒன்று மட்டும் நிச்சயம். அவை எவற்றுக்கும் திக்குமுக்காடல் உணர்வு இருக்கவில்லை. செய்வதற்கு அவற்றுக்கு நிறைய வேலைகள் இருந்தாலும், அவற்றின் வேலை நேரத்திற்குள் செய்து முடிக்கத்தக்கவையாகவே அவை இருந்தன. ஆனால், நாம் இதற்கு நேர் எதிரான வாழ்க்கைமுறையைக் கடைபிடித்து வாழ்ந்து கொண்டிருக்கிறோம். நம்முடைய வேலைகளை ஒரு குறிப்பிட்ட நேரத்திற்குள் நம்மால் செய்து முடிக்க

முடியாது என்று நாம் அஞ்சுகிறோம் அல்லது உறுதியாகத் தெரிந்து வைத்திருக்கிறோம்.

பொருளாதார ஏணியில் ஒவ்வொரு படியில் இருப்பவர்களையும் இந்த உணர்வு பீடித்துள்ளது. தன்னுடைய குழந்தைகளுக்கு இரண்டு வேளை உணவு அளிப்பதற்காக, குறைந்தபட்ச ஊதியம் அளிக்கின்ற இரண்டு வேலைகளில் ஈடுபட்டுள்ள ஒருவரும் திக்குமுக்காடல் உணர்வால் அவதியுறுகிறார். நல்ல வருவாய் ஈட்டிக் கொடுக்கின்ற ஒரு நல்ல வேலையில் இருப்பவராலும் இதிலிருந்து தப்ப முடியவில்லை. அவர் தன் சமுதாய 'அந்தஸ்தைத்' தக்கவைத்துக் கொள்வதற்காகத் தன் சக்திக்கு மீறிய ஒரு பெரிய வீட்டை வாங்குகிறார். அதற்குக் கடன் தவணை கட்ட அவர் கூடுதல் நேரம் உழைக்க வேண்டியிருக்கிறது. அதே சமயம், தன்னுடைய குடும்பத்தாருடன் மகிழ்ச்சியாக இருப்பதற்கும், காலநிலை மாற்றத்திற்காகப் போராடுவது போன்ற சமூகப் பணிகளுக்கும் தனக்குப் போதுமான நேரம் இல்லை என்று அவர் தனக்குள் பொருமுகிறார். "வெற்றி வேட்கை வெறியோடு இருக்கின்ற அமெரிக்கக் கலாச்சாரத்தில் வெற்றியாளர்களாகக் கருதப்படுகின்ற, உலகின் தலைசிறந்த பல்கலைக்கழகங்களில் படித்து அதிக வருவாய் ஈட்டுகின்ற வேலைகளில் சேர்கின்ற நபர்கள்கூட, சில காலத்திலேயே, தங்களுக்குப் பழக்கப்பட்டுவிட்ட வாழ்க்கைமுறையைத் தக்கவைத்துக் கொள்வதற்காக அளவுக்கு மீறிய கடின உழைப்பில் ஈடுபட வேண்டியிருக்கிறது," என்று யேல் பல்கலைக்கழகத்தைச் சேர்ந்த பேராசிரியரான டேனியல் மார்க்கோவிட்ஸ் கூறுகிறார்.

இதில் ஈடுபட்டுள்ளவர்களுக்கு, இது சாத்தியமற்றது என்ற உணர்வு ஏற்படுவது ஒருபுறம் இருந்தாலும், இது நடைமுறைரீதியாகவும் சாத்தியமற்றதாகவே இருக்கிறது. நீங்கள் செய்ய விரும்புகின்ற விஷயங்களைச் செய்வதற்கும், அல்லது பிறர் உங்கள்மீது திணிக்கின்ற விஷயங்களைச் செய்வதற்கும் உங்களிடம் நேரம் இல்லை என்றால், நேரம் இல்லை, அவ்வளவுதான். அதைச் செய்து முடிக்காமல் இருப்பதன் விளைவு

எவ்வளவு மோசமாக இருந்தாலும், செய்து முடிக்க முடியாத நிலை இருக்கும்போது உங்களால் என்ன செய்ய முடியும்? அப்போது நீங்கள் உங்களால் முடிந்தவற்றைச் செய்வீர்கள், உங்களால் செய்ய முடியாததைச் செய்ய மாட்டீர்கள், எல்லாவற்றையும் நீங்கள் செய்தாக வேண்டும் என்று உங்களுக்குள் ஒலித்துக் கொண்டிருக்கும் உட்குரலுக்கு நீங்கள் செவி சாய்க்க மாட்டீர்கள். ஆனால், நின்று நிதானித்து, தர்க்கரீதியாக அலசுவதற்கு நீங்கள் முற்பட மாட்டீர்கள். ஏனெனில், அப்படிச் செய்யும்போது, சுட்டெரிக்கும் எதார்த்தத்தை நீங்கள் எதிர்கொள்ள வேண்டியிருக்கும், சில கடினமான தேர்ந்தெடுப்புகளை மேற்கொள்ள வேண்டியிருக்கும் என்பதை ஏற்றுக் கொள்ள வேண்டிய கட்டாயத்திற்கு நீங்கள் ஆளாவீர்கள். நீங்கள் தூக்கிப் போட்டு விளையாடிக் கொண்டிருக்கும் பல பந்துகளில் எதைக் கீழே போட வேண்டும் என்ற முடிவுக்கு நீங்கள் வர வேண்டியிருக்கும்; எவரை ஏமாற்றத்திற்கு உள்ளாக்க வேண்டும் என்பதை நீங்கள் தீர்மானிக்க வேண்டியிருக்கும்; உங்களுடைய இதயத்திற்கு நெருக்கமான விஷயங்களில் எவற்றை நீங்கள் தலைமுழுக வேண்டும் என்ற கசப்பான தேர்ந்தெடுப்பை நீங்கள் மேற்கொள்ள வேண்டியிருக்கும்; நீங்கள் வகித்து வரும் பல பாத்திரங்களில் எந்தப் பாத்திரத்தைக் காவு கொடுக்க வேண்டும் என்பதை நீங்கள் முடிவு செய்ய வேண்டியிருக்கும். நீங்கள் உங்களுடைய குடும்பத்தாரோடு அதிக நேரம் செலவழிக்க விரும்பினால், இப்போது நீங்கள் பார்த்துக் கொண்டிருக்கும் வேலைக்கு முழுக்கப் போட வேண்டியிருக்கும் என்பது அத்தீர்மானமாக இருக்கலாம். வார இறுதிகளில், உங்களுடைய இதயத்திற்கு நெருக்கமான படைப்பாற்றல்மிக்க வேலைகளில் ஈடுபட நீங்கள் ஆசைப்பட்டால், அன்று உங்கள் வீட்டைச் சுத்தப்படுத்தி ஒழுங்கமைப்பதோ அல்லது நீங்கள் விரும்பிய அளவு உடற்பயிற்சி செய்வதோ சாத்தியமற்றுப் போகக்கூடும். இந்தக் கசப்பான உண்மைகளை எதிர்கொள்வதைத் தவிர்ப்பதற்கு நாம் வழமையான ஒன்றைக் கையாள்கிறோம். நம்முடைய

மும்முரத்தன்மையை இன்னும் அதிகரித்துக் கொள்ள வேண்டும் என்பதுதான் அது.

சிசிபஸின் மின்னஞ்சல் வருகைப் பெட்டி

மின்னஞ்சல் வருகைப் பெட்டி நிரம்பி வழிவதைத் தடுப்பதற்கு நாம் மேற்கொள்கின்ற முயற்சிகள், ஒரு நவீனப் பிரச்சனையைக் கையாள்வதற்கு நாம் மேற்கொள்கிற ஒரு நவீன எதிர்வினையாக இருக்கலாம். ஆனால், இப்பிரச்சனை புதிதல்ல. 1908 இல் அர்னால்டு பென்னெட் எழுதிய ஒரு புத்தகத்தின் தலைப்பு என்ன தெரியுமா? 'ஹவ் டு லிவ் 24 அவர்ஸ் எ டே.' ஏற்கனவே மும்முரமாக இருந்த வாழ்க்கைமுறைக்குள் இன்னும் அதிகமானவற்றை எப்படித் திணிப்பது என்பதற்கான அறிவுரைகள் அடங்கிய ஒரு நூல் அது. அந்தப் புத்தகத்தில் அர்னால்டு இவ்வாறு குறிப்பிடுகிறார்: "சமீபத்தில் ஒரு செய்தித்தாளில் வெளியான ஒரு கட்டுரையை நான் படித்தேன். அதன் தலைப்பு: 'புறநகர்ப் பகுதியில் வசிக்கின்ற ஒரு பெண்ணால் ஆண்டுக்கு 85 பவுன்டு வருவாய்க்குள் வாழ்க்கை நடத்த முடியுமா?' மறுபுறம், 'வாரத்திற்கு 8 ஷில்லிங்கிற்குள் வாழ்க்கை நடத்துவது எப்படி?' என்ற தலைப்பில் வெளியாகியிருந்த மற்றொரு கட்டுரையையும் நான் படித்தேன். ஆனால், 'தினமும் இருபத்து நான்கு மணி நேரத்திற்குள் வாழ்வது எப்படி?' என்ற தலைப்பில் வெளிவந்த எந்தவொரு கட்டுரையையும் நான் படித்ததில்லை." அவர் தன் நூலுக்கு நகைச்சுவையாகப் பெயர் வைத்திருந்தாலும், அத்தகைய அறிவுரையை யார் விரும்புவர்? ஏனெனில், எல்லோருக்கும் தினமும் இருபத்து நான்கு மணி நேரம்தான் இருக்கிறது, அதற்குள்தான் அவர்கள் வாழ்ந்தாக வேண்டும். ஆனால், மக்களுக்கு அத்தகைய அறிவுரை தேவைப்பட்டது என்பதை அவருடைய நூலின் வெற்றி நிரூபித்தது. அக்காலகட்டத்தில், இங்கிலாந்தில், மிக வேகமாக வளர்ச்சியடைந்து கொண்டிருந்த நகரங்களில் வேலை செய்வதற்காகப் புறநகர்ப் பகுதிகளிலிருந்து ஏராளமான மக்கள் தினமும் இரயில்

மற்றும் டிராம்களில் அந்நகரங்களுக்குச் சென்றுவிட்டுத் திரும்பிக் கொண்டிருந்தனர். தங்களுக்குத் தினமும் நேரப் பற்றாக்குறை இருந்ததாக அவர்கள் நினைத்தனர். வாழ்க்கை வேகமாகக் கரைந்து கொண்டிருந்தபோதிலும் தாங்கள் தங்களுடைய வாழ்க்கையை ஓர் ஒழுங்குக்குள் கொண்டு வந்திருக்கவில்லை என்ற நினைப்பு அவர்களை வாட்டியது. ஆனால், மக்கள் தினமும் ஏராளமான நேரத்தை, குறிப்பாகத் தங்களுடைய மாலை நேரத்தை, வீணாக்கிக் கொண்டிருந்ததாக அர்னால்டு நம்பினார். வேலையிலிருந்து மாலை வீடு திரும்பியவுடன் தாங்கள் களைத்துப் போயிருந்ததாக அவர்கள் தங்களுக்குத் தாங்களே கூறிக் கொண்டதாகக் குறிப்பிட்ட அர்னால்டு, அவர்கள் அந்த எண்ணத்தை மூட்டை கட்டி வைத்துவிட்டு, எந்த நடவடிக்கைகளுக்குத் தங்களுக்கு நேரமில்லை என்று அவர்கள் கூறிக் கொண்டிருந்தார்களோ அவற்றில் அவர்கள் ஈடுபடலாம் என்று அறிவுறுத்தினார். இல்லையெனில், காலையில் சீக்கிரமாக எழுந்து கொள்ளலாம் என்று அவர் பரிந்துரைத்தார். தன்னுடைய வாசகர்கள் ஒருவேளை அவர்களுடைய வேலைக்காரர்கள் எழுந்திருப்பதற்கு முன்னதாகவே எழுந்துவிட்டால், அவர்களாகவே எப்படித் தேநீர் தயாரித்துக் கொள்ள வேண்டும் என்றுகூட அர்னால்டு அப்புத்தகத்தில் எழுதியுள்ளார்.

நடைமுறைக்கு உகந்த ஏராளமான உத்திகள் அப்புத்தகத்தில் கொடுக்கப்பட்டுள்ளன. அவற்றில் பலவற்றை இன்றுகூட நம்மால் பயன்படுத்திக் கொள்ள முடியும். ஆனால், இதில் ஓர் அடிப்படைச் சிக்கல் இருக்கிறது. மொத்த நூலும் ஒரு நிச்சயமற்ற அனுமானத்தின்மீது கட்டமைக்கப்பட்டுள்ளது – உங்களுக்கு வேலைக்காரர்கள் இருக்கிறார்கள் என்ற அனுமானம் உட்பட. தனக்குப் பின்னால் வந்த பிற நேர நிர்வாக வல்லுநர்களைப்போல, அர்னால்டும், அவருடைய அறிவுரைகளை நீங்கள் பின்பற்றினால் உண்மையிலேயே முக்கியமான பல வேலைகளை உங்களால் செய்து முடிக்க முடியும், நேரத்தை வசப்படுத்திக் கொண்ட உணர்வு உங்களுக்கு ஏற்படும்

என்ற வாதத்தை முன்வைக்கிறார். ஆனால், 1908 ஆம் ஆண்டிலேயே அது உண்மையாக இருக்கவில்லை. இன்றைய நிலையைப் பற்றித் தனியாகக் குறிப்பிட வேண்டியதில்லை.

நேரத்தை வசப்படுத்துவதற்கு நீங்கள் மேற்கொண்ட முயற்சிகளில் உங்களுக்கு வெற்றி கிடைக்காமல் போனதற்குக் காரணம், நீங்கள் சரியான நேர நிர்வாக உத்திகளைப் பயன்படுத்தத் தவறிவிட்டிருந்தீர்கள் என்பதோ, அல்லது நீங்கள் தீவிரமாக முயற்சிக்கவில்லை என்பதோ, அல்லது பொதுவாகவே உங்களுக்குத் திறமை போதாது என்பதோ அல்ல. மாறாக, பிரச்சனை இதற்குப் பின்னாலுள்ள அனுமானத்தில்தான் இருக்கிறது. அதிகமான விஷயங்களைச் செய்வதன் மூலம் அனைத்தையும் உங்களுடைய கட்டுப்பாட்டிற்குள் கொண்டுவந்துவிட முடியும் அல்லது அர்த்தமுள்ளதாக நீங்கள் உணர்கின்ற அனைத்திற்கும் உங்களால் நேரம் ஒதுக்க முடியும் என்ற அனுமானம்தான் அது. முதலில், 'அர்த்தமுள்ளது' என்பது நபருக்கு நபர் வேறுபடும். அதனால், நீங்கள் முக்கியமானவையாகக் கருதுகின்ற விஷயங்களும், உங்களுடைய மேலதிகாரி முக்கியமானவையாகக் கருதுகின்ற விஷயங்களும் வேறு வேறாக இருக்கலாம். அதேபோல, நீங்கள் முக்கியமானவையாகக் கருதுகின்ற விஷயங்களுக்கும், உங்களுடைய சமுதாயம் முக்கியமானவையாகக் கருதுகின்ற விஷயங்களுக்கும் இடையே முரண்பாடு இருக்கலாம். அடுத்து, நீங்கள் அதிகமான விஷயங்களைச் செய்யத் தொடங்குகின்றபோது, உங்களுடைய இலக்குகள் மாறக்கூடும். வேறு விஷயங்கள் முக்கியத்துவம் பெறலாம் அல்லது அர்த்தமுள்ளவையாகப் படலாம். அல்லது, புதிய, முக்கியமான கடமைகள் தோன்றலாம். உங்களுக்கு ஒதுக்கப்படுகின்ற வேலைகளை நீங்கள் படுவேகமாகச் செய்து முடிக்கின்ற நபர் என்ற நற்பெயரை நீங்கள் எடுத்தால், உங்களுக்கு மேலும் அதிகமான வேலைகள் ஒதுக்கப்படும். உங்களுடைய மேலாளர், மெதுவாக வேலை செய்பவர்களிடம் கூடுதல் வேலையை ஒதுக்குகின்ற அளவுக்கு ஒரு முட்டாளாக

இருக்க மாட்டார், இல்லையா? நீங்கள் எப்படியோ உங்கள் வேலைக்கும் உங்கள் குடும்பத்திற்கும் இடையே ஒரு சமநிலையை உருவாக்கி, போதுமான நேரம் அலுவலகத்திலும், தேவையான நேரம் குடும்பத்தாரோடும் செலவிடுகிறீர்கள் என்று வைத்துக் கொள்வோம். அப்போது, திடீரென்று உங்களுடைய சமூகம் உங்களிடமிருந்து அதிகமானவற்றை எதிர்பார்க்கத் தொடங்கலாம். உங்களுடைய குழந்தையின் பள்ளியில், பெற்றோர்-ஆசிரியர் கழகத்தில் ஓர் உறுப்பினராக ஆக வேண்டும் என்று நீங்கள் கேட்டுக் கொள்ளப்படலாம். அல்லது, தியானம் கற்றுக் கொடுக்கின்ற ஓர் அமைப்பு உங்களுக்கு அழைப்பு விடுக்கலாம். பல ஆண்டுகளாக நீங்கள் துவக்க நினைத்திருந்த பகுதிநேரத் தொழில் ஒன்றை நீங்கள் துவக்குகிறீர்கள் என்று வைத்துக் கொள்வோம். அது வெற்றி பெறும் பட்சத்தில், நீங்கள் அதை விரிவாக்க விரும்பக்கூடும். சலிப்பூட்டும் வீட்டு வேலைகள் விஷயத்திலும் இதுதான் நடக்கிறது. அமெரிக்க வரலாற்றியலாளரான ருத் ஷுவார்ட்ஸ் கோவன், 'மோர் ஒர்க் ஃபார் மதர்' என்ற நூலில் இவ்வாறு குறிப்பிட்டுள்ளார்: "இல்லத்தரசிகள் 'வேலைப் பளுவைக் குறைக்கின்ற சாதனங்களான' துவைக்கும் இயந்திரம், தூசு உறிஞ்சி இயந்திரம் போன்றவற்றைப் பெற்றபோது, அவர்கள் பெரிதாக நேரத்தைச் சேமித்துவிடவில்லை. ஏனெனில், தூய்மை குறித்தச் சமூகத்தின் கருத்து மாறியிருந்தது. இப்போது அப்பெண்கள் தங்களுடைய கணவன்மார்களின் சட்டைகளை, அவர்கள் ஒரு முறை அணிந்தவுடன் துவைக்க வேண்டியிருந்தது. இப்போது கூடியிருந்த வேலை, இயந்திரங்களின் வரவால் சேமிக்கப்பட்டிருந்த நேரத்தை வாரிச் சுருட்டிக் கொண்டது." 1955இல் நார்த்கோட் பார்க்கின்சன் என்ற ஆங்கிலேய நகைச்சுவையாளர், "ஒரு வேலையைச் செய்து முடிப்பதற்கு ஒதுக்கப்படுகின்ற நேரத்தை நிரப்புகின்ற அளவுக்கு அந்த வேலை விரிவடையும்," என்று நகைச்சுவையாகக் குறிப்பிட்டார். அதில் நிறைய உண்மைகள் இருந்ததால், பின்னர் அது 'பார்க்கின்சன் விதி' என்றே அழைக்கப்படலாயிற்று.

இன்றைய காலகட்டத்தில் இது மற்ற அனைத்தையும்விட மின்னஞ்சல்களுக்கு மிகவும் பொருத்தமாக இருக்கிறது. இந்த 'அபாரமான' கண்டுபிடிப்பைப் பயன்படுத்தி, உலகின் மறு மூலையில் இருக்கின்ற ஒரு நபரால், அவர் விரும்புகின்ற நேரத்தில், கிட்டத்தட்ட எந்தச் செலவும் இல்லாமல், நாள் முழுவதும், ஏன், சில சமயங்களில் வார இறுதியிலும்கூட, உங்களை நச்சரித்துக் கொண்டிருக்க முடியும். உங்களை வந்தடைகின்ற மின்னஞ்சல்களுக்கு நிஜமாகவே வரம்பே இல்லை. ஆனால், உங்களுக்கு வருகின்ற மின்னஞ்சல்களை முறையாகப் படித்துப் பார்த்து, அவற்றுக்கு பதிலனுப்புவதற்கு, அல்லது அவற்றின் செய்தியைப் பொறுத்து ஒரு தீர்மானத்திற்கு வருவதற்கு, அல்லது அவற்றை நீக்குவதற்கு உங்களுக்கு இருக்கின்ற நேரத்திற்கு வரம்பு இருக்கிறது. அதனால், உங்களுடைய மின்னஞ்சல்களைக் கையாள்வதில் நீங்கள் மேம்பாடு அடைவது என்பது, முடிவேயில்லாத ஓர் ஏணியில் வேகவேகமாக ஏறிக் கொண்டிருப்பதைப் போன்றது. நீங்கள் எவ்வளவு வேகமாக ஏறினாலும், உங்களால் ஒருக்காலும் அதன் உச்சியை அடைய முடியாது. இந்தப் பண்டைய கிரேக்கக் கதையை நீங்கள் கேள்விப்பட்டிருக்கலாம்: சிசிபஸ் என்ற அரசன் அகங்காரமாகச் செயல்பட்டதால் அவனுக்குக் கிரேக்கக் கடவுள்கள் ஒரு தண்டனை கொடுத்தனர். அதன்படி, அவன் ஓர் உருண்டையான பாறையை ஒரு குன்றின் அடிவாரத்திலிருந்து மேல் நோக்கித் தள்ள வேண்டும். அது அதன் உச்சிக்குச் சென்றவுடன் கீழே உருண்டு வந்துவிடும். பின் அவன் மறுபடியும் அதை மேலே தள்ளிச் செல்ல வேண்டும். இப்படியே அவன் நிரந்தரமாகத் தள்ளிக் கொண்டே இருக்க வேண்டும். இப்போது சிசிபஸ் இருந்திருந்தால், அவன் தன் மின்னஞ்சலின் வருகைப் பெட்டியைக் காலி செய்துவிட்டுத் தன் இருக்கையில் சாய்ந்து ஓர் ஆசுவாசப் பெருமூச்சை விட்டு முடிப்பதற்குள், "உங்களுக்கு ஒரு புதிய அஞ்சல் வந்துள்ளது!" என்ற செய்தி ஒரு சிணுங்கல் ஓசையுடன் அவனை நிமிர்ந்து உட்கார வைத்திருக்கும்.

இங்கு மின்னஞ்சல்களுக்குப் பதிலளிப்பதோடு விஷயங்கள் முடிந்துவிடுவதில்லை. உங்களுடைய பதிலுக்கு ஒரு பதில் வரும். அதற்கு நீங்கள் பதிலளித்தால், அதற்கும் ஒரு பதில் வரும். இது நிற்காமல் தொடர்ந்து கொண்டே இருக்கும். இதற்கிடையே, உங்களுக்கு வருகின்ற மின்னஞ்சல்களுக்கு உடனடியாகப் பதிலனுப்புகின்ற நபர் என்ற நற்பெயர் உங்களுக்குக் கிடைத்திருக்கும். மேலும் அதிகமான நபர்கள் உங்களுக்கு மின்னஞ்சல் அனுப்பத் தொடங்குவர். இதற்கு நேர்மாறாக, மின்னஞ்சல்களுக்கு வேண்டுமென்றோ அல்லது தவறுதலாகவோ பதிலளிக்க மறந்துவிடுகின்ற நபர்கள் பெரிய பிரச்சனைகளை எதிர்கொள்வதில்லை. அந்த அஞ்சலை அனுப்பியவருக்கு பதில் கிடைக்காதபோது, அவர் வேறு மாற்று ஏற்பாடுகளைச் செய்து கொள்வார். அல்லது, அவர் குறிப்பிட்டிருந்த நெருக்கடி, புயல் எதையும் ஏற்படுத்தாமல் கடந்து சென்றிருக்கும். இது 'செய்நேர்த்திப் பொறி' என்று அழைக்கப்படுகிறது. உற்பத்தித்திறனை மேம்படுத்துகின்ற உத்திகளைப் பயன்படுத்தியோ அல்லது கடின உழைப்பின் மூலமோ நீங்கள் உங்களுடைய செய்நேர்த்தியை உயர்த்திக் கொள்கின்றபோது, 'இப்போது எனக்குப் போதுமான நேரம் இருக்கிறது' என்ற உணர்வு உங்களிடம் தோன்றாது. புதிய தேவைகள் தோன்றி, நீங்கள் அறுவடை செய்து வைத்துள்ள பயன்களை விழுங்கிவிடும்.

பெரும்பாலான நேரங்களில், இந்தச் செய்நேர்த்திப் பொறிக்குள் மாட்டிக் கொள்ளாமல் தப்பிப்பது நம்மில் பெரும்பாலானோருக்குச் சாத்தியப்படாது. ஏனெனில், நாம் சிறப்பாகச் செயல்பட்டு மின்னஞ்சல்களுக்குப் பதிலளிப்பதன் மூலம் நமக்கு மேலும் அதிகமான மின்னஞ்சல்கள் வந்து குவிந்து கொண்டிருக்கிறது என்ற காரணத்தைக் காட்டி நம்மால் அவற்றுக்குப் பதிலளிக்காமல் இருக்க முடியாது. இது வாழ்க்கையின் பிற பொறுப்புகளுக்கும் பொருந்தும். புதிய பொறுப்புகள் நம் தலையில் கட்டப்படுகின்றபோது, அவற்றையும் சேர்த்துச் செய்வதற்கு நாம் கடினமாக உழைத்துத்தான் ஆக வேண்டியிருக்கிறது. நான் சொல்ல வருவது

இதுதான்: இக்கருத்தை நீங்கள் சரியாகப் புரிந்து கொண்ட ஒரு காரணத்தினாலேயே உங்களுடைய நேரப் பிரச்சனை மாயாஜாலமாகத் தீர்ந்துவிடும் என்ற முடிவுக்கு நீங்கள் வந்துவிடக்கூடாது.

ஆனால், கூடுதலான விஷயங்களைச் செய்வதன் மூலம் உங்களால் நேரப் பிரச்சனையைத் தீர்க்க முடியும் என்று நம்புவதை நீங்கள் நிறுத்திக் கொள்ளலாம். கடின உழைப்பின் மூலம் உங்களுக்கு மன நிம்மதி அளிக்கின்ற இடத்தை என்றேனும் ஒரு நாள் உங்களால் அடைய முடியும் என்ற யோசனையில் முதலீடு செய்வதை நீங்கள் நிறுத்துகின்றபோது, மன நிம்மதியை நிகழ்காலத்திலேயே பெறுவது சாத்தியப்படும். கடினமான தேர்ந்தெடுப்புகளைத் தவிர்க்க முடியும் என்ற நினைப்பை நீங்கள் விலக்கிக் கொள்கின்றபோது, மேம்பட்டத் தேர்ந்தெடுப்புகளை மேற்கொள்வது எளிதாகிவிடும். செய்வதற்கு ஏகப்பட்ட விஷயங்கள் இருக்கின்றபோது, அவை அனைத்தையும் செய்து முடித்துவிட முடியும் என்ற மாயையை உதறித் தள்ளிவிட்டு, அர்த்தமுள்ள சிலவற்றைச் செய்வதில் கவனத்தைக் குவிப்பது மட்டுமே உளவியல்ரீதியான சுதந்திரத்தைப் பெறுவதற்கான வழி என்பதை நீங்கள் புரிந்து கொள்ளத் துவங்குவீர்கள்.

மரணிப்பதற்கு முன்பு செய்துவிட விரும்புகின்ற விஷயங்களின் முடிவற்றப் பட்டியல்

நாம் இங்கு நிறைய நேரம் மின்னஞ்சல்களைப் பற்றியும் துவைக்கும் இயந்திரத்தைப் பற்றியும் பேசிக் கொண்டிருந்ததால், வீட்டு வேலைகளாலும் அலுவலக வேலைகளாலும் மட்டுமே மக்களுக்குத் திக்குமுக்காடல் உணர்வு ஏற்படுகிறது என்ற அபிப்பிராயத்தை அது கொடுக்கக்கூடும். ஆனால், இந்த உலகில் நீங்கள் எந்தவிதமான மும்முரமான வாழ்க்கையை வாழ்ந்து கொண்டிருக்காவிட்டாலும்கூட, வெறும் ஜீவித்திருத்தலே ‘நாம் நிறைய செய்ய வேண்டியிருக்கிறது’ என்ற உணர்வைக் கொடுக்கிறது. ‘இருத்தல்ரீதியான திக்குமுக்காடல்’ என்று அதை வர்ணிக்கலாம். இந்த

நவீன உலகில் செய்வதற்கு ஏற்றதாகத் தோன்றுகின்ற விஷயங்களுக்குப் பஞ்சமே இருப்பதில்லை என்பதால், நீங்கள் செய்ய விரும்புகின்ற காரியங்களுக்கும், நீங்கள் உண்மையில் செய்கின்ற காரியங்களுக்கும் இடையே தாண்டப்பட முடியாத ஓர் இடைவெளி உருவாவதைத் தவிர்க்கவே முடியாது. ஜெர்மானிய சமூகவியலாளரான ஹார்ட்முட் ரோசா கூறுவதுபோல, நவீன யுகத்திற்கு முந்தைய காலகட்டத்தைச் சேர்ந்த மக்களை இத்தகைய எண்ணங்கள் வருத்திக் கொண்டிருக்கவில்லை. அதற்கு ஒரு காரணம், மரணத்திற்குப் பிந்தைய வாழ்க்கையில் அவர்கள் நம்பிக்கை வைத்திருந்ததுதான். அதனால், இந்த பூமியில் தங்களுக்குக் கிடைத்திருந்த குறுகிய காலம் குறித்து அவர்கள் பெரிதாக அலட்டிக் கொள்ளவில்லை. மரணத்திற்குப் பிந்தைய வாழ்க்கைக்குத்தான் அவர்கள் அதிக முக்கியத்துவம் கொடுத்தனர். அதோடு, உலகில் அனைத்துமே மீண்டும் மீண்டும் ஒரு சுழற்சியில் வந்து கொண்டிருப்பதையும் அவர்கள் உணர்ந்திருந்தனர். இந்த உலக வாழ்க்கையில் முன்கூட்டியே ஊகிக்கத்தக்கதொரு தன்மை இருந்ததாக அவர்கள் கருதினர். இந்த உலகில் அவர்கள் இப்போது வகித்துக் கொண்டிருந்த பாத்திரத்தை அவர்கள் திருப்தியுடன் வகித்தனர். அப்பாத்திரத்தை இதற்கு முன்பு இலட்சக்கணக்கானோர் வகித்திருந்தனர் என்பதையும், தங்களுடைய இறப்புக்குப் பின்னர் இன்னும் இலட்சக்கணக்கானோர் வகிப்பர் என்பதையும் அவர்கள் புரிந்து வைத்திருந்தனர். தாங்கள் வாழ்ந்து வந்த வரலாற்றுக் கணத்தில் தங்களுக்குக் கிடைத்திருந்த அரிய வாய்ப்புகள் குறித்துத் தாங்கள் பரவசம் கொள்ள வேண்டும் என்ற உணர்வு அவர்களிடம் இருக்கவில்லை. ஆனால், மத நம்பிக்கைக்குத் தலைமுழுகியிருந்த நவீன உலகம் அனைத்தையும் மாற்றிவிட்டது. மரணத்திற்குப் பிந்தைய வாழ்க்கையில் மக்கள் நம்பிக்கை இழக்கும்போது, இந்த வாழ்க்கையிலேயே தங்களால் முடிந்த அனைத்தையும் அறுவடை செய்ய அவர்கள் முயற்சிக்கின்றனர். மனிதகுல வரலாறு ஒரு கச்சிதமான வருங்காலத்தை நோக்கி விரைந்து கொண்டிருக்கிறது என்றும், அது வளர்ச்சிப்

பாதையில் நடைபோட்டுக் கொண்டிருக்கிறது என்றும் மக்கள் நம்பத் தொடங்கும்போது, தங்களுடைய குறுகிய ஆயுட்காலம் குறித்த வலி அவர்களிடம் அதிகரிக்கத் தொடங்குகிறது. பிரகாசமான வருங்காலத்தில் பங்கெடுத்துக் கொள்ளக்கூடிய வாய்ப்பு தங்களுக்குக் கிடைக்காது என்ற விரக்தி அவர்களை அணுவணுவாகக் கொல்கிறது. அதை ஈடுகட்டுவதற்காக, அவர்கள் தங்களுடைய வாழ்க்கையைத் தங்களால் முடிந்த அளவு அனுபவங்களால் நிறைக்க முயற்சிக்கின்றனர். ஹார்ட்முட் ரோசாவின் 'சோசியல் ஆக்சிலரேஷன்' என்ற நூலின் ஆங்கில மொழிபெயர்ப்பின் முன்னுரையில், அதன் மொழிபெயர்ப்பாளரான ஜோனத்தன் தெரேஜோ-மாத்திஸ் இவ்வாறு குறிப்பிட்டுள்ளார்:

> *பல்வேறு இடங்களுக்குப் பயணங்கள் மேற்கொள்வது, பல புதிய விஷயங்களைக் காண்பது, புதிய உணவுகளை ருசி பார்ப்பது, பலவிதமான ஆன்மிக வடிவங்களை முயன்று பார்ப்பது, புதிய நடவடிக்கைகளில் ஈடுபடுவது, பிறருடன் சேர்ந்து ஈடுபடுகின்ற நடனம், பாலுறவு போன்ற நடவடிக்கைகளின் மூலம் இன்பம் துய்ப்பது, பலவிதமான கலை வடிவங்களை அனுபவிப்பது போன்றவற்றை நாம் எந்த அளவுக்கு அதிகப்படுத்துகிறோமோ, அந்த அளவுக்கு, மனிதர்கள் இன்றும் வருங்காலத்திலும் அனுபவிக்கக்கூடிய சாத்தியமுள்ள மொத்த விஷயங்களுக்கும், நாம் தனிப்பட்ட முறையில் சாதிக்கக்கூடிய விஷயங்களுக்கும் இடையே இருக்கின்ற இடைவெளி குறைவாக இருக்கும்; முற்றிலும் மனநிறைவானதொரு வாழ்க்கைக்கு மிகவும் நெருக்கமாக நம்மால் வர முடியும்.*

நாம் மரணிப்பதற்கு முன்பு செய்து முடிக்க விரும்புகின்ற விஷயங்களின் பட்டியலில் இடம்பெற்றுள்ளவற்றை அடுத்தடுத்து நிறைவேற்றத் துடிக்கின்ற, வேலையிலிருந்து ஓய்வு பெற்றுள்ள ஒரு நபருக்கும், ஓய்வேயில்லாமல்

ஓடிக் கொண்டிருக்கின்ற ஒரு பெருநிறுவன வழக்கறிஞருக்கும் இடையே பெரிய வேறுபாடு ஒன்றும் இல்லை. ஓய்வு பெற்றுள்ளவர் அனுபவிக்கின்ற விஷயங்கள், வழக்கறிஞருக்குக் கொடுப்பதைவிட அதிக மகிழ்ச்சியைக் கொடுக்கும் என்பதை மறுப்பதற்கில்லை. அதே நேரத்தில், இரண்டு பேரும் தங்களால் செய்ய முடிகின்ற விஷயங்களைக் காட்டிலும் அதிகமாகச் செய்ய ஆசைப்படுகின்றனர் என்பதையும் மறுக்க முடியாது. உங்களுக்கு இன்பமளிக்கின்ற ஏகப்பட்ட நடவடிக்கைகளை உங்களுடைய வாழ்க்கைக்குள் அளவுக்கதிகமாகத் திணிப்பது, நீங்கள் எதிர்பார்க்கின்ற அளவுக்கு உங்களுக்குத் திருப்தியளிக்காமல் போவதற்கு இதுதான் காரணம் இந்த உலகில் நீங்கள் பெறக்கூடிய அனுபவங்களின் எண்ணிக்கை எல்லையற்றது. அவற்றில் விரல்விட்டு எண்ணக்கூடிய சில நடவடிக்கைகளை மட்டும் அனுபவிப்பதன் மூலம் வாழ்க்கையின் அனைத்துச் சாத்தியக்கூறுகளையும் அனுபவித்துவிட்டதாக மார்தட்டிக் கொள்ள முடியாது. மாறாக, நீங்கள் செய்நேர்த்திப் பொறிக்குள் மாட்டிக் கொள்வீர்கள். நீங்கள் அற்புதமான அனுபவங்களைப் பெறப் பெற, அவற்றுக்கு ஒப்பான அல்லது அவற்றைவிடச் சிறந்த அனுபவங்களைப் பெற்றாக வேண்டும் என்ற துடிப்பு உங்களிடம் உண்டாகும். மறுபடியும் நீங்கள் வேறு விதமான திக்குமுக்காடல் உணர்வுக்குள் மாட்டிக் கொள்வீர்கள்.

இணையம் இந்த விவகாரத்தை மேலும் வலிமிக்கதாக ஆக்குகிறது. உங்களுடைய நேரத்தை நீங்கள் சிறப்பாகப் பயன்படுத்திக் கொள்வதற்கு அது உங்களுக்கு உதவுவதாக வாக்குறுதி அளிக்கிறது. அதே நேரத்தில், நீங்கள் உங்களுடைய நேரத்தைப் பயன்படுத்திக் கொள்வதற்கு இருக்கின்ற எல்லையற்றச் சாத்தியக்கூறுகளையும் அது உங்கள் முன் வைக்கிறது. அதாவது, எந்தக் கருவியைப் பயன்படுத்தி நீங்கள் வாழ்வில் சிறந்தவற்றைப் பெற முயல்கிறீர்களோ, அதே கருவி, நீங்கள் தவறவிட்டுள்ள ஓராயிரம் விஷயங்களை உங்களுக்குச் சுட்டிக்காட்டுகிறது. எடுத்துக்காட்டாக,

நீங்கள் கலந்து கொள்ள விரும்புகின்ற நிகழ்ச்சிகள் குறித்தத் தகவல்களை அறிந்து கொள்வதற்கு ஃபேஸ்புக் மிகச் சிறந்ததொரு கருவி. அதே நேரத்தில், என்னதான் முயன்றாலும் ஒருவரால் கலந்து கொள்ள முடியாத எண்ணிக்கையில் நிகழ்வுகளை உங்களுக்குக் காட்டுகின்ற ஒன்றாகவும் அது விளங்குகிறது. மின்னஞ்சல் பெரும் எண்ணிக்கையிலான அஞ்சல்களுக்குப் பதிலளிப்பதற்கான அபாரமான ஒரு கருவி. ஆனால், மின்னஞ்சல் இல்லாதிருந்தால், நீங்கள் அவ்வளவு அதிக எண்ணிக்கையில் அஞ்சல்களைப் பெற்றே இருக்க மாட்டீர்கள். விஷயங்களின்மீது முழுமையான கட்டுப்பாட்டைக் கொண்டிருக்க நமக்கு உதவுகின்ற தொழில்நுட்பங்கள், இறுதியில் நமக்குப் பாதகமாகத்தான் அமைந்துவிடுகின்றன. ஏனெனில், அவை எல்லாவற்றின் அளவையும் பிரம்மாண்டமானதாக ஆக்கிவிடுகின்றன.

எல்லா வேலைகளையும் முடித்துவிட முயற்சிப்பதை நீங்கள் ஏன் நிறுத்த வேண்டும்

இதுவரை, இந்தச் செய்நேர்த்திப் பொறி என்பது எண்ணிக்கை தொடர்பான பிரச்சனை என்பதுபோல நான் குறிப்பிட்டு வந்திருந்தேன். நீங்கள் செய்வதற்கு நிறைய வேலைகள் இருக்கின்றன; அவற்றை ஒருவழியாக முடித்தாலும் வேறு பல வேலைகள் அவற்றின் இடத்தை இட்டு நிரப்ப ஓடி வந்துவிடுகின்றன; அதன் விளைவாக நீங்கள் மேலும் அதிகமான வேலைகளைச் செய்ய வேண்டிய நிலைக்குத் தள்ளப்படுகிறீர்கள் என்று நான் கூறியிருந்தேன். இந்தப் பொறியின் மிக மோசமான அம்சம், அதன் தரம் தொடர்பானது. நீங்கள் அனைத்தையும் செய்து முடிக்க முயல்கின்றபோது, அர்த்தமில்லாத விஷயங்களில் நீங்கள் அதிக நேரத்தைச் செலவழித்துக் கொண்டிருப்பதை நீங்கள் பார்ப்பீர்கள். செய்யப்பட வேண்டிய வேலைகளின் பட்டியலிலுள்ள அனைத்தையும் சிறப்பாக நிர்வகிக்கின்ற ஆற்றல் கொண்டது என்று நீங்கள் முழங்குகின்ற ஒரு நேர நிர்வாக அமைப்புமுறையை நீங்கள் பயன்படுத்தினாலும்கூட,

உங்களுடைய பட்டியலில் இருக்கின்ற மிக முக்கியமான விஷயத்தின் பக்கம்கூட நீங்கள் சென்றிருக்க மாட்டீர்கள். வேலையிலிருந்து ஓய்வு பெற்றப் பிறகு உலகிலுள்ள பெரும்பாலான இடங்களைப் பார்க்க வேண்டும் என்று திட்டம் தீட்டி அதை நீங்கள் நிறைவேற்றிக் கொண்டிருந்தாலும், உலகிலுள்ள மிக சுவாரசியமான இடங்களை நீங்கள் பார்க்காமல் போகக்கூடும்.

இதற்கான காரணம் நேரடியானது. அனைத்திற்கும் நேரம் இருக்கிறது என்ற உறுதியான நம்பிக்கையோடு நீங்கள் செயல்பட்டுக் கொண்டிருந்தால், நீங்கள் ஈடுபட்டுக் கொண்டிருக்கின்ற நடவடிக்கையில் நீங்கள் உங்களுடைய நேரத்தைச் செலவழித்துக் கொண்டிருப்பது உங்களுடைய நேரத்தின் மிகச் சிறந்த பயன்பாடா என்று நீங்கள் உங்களைக் கேட்டுக் கொள்ள மாட்டீர்கள். திடீரென்று ஒரு புதிய வேலை வந்தால், அதையும் நீங்கள் ஏற்றுக் கொள்வீர்கள். ஏனெனில், அதைச் சேர்த்துக் கொள்வதற்காக, நீங்கள் ஏற்கனவே ஒப்புக் கொண்டுள்ள வேலைகளைச் செய்யாமல் போக வேண்டிய நிலை உங்களுக்கு வராது என்று நீங்கள் அனுமானித்துக் கொள்வீர்கள். ஆனால், எதார்த்தத்தில் பார்க்கின்றபோது, உங்களுடைய நேரம் வரம்புக்கு உட்பட்டது என்பதால், புதிய வேலைக்காக நீங்கள் பழைய வேலைகளில் ஏதாவது ஒன்றை அல்லது ஒன்றுக்கு மேற்பட்டவற்றைப் பலி கொடுத்துத்தான் ஆக வேண்டும். இப்படிப்பட்ட நேரங்களில், பொதுவாக, பிறர் உங்களிடம் கூறுகின்ற வேலைகளுக்கு முக்கியத்துவம் கொடுத்து அவற்றை முடித்துக் கொடுத்துவிட்டு நீங்கள் மற்றவற்றைக் காவு கொடுத்துவிடுவீர்கள். இதை நீங்கள் அடிக்கடிச் செய்கின்றபோது, பிறர் உங்கள் தலையில் கட்டுகின்ற வேலைகள் அதிகரிக்கத் தொடங்கும்.

நான் ஓர் உற்பத்தித்திறன் வெறியனாக இருந்தபோது, இந்த அம்சம்தான் என்னை மிகவும் தொந்தரவு செய்தது. செய்யப்பட வேண்டிய அனைத்து வேலைகளையும் செய்து கொண்டிருக்கின்ற ஒருவன் நான் என்ற இறுமாப்பு என்னிடம் இருந்தது. ஆனால், சற்று நிறுத்தி நிதானமாகச் சிந்தித்தபோதுதான், நான் முக்கியத்துவமற்ற

விஷயங்களையே அதிகமாகச் செய்து கொண்டிருந்தேன் என்பதையும், முக்கியமான விஷயங்களை நான் தள்ளிப்போட்டுக் கொண்டே இருந்தேன் என்பதையும் நான் உணர்ந்தேன். நான் தள்ளிப்போட்டிருந்த விஷயங்களில் பெரும்பாலானவை நிரந்தரமாகத் தள்ளிப்போடப்பட்டிருந்தன. சில விஷயங்களின் காலக்கெடு என்னை நெருக்கியபோது, கடனைக் கழிப்பதற்காக அவற்றை நான் வேகவேகமாகவும், ஒரு சராசரித் தரத்துடனும், மன உளைச்சலுடனும் செய்து முடித்தேன். எடுத்துக்காட்டாக, என்னுடைய செய்தித்தாளின் தகவல் தொழில்நுட்பத் துறையிலிருந்து வருகின்ற, 'உங்களுடைய கடவுச்சொல்லை அடிக்கடி மாற்றிக் கொள்ள வேண்டியதன் முக்கியத்துவம்' என்ற தலைப்பில் அமைந்த மின்னஞ்சல் என்னை உடனடியாக நடவடிக்கை எடுக்கத் தூண்டும். அதை நான் அலட்சியம் செய்திருந்தாலும் ஒன்றும் குடிமுழுகிப் போயிருக்காது. ('தயவு செய்து படியுங்கள்' என்ற தலைப்பில் வருகின்ற மின்னஞ்சல்களை நீங்கள் தாராளமாக ஒதுக்கித் தள்ளிவிடலாம். பெரும்பாலும் அவை முக்கியத்துவமற்றவையாகவே இருக்கும்.) இதற்கிடையே, இப்போது புது தில்லியில் வசித்து வருகின்ற என்னுடைய பழைய நண்பரிடமிருந்து வந்துள்ள ஒரு மின்னஞ்சலுக்குப் பதிலளிப்பதை நான் தள்ளிப் போட்டிருப்பேன். அதற்கு நான் என்னுடைய முழுக் கவனத்தையும் அளிக்க வேண்டும் என்றும், அதற்கு இப்போது வசதிப்படாது என்றும் என் செயல்களுக்கு நான் நியாயம் கற்பித்துக் கொள்வேன். ஆனால், அப்படிப்பட்ட நேரம் எனக்கு ஒருபோதும் வாய்க்காது. ஏனெனில், மின்னஞ்சல் வெள்ளம் ஒருக்காலும் வடியப் போவதில்லை. தங்களுக்கு அர்த்தமுள்ளதாகப் படுகின்ற விஷயங்களை ஒருவரால் இப்படிப் பல ஆண்டுகள் தள்ளிப்போட்டுக் கொண்டே போக முடியும்.

இப்படிப்பட்டச் சூழல்களைக் கையாள்வதற்கு, உங்களுக்கு ஒருவிதமான 'எதிர்திறன்' தேவைப்படும் என்பதைக் காலப்போக்கில் நான் உணர்ந்து கொண்டேன். உங்களுடைய உற்பத்தித்திறனை உயர்த்திக்

கொள்வதற்கான உத்திகளைக் கடைபிடிப்பதற்குப் பதிலாக, எல்லாவற்றையும் செய்ய முடியாது என்ற உணர்தலால் வருகின்ற பதற்றம் மற்றும் திக்குமுக்காடல் உணர்வைச் சகித்துக் கொள்ளப் பழகிக் கொள்வதுதான் அது. இந்தக் கண்ணோட்டத்துடன் நீங்கள் உங்களுடைய நாளை அணுகுகின்றபோது, முதலில், செய்யப்பட வேண்டிய அனைத்து வேலைகளையும் செய்து முடிக்க வேண்டும் என்ற மனப்போக்கை நீங்கள் நிராகரிக்க வேண்டும். அர்த்தமுள்ள, முக்கியமான, ஆற்றல்மிக்கப் பின்விளைவுகளை ஏற்படுத்தக்கூடிய விஷயங்களுக்கு நீங்கள் முன்னுரிமை கொடுக்க வேண்டும். அதன் காரணமாக, முக்கியத்துவமற்றச் சின்னச் சின்ன வேலைகள் மலைபோலக் குவியக்கூடும். அதைப் பொறுத்துக் கொள்ள நீங்கள் பழகிக் கொள்ள வேண்டும். அதே நேரத்தில், அவசியத் தேவை ஏற்படுகின்றபோது, நீங்கள் சிறிது கடின உழைப்பைப் போட்டு அந்தக் குவியல்களில் சிலவற்றை அப்புறப்படுத்த வேண்டியிருக்கலாம். ஆனால், அது உங்களுடைய வழமையான நடவடிக்கையாக இருக்காது. ஏனெனில், உங்களால் அனைத்தையும் செய்துவிட முடியும் என்ற மாயையில் இனியும் நீங்கள் உழன்று கொண்டிருப்பதில்லை.

உங்கள் வாழ்க்கை முடிவதற்குள் முடிந்த அளவு அனுபவங்களைப் பெற வேண்டும் என்ற ஏக்கத்திற்கும் இது பொருந்தும். ஏனெனில், நீங்கள் எவ்வளவு அதிகமான அனுபவங்களைப் பெற்றாலும், விடுபட்டுப் போயிருக்கின்ற விஷயங்கள்தாம் உங்களுடைய கண்களை உறுத்திக் கொண்டிருக்கும். எந்தவொரு மனிதனாலும் அனைத்து அனுபவங்களையும் பெற முடியாது என்ற புரிதல் உங்களுக்கு ஏற்படுகின்றபோதுதான், உங்களால் அந்த விரக்தியிலிருந்து விடுபட முடியும். அப்போது, உங்களுக்குக் கிடைக்கக்கூடிய குறைவான அனுபவச் சுளைகளை எப்படி முழுமையாக ருசித்து அனுபவிப்பது என்பதில் நீங்கள் கவனம் செலுத்துவீர்கள்.

சௌகரியம் எனும் கொடுங்கோன்மை

உற்பத்தித்திறனை அதிகரிப்பதற்கான நம்முடைய வெறியில், நேரத்துடனான நம் உறவைக் கள்ளத்தனமாகத் திரிக்கின்ற இன்னோர் அம்சமும் இருக்கிறது. அதுதான் சௌகரியத்தன்மை. சலிப்பு ஏற்படுத்துகின்ற மற்றும் அதிகமான நேரத்தைச் சுரண்டுகின்ற வேலைகளை நீக்குவதன் மூலம் நீங்கள் தேவையானவற்றின்மீது மட்டுமே உங்களுடைய கவனத்தைக் குவிக்க நாங்கள் உதவுகிறோம் என்ற வாக்குறுதியுடன் ஏகப்பட்ட நிறுவனங்கள் புற்றீசல்களாகப் புறப்பட்டுள்ளன. ஆனால், அவற்றை நாம் அமல்படுத்தினால், நம் வாழ்க்கை மேலும் சீர்கெடத்தான் செய்யுமே அன்றி மேம்படாது. இந்த முறையில் சேமிக்கப்படுகின்ற நேரத்தை நீங்கள் வேறு காரியங்களுக்குப் பயன்படுத்திக் கொள்வீர்கள் என்பதால், நேரச் சேமிப்பால் உங்களுக்குப் பெரிதாகப் பயனேதும் ஏற்படாது. அதோடு, நீங்கள் களைந்தெறிகின்ற விஷயங்களில் முக்கியமான சிலவும் சேர்ந்து கொள்ளக்கூடும். அவற்றின் முக்கியத்துவத்தை நீங்கள் உணர்கின்றபோது, காலம் கடந்துவிட்டிருக்கும்.

நடைமுறையில் இது இவ்வாறு வேலை செய்கிறது: அமெரிக்காவிலுள்ள சிலிக்கான் வேல்லியில் தொழில் தொடங்குகின்ற நிறுவனங்கள் பெரும் பணம் சம்பாதிப்பதற்கு, அவர்கள் முதலில், மக்களின் அன்றாட வாழ்க்கையில் 'உரசல்களை' ஏற்படுத்துகின்ற 'அசௌகரியப் புள்ளியை' அடையாளம் கண்டு அதற்குத் தொழில்நுட்பரீதியான ஒரு தீர்வைக் கண்டுபிடித்துவிட்டால் போதும். எடுத்துக்காட்டாக, உங்களுடைய உள்ளூர் வாடகைக் கார் ஓட்டுநரின் தொலைபேசி எண்ணைத் தேட வேண்டியிருக்கின்ற அல்லது தெருவில் போகின்ற வாடகைக் காரைக் கை காட்டி நிறுத்த வேண்டியிருக்கின்ற 'அசௌகரியத்திலிருந்து' உங்களை விடுவிக்கின்ற உத்தியை 'ஊபர்' நிறுவனம் அடையாளம் கண்டு அதை ஒரு வெற்றிகரமான தொழில் உத்தியாக மாற்றியது. அதேபோல, ஒரு பொருளை வாங்குவதற்கு, ரொக்கப்

பணத்தை எடுத்துச் செல்ல வேண்டியிருக்கின்ற 'அசௌகரியத்தை' அடையாளம் கண்ட கூகுள் நிறுவனம், 'கூகுள்பே' என்ற செயலியை அறிமுகப்படுத்திப் பெரும் வெற்றி கண்டது. நீங்கள் உள்ளூர் உணவகத்திலுள்ள ஒரு நபரிடம் நேரடியாக உங்களுடைய உணவுக்கான ஆர்டரைக் கொடுப்பதிலுள்ள 'அசௌகரியத்தைக்' களைந்து ஒரு தொடுதிரையின் மூலம் அதைச் செய்வதைச் சாத்தியமாக்கியதன் மூலம் 'ஸோமாட்டோ' நிறுவனம் பெரும் வெற்றியைச் சுவைத்தது. இது போன்ற செயலிகளைப் பயன்படுத்துகின்றபோது, அனைத்தும் சுமூகமாக நடைபெறுகிறது என்பதில் எந்த சந்தேகமும் இல்லை. ஆனால், சில சமயங்களில், சுமூகத்தன்மைக்குக் கொடுக்கப்பட வேண்டியிருக்கின்ற விலை அதிகமாக இருக்கும். வாழ்க்கையோடு பின்னிப் பிணைந்திருக்கின்ற சுமூகத்தன்மையின்மைதான் வாழ்வதை சுவாரசியமானதாக ஆக்குகிறது. உடல்நலனுக்கும் மனநலனுக்கும் இன்றியமையாததாக விளங்குகின்ற தனிமனித உறவுகளை அதுதான் செழிப்பாக்குகிறது, சமூக உறவு துளிர்ப்பதைச் சாத்தியமாக்குகிறது. உள்ளூர் வாடகைக் கார் நிறுவனத்திற்கு நீங்கள் விசுவாசமாக இருப்பது உள்ளூர்ச் சமூகத்தின் நுட்பமான இழையாகத் திகழ்கிறது. அதில் பெருவாரியான உள்ளூர் மக்கள் தொடர்ச்சியாகப் பங்கு கொள்கின்றபோது, அது அச்சமூகத்தைப் பிணைக்கிறது. உங்கள் வீட்டுக்கு அருகே இருக்கின்ற ஓர் உணவகச் சிப்பந்தியிடம் நீங்கள் குசலம் விசாரிப்பதை நீங்கள் முக்கியத்துவமற்ற ஒன்றாகக் கருதலாம். ஆனால், மனிதர்கள் ஒருவரோடு ஒருவர் நேரடியாகப் பேசிக் கொள்வது தொடர்ந்து நடைபெறுவதையும், தொழில்நுட்பத்தால் தூண்டிவிடப்பட்டுள்ள தனிமை அதிகரிக்காமல் இருப்பதையும் இதுபோன்ற உறவாடுதல்கள்தாம் சாத்தியமாக்குகின்றன. நான் வீட்டிலிருந்து வேலை பார்த்துக் கொண்டிருக்கின்ற ஓர் எழுத்தாளன். ஒரு நாளைக்குச் சில முறை மனிதர்களோடு சொற்பக் கணங்கள் உறவாடுவதுகூட எவ்வளவு பெரிய வித்தியாசத்தை ஏற்படுத்தும்

என்பதை நான் நன்றாகவே அறிவேன். கூகுள்பே போன்ற செயலிகளைப் பயன்படுத்துவதைவிட, அன்றாட வாழ்வின் 'உரசல்களைப்' பொறுத்துக் கொள்வதையே நான் தேர்ந்தெடுக்க விரும்புவேன். ஏனெனில், அத்தகைய செயலிகளில் பொதிந்திருக்கின்ற சௌகரியம், தேவையற்றச் செலவுகளைச் செய்ய என்னைத் தூண்டும்.

வேறு வார்த்தைகளில் கூற வேண்டுமென்றால், சௌகரியத்தன்மை வாழ்க்கையின் சில அம்சங்களை சுலபமாக்குகிறது என்பது உண்மைதான். ஆனால், அது அந்தக் குறிப்பிட்ட விஷயத்தில் மதிப்புவாய்ந்ததா என்பதைத் துளிகூடச் சட்டை செய்வதில்லை. எடுத்துக்காட்டாக, கடந்த சில ஆண்டுகளாக, நான் கடைக்குச் சென்று வாழ்த்து அட்டைகளை வாங்குவதற்குப் பதிலாக, இணையத்தில் டிஜிட்டல் வடிவில் கிடைக்கின்ற வாழ்த்து அட்டைகளை மின்னஞ்சல் மூலமாக அனுப்பி வைக்கின்ற பழக்கத்திற்கு மாறியிருந்தேன். அதை என் விருப்பத்திற்கு ஏற்ப வடிவமைத்துக் கொள்ளலாம் என்பது அதிலுள்ள 'சௌகரியம்'. எதுவுமே அனுப்பாமல் இருப்பதைவிட அது மேலானது என்பதில் சந்தேகமில்லை. ஆனால், ஒரு கடைக்குச் சென்று ஒரு வாழ்த்து அட்டையை வாங்கி, அதில் உங்கள் கைப்பட ஒரு சில வரிகளை எழுதிக் கையொப்பமிட்டு, அருகிலுள்ள அஞ்சல் நிலையத்திற்குச் சென்று, ஓர் அஞ்சல்தலையை வாங்கி அதை அஞ்சலுறையில் ஒட்டி, அந்த வாழ்த்து அஞ்சலை அஞ்சல்பெட்டியில் போடுவதற்கு அது நிகராகாது என்பதை, அந்த வாழ்த்து அட்டையை அனுப்புபவரும் சரி, அதைப் பெறுபவரும் சரி, நன்றாகவே அறிவர். அது கண்டிப்பாக அனுப்புநருக்கு அசௌகரியம் ஏற்படுத்தத்தான் செய்யும். பொதுவாக, 'எண்ணம்தான் முக்கியம்' என்ற புளித்துப் போன கருத்து வலியுறுத்தப்படுகிறது. ஆனால், அது உண்மையல்ல. எண்ணத்திற்குப் பின்னால் இருக்கின்ற முயற்சிதான் முக்கியம். நீங்கள் ஒரு விஷயத்தை எவ்வளவு அதிக சௌகரியமானதாக ஆக்குகிறீர்களோ, அதை

அவ்வளவு அதிக அர்த்தமற்றதாக ஆக்கிவிடுகிறீர்கள். 'ரெட்டிட்' தளத்தின் இணை நிறுவனரான அலெக்சிஸ் ஓகானியன், "வேறு ஒருவர் ஒரு மேம்பட்ட வழியைச் சுட்டிக்காட்டுகின்றவரை, ஒன்று உடைந்து போயுள்ளது என்பதையே நாம் உணர்ந்திருப்பதில்லை," என்று கூறியுள்ளார். சில விஷயங்கள் உடைந்து போயுள்ளன என்பதை நாம் கவனிக்காமல் விட்டுவிடுவதற்கு மற்றொரு காரணமும் இருக்கிறது. தொடக்கத்தில் அவை உடைந்த நிலையில் இருப்பதில்லை. அதில் இடம்பெற்றிருக்கும் அசௌகரியம் அது உடைந்து போயுள்ளது போன்றதொரு தோற்றத்தை உருவாக்கியிருந்திருக்கும். வெளியிலிருந்து பார்க்கின்றபோது, அது உடைந்து போனதுபோலக் காட்சியளிக்கும், அதில் ஒரு மனிதத் தன்மை உள்ளடங்கியிருக்கும்.

பெரும்பாலான சமயங்களில், சௌகரியத்திற்கு முக்கியத்துவம் கொடுப்பதன் மூலம் நாம் மதிப்புவாய்ந்த சில நடவடிக்கைகளை முற்றிலுமாக நிறுத்திவிடுகிறோம். எடுத்துக்காட்டாக, வீட்டிலிருந்தபடியே இணையத்தின் மூலமாக உணவு உட்பட அனைத்துப் பொருட்களையும் வாங்கிக் கொள்வதும், நெட்ஃபிளிக்ஸ் போன்ற தளங்களில் திரைப்படங்களைப் பார்த்துக் கொள்வதும் சௌகரியமாக இருப்பதால் நீங்கள் அக்காரியங்களில் ஈடுபடுகிறீர்கள். ஆனால், கடைகளுக்குச் சென்று பொருட்களை வாங்கிக் கொண்டிருந்ததையும், திரைப்பட அரங்குகளுக்குச் சென்று திரைப்படங்களைப் பார்த்துக் கொண்டிருந்ததையும் நீங்கள் வெகுவாக இரசித்து அனுபவித்தீர்கள் என்பதை நீங்கள் நன்றாகவே அறிவீர்கள். கொலம்பியா பல்கலைக்கழகத்தைச் சேர்ந்த பேராசிரியர் டிம் வூ, 'சௌகரியம் எனும் கொடுங்கோன்மை' என்ற தலைப்பில் நியூயார்க் டைம்ஸ் பத்திரிகையில் எழுதிய ஒரு கட்டுரையில் இவ்வாறு குறிப்பிட்டுள்ளார்: "இப்போதெல்லாம் 'சௌகரியம்' நம்முடைய உண்மையான முன்னுரிமைகளையும் விருப்பங்களையும் பின்னுக்குத் தள்ளிவிட்டு, நம்முடைய தீர்மானங்களைத் தானாகவே எடுத்துவிடுவதுபோலத் தோன்றுகிறது. எடுத்துக்காட்டாக, எனக்கு நானே காபி

போட்டுக் குடிக்கத்தான் பிடிக்கும். ஆனால், ஸ்டார்பக்ஸ் காபியை வாங்கிக் குடிப்பது மிகவும் சௌகரியமாக இருப்பதால், நான் காபி போட்டுக் குடிப்பதைக் கிட்டத்தட்ட நிறுத்திவிட்டேன். சௌகரியம் நல்லது. மிக மிக சௌகரியம் உன்னதமானது.” அதன் விளைவாக, சௌகரியத்திற்கு உட்படாமல் இருக்கின்ற விஷயங்கள் நமக்கு எரிச்சலூட்டுகின்றன. இது குறித்து டிம் வூ மேலும் இவ்வாறு குறிப்பிடுகிறார்: “வரிசையில் காத்திருந்து ஓர் இசைக்கச்சேரிக்கு நுழைவுச் சீட்டு வாங்குவதற்குப் பதிலாக, ‘அலைபேசி மூலமாகவே’ அதை வாங்கிக் கொள்ள முடிவதற்கு நாம் பழக்கப்பட்டுவிடுகின்றபோது, தேர்தலின்போது வாக்களிப்பதற்கு வரிசையில் நிற்பது நமக்கு எரிச்சலூட்டுகிறது.” சௌகரியம் நம்முடைய அன்றாட வாழ்க்கையைக் காலனிப்படுத்துகின்றபோது, நம்முடைய நடவடிக்கைகள் இரண்டு பிரிவுகளாகப் பிரிந்துவிடுகின்றன. ஒன்று, நம்மை சௌகரியமாக உணரச் செய்பவை. மற்றொன்று, நம்மை அசௌகரியமாக உணர வைப்பவை.

ஒரு தனிநபராகவோ அல்லது ஒரு குடும்பமாகவோ சௌகரியத்திற்கு அடிபணியாமல் இருப்பதற்கு மன உறுதி தேவை. ஏனெனில், நீங்கள் சௌகரியமானதொரு முறைக்குப் பழக்கப்பட்டுவிட்டப் பிறகு, ஒரு விஷயத்தை உங்களுக்கு அசௌகரியம் ஏற்படுத்தும் விதத்தில் செய்ய முனைவதை உங்களுடைய மனம் ஏற்றுக் கொள்ளாது, அது முரண்டு பிடிக்கும். நீங்கள் யாரிடமாவது, உங்களுடைய ஸ்மார்ட்ஃபோனைத் தலைமுழுகுங்கள், கூகுளைப் பயன்படுத்துவதை நிறுத்துங்கள், வாட்ஸ்அப் போன்றவற்றின் மூலம் செய்திகளை அனுப்பாமல் அஞ்சல்துறையின் மூலம் கடிதம் அனுப்புங்கள் என்ற சொல்லிப் பாருங்கள், அவர்கள் உங்களைப் பைத்தியம் என்று அழைப்பார்கள். ஆனால், இவை அனைத்தும் ஒருவரால் செய்ய முடியக்கூடிய விஷயங்கள்தாம். கனடாவைச் சேர்ந்த சில்வியா கீஸ்மாட் என்ற பேராசிரியர், தான் வாழ்ந்து கொண்டிருந்த வாழ்க்கை சௌகரியமானதாக இருந்தாலும், அது அர்த்தமற்றதாகவும் வெறுமையாகவும் இருந்ததாகக்

கருதி, கிராமப்புறத்தில் ஒரு பண்ணை நிலத்தை வாங்கிக் கொண்டு தன் கணவருடன் அங்குக் குடிபெயர்ந்துவிட்டார். அவர் தன் வாழ்க்கைமுறையைப் பற்றி இவ்வாறு குறிப்பிடுகிறார்:

> *ஒவ்வொரு நாள் காலையிலும், முதல் நாள் விறகடுப்பில் படிந்திருந்த சாம்பலை நான் கவனமாக வழித்தெடுப்பேன். அடுத்து, அடுப்பில் விறகுகளை அடுக்கித் தீ மூட்டிவிட்டுக் காத்திருப்பேன். வீடு குளிராக இருக்கும் என்பதால், அடுத்தச் சில நிமிடங்களுக்கு நான் செய்ய வேண்டியதெல்லாம், நெருப்பு சரியாகப் பற்றிக் கொள்ளும்வரை பொறுமையாகவும் கவனமாகவும் காத்திருப்பது மட்டும்தான். நெருப்பு பற்றிக் கொள்வதற்குச் சிறிது நேரம் பிடிக்கும். சமைப்பதற்கு ஏற்ற அளவு நெருப்பு பெரிதாகின்றவரை அது அருகிலிருந்து பேணப்பட வேண்டும். சரியாகப் பற்றிக் கொள்வதற்கு முன்பாகவே நான் அங்கிருந்து நகர்ந்துவிட்டால் அது அணைந்துவிடும். நான் அதன்மீது கவனம் செலுத்தாவிட்டாலும் அது அணைந்துவிடும். அது நெருப்பு என்பதால், நான் அதை மிகப் பெரியதாக வளர்த்துவிட்டு அதன்மீது கவனம் செலுத்தாமல் இருந்துவிட்டால், நான் இறந்துவிடுவேன். எதற்கு அப்படி ஒரு சூழல் உருவாக வாய்ப்பளிக்க வேண்டும்?*
>
> *காலையில் நான் எழுந்த பிறகு எத்தனை மணிநேரம் கழித்து என்னுடைய முதல் குவளை தேநீரைக் குடிப்பேன் என்று யாரோ ஒருவர் ஒரு முறை என்னிடம் கேட்டார். அதற்கு நான் இப்படி பதிலளித்தேன்: "நான் காலையில் முதலில் அடுப்பைப் பற்ற வைப்பேன்; வீட்டைப் பெருக்குவேன்; வீட்டு வேலைகள் சிலவற்றைச் செய்வதற்காக நான் என் குழந்தைகளை எழுப்புவேன்; மாடுகளுக்குத் தண்ணீர் வைத்துவிட்டு, சிறிது வைக்கோலைப் போடுவேன்; கோழிகளுக்குத் தானியங்களைப் போட்டுவிட்டு, அவற்றுக்கு நீர் வைப்பேன்; பின் வாத்துகளுக்கு உணவளிப்பேன்; சில நேரங்களில் குதிரைகளையும் பூனைகளையும் பார்த்துக் கொண்டிருக்கின்ற*

> *குழந்தைகளுக்கு நான் ஒத்தாசை புரிவேன்; பிறகு வீட்டுக்குள் வந்து தேநீர் போடுவேன். ஆக மொத்தத்தில், நான் காலையில் எழுந்த பிறகு ஒரு மணி நேரம் கழித்து என் காலைத் தேநீரை அருந்துவேன் என்று கூறலாம் – எல்லாம் சரியாகச் செல்லும் பட்சத்தில்!*

இங்கு நாம் சில்வியா தேர்ந்தெடுத்திருந்த, திக்குமுக்காடல் உணர்வை ஏற்படுத்தாத, அநேக அசௌகரியங்களைக் கொண்ட வாழ்க்கைமுறையை, அவர் அதற்கு முன்புவரை அனுபவித்துக் கொண்டிருந்த, சுவிட்சைப் போட்டால் வீடு முழுவதும் சூடாகின்ற வசதி, உணவை ஆர்டர் கொடுத்துப் பெற்றுக் கொள்கின்ற வசதி, தினமும் இரண்டு முறை நெரிசலான போக்குவரத்தில் கல்லூரிக்குச் சென்று வருதல் போன்றவற்றை உள்ளடக்கிய வாழ்க்கைமுறையோடு ஒப்பிடுகின்றபோது, அவருடைய கிராமப்புற வாழ்க்கை மேம்பட்டதா என்ற கேள்விக்குள் நாம் போகப் போவதில்லை. அவர் பின்பற்றியிருந்த பாதையைப் பின்பற்றக்கூடிய சாத்தியக்கூறு பலருக்கு இருக்காது என்பது வெளிப்படை. ஆனால், இங்கு நாம் முக்கியமாகக் கவனிக்க வேண்டிய விஷயம், அவர் தனக்கு அர்த்தமில்லாததாகத் தோன்றிய ஒரு வாழ்க்கையை உதறித் தள்ளிவிட்டு, தன் வாழ்க்கைமுறையில் புரட்சிகரமான மாற்றத்தை ஏற்படுத்தத் துணிந்திருந்தார். புதிய வாழ்க்கைமுறையில் அவர் சேமித்த நேரத்தை, அவர் தன் குடும்ப உறுப்பினர்களுடன் அர்த்தமுள்ள உறவுகளை ஏற்படுத்திக் கொள்வதற்குச் செலவிட்டார். தனக்கு முக்கியமானவையாகத் தோன்றிய விஷயங்களைச் செய்வதற்குத் தேவையான நேரத்தைப் பெறுவதற்காக அவர் சில தியாகங்களைச் செய்யத் தயாராக இருந்தார்.

சௌகரியக் கலாச்சாரம், நம்முடைய அன்றாட வாழ்க்கையின் சலிப்பூட்டும் வேலைகளை மட்டும் நீக்குவதன் மூலம் முக்கியமான அனைத்தையும் செய்வதற்கு நமக்கு நேரம் இருக்கும் என்ற மாயைக்குள் நம்மைத் தள்ள முயற்சிக்கிறது. உண்மையில், நீங்கள் முக்கியமான ஒரு சில விஷயங்களை மட்டும்

தேர்ந்தெடுத்துக் கொண்டு, பிற அனைத்தையும் தியாகம் செய்ய வேண்டும். பின் அதன் விளைவால் ஏற்படுகின்ற இழப்புணர்வை எதிர்கொள்ள வேண்டும். சில்வியா தன் குழந்தைகளுடன் சேர்ந்து தன் பண்ணை நிலத்தில் தானியங்களையும் காய்கறிகளையும் பயிரிட்டார், வீட்டிற்குள் நெருப்பு மூட்டினார். “நாங்கள் வாழ்வதற்குத் தேர்ந்தெடுத்துள்ள இந்த இடத்திலுள்ள பயிர்களைப் பேணாமல் அவற்றைப் பற்றி எங்களால் எப்படி அறிந்து கொள்ள முடியும்?” என்று அவர் கேட்கிறார். நீங்கள் வேறுபட்டத் தேர்ந்தெடுப்புகளை மேற்கொள்ள வேண்டியிருக்கும். நீங்கள் தேர்ந்தெடுப்பில் ஈடுபட்டுத்தான் ஆக வேண்டும் என்பதுதான் சுருக்கமான ஆயுளைக் கொண்ட மனித வாழ்க்கையின் தவிர்க்க முடியாத எதார்த்தமாகும்.

அத்தியாயம் மூன்று

மனித வாழ்க்கைக்கு ஒரு வரம்பெல்லை உண்டு என்பதை எதிர்கொள்ளுதல்

ஒரு குறுகிய ஆயுட்காலத்தைக் கொண்ட மனித வாழ்க்கையைப் பற்றிப் பேசும்போது, இது குறித்து மிக அதிகமாகச் சிந்தித்துள்ள தத்துவவியலாளரான மார்ட்டின் ஹெய்டெகரைப் பற்றிப் பேசாமல் இருக்க முடியாது. ஆனால், இது இரண்டு விதங்களில் துரதிர்ஷ்டவசமானது. முதலாவது, தனிப்பட்ட முறையில் அவர்மீது படிந்திருந்த ஒரு பெரும் கறை. அவர் 1933லிருந்து பத்தாண்டுகளுக்கும் மேலாக நாஜி கட்சியில் ஓர் அதிகாரபூர்வமான உறுப்பினராக இருந்தார். இது அவருடைய தத்துவத்தின்மீது எத்தகைய தாக்கம் ஏற்படுத்தியிருந்தது என்பது விவாதத்திற்குரியது. ஆனால், இதற்குள் நாம் நுழைந்தால், நம்முடைய மையக் கருவிலிருந்து நாம் விலகிச் செல்ல நேரிடும். அதனால், அவருடைய மோசமான வாழ்க்கைத் தேர்ந்தெடுப்பு, அவருடைய தத்துவத்தைக் கணக்கில் எடுத்துக் கொள்ளத்தக்கதாக ஆக்குகிறதா இல்லையா என்பதைத் தீர்மானிக்கின்ற பொறுப்பை நான் உங்களிடமே விட்டுவிடுகிறேன். இரண்டாவது, அவருடைய எழுத்துகள் படிப்பதற்கு மிகவும் கடினமானவை. அதனால், அவருடைய எழுத்து குறித்த என்னுடைய

விளக்கம் உட்பட எவருடைய விளக்கத்தையும் நீங்கள் உறுதியானதாக எடுத்துக் கொள்ளக்கூடாது. ஆனால், இந்த இரண்டாவது குற்றச்சாட்டை அவர் ஒருவிதத்தில் நியாயப்படுத்துகிறார். அன்றாட வாழ்க்கைப் பிரச்சனைகளைப் பற்றிப் பேசுவதற்குச் சாதாரணமாகப் புழக்கத்தில் இருக்கின்ற வார்த்தைகள் போதுமானவை. ஆனால், ஆழமாகச் செல்கின்றபோது அசாதாரணமான வார்த்தைகள் தேவைப்படும் என்பது அவருடைய வாதம்.

நேரத்திற்குள் தூக்கி எறியப்படுதல்

ஹெய்டெகரின் படைப்புகளில் தலைசிறந்தது 'பீயிங் அன்ட் டைம்' என்ற நூல். அவர் அதில் இருத்தலைப் பற்றிப் பேசுகிறார். ஆனால், நாம் பொதுவாக அதைக் கடந்து சென்றுவிடுகிறோம் என்று அவர் அந்த நூலில் கூறுகிறார்.

இருத்தலைத் தொடர்ந்து அவர் மனிதனின் இருத்தலுக்குத் தாவுகிறார். மனிதனாக இருத்தல் என்றால் என்ன என்று அவர் கேட்கிறார். நம்முடைய இருத்தல், இந்த உலகில் நமக்குக் கிடைத்திருக்கின்ற குறைவான காலத்தோடு பின்னிப் பிணைந்திருக்கின்ற ஒன்று என்று அவரே அதற்குப் பதிலும் அளிக்கிறார். அதாவது, இரண்டும் பிரிக்கப்பட முடியாத விதத்தில் பின்னிப் பிணைந்து கிடக்கின்றன. மனிதனைப் பொறுத்தவரை, பிறப்பிலிருந்து இறப்புவரை இந்த உலகில் சொற்பக் காலம்தான் தான் இருக்கப் போகிறோம் என்பதை அவன் அறிவான். தனக்குக் கண்டிப்பாக ஒரு முடிவு வரும் என்றாலும், அது எப்போது வரும் என்பது அவனுக்குத் தெரியாது. பொதுவாக, இந்த உலகில் நமக்குச் சொற்பக் காலம்தான் இருக்கிறது என்று நாம் கூறுவோம். ஆனால், ஹெய்டெகரோ, அந்தச் சொற்பக் காலமே நாம்தான் என்கிறார்.

ஹெய்டெகர் இதைக் கூறியவுடன், 'சொற்பக் காலமே நாம்தான்' என்பதற்கு என்ன அர்த்தம் என்று எண்ணற்றத் தத்துவவியலாளர்கள் மண்டையைப்

பிய்த்துக் கொண்டனர். சிலர், அவருடைய கூற்று அர்த்தமற்றது என்றுகூடக் கருத்துத் தெரிவித்தனர். அதனால், அதைத் துல்லியமாக விளக்குகின்ற முயற்சியில் நான் இங்கு இறங்கப் போவதில்லை. இந்த பூமியில் நாம் எதிர்கொள்கின்ற பல பிரச்சனைகளில் நேரமும் ஒன்று அல்ல; மாறாக, நேரம்தான் ஒரே பிரச்சனை என்று அவர் கூறுகிறார். அதுதான் மனிதர்களாகிய நம்மை விவரிக்கிறது. 'இந்த பூமியில் எனக்குக் கிடைத்துள்ள என்னுடைய நேரத்தைக் கொண்டு நான் என்ன செய்ய வேண்டும்?' என்ற ஒற்றைக் கேள்வியைக் கேட்பதற்கு முன்பாக, 'நேரம்' என்ற அந்த அம்சத்திற்குள் நான் தூக்கி வீசப்பட்டுவிடுகிறேன். நேரம்தான், இப்போது நான் யாராக இருக்கிறேனோ, அந்த நபராக என்னை ஆக்கியது. வருங்காலத்திற்குள் நான் எட்டிப் பார்க்கின்றபோதும், என்னுடைய நேரரீதியான இந்த வரம்பு என்னை மட்டுப்படுத்துகிறது. காலமெனும் நதியில், தவிர்க்கப்பட முடியாத என்னுடைய மரணத்தை நோக்கி நான் முன்னோக்கி இழுத்துச் செல்லப்பட்டுக் கொண்டிருக்கிறேன். நான் எவ்வளவு முயன்றாலும் என்னால் அதிலிருந்து தப்பிக்க முடியாது. நிலைமையை இன்னும் ஏடாகூடமாக ஆக்குகின்ற விதத்தில், மரணம் என்கின்ற முடிவு எப்போது வேண்டுமானாலும் வரலாம் என்ற ஓர் அம்சமும் இதில் பிணைந்துள்ளது.

இப்படிப்பட்ட ஒரு சூழலில், என்னுடைய நேரம் தொடர்பாக நான் மேற்கொள்ளக்கூடிய தேர்ந்தெடுப்புகள் ஏற்கனவே மட்டுப்படுத்தப்பட்டுள்ளன. நான் இன்று யாராக இருக்கிறேன் என்பதும், நான் இன்று எந்த இடத்தில் இருக்கிறேன் என்பதும் ஏற்கனவே நேரத்தால் உருவாக்கப்பட்டுவிட்டதால், என் முன் இருக்கும் சாத்தியக்கூறுகளும் ஏற்கனவே தீர்மானிக்கப்பட்டுவிட்டன. அதாவது, என்னுடைய வருங்காலமும் ஒருவிதத்தில் மட்டுப்படுத்தப்பட்டதாகவே இருக்கிறது. ஏனெனில், நான் ஒரு குறிப்பிட்ட விஷயத்தைத் தேர்ந்தெடுக்கின்றபோது, என் முன் இருக்கின்ற பல சாத்தியக்கூறுகளை நான் தியாகம் செய்கிறேன். தினமும் நூற்றுக்கணக்கான தேர்ந்தெடுப்புகளை மேற்கொள்வதன்

மூலம் ஒரு குறிப்பிட்ட வாழ்க்கையை எனக்காக நான் உருவாக்கிக் கொள்கிறேன். அப்படிச் செய்வதன் மூலம் நான் கணக்குவழக்கற்றச் சாத்தியக்கூறுகளை நிரந்தரமாக இழந்துவிடுகிறேன். உங்களுடைய கற்பனையின் அடிப்படையில் நீங்கள் உங்களுக்காக ஒரு சிறந்த வாழ்க்கையை உருவாக்கிக் கொண்டால்கூட, ஏகப்பட்டப் பிற சாத்தியக்கூறுகளுக்கு நீங்கள் விடை கொடுத்துவிடுகிறீர்கள்.

வாழ்க்கையின் இந்த வரம்பெல்லை குறித்து நீங்கள் கேட்க வேண்டிய ஒரே கேள்வி, நீங்கள் அதை எதிர்கொள்ளத் தயாராக இருக்கிறீர்களா இல்லையா என்பதுதான். மனித இருத்தலின் அடிப்படைச் சவாலே இதுதான் என்று ஹெய்டெகர் கூறுகிறார். இந்த வரம்பெல்லைதான் நம்முடைய வாழ்க்கையை வரையறுக்கிறது என்பதால், அந்த உண்மையை எதிர்கொள்வதுதான் ஓர் உண்மையான வாழ்க்கையை வாழ்வதாகும் என்று அவர் கூறுகிறார். நம்முடைய வரம்புகளை முழுப் புரிதலுடன் ஏற்றுக் கொண்டு, நம்மால் முடிந்தவரை, இறப்பை நோக்கி நகர்ந்து கொண்டிருக்கின்ற இந்த வாழ்க்கையை நாம் வாழ வேண்டும். வாழ்க்கை என்பது ஓர் ஒத்திகை அல்ல. இதில், ஒவ்வொரு தேர்ந்தெடுப்பும் எண்ணற்றத் தியாகங்களை உள்ளடக்கியதாக இருக்கிறது. அதோடு, நேரம் எப்போது தீர்ந்து போகும் என்பது நமக்குத் தெரியாது. அது இன்றேகூடத் தீர்ந்து போகக்கூடும், அல்லது நாளையோ அல்லது அடுத்த மாதமோ அது தீர்ந்து போகக்கூடும். இன்றைய நாள் உங்கள் வாழ்வின் கடைசி நாளாக இருக்கக்கூடும் என்று கற்பனை செய்து கொண்டு நீங்கள் வாழ வேண்டும் என்பது போன்ற சில புளித்துப் போன கருத்தாக்கங்களை நீங்கள் கேட்டிருக்கலாம். அது அபத்தமானது. ஏனெனில், உண்மையிலேயே இது உங்களுடைய கடைசி நாளாக இருக்கலாம் என்பது அப்பட்டமான உண்மை. அதாவது, என்னால் வருங்காலத்தின் ஒரே ஒரு கணத்தின்மீதுகூட நம்பிக்கை வைக்க முடியாது.

ஒரு சராசரியான கண்ணோட்டத்திலிருந்து

பார்த்தால், இத்தகைய வாதம் சகித்துக் கொள்ளப்பட முடியாத, மரண கிலியூட்டுகின்ற, கடுமையான மன உளைச்சல் ஏற்படுத்துகின்ற ஒன்றாகத் தோன்றலாம். ஆனால், ஹெய்டெகர் அப்படிக் கருதவில்லை. இன்னும் சொல்லப் போனால், அவர் இதற்கு நேரெதிரான ஒரு கண்ணோட்டத்தை முன்வைக்கிறார். மனிதன் ஒரு ஜீவனுள்ள, துடிப்பான வாழ்க்கையை வாழ்வதற்கு, பிற மனிதர்களுடன் உண்மையான விதத்தில் உறவாடுவதற்கு, இந்த உலகம் எப்படி இருக்கிறதோ அப்படியே அதை அனுபவிப்பதற்கு இதுதான் ஒரே வழி. இந்தக் கண்ணோட்டத்தின்படி பார்த்தால், மரணத்தைப் பற்றிய நினைப்பே இல்லாமலும், அதைப் பற்றிய எண்ணங்களைத் தவிர்த்தும் வாழ்வதுதான் சகித்துக் கொள்ளப்பட முடியாததாகும். தப்பிக்கவே சாத்தியமற்ற நம்முடைய நிஜமான நிலையைப் பற்றிச் சிந்திக்காமல் இருப்பதற்காக, நம்முடைய சொந்த வாழ்க்கைக்குப் பொறுப்பேற்றுக் கொள்ளாமல், கவனச்சிதறல் ஏற்படுத்துகின்ற விஷயங்களை நாம் வலியப் போய் நாடுகிறோம், அர்த்தமற்ற மும்முரமான நடவடிக்கைகளில் ஈடுபடுகிறோம். அல்லது, இந்தக் குறுகிய வாழ்க்கையில் நாம் தேர்ந்தெடுப்புகளில் ஈடுபடத் தேவையில்லை என்று நமக்கு நாமே சொல்லிக் கொள்கிறோம். திருமணம் செய்து கொள்வதைத் தவிர நமக்கு வேறு வழியில்லை என்றோ அல்லது நம்முடைய ஆத்மாவைத் தினந்தோறும் சிறுகச் சிறுகத் தின்று கொண்டிருக்கின்ற வேலையில் தொடர்ந்து இருப்பதைத் தவிர வேறு வழியில்லை என்றோ நாம் சொல்லிக் கொள்கிறோம். அல்லது, அனைத்தையும் செய்வதற்கான சாத்தியமற்ற ஒரு முயற்சியில் நாம் ஈடுபடுகிறோம். இதுவும் ஒருவிதமான தப்பித்தல்தான். உண்மையிலேயே உங்களால் எல்லாவற்றையும் செய்ய முடிந்தால், நீங்கள் தேர்ந்தெடுப்புகளை மேற்கொள்ளத் தேவையில்லாமல் போய்விடும். இந்த முறையில் எதார்த்தத்தைத் தவிர்க்கின்ற விதத்தில் நீங்கள் வாழ்க்கை நடத்திக் கொண்டிருந்தால், வாழ்க்கை சௌகரியமானதாகத்தான் இருக்கும். ஆனால், இது அபத்தமான, ஆபத்தான

சௌகரியம். வாழ்க்கையின் குறுகியதன்மையை நேருக்கு நேர் எதிர்கொள்வதன் மூலமாகத்தான் நம்மால் வாழ்க்கையுடன் ஓர் ஆரோக்கியமான உறவை வளர்த்துக் கொள்ள முடியும்.

எதார்த்தத்திற்குத் திரும்புங்கள்

*2019*இல் வெளியான 'திஸ் லைஃப்' என்ற நூலில், மார்ட்டின் ஹாக்லுன்ட், இதைப் புதிர் நிலையிலிருந்து விடுவித்துத் தெளிவுபடுத்துகிறார். அவர் வாழ்க்கையின் குறுகியதன்மையை, மதங்கள் போதிக்கின்ற 'மரணத்திற்குப் பிந்தைய நிலைபேறுடைய வாழ்க்கை' என்ற கருத்தாக்கத்தோடு ஒப்பிடுகிறார். வாழ்க்கை ஒருபோதும் முடியாது என்று நீங்கள் உண்மையிலேயே எண்ணினால், இந்த உலகில் எதுவும் ஒரு பொருட்டாக இருக்காது. ஏனெனில், அப்போது, நீங்கள் உங்களுடைய அரிய வாழ்க்கையின் ஒரு சிறு பகுதியை ஒரு குறிப்பிட்ட விஷயத்திற்காகச் செலவழிக்க வேண்டுமா வேண்டாமா என்ற தீர்மானத்தை எடுக்க வேண்டிய அவசியமே உங்களுக்கு ஏற்படாது. "என்னுடைய வாழ்க்கை முடிவே இல்லாமல் தொடர்ந்து கொண்டிருக்கும் என்று நான் நம்பினால், என் வாழ்க்கை தீர்க்கப்பட முடியாத ஒரு நெருக்கடியில் இருக்கின்ற ஒன்றாக நான் கருத மாட்டேன். எனக்குக் கிடைத்திருக்கின்ற நேரத்தைக் கொண்டு எதையாவது செய்ய வேண்டும் என்ற வெறி என்னை ஆட்டிக் கொண்டிருக்காது," என்று ஹாக்லுன்ட் கூறுகிறார். முடிவே இல்லாத வாழ்க்கை என்பது அநியாயத்திற்குச் சலிப்பூட்டுவதாக இருக்கும். ஏனெனில், ஏதாவது ஒரு நாள், நீங்கள் ஏதாவது ஒன்றைச் செய்ய வேண்டுமா, வேண்டாமா என்ற முடிவை எடுக்க வேண்டிய நிலையை நீங்கள் எதிர்கொண்டால், உங்களுடைய பதில் எப்போதும் இப்படித்தான் இருக்கும்: அதைப் பற்றி நான் ஏன் அலட்டிக் கொள்ள வேண்டும்? இன்றில்லாவிட்டால், நாளை. நாளை இல்லாவிட்டால், அதற்கு மறுநாள். அதுவும் இல்லாவிட்டால், அதற்கு மறுநாள். ஹாக்லுன்ட்

தன் கண்ணில் பட்ட ஒரு பத்திரிகைத் தலைப்புச் செய்தியைப் பற்றித் தன் நூலில் குறிப்பிடுகிறார். அப்பத்திரிகையின் பெயர் யு.எஸ். கத்தோலிக். அது ஒரு கிறித்தவப் பத்திரிகை. அந்தக் கட்டுரையின் தலைப்பு: "சொர்க்கம்: அது சலிப்பூட்டும் ஒன்றாக இருக்குமோ?" அப்படியொரு சாத்தியக்கூறு இருக்குமோ என்ற சந்தேகம் ஒரு தீவிர மதப் பற்றாளருக்குத் திடீரென்று உதித்திருந்ததைத்தான் அத்தலைப்பு உணர்த்தியது.

இதற்கு நேரெதிராக, ஹாக்லுன்ட் தன் உறவினர்களுடன் சுவீடனின் கடற்கரையை ஒட்டிய பகுதியில் தன்னுடைய கோடை விடுமுறையைக் கழித்த அனுபவத்தைப் பற்றி எழுதுகிறார். "அந்த அனுபவம் மதிப்பு வாய்ந்தது. ஆனால், என்றென்றும் இந்த அனுபவத்தை அனுபவித்துக் கொண்டிருக்க நான் இங்கு இருக்க மாட்டேன் என்பது அந்த மதிப்பில் உள்ளார்ந்ததாக இருக்கிறது. என் உறவினர்களும் இருக்க மாட்டார்கள். அப்படியெனில், என் உறவினர்களுடனான என் உறவும் தற்காலிகமானதே. இந்தக் கடற்கரைகூட மாறிக் கொண்டிருக்கின்ற ஒன்றுதான். கடந்த 12,000 ஆண்டுகளாக, பனியிலிருந்து இந்த நிலம் தொடர்ந்து மீண்டு கொண்டே இருப்பதால், இது மாறிக் கொண்டே இருக்கிறது." இத்தகைய அனுபவங்களைக் கணக்கிலடங்காத எண்ணிக்கையில் பெற்றுக் கொண்டிருக்க முடியும் என்ற உத்தரவாதம் வழங்கப்பட்டால், அந்த அனுபவங்கள் ஒவ்வொன்றும் மதிப்பு வாய்ந்ததாக இருக்காது என்று அவர் கூறுகிறார். அவருக்கு அத்தகைய அனுபவங்கள் கிட்டவே கிட்டாது என்ற உத்தரவாதம் அந்த அனுபவங்களை மதிப்புமிக்கவையாக ஆக்குகிறது. இன்னும் சொல்லப் போனால், வாழ்க்கையின் குறுகியதன்மை குறித்து மதிப்பளிக்கின்ற இந்த நிலைதான், காலநிலை மாற்றம் போன்ற, மனிதகுலம் அனைத்திற்கும் ஆபத்து ஏற்படுத்துகின்ற விஷயங்களின் தாக்கம் குறித்து ஒருவரை உண்மையிலேயே அக்கறை கொள்ள வைக்கிறது என்று ஹாக்லுன்ட் தெரிவிக்கிறார். பூமியில் நம்முடைய இருத்தல் என்பது, சொர்க்கத்தில் முடிவேயற்ற ஒரு

வாழ்க்கைக்கான வெறும் முன்னோட்டமாக மட்டும் இருந்தால், அந்த இருத்தலுக்கான அச்சுறுத்தல் பெரியதொரு பொருட்டாக எடுத்துக் கொள்ளப்படாது.

நீங்கள் மதச் சார்பற்றவராக இருந்தாலும் சரி, மதச் சார்புடையவராக இருந்தாலும் சரி, மரணத்திற்குப் பிந்தைய முடிவேயற்ற வாழ்க்கையை அப்படியே நீங்கள் நம்பிவிடப் போவதில்லை. வாழ்க்கைக்கு ஒரு வரம்பெல்லை இருக்கிறது என்ற உண்மையை ஏற்றுக் கொள்ளாமல், இந்த உலகில் தங்களுக்கு ஏகப்பட்ட நேரம் இருக்கிறது என்ற நினைப்புடன் வாழ்கின்ற நபர்களும் இதே நிலையில் இருப்பவர்கள்தாம். ஏனெனில், அவர்களின் இந்த மனநிலை காரணமாக, குறிப்பிட்ட ஒரு நேரத் தொகுதியை எப்படிப் பயன்படுத்துவது என்ற தீர்மானத்திற்கு வர வேண்டியிருக்கும்போது, எந்தவொரு தேர்ந்தெடுப்பை மேற்கொண்டாலும் தாங்கள் பெரிதாக இழப்பதற்கோ அல்லது பெறுவதற்கோ எதுவும் இருப்பதாக அவர்கள் கருத மாட்டார்கள். மரணம் குறித்த நிச்சயத்தன்மையையும், அது வெளிப்படுத்துகின்ற சூசகத்தையும் துணிச்சலுடன் எதிர்கொள்வதன் மூலமே, நம்மால் நம் வாழ்க்கையில் நிகழ்கணத்தில் இலயிக்க முடியும்.

புற்றுநோயின் காரணமாகச் சாவின் விளிம்பிற்குச் சென்றுத் திரும்புகின்ற பிரபலங்கள், அதைத் 'தங்களுடைய வாழ்வில் நிகழ்ந்த ஆகச் சிறந்த விஷயம்' என்று கூறுவதற்குப் பின்னாலுள்ள ஞானப் படிப்பினை இதுதான். அப்போது அவர்களுக்குத் தங்களுடைய வாழ்க்கையில் எவை அர்த்தமுள்ளவை என்பது குறித்தச் சம்மட்டி அடிப் பார்வை கிடைக்கிறது. சில நேரங்களில், இதுபோன்ற விஷயங்கள், மரணத்தின் நிச்சயத்தன்மையை எதிர்கொள்கின்றபோது மக்கள் உண்மையிலேயே மகிழ்ச்சியானவர்களாக மாறிவிடுகின்றனர் என்ற மாயத் தோற்றத்தை உருவாக்கிவிடுகின்றன. ஆனால், அது உண்மையல்ல. உங்களுக்குச் சாவு நிச்சயம், இந்த பூமியில் நீங்கள் இருப்பதற்கான நேரம் வரம்புக்குட்பட்டது ஆகிய உண்மைகளை நீங்கள் உங்களுக்குள் ஆழமாக உணர்வீர்கள் என்றாலும், அதை மகிழ்ச்சி என்று

அழைக்க முடியாது. ஆனால், வாழ்க்கையின் நிதர்சனத்தைத் தெள்ளத் தெளிவாகப் புரிந்து கொள்ள முடியும். மேரியான் கோர்ட்ஸ் என்ற சிற்பியின் கணவர் ஒரு நாள் திடீரென்று அவரிடம் வந்து, தனக்கு மூளையில் அறுவை சிகிச்சை செய்யப்பட முடியாத கட்டி ஒன்று இருந்ததாகவும், தன் ஆயுள் அதிகபட்சம் இன்னும் மூன்று ஆண்டுகள்தான் என்றும் தெரிவித்தார். அப்போது அவர்களுடைய மகனுக்கு இரண்டு வயது. அதைப் பற்றி மேரியான் தன்னுடைய சுயசரிதையில் இவ்வாறு குறிப்பிட்டுள்ளார்:

> *ஏதோ ஒன்று நிகழ்ந்துள்ளது. அது ஒரு செய்தித் துணுக்கு. ஒரு பெரிய நிகழ்வின் அந்தஸ்தைப் பெற்றிருந்த நோய் அறிவிப்பு அது. அதற்கு முன்பு அலைகளற்ற ஒரு குளத்தைப்போல இருந்த எங்களுடைய வாழ்க்கையை அது புரட்டிப் போட்டுவிட்டது.*
>
> *ஆனால், நாங்கள் ஒன்றைக் கற்றுக் கொண்டோம். எந்நேரமும் மரித்துவிடக்கூடிய மாந்தர்கள்தாம் நாம் என்ற புரிதல்தான் அது. இது நாம் ஏற்கனவே அறிந்த விஷயம்தானே என்று நீங்கள் கூறலாம். ஆனால், அது உண்மையல்ல. நாம் அதை அறிந்திருப்பதில்லை. அச்செய்தி, ஒரு கணத்திற்கும் மற்றொரு கணத்திற்கும் இடையேயுள்ள இடைவெளியில் வந்து விழுந்தது. அதுபோன்ற விஷயங்களுக்கு அப்படிப்பட்டதோர் இடைவெளி இருப்பது சாத்தியம் என்று நீங்கள் நினைக்காதிருக்கலாம். ஒரு புதிய இயற்பியல் விதி எங்களிடம் விவரிக்கப்பட்டதைப்போல அது இருந்தது. அது பிற விதிகளைப்போல முழுமையானதாக இருந்தாலும், அதில் ஒருவிதமான பயங்கரமான சராசரித்தனம் இருந்தது. அது ஒரு கண்ணோட்ட விதி. அது இவ்வாறு தெரிவிக்கிறது: "உன் கண்களில் படுகின்ற அனைத்தையும் நீ இழப்பாய்!"*

இதைத் தனியாகக் குறிப்பிட வேண்டிய தேவையில்லை. ஆனாலும், நான் இதை வலியுறுத்த விரும்புவதால்

கூறுகிறேன். குணப்படுத்தப்பட முடியாத ஒரு நோய் கண்டுபிடிக்கப்படுதல், ஒரு துக்கம் அனுசரிக்கப்படுதல், மரணதேவனுடனான நேரடிச் சந்திப்பு போன்றவை ஏதோ ஒருவிதத்தில் நல்லது அல்லது விரும்பத்தக்கது அல்லது மதிப்புமிக்கது என்று நான் கூற வரவில்லை. இத்தகைய அனுபவங்கள் எவ்வளவுதான் வரவேற்கத்தக்கவையாக இல்லாதிருந்தாலும், அவற்றை எதிர்கொள்பவர்களுக்கு, அதற்குப் பிறகு, நேரத்துடனான ஒரு புதிய, நேர்மையான உறவு ஏற்பட்டுவிடுகிறது. அதுபோன்ற வேதனைமிக்க அனுபவங்கள் எதையும் பெறாமலேயே அந்தக் கண்ணோட்டத்தில் ஒரு சிறு அளவையாவது நம்மால் சுவீகரித்துக் கொள்ள முடியுமா என்பதே நம் முன் உள்ள கேள்வி. இதைத் துல்லியமாக வார்த்தைகளில் வர்ணிக்க எழுத்தாளர்களும் தத்துவவியலாளர்களும் காலங்காலமாகத் தடுமாறிக் கொண்டிருக்கின்றனர். ‘மகிழ்ச்சி’ என்ற வார்த்தை தவறானது; ‘வருத்தம்’ என்ற வார்த்தை அதன் பொருளைச் சரியாக உணர்த்துவதற்குப் போதுமானதாக இல்லை; பாதிரியார் ரிச்சர்டு ரோர் அதைப் ‘பிரகாசமான வருத்தம்’ என்று அழைக்கிறார்; கவிஞர் ஜாக் கில்பர்ட் அதைப் ‘பிடிவாதமான உவகை’ என்று விளிக்கிறார்; தத்துவவியலாளர் புரூஸ் பாலார்டு இதை ‘நிதானமான ஆனந்தம்’ என்று குறிப்பிடுகிறார். அல்லது, இதை நீங்கள் வெறுமனே, வாரக்கணக்கில் ஆயுட்காலத்தைக் கொண்ட ஒரு வாழ்க்கையின் நிஜ தரிசனத்தைப் பெறுதல் என்றும் அழைக்கலாம்.

எல்லாமே கடன் வாங்கப்பட்ட நேரம்தான்

இந்தக் கட்டத்தில் நான் ஓர் உண்மையை உங்களிடம் ஒப்புக் கொண்டாக வேண்டும். என்னுடைய அன்றாட வாழ்க்கையின் ஒவ்வொரு கணத்தையும், வாழ்க்கை என்பது வரம்புக்குட்பட்டது என்ற உண்மையை ஏற்றுக் கொண்டு நான் வாழ்வதில்லை. இன்னும் சொல்லப் போனால், எவருமே அப்படி வாழ்ந்து கொண்டிருக்கவில்லை என்று கூறக்கூட நான் துணிவேன். ஆனால், பொதுவாக அப்படிப்பட்ட

ஒரு கண்ணோட்டத்தை சுவீகரித்துக் கொள்வதும், எப்போதாவது அதைப் பற்றி நினைத்துக் கொள்வதும், கால ஓட்டத்தின் ஊடாக, இங்கு, இக்கணத்தில் ஜீவனுடன் இருத்தல் குறித்து நீங்கள் எப்படி உணர்கிறீர்கள் என்பதில் குறிப்பிடத்தக்கதொரு மாற்றத்தை ஏற்படுத்தும் என்பது உறுதி. அன்றாடக் கண்ணோட்டத்திலிருந்து பார்க்கின்றபோது, வாழ்க்கை என்பது குறுகியது என்ற உண்மை, நாம் பயங்கரமாக எள்ளி நகையாடப்படுகிறோம் என்ற உணர்வை நமக்குக் கொடுக்கிறது. ஓர் அறிஞர் கூறியுள்ளதுபோல, "ஒருவரிடமிருந்து அவருடைய நேரத்தைப் பிடுங்கிக் கொண்டு அவரை அவமதிப்பதுபோல அது இருக்கிறது." நீங்கள் என்றென்றைக்குமாக வாழ – உங்களுடைய நாட்டு மக்களின் இதயங்களில் அல்ல, உங்களுடைய சொந்த வீட்டில் வாழ – நீங்கள் திட்டம் தீட்டுகிறீர்கள். ஆனால், நிச்சய மரணம் என்ற உண்மை வந்து உங்களுடைய அந்த உரிமையைத் தட்டிப் பறிக்கிறது.

ஆனால், ஆழமாக யோசித்துப் பார்த்தால், இந்த மனப்போக்கில் ஒருவிதமான உரிமை கோருதல் இருப்பது புலனாகிறது. வரம்பற்ற நேரம் இருக்கிறது என்று நாமாகவே நினைத்துக் கொண்டு, குறுகிய வாழ்க்கை என்பது அதை மீறுவதாக இருக்கிறது என்று எதற்காக நாம் அனுமானித்துக் கொள்ள வேண்டும்? அதை வேறு விதமாகப் பார்த்தால், நான்காயிரம் வாரங்கள் என்பதை ஏன் ஒரு சிறிய எண்ணாகப் பார்க்க வேண்டும்? அந்த எண்ணை எதற்காக ஒரு முடிவுறா எண்ணுடன் ஒப்பிட்டுப் பார்க்க வேண்டும்? நீங்கள் பிறந்தே இருக்காவிட்டால், உங்களுக்கு ஒன்றுமே கிடைத்திருக்காதே? அந்த அடிப்படையில் பார்த்தால், இந்த எண்ணிக்கை ஒரு பெரிய எண்ணிக்கையாகத்தானே தென்படும்? நமக்குக் கிடைத்திருப்பது அரிதான ஒன்று என்ற கண்ணோட்டத்தைக் கொண்டிருக்காதவர்கள்தாம், தங்களுக்குக் கிடைத்திருக்கின்ற வாழ்க்கை தங்களுடைய உரிமை என்பதுபோலவும், அதைத் தங்களிடமிருந்து தட்டிப் பறிப்பதற்கு எவருக்கும் உரிமை இல்லை என்பதுபோலவும் நடந்து கொள்வர். அதாவது,

நேரம் வரம்பற்றதாக இருந்தாலும், உங்களுக்கு அது மறுக்கப்படுவதன் மூலம் நீங்கள் ஏமாற்றப்படுகிறீர்கள் என்று நீங்கள் எடுத்துக் கொள்ளத் தேவையில்லை. மாறாக, உங்களுக்கு ஏதோ நேரம் வழங்கப்பட்டுள்ளது என்பதே விவரணத்திற்கு அப்பாற்பட்ட ஓர் அதிசயம் என்றுதான் நீங்கள் எடுத்துக் கொள்ள வேண்டும்.

கனேடிய எழுத்தாளர் டேவிட் கெயின், 2018ஆம் ஆண்டின் கோடைக்காலத்தின்போது இந்த உண்மையை அதிர்ச்சியுடன் புரிந்து கொண்டார். அவர் அப்போது டொரோன்டோ நகரிலுள்ள கிரீக்டவுன் மாவட்டத்தில் நடைபெற்ற ஒரு நிகழ்ச்சியில் கலந்து கொள்வதற்காகச் சென்றிருந்தார். அவர் அந்த நகருக்குக் குறிப்பிடத்தக்க எந்தவிதமான நிகழ்வுகளும் இல்லாமல் வந்து சேர்ந்திருந்தார். அதற்குப் பின் நிகழ்ந்ததை அவர் இவ்வாறு விவரிக்கிறார்: "அந்த நிகழ்ச்சி தொடங்குவதற்கு நிறைய நேரம் இருந்ததால், நான் அந்த நகரில் காலாற நடந்து கொண்டிருந்தேன். நான் முதலில் அங்கிருந்த ஒரு பூங்காவுக்குச் சென்று சிறிது நேரத்தைக் கழித்தேன். பின் டான்ஃபோர்த் அவென்யூவில் இருந்த கடைகள் மற்றும் உணவகங்களை நான் நோட்டம் விட்டேன். கழன்று போயிருந்த என் ஷூ லேஸைக் கட்டுவதற்காக அங்கிருந்த ஒரு தேவாலயத்தின் முன்னால் நான் நின்றேன். நான் புதியவர்களைச் சந்திக்க இருந்தது எனக்குள் ஒருவிதமான பதற்றத்தைக் கொடுத்துக் கொண்டிருந்ததை நான் உணர்ந்தேன்." இரண்டு வாரங்களுக்குப் பிறகு, அதே தெருவில், மனநிலை பாதிக்கப்பட்டிருந்த ஒருவன், துப்பாக்கியால் பதினான்கு பேரைச் சுட்டுவிட்டுத் தன்னையும் மாய்த்துக் கொண்டான். அவனால் சுடப்பட்டிருந்தவர்களில் இருவர் இறந்துவிட்டனர். பகுத்தறிவுரீதியாகப் பார்த்தால், அது டேவிட் மயிரிழையில் உயிர் தப்பிய ஒரு நிகழ்வு அல்ல. ஏனெனில், அந்தத் தெரு வழியாகத் தினந்தோறும் ஆயிரக்கணக்கான நபர்கள் நடந்து சென்று கொண்டிருந்தனர். அவர் அந்தத் துப்பாக்கிச் சூடு நடைபெறுவதற்கு ஒரு சில நிமிடங்களுக்கு முன்பு அங்குத் திரிந்து கொண்டிருக்கவில்லை.

ஆனாலும், தான் அந்தத் துப்பாக்கிச் சூட்டில் மாட்டிக் கொண்டிருந்திருக்கக்கூடும் என்ற எண்ணமே அவரை உலுக்குகின்ற ஆற்றலைக் கொண்டிருந்தது. அதைப் பற்றி அவர் பின்னர் இவ்வாறு எழுதினார்: "அந்தத் துப்பாக்கிச் சூடு நிகழ்ச்சியை நேரில் பார்த்தச் சாட்சிகளின் வீடியோக்களை நான் பார்த்தேன். அவற்றில், நான் நின்று கொண்டிருந்த தேவாலயத்தின் படமும், நான் திரிந்து கொண்டிருந்த தெருவின் படமும் இடம்பெற்றிருந்தன. அது எனக்கு ஒரு முக்கியமான கண்ணோட்டத்தைக் கொடுத்தது. நான் உயிருடன் இருப்பது நிகழ்ந்துள்ளது. எந்தவொரு பிரபஞ்ச விதியும் எனக்கு அந்த உரிமையைக் கொடுக்கவில்லை. ஜீவனுடன் இருத்தல் என்பது தற்செயலானது. கூடுதலாக ஒரு நாளுக்குக்கூட உத்தரவாதம் கிடையாது."

இதுபோன்ற கண்ணோட்ட மாற்றங்கள், அன்றாடம் நடக்கின்ற எரிச்சலூட்டுகின்ற நிகழ்வுகளுக்கு நாம் எதிர்வினையாற்றுவதில் பெரும் தாக்கம் ஏற்படுத்துவதை நான் கண்டுள்ளேன். போக்குவரத்து நெரிசல்கள், விமான நிலையப் பாதுகாப்புச் சோதனைகள், அதிகாலை ஐந்து மணிக்கு மேல் தூங்க மறுக்கும் கைக்குழந்தைகள், கழுவப்படுவதற்காகக் காத்துக் கொண்டிருக்கும் சமையல் பாத்திரங்கள் போன்றவை அவற்றுக்கான ஒரு சில எடுத்துக்காட்டுகள். பல ஆண்டுகளாக, இவை போன்ற சிறிய அசௌகரியங்களுக்கு நான் கடுமையாக எதிர்வினையாற்றி வந்திருந்தேன் என்பதை நான் கூனிக் குறுகித்தான் உங்கள் முன் ஒப்புக் கொள்கிறேன். இப்போதும் அவ்வப்போது அவை என் மகிழ்ச்சியைக் குலைத்துக் கொண்டுதான் இருக்கின்றன. ஆனால், அவற்றின் தாக்கம், நான் உற்பத்தித்திறன் வெறியனாக இருந்தபோது ஒப்பீட்டு நோக்கில் அதிகமாக இருந்தது. நீங்கள் 'நேரத்தை வசப்படுத்த' முனைகின்றபோது, உங்களுடைய கால அட்டவணையைச் சிதைக்கின்ற சின்னச் சின்ன விஷயங்கள்கூட, குறிப்பாகப் பிறரால் உங்கள்மீது திணிக்கப்படுகின்ற விஷயங்கள், உங்களுக்குக் கடும் எரிச்சல் ஏற்படுத்தும். ஆனால், உங்களுடைய வாழ்க்கையில் அவ்வப்போது

எரிச்சலூட்டுகின்ற விஷயங்கள் நடக்கத்தான் செய்யும் என்பதை நீங்கள் ஏற்றுக் கொள்கின்றபோது, விஷயங்கள் முற்றிலும் மாறிவிடுகின்றன. சுற்றுச்சூழல் ஆலோசனையாளரான ஜெஃப் லை என்னிடம் ஒரு தகவலைப் பகிர்ந்து கொண்டார். அவருடைய சகாவும் நெருங்கிய நண்பருமான டேவிட் வாட்சன் அகால மரணமடைந்துவிட்டார். "அதற்குப் பிறகு, நான் போக்குவரத்து நெருக்கடியில் சிக்கிக் கொள்கின்றபோது, வழக்கமாக அடைவதுபோல எரிச்சல் அடைவதில்லை. மாறாக, 'இறந்து போயிருப்பதற்குப் பதிலாக இந்தப் போக்குவரத்து நெருக்கடியில் மாட்டிக் கொள்வதற்கு டேவிட்டுக்கு ஒரு வாய்ப்புக் கொடுக்கப்பட்டால், அவர் அதை எப்படி வரவேற்றிருப்பார்?' என்று நான் எண்ணிக் கொள்வேன். உடனே என் கோபம் பறந்து போய்விடும்." பல்பொருள் அங்காடிகளில் நீண்ட வரிசைகளில் நிற்பது, அல்லது வாடிக்கையாளர் சேவையைத் தொலைபேசியில் அழைக்கின்றபோது காக்க வைக்கப்படுவது போன்றவை குறித்தும் ஜெஃப் அதற்குப் பிறகு சலித்துக் கொள்வதில்லை. அந்தக் கணங்களில் அவர் ஈடுபட்டுக் கொண்டிருக்கின்ற நடவடிக்கைகள்மீது மட்டும் அவர் தன் முழுக் கவனத்தையும் குவித்திருப்பதில்லை. அதேபோல, தான் என்ன காரியங்களைச் செய்து கொண்டிருக்கலாம் என்றுகூட அவர் யோசிப்பதில்லை. மாறாக, தான் அக்கணத்தில் செய்து கொண்டிருந்த காரியங்களைத் தனக்குள் பெருக்கெடுத்து ஓடிய நன்றியுணர்வுடன் தான் செய்து கொண்டிருந்ததைக் கண்டு அவரே வியந்து போனார்.

இவற்றையெல்லாம் கணக்கில் எடுத்துக் கொண்டு, இந்த உலகில் நமக்கு இருக்கின்ற குறுகிய காலத்தை எப்படிப் பயன்படுத்துவது என்ற அடிப்படையான, இன்றியமையாத கேள்விக்கு நாம் மீண்டும் வரலாம். நாம் ஏற்கனவே பார்த்ததுபோல, ஒரு குறுகிய ஆயுட்காலத்தைக் கொண்ட ஒரு மனிதன் என்ற முறையில் நீங்கள் எப்போதும் கடினமான தேர்ந்தெடுப்புகளை மேற்கொள்ள வேண்டியிருக்கிறது. எடுத்துக்காட்டாக,

இன்றைய மாலைப் பொழுதை எனக்கு முக்கியமானதாகப் படுகின்ற எழுத்துப் பணிக்காகச் செலவழிப்பதை நான் தேர்ந்தெடுக்கின்றபோது, எனக்கு முக்கியமானதாகப் படுகின்ற வேறு பலவற்றை (எடுத்துக்காட்டு: என் மகனுடன் விளையாடுதல்) நான் தியாகம் செய்ய வேண்டியுள்ளது. இதை வருத்தத்திற்குரிய ஒரு நிலையாகப் பார்த்து, இத்தகைய தேர்ந்தெடுப்புகளை மேற்கொள்ள வேண்டியிராத மாற்று ஏற்பாடு ஒன்றுக்காக ஏங்குவது இயல்புதான். ஆனால், இப்படிப்பட்டத் தேர்ந்தெடுப்புகளை மேற்கொள்ள வேண்டிய நிலை குறித்துப் புலம்பாமல், அப்படிப்பட்டத் தேர்ந்தெடுப்புகளை மேற்கொள்ள வாய்ப்புக் கிட்டியுள்ளது குறித்துச் சிந்தித்தால் அது எப்படியிருக்கும்? நாம் அந்தக கண்ணோட்டத்தை சுவீகரித்துக் கொள்கின்றபோது, சூழ்நிலைகள் இனியும் வருத்தமளிப்பவையாக இருப்பதில்லை. தீர்மானங்களை மேற்கொள்கின்ற ஒவ்வொரு கணமும், உங்கள் முன் படைக்கப்படுகின்றஏகப்பட்டச்சாத்தியக்கூறுகளிலிருந்து ஒன்றைத் தேர்ந்தெடுப்பதற்கான ஒரு வாய்ப்பாகத் தோற்றமளிக்கிறது. அப்படிப்பட்ட ஒரு கணத்திற்கான வாய்ப்பு உங்களுக்குக் கிடைத்திருக்காமலே போயிருக்கலாம். ஒன்றைத் தேர்ந்தெடுத்ததன் மூலம் இழந்துவிட்டிருந்த எண்ணற்ற வாய்ப்புகள் குறித்து ஏங்குவதும் இதனால் நின்று போய்விடும்.

இச்சூழ்நிலையில், பலவற்றிலிருந்து ஒன்றைத் தேர்ந்தெடுப்பது என்பதைத் தோல்வியின் அடையாளமாகப் பார்ப்பதற்குப் பதிலாக, அதை ஒரு நேர்மறையான உறுதிப்பாட்டின் அடையாளமாகப் பார்த்தல் முக்கியமானது. இக்கட்டத்தில், எண்ணற்றப் பிறவற்றை விட்டுவிட்டு, எது மிகவும் அர்த்தமுள்ளதாகத் தெரிகிறதோ அதை நீங்கள் தேர்ந்தெடுத்துள்ளதன் மூலம் நீங்கள் நேர்மறையானதோர் அணுகுமுறையை வெளிப்படுத்துகிறீர்கள். வேறு வார்த்தைகளில் கூற வேண்டுமென்றால், இந்தத் தேர்ந்தெடுப்பே அதற்கு ஓர் ஆழமான அர்த்தத்தைக் கொடுக்கிறது. இதை மொத்த வாழ்க்கைக்கும் பொருத்திக் கொள்ள முடியும்.

எடுத்துக்காட்டாக, நீங்கள் ஒருவரைத் திருமணம் செய்து கொள்வதன் மூலம், அவரைவிட மேம்பட்ட வாழ்க்கைத் துணைவராக ஆக வாய்ப்புள்ள ஒருவரைத் தேர்ந்தெடுக்கின்ற வாய்ப்பை நீங்கள் தவறவிடுகிறீர்கள். அதுதான் அத்திருமணத்தை அர்த்தமுள்ளதாக ஆக்குகிறது. இந்தக் கண்ணோட்டத்தை சுவீகரிப்பதன் மூலம், 'ஒன்றை இழப்பதற்கான வாய்ப்பு குறித்த பயத்திற்குப் பதிலாக', 'ஒன்றை இழப்பதிலுள்ள ஆனந்தத்தை' நீங்கள் இங்கு அனுபவிக்கிறீர்கள். எதை விட்டுவிட வேண்டும் என்பதை நீங்கள் தேர்ந்தெடுக்கத் தேவையில்லை என்பது உங்களுக்கு ஒரு பரவசமான உணர்வைக் கொடுக்கும். இந்த மனநிலையில், நீங்கள் சில இனிமையான அனுபவங்களைத் தியாகம் செய்யப் போகிறீர்கள், சில கடமைகளை உதறித் தள்ளப் போகிறீர்கள் என்ற உண்மையை உங்களால் ஏற்றுக் கொள்ள முடியும். ஏனெனில், அதற்கு மாற்றாக நீங்கள் செய்யத் தேர்ந்தெடுத்துள்ள காரியம், உங்களுடைய குடும்பத்திற்காக வருவாய் ஈட்டுவது, உங்களுடைய புதினத்தை எழுதுவது, உங்களுடைய கைக்குழந்தையைக் குளிப்பாட்டுவது, சூரிய அஸ்தமனத்தைத் தரிசிப்பதற்காக நீங்கள் செய்து கொண்டிருக்கின்ற வேலையை அப்படியே நிறுத்திவிடுவது போன்ற எதுவாக இருந்தாலும், நீங்கள் எதிர்பார்ப்பதற்கான எந்த உரிமையும் இல்லாத ஒரு குறிப்பிட்ட நேரத்தை, அந்தச் செயலைச் செய்வதில் செலவிடுவதற்கு நீங்கள் தேர்ந்தெடுத்திருக்கிறீர்கள்.

அத்தியாயம் நான்கு

ஒரு மேம்பட்டக் காலந்தாழ்த்துநராக ஆதல்

மனித வாழ்க்கையின் குறுகியதன்மை குறித்து எண்ணற்றத் தத்துவவியலாளர்கள் ஆராய்ந்துள்ளபோதிலும், நடைமுறைக்கு உகந்த பரிந்துரைகள் எதையும் கொடுக்க அவர்கள் முன்வரவில்லை. ஆனாலும், அவர்களுடைய உள்நோக்குகளில் சில, நம்முடைய அன்றாட வாழ்வில் நாம் பின்பற்றத்தக்கவையாக இருக்கின்றன. அனைத்தையும் செய்வது என்பது சாத்தியமற்றது என்பதால், அதில் ஈடுபட அவர்கள் பரிந்துரைக்கவில்லை. மாறாக, எவற்றையெல்லாம் செய்யாமலிருக்க வேண்டும் என்பதைப் பற்றியும், அப்படி அவற்றைச் செய்யாமலிருப்பதைத் தேர்ந்தெடுப்பதனால் எப்படி மன உளைச்சலுக்கு ஆளாகாமல் இருப்பது என்பதைப் பற்றியும் அவர்கள் பேசியுள்ளனர். அமெரிக்க நூலாசிரியரான கிரெக் கிரெச் கூறியபடி, ஒரு மேம்பட்டக் காலந்தாழ்த்துநராக ஆவது எப்படி என்பதை நாம் கற்றுக் கொள்ள வேண்டும். காலந்தாழ்த்துதல் என்பது ஒருவிதத்தில் தவிர்க்கப்பட முடியாதது என்று கூறலாம். உண்மையில், ஒவ்வொரு கணத்திலும் நீங்கள் கிட்டத்தட்ட எல்லாவற்றையும் தள்ளிப்போட்டுக் கொண்டிருப்பீர்கள். உங்களுடைய வாழ்க்கையின் முடிவில், அவற்றைச் செய்யாமலேயே நீங்கள் அந்த இடத்தை அடைந்திருப்பீர்கள்.

அதனால், காலந்தாழ்த்துதலை ஒழிப்பது நம்முடைய இலக்கு அல்ல. மாறாக, அர்த்தமுள்ள விஷயங்களில் உங்களுடைய கவனத்தைக் குவிப்பதற்கு வசதியாக, நீங்கள் காலந்தாழ்த்துவதற்குத் தேர்ந்தெடுக்கின்ற விஷயங்களைப் புத்திசாலித்தனமாகத் தேர்ந்தெடுப்பது எப்படி என்பதை அறிந்து கொள்வதுதான் நம்முடைய நோக்கம். எந்தவொரு நேர நிர்வாக உத்தியும், நாம் சரியான விஷயங்களைப் புறக்கணிப்பதற்கு அது நமக்கு உதவுகிறதா இல்லையா என்பதை வைத்தே எடைபோடப்பட வேண்டும்.

பெரும்பாலான நேர நிர்வாக உத்திகள் அதைச் செய்வதில்லை. மாறாக, அவை குட்டையை மேலும் குழப்புகின்றன. நம்மால் எல்லாவற்றையும் செய்துவிட முடியும் என்று நம்மை நம்ப வைக்கவே பெரும்பாலான உற்பத்தித்திறன் வல்லுநர்கள் முயற்சிக்கின்றனர். ஒரு ஜாடிக்குள் ஒரு பாறாங்கல்லை வெற்றிகரமாகப் போடுவது குறித்த ஒரு புளுகுமூட்டை உருவகக் கதையை நீங்கள் கேள்விப்பட்டிருக்கக்கூடும். இதை முதலில் உலகிற்குள் அவிழ்த்துவிட்டப் புண்ணியவான் ஸ்டீபன் ஆர். கவி. அவர் 1994 இல் எழுதி வெளியிட்ட 'ஃபர்ஸ்ட் திங்ஸ் ஃபர்ஸ்ட்' என்ற நூலில் இது இடம்பெற்றிருந்தது. அதற்குப் பிறகு, இந்தப் புளித்துப் போன கதை, உற்பத்தித்திறன் வட்டாரங்களில் மீண்டும் மீண்டும் வாந்தியெடுக்கப்பட்டது. அக்கதை இப்படிச் செல்லும்: ஒரு நாள் ஒரு பள்ளி வகுப்பிற்குள் ஓர் ஆசிரியர் நுழைவார். அவர் வரும்போது, ஒரு பெரிய கண்ணாடி ஜாடி, சிறிது மணல் இருக்கின்ற ஒரு பை, சில கூழாங்கற்கள் மற்றும் சில சிறு பாறாங்கற்களையும் அவர் தன்னுடன் எடுத்து வருவார். அவற்றை மேசைமீது வைத்துவிட்டு, தன் மாணவர்களிடம் அவர் ஒரு சவால்விடுவார். அவர் கொண்டு வந்திருந்த எல்லா மணலையும் கூழாங்கற்களையும் பாறாங்கற்களையும் அந்த மாணவர்கள் அந்த ஜாடிக்குள் போட வேண்டும். அவருடைய மாணவர்கள் – அவர்கள் சிறிது மந்தமானவர்களாக இருந்திருக்க வேண்டும் என்று நினைக்கிறேன் – முதலில் அந்த மணலை

அல்லது கூழாங்கற்களை உள்ளே போட்டுவிட்டு, பின்னர் பாறாங்கற்களைப் போட முயன்று தோற்றுப் போய்விடுவர். இறுதியில், அந்த ஆசிரியர் – அப்போது அவருடைய முகத்தில் ஓர் இளக்காரமான புன்னகை நிச்சயமாகப் படர்ந்திருந்திருக்கும் என்பதில் சந்தேகமில்லை – அதற்கான தீர்வை அந்த மாணவர்களிடம் காட்டுவார். அவர் அந்த ஜாடியில் முதலில் அந்தப் பாறாங்கற்களைப் போடுவார், அடுத்துக் கூழாங்கற்களைப் போடுவார், இறுதியில் மணலைப் போடுவார். பெரிய பாறாங்கற்களுக்கு இடையே இருக்கும் இடைவெளிகளில் கூழாங்கற்கள் சென்றுவிடும். இறுதியில் மணல் அவை அனைத்திற்கும் இடையே இருக்கும் இடுக்குகளில் சௌகரியமாகப் புகுந்து கொள்ளும். இதுதான் இந்தக் கதையின் நீதி: முக்கியமான வேலைகளுக்கு நீங்கள் முதலில் நேரம் ஒதுக்கினால், அவை முதலில் விரைவாகச் செய்து முடிக்கப்பட்டுவிடும். அதனால், முக்கியத்துவமற்ற வேலைகளைச் செய்வதற்கும் போதுமான அளவு நேரம் இருக்கும். உங்களுடைய வேலைகளை நீங்கள் இந்த முறைப்படி அணுகாவிட்டால், உங்களால் முக்கியமான வேலைகளை ஒருக்காலும் செய்து முடிக்க முடியாது.

இந்த இடத்தில் அந்தக் கதை நிறைவடைகிறது. ஆனால், அது உண்மையல்ல. தான்தோன்றித்தனமான அந்த ஆசிரியர், நேர்மையற்ற முறையில் நடந்து கொண்டிருந்தார். அவர் அந்த வகுப்பறைக்குள் வரும்போதே, அந்த ஜாடிக்குள் பொருந்துகின்ற அளவு கொண்ட சில குறிப்பிட்டப் பாறாங்கற்களை மட்டுமே எடுத்து வந்திருந்தார். அவை அனைத்தும் அந்த ஜாடிக்குள் அடங்கிவிடும் என்பது அவருக்கு முன்பே தெரியும். ஆனால், நேர நிர்வாகத்திலுள்ள நடைமுறைப் பிரச்சனை, முக்கியமான விஷயங்களுக்குச் சரியான முன்னுரிமை அளிக்க நமக்குத் தெரியவில்லை என்பது அல்ல. மாறாக, நடைமுறையில் எண்ணற்றப் பெரிய பாறாங்கற்கள் இருக்கின்றன என்பதுதான் உண்மையான பிரச்சனை. அவற்றில் பல அந்த ஜாடிக்குள் நுழையவே நுழையாது. பிரச்சனைகளில் எவை முக்கியமானவை,

எவை முக்கியத்துவமற்றவை என்பதை எப்படி வேறுபடுத்துவது என்பது இங்குள்ள முக்கியப் பிரச்சனை அல்ல. கிட்டத்தட்ட ஒரே முக்கியத்துவம் கொண்ட பல பிரச்சனைகள் இருக்கின்றபோது, அவற்றை எப்படிக் கையாள்வது என்பதுதான் பிரச்சனை. அதிர்ஷ்டவசமாக, இந்தத் தடுமாற்றத்தைத் துல்லியமாக எப்படிக் கையாள்வது என்பதைப் பற்றிச் சில வல்லுநர்கள் எடுத்துரைத்துள்ளனர். அவை மூன்று முக்கியக் கொள்கைகளின் அடிப்படையில் அமைந்துள்ளன. அவற்றை நாம் பார்க்கலாம்.

1. முதலில் உங்களுக்குக் கொடுத்துக் கொள்ளுங்கள்

'முதலில் உங்களுக்குக் கொடுத்துக் கொள்ளுங்கள்' என்பது முதலாவது கொள்கையாகும். நேரம் என்று வரும்போது, 'முதலில் உங்களுக்குக் கொடுத்துக் கொள்ளுங்கள்' என்ற இக்கொள்கையை நீங்கள் கடைபிடிக்க வேண்டும். இதை நான் தனிநபர் நிதி நிர்வாக உலகிலிருந்து கடன் வாங்கியுள்ளேன். தனிநபர் நிதி நிர்வாக உலகில் இக்கொள்கை பல ஆண்டுகளாக ஒரு செயல்முறைச் சாத்தியமுள்ள ஓர் உத்தியாக வெற்றிகரமாகக் கடைபிடிக்கப்பட்டு வருகிறது. இது இப்படிச் செயல்படுகிறது: உங்களுக்குச் சம்பளம் வந்தவுடன் முதல் காரியமாக அதில் ஒரு பகுதியை உங்களுக்குக் கொடுத்துக் கொள்ள வேண்டும். அதாவது, ஒரு குறிப்பிட்டப் பகுதியை எடுத்து அதை முதலீடு செய்துவிட வேண்டும் அல்லது சேமிப்பிற்கு ஒதுக்கி வைத்துவிட வேண்டும். அடைக்கப்பட வேண்டிய கடன்கள் நிறைய இருந்தால், அவற்றைக் கட்டுவதற்கு அதை ஒதுக்கி வைத்துவிட வேண்டும். இப்படிச் செய்கின்றபோது, உங்களுடைய வருமானத்தில் துண்டுவிழுவது உங்களுடைய கவனத்திற்கு வராமலேயே போய்விடும். உங்களுடைய மாதாந்திரச் செலவுகளை நீங்கள் வழக்கம்போலச் செய்து கொண்டிருப்பீர்கள். இதற்குச் சில விதிவிலக்குகள் இருக்கின்றன. நீங்கள் வெறுமனே வாழ்க்கையை ஓட்டுகின்ற அளவுக்குத்தான்

சம்பாதித்துக் கொண்டிருந்தால், இது சாத்தியப்படாது. ஆனால், பெரும்பாலானவர்களைப்போலவே நீங்களும் அனைத்துச் செலவுகளையும் முடித்துவிட்டு உங்களுக்குக் கடைசியாகக் கொடுத்துக் கொள்கின்ற பழக்கம் உடையவராக இருந்தால், மாதக் கடைசியில் உங்களுக்குக் கொடுத்துக் கொள்வதற்கு எதுவும் மிஞ்சாமல் இருப்பதை நீங்கள் காண்பீர்கள். அது நீங்கள் தாறுமாறாகச் செலவு செய்திருந்ததனால் ஏற்பட்டதாக இருக்க வேண்டிய அவசியமில்லை. எந்தவொரு செலவும், அது செய்யப்படுகின்றபோது, தேவையானதாகவும் அர்த்தமுள்ளதாகவுமே தோன்றும். நீண்டகாலத் திட்டமிடுதலில் நாம் அவ்வளவு சிறப்பாகச் செயல்படுவதில்லை என்பதுதான் இங்குப் பிரச்சனையே. இக்கணத்தில் ஒரு செலவு அத்தியாவசியமானதாகத் தோன்றினால், அடுத்த வாரம் அல்லது அடுத்த மாதம் அதுவே அந்த அளவுக்கு அத்தியாவசியமானதாக இருக்குமா என்று அமைதியாக உட்கார்ந்து யோசித்துக் கொண்டிருப்பது சாத்தியமேயில்லை. அதனால், இயல்பாகவே, நாம் செலவிடுவதில் தவறு செய்துவிட்டு, அது குறித்துப் பின்வருத்தம் கொள்கிறோம், மாதக் கடைசியில் சேமிப்பதற்கு எதுவுமே இல்லை என்று புலம்புகிறோம்.

'முதலில் உங்களுக்குக் கொடுத்துக் கொள்ளுங்கள்' என்ற கொள்கை நேரத்திற்கும் பொருந்தும் என்று ஜெசிக்கா ஏபெல் என்ற நாவலாசிரியர் கூறுகிறார். நீங்கள் முதலில் பிற முக்கியமான வேலைகளில் உங்களுடைய நேரத்தைச் செலவிட்டுவிட்டு, நீங்கள் மதிப்பளிக்கின்ற வேலைகளுக்கு இறுதியில் எப்படியோ நேரம் இருக்கும் என்று நீங்கள் நம்பினால், நீங்கள் கண்டிப்பாக ஏமாந்துதான் போவீர்கள். அதனால், படைப்பாற்றல்மிக்கதொரு திட்டம், பேணப்பட வேண்டிய ஓர் உறவு, உங்கள் உள்ளத்திற்கு நெருக்கமான ஒரு சமூகப் பணி போன்ற, உங்களுக்கு அர்த்தமுள்ளதாகவும் அவசியமானதாகவும் தோன்றுகின்ற ஒரு வேலையைச் செய்து முடிப்பதற்கான ஒரே வழி, அதன் ஒரு பகுதியையாவது இன்றே செய்துவிடுவதுதான். அது

எவ்வளவு சிறியதாக இருந்தாலும் பரவாயில்லை. பிற முக்கியமான வேலைகள் உங்களுடைய கவனத்தைக் கவர எவ்வளவுதான் முண்டியடித்துக் கொண்டிருந்தாலும், அதை நீங்கள் பொருட்படுத்தத் தேவையில்லை. ஏபெல் தனக்குப் பிடித்தமான விளக்கப்படங்கள் வரைதலில் ஈடுபடுவதற்காக, பல ஆண்டுகளாகப் பல்வேறு நேர நிர்வாக முறைகளை முயன்று பார்த்துத் தோல்வியடைந்தார். இறுதியில், தினமும் ஓரிரு மணி நேரம் கண்டிப்பாக வரைவது என்றும், அதனால் ஏற்படும் பின்விளைவுகள் எப்படி இருந்தாலும் சமாளித்துக் கொள்வது என்றும் அவர் துணிந்து முடிவெடுத்தார். அதன் காரணமாக வேறு சில முக்கியமான விஷயங்களைத் தான் காவு கொடுக்க வேண்டியிருந்தாலும் பரவாயில்லை என்ற முடிவுக்கு அவர் வந்தார். "நீங்கள் வாரந்தோறும் ஒரு சிறு பகுதி நேரத்தை உங்களுக்காகச் செலவிட வேண்டும். ஏனெனில், ஏகப்பட்ட ஓய்வு நேரத்தை உள்ளடக்கிய ஒரு நாள் வரும் என்கின்ற உங்களுடைய கனவு ஒருக்காலும் கைகூடப் போவதில்லை. நேர நிர்வாக உத்திகளில் உள்ளடங்கியிருக்கின்ற இரண்டு முக்கியமான உத்திகளையே இது பிரதிபலிக்கிறது. முதலாவது: உங்களுக்கு மிகவும் முக்கியமானதாக இருக்கின்ற வேலைத்திட்டத்தை உங்களுடைய நாளின் முதல் மணிநேரத்தில் நீங்கள் செய்து முடித்துவிட வேண்டும்; அதற்கு நீங்கள் உங்களுடைய கால அட்டவணையில் தினந்தோறும் ஒரு குறிப்பிட்ட நேரத்தை 'உங்களுடனான சந்திப்புக்கு' ஒதுக்கிக் கொள்ள வேண்டும். இந்த நேரத்தில் வேறு எந்த வேலையும் குறுக்கிடாமல் பார்த்துக் கொள்ள அது உதவும். 'முதலில் உங்களுக்குக் கொடுத்துக் கொள்ளுங்கள்' என்ற சிந்தனை, அந்த உத்தியை ஒரு வாழ்க்கைத் தத்துவமாக மாற்ற உதவும். உங்களுடைய நான்காயிரம் வாரங்களில் சில காலத்தை நீங்கள் மிகவும் முக்கியமானவையாகக் கருதுகின்ற விஷயங்களில் செலவழிக்கத் தீர்மானித்தால், ஏதோ ஒரு கட்டத்தில் அதை நீங்கள் துவக்கித்தானே ஆக வேண்டும்?

2. கைவசமிருக்கும் வேலைத்திட்டங்களின் எண்ணிக்கையை மட்டுக்குள் வைத்துக் கொள்ளுங்கள்

'கைவசமிருக்கும் வேலைத்திட்டங்களின் எண்ணிக்கையை மட்டுக்குள் வைத்துக் கொள்ளுங்கள்' என்பது இரண்டாவது கொள்கையாகும். நேரம் வரம்புக்கு உட்பட்டது என்ற உண்மையை ஏற்றுக் கொள்ளாத மனப்போக்கை நீங்கள் கொண்டிருக்கின்றபோது, ஒரே நேரத்தில் பல வேலைத்திட்டங்களை இழுத்துப் போட்டுக் கொண்டு செய்வதன் மூலம் அதை நீங்கள் நிரூபிக்க முனைவீர்கள். ஆனால், இறுதியில் எந்த வேலையிலும் முன்னேற்றம் ஏற்பட்டிருக்காது. ஏனெனில், நீங்கள் கையில் வைத்துள்ள பல வேலைத்திட்டங்களில் ஏதாவது ஒன்றில் நீங்கள் ஈடுபட்டிருக்கின்றபோது, அது சலிப்பூட்டினாலோ அல்லது கடினமாக இருந்தாலோ அல்லது பயமுறுத்துவதாக இருந்தாலோ, நீங்கள் உடனே வேறு ஒரு திட்டத்திற்கு மாறிவிடுவீர்கள். இது, விஷயங்கள் உங்களுடைய கட்டுப்பாட்டில் இருப்பது போன்ற ஒரு மாயையை ஏற்படுத்தும். ஆனால், இறுதியில் எதுவுமே முழுமையாக நிறைவேறியிருக்காது.

ஒரு குறிப்பிட்ட நேரத்தில் உங்கள் வசம் இருக்கின்ற வேலைத்திட்டங்களின் எண்ணிக்கையை மட்டுப்படுத்திக் கொள்வது இதைச் சமாளிப்பதற்கான ஒரு நல்ல மாற்று வழியாகும். 'பெர்சனல் கன்பான்' என்ற நூலில், நிர்வாக வல்லுநர்களான ஜிம் பென்சனும் டோனியான் டிமரியா பேரியும், ஒருவர் ஒரு நேரத்தில் மூன்று வேலைத்திட்டங்களுக்கு மேல் கைவசம் வைத்துக் கொள்ளக்கூடாது என்று பரிந்துரைக்கின்றனர். நீங்கள் அப்படி மூன்று திட்டங்களைக் கையில் எடுத்துக் கொண்ட பிறகு, புதிய வேலைத்திட்டங்கள் வருகின்றபோது, அவற்றை நீங்கள் காத்திருப்புப் பட்டியலில் வைக்க வேண்டும். உங்கள் வசமுள்ள மூன்று திட்டங்களில் ஒன்று நிறைவேறிய பிறகு அவற்றில் ஒன்றை நீங்கள் எடுத்துக் கொள்ளலாம். அல்லது, உங்கள் வசமுள்ள

திட்டங்களில் ஒன்று சரிவராது என்று நீங்கள் முடிவு செய்து அதைக் கைவிடும் முடிவை எடுத்தாலும், நீங்கள் புதிதாக ஒரு திட்டத்தை அதற்குப் பதிலாகச் சேர்த்துக் கொள்ளலாம். இந்த உத்தியின் நோக்கம், நீங்கள் ஒரு வேலைத்திட்டத்தைக் கையில் எடுத்துக் கொண்டுவிட்ட ஒரே காரணத்திற்காக எப்பாடுபட்டாவது அதைச் செய்து முடித்துவிட வேண்டும் என்று உங்களுக்கு நீங்களே அழுத்தம் கொடுத்துக் கொள்வது அல்ல. மாறாக, அளவுக்கதிகமான வேலைத்திட்டங்களை ஏற்றுக் கொண்டுவிட்டு, அவற்றில் பலவற்றை அரைகுறையாக முடித்துள்ள நிலையில் வைத்திருக்கின்ற மோசமான பழக்கத்தை ஒழித்துக் கட்டுவதுதான் இதன் நோக்கம்.

இந்த ஒரே ஓர் உத்தியை நான் அமல்படுத்தியபோது, அதன் விளைவுகள் பிரமிப்பூட்டுபவையாக இருந்தன. அதற்குப் பிறகு, வேலை செய்வதற்கு எனக்கு இருக்கின்ற நேரம் மட்டுக்குள் உள்ள ஒன்று என்ற உண்மையை என்னால் உதாசீனம் செய்ய முடியாமல் போனது. ஏனெனில், நான் ஒரு நேரத்தில் மூன்றே மூன்று திட்டங்களை மட்டுமே செய்கின்றபோது, நான் பல திட்டங்களை ஒதுக்கி வைத்துத்தான் ஆக வேண்டும் என்ற புரிதல் எனக்கு ஏற்பட்டிருந்தது. ஆனால், இந்த முறையில் நான் எதார்த்தத்தை எதிர்கொள்வதற்குத் தள்ளப்பட்டபோது, என்னுள் கவனச்சிதறலற்ற ஓர் அமைதி குடிகொண்டது. நான் ஓர் உற்பத்தித்திறன் வெறியனாகச் செயல்பட்டபோது இருந்ததைவிட நான் அதிகச் சிறப்பாகச் செயல்பட்டேன். இதில் எனக்கு ஒரு நல்ல பக்கவிளைவும் கிடைத்தது. ஒரு வேலைத்திட்டத்தை, சீரணித்துக் கொள்ளக்கூடிய சிறு கவளங்களாக மாற்றுவது வேலையைச் சுலபமாக்கும் என்பதை நான் கோட்பாட்டுரீதியாகப் பல காலமாக ஏற்றுக் கொண்டிருந்தாலும், அதை நான் இப்போது எந்தவிதமான மெனக்கெடுதலும் இல்லாமல் செய்து கொண்டிருந்தேன். எடுத்துக்காட்டாக, புத்தகம் எழுதுவது என்பதை என்னுடைய மூன்று செயல்திட்டங்களில் ஒன்றாக நான் வரித்துக் கொண்டிருந்தால், நான் அதைச் சிறு சிறு பகுதிகளாகப் பிரித்து வேலை செய்யத்

தொடங்கினேன்.

3. முன்னுரிமைகளைக் கலைத்துப் போடுவதற்கான ஈர்ப்புக்குச் செவிசாய்க்காதிருங்கள்

'முன்னுரிமைகளைக் கலைத்துப் போடுவதற்கான ஈர்ப்புக்குச் செவிசாய்க்காதிருத்தல்' என்பது மூன்றாவது கொள்கையாகும். வாரன் பஃபே கூறியதாக ஒரு கதை கூறப்படுகிறது. அது உண்மையாகவும் இருக்கலாம், அப்படி இல்லாமலும் இருக்கலாம். இப்போதெல்லாம், ஐன்ஸ்டைன் அப்படிச் சொன்னார், புத்தர் இப்படிச் சொன்னார் என்று பல கதைகள் கூறப்படுகின்றன. இதுவும் அவற்றில் ஒன்றாக இருக்கலாம். எது எப்படியோ, அக்கதை இப்படிச் செல்கிறது: ஒரு முறை, வாரன் பஃபேயின் தனிப்பட்ட விமானத்தின் விமானி, வாழ்க்கையில் முன்னுரிமைகளை எப்படி உருவாக்கிக் கொள்வது என்று அவரிடம் கேட்டாராம். நானாக இருந்திருந்தால், "முதலில் விமானத்தை ஓட்டுவதில் உங்களுடைய முழுக் கவனத்தையும் செலுத்துங்கள்," என்று கூறியிருந்திருப்பேன். நல்லவேளையாக, அவர்கள் உரையாடிக் கொண்டிருந்தபோது அவர்கள் விமானத்தில் பறந்து கொண்டிருக்கவில்லை. பஃபே அந்த விமானிக்கு இவ்வாறு பதிலளித்தார்: "உங்கள் வாழ்க்கையில் நீங்கள் செய்ய விரும்புகின்ற 25 முக்கியமான விஷயங்களைப் பட்டியலிடுங்கள். பின் அவற்றை வரிசைப்படுத்துங்கள். அவற்றில் மிகவும் முக்கியத்துவம் வாய்ந்தவை முதலில் இருக்கட்டும். குறைவான முக்கியத்துவம் வாய்ந்தவை கடைசியில் இருக்கட்டும். அவற்றில் முதல் ஐந்து இடங்களைப் பிடித்துள்ளவற்றின்மீது மட்டும் நீங்கள் கவனம் செலுத்துங்கள்." அதைக் கேட்டுக் கொண்டிருந்த விமானி, "பிற 20 விஷயங்கள் குறித்து நான் என்ன செய்ய வேண்டும்? முதல் ஐந்து விஷயங்களைச் செய்து முடித்தப் பிறகு அவற்றின்மீது கவனம் செலுத்த வேண்டுமா?" என்று கேட்டபோது, அதற்கு பஃபே இவ்வாறு பதிலளித்தார்: "இல்லை. அவற்றை நீங்கள் முற்றிலுமாகத் தவிர்த்துவிட வேண்டும். அவை பட்டியலில் முதல் ஐந்து

இடங்களைப் பிடிக்கின்ற அளவுக்கு ஆர்வமிக்கவையாக இல்லை என்றாலும், பிற முக்கியமானவற்றின்மீது நீங்கள் கவனம் செலுத்துகின்றபோது, அவை உங்களுக்குக் கவனச்சிதறல்களை ஏற்படுத்திவிடும்."

நீங்கள் உங்களுடைய இலக்குகளை ஒரு பட்டியலாகத் தயாரித்துக் கொள்ள வேண்டியதில்லை. ஆனால், இதற்குப் பின்னாலுள்ள யோசனையை நீங்கள் தத்தெடுத்துக் கொள்ளலாம். நாம் 'முடியாது' என்று கூறக் கற்றுக் கொள்ள வேண்டும் என்ற புராணத்தை சுயமுன்னேற்ற நூல்கள் நிறுத்தாமல் பாடிக் கொண்டே இருக்கின்றன. எலிசபெத் கில்பெர்ட் என்ற நூலாசிரியர், "நீங்கள் செய்ய விரும்பாத வேலைகளை மறுப்பதற்கான துணிச்சல் உங்களுக்கு இருக்க வேண்டும் என்று இதில் அனுமானிக்கப்படுகிறது. ஆனால், உண்மையில் நீங்கள் விரும்புகின்ற பல விஷயங்களை மறுப்பதில்தான் சூட்சுமம் இருக்கிறது," என்று கூறுகிறார்.

கச்சிதமும் உறைந்துபோதலும்

நேரம் மட்டுப்படுத்தப்பட்ட ஒன்று என்ற உண்மையை எற்றுக் கொண்டு, செம்மையான முறையில் விஷயங்களைத் தள்ளிப்போடக் கற்றுக் கொள்வதுதான் திறமையான நேர நிர்வாகம் என்று புரிந்து கொள்ளப்படுகிறது. ஆனால், அந்த உண்மையை ஏற்றுக் கொள்ளாமல் விஷயங்களைத் தள்ளிப்போடுதலும் நடைபெறுகின்றன. உண்மையை ஏற்றுக் கொள்கின்ற நபர்கள், எல்லாவற்றையும் நம்மால் செய்ய முடியாது என்பதை ஏற்றுக் கொண்டு, எவற்றில் கவனத்தைக் குவிக்க வேண்டும், எவற்றை ஒதுக்கித் தள்ள வேண்டும் என்பதை அறிந்து வைத்திருப்பர். ஆனால், உண்மையை ஏற்றுக் கொள்ளாத நபர்கள், நேர வரம்புகளை எதிர்கொள்ள முடியாமல் உறைந்து போய்விடுகின்றனர். அவர்களைப் பொறுத்தவரை, தள்ளிப்போடுதல் என்பது உணர்ச்சிரீதியான ஒரு தவிர்த்தல் உத்தி. தான் வரம்புக்குட்பட்ட ஒரு மனிதன் என்பதை ஏற்றுக் கொள்வது உண்டாக்குகின்ற உளவியல்ரீதியான

மன உளைச்சலை உணர்வதைத் தவிர்க்க அவர்கள் முயல்கிறனர்.

இதுபோன்ற தள்ளிப்போடுதல்களில் ஈடுபடுகின்றபோது, ஒரு குறிப்பிட்ட நேரத்திற்குள் நம்மால் எத்தனை வேலைகளைச் செய்து முடிக்க முடியும் என்று நாம் யோசிப்பதில்லை. மாறாக, அவற்றை நம்மால் தரமாகச் செய்து முடிக்க முடியுமா என்ற கவலைதான் நம்மிடம் கோலோச்சி இருக்கும். கோஸ்டிகா பிராடட்டன் என்ற தத்துவவியலாளர் ஒரு நீதிக் கதையின் மூலம் இதை விளக்குகிறார். பெர்சியாவிலுள்ள சிராஜ் என்ற கட்டடக் கலைஞர், உலகிலேயே மிக அழகான மசூதி ஒன்றை வடிவமைக்கிறார். அதன் வரைபடங்களைக் கண்ட எல்லோரும் அவற்றை வாங்க விரும்புகின்றனர். சிலர் அவற்றைத் திருடக்கூட நினைக்கின்றனர். மிகப் பெரிய கட்டடங்களைக் கட்டுபவர்கள் தங்களுக்கு அந்த வாய்ப்பைக் கொடுக்கும்படி அவரிடம் கெஞ்சுகின்றனர். ஆனால், சிராஜ் தன்னை ஓர் அறைக்குள் அடைத்துக் கொண்டு, மூன்று நாட்கள் இரவும் பகலும் அவற்றைப் பார்த்துக் கொண்டே இருந்துவிட்டு, இறுதியில் அவை அனைத்தையும் எரித்துவிடுகிறார். ஏனெனில், அவர் கச்சிதத்தை விரும்புபவராக இருந்தார். தான் வடிவமைத்துள்ளபடி துல்லியமாக எவரொருவராலும் கட்ட முடியாது என்று அவர் நினைத்தார். அதோடு, காலப்போக்கில் அது சீரழிந்துவிடும் அல்லது எதிரிகளின் படையெடுப்பால் தரைமட்டமாகிவிடும் என்று அவர் அஞ்சினார். எதார்த்தம் தன் கனவுக்கு நியாயம் செய்யாது என்று சிராஜ் நம்பினார்.

நமக்கு முக்கியமானவையாகத் தோன்றுகின்ற விஷயங்களை நாம் தள்ளிப்போடுகின்றபோதும் நாம் இதே மனப்போக்கைக் கொண்டுள்ளோம் என்று பிராடட்டன் வாதிடுகிறார். நம்முடைய யோசனைகளை நடைமுறைப்படுத்தும்போது, அவற்றை நாம் எவ்வளவு சிறப்பாகச் செய்திருந்தாலும், எதார்த்த உலகின்மீது நமக்கு முழுக் கட்டுப்பாடு இல்லை என்பதால், நாம் கொண்டுள்ள கச்சிதமான தரங்களின் அமலாக்கம்

அங்குச் சாத்தியப்படாது. வரம்புக்குட்பட்ட நம்முடைய திறமைகள், நமக்குக் கிடைத்திருக்கும் வரம்புக்குட்பட்ட நேரம், புற நிகழ்வுகள்மீதும் பிற மக்கள்மீதும் நமக்கு இருக்கின்ற வரம்புக்குட்பட்டக் கட்டுப்பாடு போன்ற ஏதாவது ஒன்று நம்முடைய படைப்பை ஏதோ ஒருவிதத்தில் கச்சிதமற்றதாக ஆக்கிவிடும். மேலோட்டமாகப் பார்க்கின்றபோது, இது ஊக்கமிழக்க வைப்பதாகத் தோன்றலாம். ஆனால், இதற்குள் நமக்குப் புத்துணர்ச்சி அளிக்கின்ற ஒரு தகவல் இருக்கிறது. உங்களுடைய கற்பனையில் இருக்கின்ற கச்சிதத்தை ஒருக்காலும் எதார்த்தத்திற்குள் கொண்டுவர முடியாது என்பதால், ஏதாவது ஒரு கட்டத்தில் அதை நீங்கள் துவக்குவதே நல்லது.

இதுபோன்ற தவிர்த்தல்கள் வேலை உலகோடு நின்றுவிடுவதில்லை. உறவுகளிலும் இது ஒரு முக்கியப் பிரச்சனையாக இருந்து வருகிறது. மனித வாழ்க்கை குறுகியது என்ற உண்மையை எதிர்கொள்ளாமல் இருப்பது, உறவுகளில் பல ஆண்டுகளுக்குத் தடுமாற்றத்தைக் கொடுத்துக் கொண்டிருக்கக்கூடும். உலகப் புகழ்பெற்ற எழுத்தாளரான ஃபிரான்ஸ் காஃப்காவின் வாழ்க்கை இதற்கான மிகச் சிறந்த எடுத்துக்காட்டு. அவர் 1912இல் தன்னுடைய இருபத்தொன்பதாவது வயதில் தன்னுடைய நண்பர் ஒருவரின் வீட்டில் ஃபெலிஸ் பாயர் என்ற இருபத்து நான்கு வயதுப் பெண்ணை முதன்முதலாகச் சந்தித்தார். அவள் சுதந்திரச் சிந்தனையுடையவளாகவும், ஒரு நல்ல வேலையிலும் இருந்தாள். காஃப்காவுக்கு அவள்மீது கண்டதும் காதல் பிறந்துவிட்டது. ஃபெலிஸுக்கு இவர்மீது அத்தகைய ஈர்ப்பு இருந்ததா என்பது பற்றிய தகவல் பெரிதாக இல்லை. எது எப்படியோ, உடனே அவர்களுடைய காதல் உறவு தொடங்கிவிட்டது.

சரியாகச் சொல்ல வேண்டுமென்றால், கடிதங்களின் மூலம் அந்த உறவு வளர்ந்தது. அடுத்த ஐந்து ஆண்டுகளுக்கு அவர்கள் இருவரும் தங்களுக்கிடையே நூற்றுக்கணக்கான கடிதங்களைப் பரிமாறிக் கொண்டனர். ஆனால், விரல்விட்டு எண்ணக்கூடிய முறைகளே அவர்கள்

நேரில் சந்தித்துக் கொண்டனர். அந்தச் சந்திப்புகள்கூட, காஃப்காவுக்குப் பெரும் மன உளைச்சலைக் கொடுப்பவையாகவே அமைந்திருந்தன. அவர்களுடைய முதல் சந்திப்பு நிகழ்ந்து ஏழு மாதங்களுக்குப் பிறகு காஃப்கா அவளை மீண்டும் நேரில் சந்திக்க ஒப்புக் கொண்டார். அன்று காலையில் திடீரென்று, தான் வரப் போவதில்லை என்று அவர் அவளுக்கு ஒரு தந்தி அனுப்பினார். பின்னர் மனத்தை மாற்றிக் கொண்டு நேரில் போய் நின்றார். இறுதியில் அவர்களுக்கு நிச்சயதார்த்தம் நடைபெற்றது. அதைக் கொண்டாடும் விதமாக ஃபெலிஸின் பெற்றோர் ஒரு விருந்தளித்தனர். அதைப் பற்றிக் காஃப்கா தன் நாட்குறிப்பில் இவ்வாறு குறிப்பிட்டார்: "கைகளும் கால்களும் ஒரு சங்கிலியால் பிணைக்கப்பட்டு நிறுத்தப்பட்டிருந்த ஒரு குற்றவாளியைப்போல நான் உணர்ந்தேன்." பின்னர் அவர் தன்னுடைய நிச்சயதார்த்தத்தை இரத்து செய்துவிட்டார். ஆனாலும், அவர்களுக்கு இடையே கடிதப் போக்குவரத்து நடைபெற்றது. அது குறித்தும் காஃப்காவிடம் நிச்சயமின்மை நிலவியது. தான் எதற்காக இத்தனை கடிதங்கள் எழுதிக் கொண்டிருந்தோம் என்று அவர் யோசித்தார். சில ஆண்டுகளுக்குப் பிறகு அவர்களுக்கு இடையே மீண்டும் ஒரு முறை நிச்சயதார்த்தம் நடைபெற்றது. அதுவும் சில காலம்தான் நீடித்தது. இம்முறை அவர் தனக்குக் காச நோய் தொற்றிக் கொண்டிருந்ததை ஒரு சாக்காகக் கூறினார். அதனால் ஒருவிதத்தில் நிம்மதியடைந்த ஃபெலிஸ், ஒரு வங்கியாளரை மணமுடித்து இரண்டு குழந்தைகளைப் பெற்றுக் கொண்டு அமெரிக்காவில் குடியேறிவிட்டாள். காஃப்காவின் கதைகளில் வருகின்ற விநோதமான உலகத்தை வர்ணிப்பதற்கென்றே 'காஃப்கா உலகம்' என்ற சொல் அகராதியில் சேர்க்கப்பட்டது. அவருடைய வாழ்க்கையை வர்ணிப்பதற்கும் அது பொருத்தமாக இருப்பது உண்மையிலேயே சோகமானதுதான்.

'கடுமையான மன உளைச்சலுக்கு உள்ளான மேதை' என்று அவருடைய வாழ்க்கையை ஒதுக்கித் தள்ளிவிடுவது சுலபம். ஆனால், நம்மில்

பெரும்பாலானவர்களைப்போலவே, காஃப்காவும், வாழ்க்கையில் பல முக்கியமான தீர்மானங்களை எடுக்கத் தடுமாறினார். அவர் காதலில் மட்டும் தடுமாறிக் கொண்டிருக்கவில்லை. அவர் ஒன்றுக்கு மேற்பட்ட வாழ்க்கையை வாழ முயற்சித்தார். அவர் சமூக அந்தஸ்துள்ள ஒரு நபராக இருக்க விரும்பினார். அதனால், அவர் தனக்கு விருப்பமில்லாத காப்பீட்டு நிறுவன வேலையில் தொடர்ந்து பணியாற்றி வந்தார். ஒரு திருமண உறவுக்குள் நுழைந்து இன்னொரு நபருடன் நெருக்கமாக உறவாடவும் அவர் விழைந்தார். அப்படியெனில், அவர் ஃபெலிஸைத் திருமணம் செய்து கொள்ள வேண்டும். அதே நேரத்தில், அவர் தன் எழுத்துப் பணியிலும் வெறியாக இருந்தார். அவர் ஃபெலிஸுக்கு எழுதிய ஒரு கடிதத்தில், தனக்குள் 'இரு பாதிகள்' ஒன்றோடு ஒன்று மோதிக் கொண்டதாகவும், அதில் ஒரு பாதி ஃபெலிஸின்மீது காதல் கொண்டிருந்ததாகவும், மற்றொரு பாதி, தன் நெருங்கிய நண்பனின் இறப்புக்கூடத் தன் எழுத்துக்கு இடைஞ்சலாக இருப்பது போன்ற உணர்வைத் தனக்குக் கொடுக்கின்ற அளவுக்கு எழுத்தின்மீது தான் காதல் கொண்டிருந்ததாகவும் அவர் தெரிவித்திருந்தார்.

காஃப்கா அனுபவித்த மன உளைச்சல் மிகவும் அசாதாரணமானதாக இருந்திருக்கலாம். ஆனால், வேலைக்கும் குடும்பத்திற்கும் இடையே அல்லாடிக் கொண்டிருக்கும் நபர்களும், வருவாய் ஈட்டுவதற்காகச் செய்தே ஆக வேண்டிய ஒரு வேலைக்கும் தங்களுடைய படைப்பாற்றலை வெளிப்படுத்த வேண்டும் என்ற துடிப்புக்கும் இடையே ஊசலாடிக் கொண்டிருக்கும் நபர்களும், தங்களுடைய சொந்த ஊரில் வசிக்க விரும்பினாலும் வேலை காரணமாக ஒரு பெரிய நகரில் வசித்தாக வேண்டிய நிலைக்கும் இடையே தவித்துக் கொண்டிருக்கும் நபர்களும் அதேபோன்ற மன உளைச்சலையே அனுபவித்துக் கொண்டிருக்கின்றனர். நம்மில் பெரும்பாலானவர்களைப்போலவே, காஃப்காவும் பிரச்சனைகளைத் தவிர்க்கவே முனைந்தார். காஃப்கா தன்னுடைய கடிதங்கள் மூலம்

தன்னுடைய காதலைப் பேணிக் கொண்டிருந்ததன் மூலம், தன் வேலை மற்றும் எழுத்துப் பணிக்கு இடையூறு ஏற்படாமல் பார்த்துக் கொண்டார். அதுவே அவர் ஃபெலிஸைத் திருமணம் செய்து கொண்டிருந்தால் அவரால் அப்படி இருந்திருக்க முடியுமா என்ற சந்தேகம் அவரிடம் இருந்ததுதான் அவருடைய தடுமாற்றத்திற்குக் காரணம். வேறு சிலர், தங்களுடைய தயக்கத்தை மீறி ஒரு திருமண உறவுக்குள் நுழைந்தாலும், உணர்வுபூர்வமாக அதில் முழுமையாக ஈடுபடுவதில்லை. வேறு சிலர், ஒப்புக்காக ஒரு திருமண உறவில் ஒன்றாகச் சேர்ந்து வாழ்ந்து கொண்டிருந்தாலும், அதிலிருந்து விடுபட முயற்சிக்காமல் பல ஆண்டுகளாக அதிலேயே உழன்று கொண்டிருப்பதற்குக் காரணம், என்றாவது ஒரு நாள் அது திருப்தியானதோர் உறவாக மலரும் என்று அவர்கள் நம்பிக் கொண்டிருப்பதுதான். இவை அனைத்தும் அடிப்படையில் தப்பித்தல்களே. காஃப்காவுக்கும் ஃபெலிஸுக்கும் இடையேயான உறவு தீவிரமாக இருந்த ஒரு கட்டத்தில், எதார்த்த உலகில் அதிகம் வாழுமாறு ஃபெலிஸ் காஃப்காவிடம் வேண்டிக் கொண்டாள். ஆனால், காஃப்கா துல்லியமாக அதைத் தவிர்க்கத்தான் முயன்று கொண்டிருந்தார்.

காஃப்கா வாழ்ந்து கொண்டிருந்த இடத்திலிருந்து அறுநூறு மைல்கள் தள்ளியிருந்த பாரீஸ் நகரில், காஃப்கா ஃபெலிஸைச் சந்திப்பதற்கு இருபதாண்டுகளுக்கு முன்பு, பிரெஞ்சுத் தத்துவவியலாளர் ஹென்ரி பெர்க்சன், ‘டைம் அன்ட் ஃபிரீ வில்’ என்ற நூலில் இந்தப் பிரச்சனையைப் பற்றிப் பேசியுள்ளார். நாம், எதார்த்தத்தில் ஒரே ஒரு பாதையை உறுதியாகத் தேர்ந்தெடுப்பதில் தயக்கம் காட்டுவதற்குக் காரணம், பலதரப்பட்டச் சாத்தியக்கூறுகளை உடைய வருங்காலம் நமக்காகக் காத்துக் கொண்டிருக்கிறது என்று நாம் நம்புவதுதான். எடுத்துக்காட்டாக, நான் என்னுடைய தொழில்வாழ்க்கையில் அபாரமான வெற்றியைப் பெறுகின்ற அதே நேரத்தில், ஒரு வாழ்க்கைத்துணைவராகவும் ஒரு தந்தையாகவும் நான் ஜொலிப்பதாகவும், அவ்வப்போது மராத்தான்

போட்டிகளில் ஓடுவதாகவும், நீண்ட நாட்கள் நடத்தப்படுகின்ற தியான முகாம்களுக்குச் செல்வதாகவும், சமூகச் சேவைகளில் அடிக்கடி ஈடுபடுவதாகவும் கற்பனை செய்வது எளிது. இவை அனைத்தையும் பிசிறு இல்லாமல் நான் செய்து கொண்டிருப்பதாக என்னால் எளிதில் என் மனத்தில் காட்சிப்படுத்த முடியும். ஆனால், எதார்த்த உலகில் இதில் நான் இறங்குகின்றபோது, இவை அனைத்தையும் என்னால் கண்டிப்பாகச் செய்ய முடியாது; ஒன்றுக்கு நேரம் ஒதுக்குவதற்காக நான் வேறு ஒன்றின் நேரத்தைச் சுரண்ட வேண்டியிருக்கும். "அதனால்தான், எதார்த்தத்தைவிடக் கனவு நமக்கு வசீகரமானதாக இருக்கிறது," என்று பெர்க்சன் கூறுகிறார். மேலோட்டமாகப் பார்க்கும்போது இதுவும் ஊக்கமிழக்க வைப்பதாகத் தோன்றலாம். ஆனால், இதற்குள்ளும் நமக்குப் புத்துணர்ச்சி அளிக்கின்ற ஒரு விஷயம் இருக்கிறது. எப்படி வாழ வேண்டும் என்பது குறித்து இருக்கின்ற பல சாத்தியக்கூறுகளில் ஒன்றை நீங்கள் தேர்ந்தெடுக்கும்போது, பிற தேர்ந்தெடுப்புகளை இழக்காமல் இருப்பதை ஒருவேளை நம்மால் தவிர்த்துவிட முடியுமோ என்ற தவிப்பு தேவையற்றது. ஏனெனில், அத்தகைய இழப்பு என்பது நிச்சயமானது. அந்தப் படகு, துறைமுகத்தைவிட்டுப் போய்விட்டது. இதை அறியும்போது நீங்கள் உண்மையில் ஆசுவாசம்தான் அடைய வேண்டும்.

மணமுடித்துக் குழந்தை குட்டிகளுடன் வாழ்வதைத் தேர்ந்தெடுத்தல்

இங்கு நாம் மணமுடித்துக் குழந்தை குட்டிகளுடன் வாழ்வதைப் பற்றிப் பேசப் போகிறோம் என்றாலும், இது வாழ்க்கையில் பிற அம்சங்களுக்கும் பொருந்தும். தங்களுக்கு வாய்க்கப் போகின்ற வாழ்க்கைத்துணைவர், தாங்கள் பழகிக் காதலித்துத் தேர்ந்தெடுக்கும் நபராக இருந்தாலும்கூட, தாங்கள் கற்பனை செய்து வைத்துள்ள இலட்சிய நபராக இல்லாமல் போகலாம் அல்லது தங்களுடைய உன்னதமான ஆளுமைக்குத்

தகுதியுடையவராக இல்லாமல் இருக்கலாம் என்ற பயத்தின் காரணமாகவே மக்கள் திருமணத்திற்குள் நுழையத் தயங்குகின்றனர். இதுவே வேலையைப் பொறுத்தவரை, உங்களுடைய இலட்சிய வேலைக்குப் பதிலாக, வாழ்க்கையை ஓட்டுவதற்காக, கிடைத்த ஏதோ ஒரு வேலையைத் தேர்ந்தெடுக்க நேர்ந்துவிடும் என்ற பயமாக உருவெடுக்கிறது. சமூக ஊடகங்களில் இடம்பெறுகின்ற செய்திகளை வைத்தும், சமீபத்தில் பத்திரிகைகளில் வெளிவந்துள்ள ஆயிரக்கணக்கான கட்டுரைகளை வைத்தும் பார்க்கின்றபோது, மணமுடித்துக் குழந்தை குட்டிகளுடன் வாழ்வது ஒரு ‘குற்றம்’ என்பது போன்ற ஒரு பிம்பம் கட்டமைக்கப்பட்டுள்ளது. ஆனால், இது ஒரு தவறான பிம்பம். நீங்கள் மணமுடித்துக் குழந்தை குட்டிகளுடன் வாழ்வதைத் தேர்ந்தெடுப்பதுதான் நல்லது.

அல்லது, இப்படிச் சொல்லலாம். உங்களுக்கு வேறு வழியே இல்லை. எப்படியும் நீங்கள் ஒரு நாள் திருமணம் செய்து கொள்ளத்தான் போகிறீர்கள் என்பதே உண்மை. இது குறித்து, ராபர்ட் கூடின் என்ற அமெரிக்கப் பேராசிரியர், ‘ஆன் செட்டிலிங்’ என்ற தலைப்பில் ஒரு நீண்ட கட்டுரை எழுதியுள்ளார். அது ஒரு சிறு நூலாகவும் வெளிவந்துள்ளது. முதலில், ‘மணமுடித்துக் குழந்தை குட்டிகளுடன் வாழ்வது’ என்பதற்கு நாம் முன்னுக்குப் பின்னாக விளக்கமளித்துக் கொண்டிருக்கிறோம் என்று அவர் அதில் குறிப்பிடுகிறார். நீங்கள் ஒருவரைக் காதலித்துக் கொண்டிருக்கின்ற அதே சமயத்தில், அவரைவிட மேம்பட்ட ஒருவரை உங்களால் கண்டுபிடிக்க முடியும் என்று நீங்கள் இரகசியமாக நம்பிக் கொண்டிருந்தால், மணமுடித்துக் குழந்தை குட்டிகளுடன் வாழ்வது குறித்து நீங்கள் பதைபதைப்பு உணர்வு கொண்டிருக்கிறீர்கள் என்று அர்த்தம். ஏனெனில், அவரை நீங்கள் மணமுடிக்கும் பட்சத்தில், உங்களுடைய வாழ்க்கையின் பெரும்பகுதியை, நீங்கள் உங்களுடைய மனத்தில் கொண்டிருக்கின்ற இலட்சிய வாழ்க்கைத்துணைவர் என்ற பிம்பத்தை நெருங்கி வராத ஒருவருடன் பகிர்ந்து கொள்வதைத்

தேர்ந்தெடுக்கிறீர்கள். ஆனால், இந்த உலகில் நீங்கள் இருக்கப் போகின்ற காலம் வரம்புக்குட்பட்டது என்பதால், இலட்சிய வாழ்க்கைத்துணைவரைக் கண்டுபிடிப்பதற்காகப் பல ஆண்டுகளைச் செலவழிப்பது விவேகமானதல்ல. ஏனெனில், இங்கும் நீங்கள் உங்களுடைய வரம்புக்குட்பட்ட வாழ்க்கையின் பெரும்பகுதியை வேறு ஒரு விதத்தில் கச்சிதமற்ற ஒரு முறையில் கழித்துக் கொண்டிருக்கிறீர்கள். மணமுடித்துக் குழந்தை குட்டிகளுடன் வாழ்கின்ற ஒரு வாழ்க்கையை, முழுமையான மகிழ்ச்சியுடனும், முழு திருப்தியுடனும், அர்த்தமுள்ள விதத்திலும் வாழ்கின்ற ஒரு வாழ்க்கைக்கு நேர் எதிரானது என்பதுபோல நாம் சித்தரித்துக் கொண்டிருக்கிறோம் என்றும், அது ஒரு தவறான கண்ணோட்டம் என்றும் பேராசிரியர் ராபர்ட் வலியுறுத்துகிறார். அது தவறானது என்று அவர் கூறுவதற்கான காரணம் இதுதான்: அது தவிர்க்கப்பட முடியாதது என்பது மட்டும் அல்ல; முழுமையான மகிழ்ச்சியுடனும், முழு திருப்தியுடனும், அர்த்தமுள்ள ஒரு விதத்திலும் வாழ்கின்ற ஒரு வாழ்க்கைக்கு அது அத்தியாவசியமானதும்கூட. நீங்கள் மிகவும் வெற்றிகரமாக விளங்குகின்ற ஒரு வழக்கறிஞராகவோ அல்லது எழுத்தாளராகவோ அல்லது அரசியல்வாதியாகவோ ஆக விரும்பினால், அதில் நீங்கள் முழுமையாக இறங்கினாலொழிய அதைச் சாதிக்க முடியாது. ஆனால், நீங்கள் அப்படி ஒரு குறிப்பிட்டத் துறையைத் தேர்ந்தெடுப்பதன் மூலம், பிற துறைகளிலிருந்து உங்களுக்குக் கிடைப்பதற்குச் சாத்தியக்கூறுள்ள பல வெகுமதிகளை நீங்கள் இழக்கிறீர்கள். பல துறைகளிலும் நீங்கள் கால் வைத்தால், நீங்கள் எதிர்பார்க்கின்ற பெரும் வெற்றி எதுவொன்றிலும் உங்களுக்கு ஒருபோதும் கிடைக்காது. இது மணவாழ்க்கைக்கும் பொருந்தும். நீங்கள் எதிர்பார்க்கின்ற இலட்சியக் காதல் உறவு, நீங்கள் அதில் இறங்காதவரை உங்களுக்குச் சாத்தியப்படாது. அது, உங்களுடைய கற்பனையில் இருக்கின்ற, ‘இதைவிட மேம்பட்ட உறவு’ ஒன்று கிடைப்பதற்கான சாத்தியக்கூறுகளை நீங்கள் தியாகம் செய்வது உட்படப்

பல சமரசங்களை உள்ளடக்கியதாகவே இருக்கும்.

ஆனால், நாம் காதல் உறவுகளை இப்படிப்பட்ட 'ஞானத் தெளிவுடன்' அணுகுவதில்லை. மாறாக, மணவாழ்க்கையில் குதிப்பதற்கு நாம் பல ஆண்டுகளாகத் தயங்கிக் கொண்டிருக்கிறோம். ஒரு காதல் உறவு திருமணத்தில் முடியக்கூடிய சாத்தியத்தை நோக்கி நகரும்போது, ஏதாவது ஒரு சாக்குப்போக்கைக் கூறி நாம் பின்வாங்கிவிடுகிறோம். அல்லது, மணமுடித்துக் கொண்டு, அதில் உணர்வுபூர்வமாக நம்மை முழு மனத்துடன் ஈடுபடுத்திக் கொள்ளாமல் இருந்துவிடுகிறோம். அல்லது, சமீப காலங்களில் அடிக்கடி நிகழ்வதைப்போல, திருமணம் முடித்து மூன்று அல்லது நான்கு ஆண்டுகளுக்குப் பிறகு, நாம் நினைத்திருந்த அளவுக்கு நாமும் நம்முடைய வாழ்க்கைத்துணைவரும் ஒரு பொருத்தமான ஜோடி அல்லர் என்ற முடிவுக்கு வந்து, திருமணத்தை முறித்துக் கொள்வது குறித்து நாம் தீவிரமாகச் சிந்திக்கத் தொடங்குகிறோம். சிலருடைய வாழ்க்கையில் இவற்றில் ஏதாவது ஒன்று உண்மையாக இருக்கக்கூடும் என்பதில் சந்தேகமில்லை. காதலிலும் சரி, வேறு விஷயங்களிலும் சரி, மக்கள் மோசமான தேர்ந்தெடுப்புகளை மேற்கொள்கின்றனர்.

கற்பனையில் நாம் உருவாக்கி வைத்திருக்கின்ற இலட்சிய வாழ்க்கைத்துணைவர்களிடம் இருக்கும் என்று நாம் கணக்குப் போடுகின்ற பண்புநலன்கள், உண்மையில் பலருடைய பண்புநலன்களின் ஒரு கலவையாகத்தான் இருக்கும். எதார்த்தத்தில், எந்தவொரு ஒற்றை நபரிடமும் அவை அனைத்தும் இருப்பதற்குச் சாத்தியமேயில்லை.

அதனால், நாம் மணவாழ்க்கைக்குள் குதிப்பதோடு நின்றுவிடாமல், குழந்தைகளைப் பெற்றுக் கொள்வது போன்றவற்றின் மூலம் அதை உறுதிப்படுத்திக் கொள்ள வேண்டும். பொதுவாகவே, நாம் கடந்து வருகின்ற பாதையிலுள்ள பாலங்களை, தேவையெனில் திரும்பிச் செல்வதற்கு வசதியாக, தகர்த்துவிடாமல் இருப்பதில் நாம் கவனமாக இருப்போம். ஆனால், குழந்தைகளைப் பெற்றுக் கொள்வது என்பது போன்ற சில நடவடிக்கைகளை எடுப்பது என்பது, திரும்பிச்

செல்கின்ற வழியுள்ள பாலங்களைத் தகர்ப்பதற்குச் சமம். ஆனால், இது போன்ற சமயங்களில், நாம் திரும்பிச் செல்ல வழியில்லாமல் இப்படி மாட்டிக் கொள்வது குறித்து நாம் வருத்தமடைவதில்லை, மாறாக, மகிழ்ச்சியடைகிறோம். ஹார்வர்டு பல்கலைக்கழகத்தைச் சேர்ந்த டேனியல் கில்பர்டு என்ற சமூக உளவியல் பேராசிரியர் ஒரு முறை ஒரு பரிசோதனையை மேற்கொண்டார். அந்தப் பரிசோதனையில் கலந்து கொள்ள முன்வந்த நூற்றுக்கணக்கானவர்களுக்கு, அங்கிருந்த நூற்றுக்கணக்கான ஓவியங்களில் அவர்கள் தங்களுக்குப் பிடித்தமான ஓர் ஓவியத்தைத் தேர்ந்தெடுத்துக் கொள்வதற்கான சுதந்திரம் வழங்கப்பட்டது. அவர்களும் ஆளுக்கோர் ஓவியத்தைத் தேர்ந்தெடுத்துக் கொண்டனர். பின் அவர் அவர்களை இரண்டு குழுக்களாகப் பிரித்தார். முதல் குழுவினரிடம், அவர்கள் விரும்பினால், ஒரு மாதத்திற்குள், அவர்கள் வைத்திருக்கும் படத்திற்குப் பதிலாக வேறு ஒன்றை மாற்றிக் கொள்ளலாம் என்று அவர் தெரிவித்தார். இரண்டாவது குழுவினருக்கு அந்த வாய்ப்பு வழங்கப்படவில்லை. ஒரு மாதம் கழித்து அந்த இரண்டு குழுவினரிடமும் மறுபடியும் ஓர் ஆய்வு நடத்தப்பட்டது. முதல் குழுவினரோடு ஒப்பிடுகையில், இரண்டாவது குழுவினர் தங்களுக்கு வழங்கப்பட்டிருந்த ஓவியங்கள் குறித்து அதிகத் திருப்தி அடைந்திருந்தனர் என்பது அதில் தெரிய வந்தது.

இது நமக்குத் தெரிந்த விஷயம்தான். இதை நிரூபிப்பதற்கு நமக்கு உளவியலாளர்களின் உதவி தேவையில்லைதான். பல கலாச்சாரங்களில் வேரூன்றிப் போயுள்ள ஓர் உள்நோக்கைத்தான், குறிப்பாக, திருமணம் தொடர்பான உள்நோக்கை, கில்பர்ட்டின் ஆய்வு வெளிப்படுத்தியிருந்தது. வாழ்க்கைப் படகு இலேசாகத் தள்ளாடிய உடனேயே ஆளுக்கொரு பக்கமாகப் பிய்த்துக் கொண்டு ஓடிவிடாமல், ‘நல்லதற்கோ, கெட்டதற்கோ,’ பிரியாமல் இருக்க ஒரு தம்பதியர் ஒப்புக் கொள்கின்றபோது, அவர்கள் இருவரும் கடினமான காலகட்டத்தை ஒன்றாகச் சேர்ந்து

எதிர்கொள்ளத் துணிவதோடு, நல்ல அனுபவங்களை மறக்க முடியாத அனுபவங்களாக மாற்றவும் உறுதி பூணுகின்றனர். ஏனெனில், அப்படிப்பட்ட ஒரு மனப்போக்கை அவர்கள் இருவரும் சுவீகரித்துக் கொள்கின்றபோது, தங்களுடைய கற்பனையில் சித்தரித்திருந்த இலட்சியவாத வாழ்க்கைத்துணைவரைத் தேடுகின்ற முயற்சியில் அவர்கள் ஈடுபட மாட்டார்கள். அந்தக் கதவை அவர்கள் இழுத்து மூடிவிடுவர். அதுதான் அவர்களுடைய தேர்ந்தெடுப்பை அர்த்தமுள்ளதாக ஆக்குகிறது. உங்களுக்குப் பிடிக்காத வேலையை இராஜினாமா செய்வது, ஒரு குழந்தைக்குப் பெற்றோராக ஆவது அல்லது ஒரு சிக்கலான குடும்பப் பிரச்சனைக்குத் தீர்வு காண்பது போன்ற, நீங்கள் பயந்து கொண்டிருந்த அல்லது தள்ளிப்போட்டுக் கொண்டிருந்த நடவடிக்கையில் நீங்கள் துணிந்து இறங்குகின்றபோது, நீங்கள் எதிர்பார்த்திராத விதத்தில் உங்களுக்கு ஆசுவாசமும் மன அமைதியும் கிடைப்பதற்கு இதுதான் காரணம். நீங்கள் பயணித்துள்ள பாதையில் திரும்பிச் செல்ல முடியாது என்ற நிலை உருவாகின்றபோது, உங்களுடைய பதற்றம் மறைந்துவிடுகிறது. ஏனெனில், இப்போது நீங்கள் பயணிப்பதற்கு, உங்களுடைய தேர்ந்தெடுப்பின் விளைவாக உருவான ஒரே ஒரு திசை மட்டும்தான் இருக்கிறது.

அத்தியாயம் ஐந்து

'தர்பூசணிப்' பிரச்சனை

அது 2016ஆம் ஆண்டு ஏப்ரல் மாதத்தில் ஒரு வெள்ளிக்கிழமை. அன்று, இரு துருவங்களாகப் பிளவுபட்டிருந்த அமெரிக்க அதிபர் தேர்தல் பிரச்சாரங்கள் சூடுபிடித்திருந்தன; உலகெங்கும் சராசரியாக முப்பது ஆயுத மோதல்கள் நிகழ்ந்து கொண்டிருந்தன. அதே வேளையில், 'பஸ்ஃபீடு' என்ற இணையவழிச் செய்தி நிறுவனத்தைச் சேர்ந்த இரண்டு பத்திரிகையாளர்கள் ஒரு தர்பூசணிப் பழத்தின்மீது இரப்பர் பேன்டுகளைச் சுற்றிக் கொண்டிருந்ததை உலகம் நெடுகிலும் மூன்று கோடி மக்கள் இணையத்தில் நேரடி ஒளிபரப்பில் பார்த்துக் கொண்டிருந்தனர். அவர்கள் பொறுமையாக அடுத்த 43 நிமிடங்கள் அதை இமை கொட்டாமல் பார்த்துக் கொண்டிருந்தனர். அந்தத் தர்பூசணியின்மீது இரப்பர் பேன்டுகள் இயற்பியல்ரீதியான அழுத்தத்தைக் கொடுத்துக் கொண்டிருந்த அதே வேளையில், பார்த்துக் கொண்டிருந்தவர்கள் உளவியல்ரீதியான அழுத்தத்தை அனுபவித்துக் கொண்டிருந்தனர். இந்த அழுத்தம், அந்தப் பழத்தின்மீது 686-வது இரப்பர் பேன்ட் போடப்படுகின்றவரை தொடர்ந்தது. 44-வது நிமிடத்தில் என்ன நிகழ்ந்திருக்கும் என்பதை ஊகிப்பது ஒன்றும் உங்களுக்குப் பெரிய சவாலான காரியமாக இருக்காது. அக்கணத்தில் அந்தத் தர்பூசணி தாறுமாறாக வெடித்துச் சிதறியது. அந்தப் பத்திரிகையாளர்கள், தங்களுடைய

கைகளை உயரே தூக்கி வெற்றியை அறிவித்துவிட்டு, தங்களுடைய கண்களைப் பாதுகாத்துக் கொள்வதற்காக அணிந்திருந்த கண்ணாடிகளில் தெறித்திருந்த தர்பூசணிப் பழத் துணுக்குகளைத் துடைத்துக் கொண்டனர். பிறகு அவர்கள் சில துண்டுகளை எடுத்துச் சாப்பிட்டனர். அத்துடன் அந்த ஒளிபரப்பு நிறைவுக்கு வந்தது. பூமி தொடர்ந்து சூரியனை வலம் வந்து கொண்டிருந்தது.

இணையத்தில் 43 நிமிடங்கள் தொடர்ந்து ஒரு தர்பூசணியை வெறித்துப் பார்த்துக் கொண்டிருப்பது குறித்து ஒருவர் அவமான உணர்வு கொள்ள வேண்டும் என்ற அர்த்தத்தில் இதை நான் இங்குக் குறிப்பிடவில்லை. மாறாக, அதற்குப் பிறகு, சமூக ஊடகங்களில் துளிகூடப் பயனற்றப் பல நிகழ்வுகள் அரங்கேற்றப்பட்டு, மக்களின் அதீதக் கவனம் சூறையாடப்பட்டு, இந்தத் தர்பூசணி நிகழ்வே பரவாயில்லை என்று ஆக்கிவிட்டன. ஆனால், இதை நான் இங்குக் குறிப்பிட்டுள்ளதற்குக் காரணம், நான் இதுவரை முன்வைத்திருந்த ஒரு பூதாகரமான நேர நிர்வாகப் பிரச்சனைக்கான ஒரு நிதர்சனமான எடுத்துக்காட்டாக இது விளங்குவதுதான். கவனச்சிதறல் பிரச்சனைதான் அது. இந்த உலகில் உங்களுக்குக் கிடைத்திருக்கின்ற குறைவான நேரத்தை மிகச் சிறப்பாகப் பயன்படுத்துவதற்கு உங்களை நீங்கள் எவ்வளவு அர்ப்பணித்துக் கொண்டாலும், நீங்கள் கவனம் செலுத்த விரும்பாதிருக்கின்ற விஷயங்களின்மீது தினந்தோறும் உங்களுடைய கவனம் சிதறிக் கொண்டிருந்தால், அதனால் எந்தப் பயனும் இருக்காது. அந்த மூன்று கோடி மக்களும் தங்களுடைய அரிய நேரத்தின் ஒரு குறிப்பிட்டப் பகுதியை ஒரு தர்பூசணிப் பழம் வெடித்துச் சிதறுவதைப் பார்த்தே ஆக வேண்டும் என்ற நோக்கத்துடன் அன்று காலையில் கண்விழித்திருக்க மாட்டார்கள் என்று தாராளமாகக் கூறலாம். அதேபோல, அந்தக் கணம் வந்தபோது, அவர்கள் அந்த நிகழ்வைப் பார்ப்பது என்ற தீர்மானத்தை விருப்பத்துடன் தேர்ந்தெடுத்தார்கள் என்றும் கூறிவிட முடியாது. அதற்குப் பிறகு, ஃபேஸ்புக்கில் ஒருவர், “சிறிது நேரத்திற்குப் பிறகு அதைத் தொடர்ந்து

பார்க்க நான் விரும்பவில்லை என்றாலும், ஏற்கனவே நான் அதில் என்னுடைய நேரத்தின் ஒரு பகுதியைச் செலவழித்திருந்ததால், பாதியில் என்னால் கழன்று கொள்ள முடியவில்லை," என்று பதிவிட்டிருந்தார். இன்னொருவர், "நீங்கள் ஒரு தர்பூசணிப் பழத்தின்மீது 40 நிமிடங்கள் இரப்பர் பேன்டுகளைப் போட்டுக் கொண்டிருந்ததை நான் பார்த்துக் கொண்டிருந்தேன். 'என் வாழ்க்கையை நான் எப்படிக் கையாண்டு கொண்டிருக்கிறேன்?' என்ற கேள்வி என்னுள் எழுந்தது," என்று சுய கழிவிரக்கத்துடன் புலம்பியிருந்தார்.

இந்தத் தர்பூசணிக் கதை நமக்கு ஒரு நினைவூட்டலாகும். இன்று கவனச்சிதறல் என்பதே டிஜிட்டல் கவனச்சிதறல் என்றாகிவிட்டது. நம்முடைய கவனக்குவிப்பு முயற்சிக்கு இணையம் குறுக்கே வருகின்றபோது இதுதான் நிகழ்கிறது. ஆனால், இது ஓர் அபாண்டமான குற்றச்சாட்டு. குறைந்தபட்சம், பண்டைய கிரேக்கக் காலத்திலிருந்தே கவனச்சிதறல்கள் குறித்துத் தத்துவவியலாளர்கள் கவலை தெரிவித்து வந்துள்ளனர். இதை அவர்கள் பிற காரணிகளின் தாக்கம் தொடர்பான பிரச்சனையாகப் பார்க்கவில்லை. மாறாக, ஒருவரின் பண்புநலன் தொடர்பான பிரச்சனையாகவே அவர்கள் பார்த்தனர். ஒருவர் தான் மதிக்கின்ற விஷயங்களில் நேரத்தைச் செலவிடத் தவறிய ஒரு நடவடிக்கையாகவே அவர்கள் அதைப் பார்த்தனர். கவனச்சிதறலை அவர்கள் ஒரு தீவிரமான பிரச்சனையாகப் பார்த்ததற்கான காரணம் நேரடியானது. அதை நாமும் கணக்கில் எடுத்துக் கொள்ள வேண்டும். நீங்கள் எதை எதார்த்தமாகக் கருதுகிறீர்கள் என்பதை, நீங்கள் எதன்மீது கவனத்தைக் குவிக்கிறீர்களோ அதுதான் வரையறை செய்யும்.

'கவனச்சிதறல் நெருக்கடி' என்று அழைக்கின்ற அளவுக்கு இதை ஒரு தீவிரமான பிரச்சனையாகப் பார்த்துக் கோபமும் எரிச்சலும் அடைகின்ற நபர்கள்கூட இதன் முழுத் தாக்கத்தையும் சரியாகப் புரிந்து கொள்ளவில்லை என்றே தோன்றுகிறது. எடுத்துக்காட்டாக, கவனக்குவிப்பு என்பது

வரையறைக்கு உட்பட்ட ஒரு வளம் என்று அடிக்கடிக் கூறப்படுவதை நீங்கள் கேள்விப்பட்டிருக்கலாம். அது முழுக்க முழுக்க உண்மை. “எந்தவொரு கணத்திலும், நம்முடைய மூளையை வந்தடைகின்ற தகவல்களில் 0.0004 சதவீதத் தகவல்களை மட்டுமே பிரக்ஞையோடு நம்மால் கையாள முடியும்,” என்று டிமோத்தி வில்சன் என்ற உளவியலாளர் கூறுகிறார். ஆனால், கவனக்குவிப்பை ஒரு ‘வளம்’ என்று குறிப்பிடுவது என்பது நம் வாழ்வில் அதன் முக்கியத்துவம் குறித்த ஒரு தவறான புரிதலாகும். தனிநபர்கள் என்ற முறையில், நாம் சார்ந்திருக்கின்ற உணவு, பணம், மின்சக்தி போன்ற பிற வளங்கள் நம் வாழ்க்கையை எளிதாக்க உதவுபவை. அவற்றில் சில இல்லாமலேயேகூட நம்மால் குறைந்தபட்சம் ஒரு குறுகிய காலத்திற்காவது உயிர்வாழ முடியும். மறுபுறம், கவனக்குவிப்பு என்பதுதான் வாழ்க்கையே. நீங்கள் துடிப்புடன் வாழ்க்கையை அனுபவித்துக் கொண்டிருக்கிறீர்கள் என்பதே, நீங்கள் எவற்றின்மீதெல்லாம் உங்களுடைய முழுக் கவனத்தையும் குவித்திருக்கிறீர்களோ அவற்றின் கூட்டுதான். உங்களுடைய மரணப்படுக்கையிலிருந்து நீங்கள் பின்னோக்கித் திரும்பிப் பார்க்கின்றபோது, கணத்திற்குக் கணம் உங்களுடைய கவனத்தைக் கவர்ந்திழுத்திருந்த விஷயங்களினால் ஆன ஒன்றாக உங்களுடைய வாழ்க்கை இருந்து வந்துள்ளதை நீங்கள் உணர்வீர்கள். அதனால், நீங்கள் மதிப்பு அளிக்காத விஷயங்களின்மீது நீங்கள் உங்களுடைய கவனத்தைக் குவிக்கின்றபோது, நீங்கள் உங்களுடைய உயிரின் ஒரு பகுதியையே அதற்கு விலையாகக் கொடுக்கிறீர்கள் என்று கூறினால் அது மிகையாகாது. இந்தக் கண்ணோட்டத்திலிருந்து பார்க்கின்றபோது, நீங்கள் உங்களுடைய வேலையில் ஈடுபட்டிருக்கின்றபோது, உங்களுடைய மின்னஞ்சல் பெட்டிக்குள் ஓர் அஞ்சல் வந்துள்ளதை அறிவிக்கின்ற சிணுங்கல் ஓசை, பலரை உலுக்குகின்ற ஒரு மோசமான செய்தி போன்ற சின்னச் சின்னக் கவனச்சிதறல்கள் மட்டுமே கவனச்சிதறல்களின் கணக்கில் சேர்த்துக் கொள்ளப்பட வேண்டியதில்லை. உங்களுடைய

வேலையேகூட உங்களுடைய வாழ்க்கையின் முக்கியமான கவனச்சிதறலாக இருக்கலாம்.

தாங்கள் பெரிதும் மதிக்காத அரசியல் வாழ்க்கையைத் தேர்ந்தெடுத்திருந்த, தாங்கள் உண்மையிலேயே பெரிதாக இரசிக்காத பெருவிருந்துகளை அளித்துக் கொண்டிருந்த, சூரியக் குளியல் போட்டுக் கொண்டிருந்த தன்னுடைய சக ரோமானியர்களை செனக்கா கடுமையாகச் சாடியதற்கு இதுதான் காரணம். இப்படிப்பட்டக் கவனச்சிதறல்களுக்கு பலியானதன் மூலம் அவர்கள் தங்களுடைய வாழ்க்கையையே தொலைத்துக் கொண்டிருந்தனர். சூரியக் குளியலைச் சாடியதன் மூலம் மக்கள் இன்பம் துய்ப்பதையே எதிர்த்த ஒருவராக செனக்கா காட்சியளிக்கலாம். சிறிது நேரம் ஒருவர் சூரியக் குளியல் போட்டால்தான் என்னவாம் என்ற கேள்வி எழலாம். ஆனால், இங்கு நாம் கவனிக்க வேண்டிய முக்கியமான கருத்து, உங்களை ஆசுவாசப்படுத்திக் கொள்வதற்காக நீங்கள் கடற்கரையில் வெயிலில் படுத்திருப்பதற்கோ அல்லது தர்பூசணி வெடித்துச் சிதறுவதைப் பார்ப்பதற்கோ நீங்கள் உங்களுடைய நேரத்தைச் செலவிடுவதைத் தேர்ந்தெடுப்பது தவறு என்பதல்ல. மாறாக, கவனச்சிதறலுக்கு ஆட்படுகின்ற நபர்கள் எதையுமே தேர்ந்தெடுப்பதில்லை என்பதுதான் இங்குள்ள பிரச்சனையே. அவர்களுடைய கவனத்தைத் திருடுகின்ற சக்திகளுக்கு அவர்கள்மீது துளிகூட அக்கறை இல்லை.

இது போன்ற சூழல்களை எதிர்கொள்கின்றபோது, தீவிரமான கவனக்குவிப்பின் இரகசியங்களைக் கற்றுக் கொண்டு, கவனச்சிதறல்களால் அசைக்கப்பட முடியாதவர்களாக நம்மை ஆக்கிக் கொள்வதுதான் ஒரே வழி என்று இன்று நமக்கு மீண்டும் மீண்டும் சொல்லப்பட்டு வருகிறது. தியானம், உங்களுடைய திரைகளில் வலைத்தளங்கள் தோன்றுவதைத் தடுக்கின்ற செயலிகள், புறச் சத்தங்களைத் தடுக்கின்ற விலையுயர்ந்த ஹெட்ஃபோன்கள் போன்றவை அவற்றுக்காகப் பரிந்துரைக்கப்படுகின்றன. ஆனால், இது ஒரு பொறி. உங்களுடைய கவனக்குவிப்பின்மீது நீங்கள் இந்த

அளவு கட்டுப்பாட்டைச் செலுத்துவதற்கு முயன்றால் அதில் உங்களால் வெற்றி பெற முடியாது. ஏனெனில், உங்களுக்கு ஒரு குறுகிய அளவிலான நேரம்தான் இருக்கிறது என்பது எந்த அளவுக்கு உண்மையோ, அதே அளவுக்கு, உங்களால் ஒருக்காலும் உங்களுடைய கவனத்தை உங்களுடைய முழுக் கட்டுப்பாட்டிற்குள் கொண்டுவர முடியாது என்பதும் உண்மை. அதோடு, முழுமையான கவனக்குவிப்பு விரும்பத்தக்கதும் அல்ல. புறக் காரணிகளால் சலனப்படுத்தப்பட முடியாத தீவிரக் கவனக்குவிப்பை நீங்கள் கொண்டிருந்தால், பின்னால் வருகின்ற வாகனத்தின் சத்தத்தையோ அல்லது உங்களுடைய குழந்தையின் அழுகுரலையோ உங்களால் கேட்க முடியாமல் போய்விடக்கூடிய ஆபத்து நேர்ந்துவிடும். அவசரக் காலங்களில் மட்டுமல்லாமல், அன்றாட நடவடிக்கைகளிலும் தீவிரக் கவனக்குவிப்பு உங்களுக்குப் பெரும் இடைஞ்சலாகவே இருக்கும். ஓர் அழகான சூரிய அஸ்தமனம், அல்லது ஓர் அறையில் மறு மூலையிலிருந்து உங்களுடைய கண்ணோடு கண் நோக்கத் துடித்துக் கொண்டிருக்கின்ற ஒரு ஜோடி அழகிய கண்களின் தரிசனம் போன்றவற்றைக்கூட நீங்கள் இழந்துவிடுகின்ற அபாயம் இங்கு இருக்கிறது. நம்முடைய உயிர்பிழைத்திருத்தலுக்கு இப்படிப்பட்டக் கவனச்சிதறல்கள் அனுகூலமாக இருப்பதால்தான் நாம் இந்த விதத்தில் பரிணாம வளர்ச்சி அடைந்துள்ளோம். கற்கால வேட்டையாடிகள், சற்றுத் தொலைவில் இருந்த ஒரு சிறு புதர் அசையும் ஓசையைக் கேட்காவிட்டால், அந்தச் சத்தத்திற்குச் சொந்தக்காரரின் இரைப்பைக்குள் போய்ச் சேர்ந்துவிடக்கூடிய அபாயம் இருந்தது.

இப்படிப்பட்டக் கவனக்குவிப்பை, நரம்பியல் நிபுணர்கள், தன்னிச்சையான கவனக்குவிப்பு என்று அழைக்கின்றனர். இது இல்லாவிட்டால், நாம் உயிர்பிழைத்திருப்பதே கேள்விக்குறியாகிவிடும். ஆனால், இதற்கு நேரெதிரான, முயற்சியோடுகூடிய கவனக்குவிப்புதான் வாழ்க்கையை அர்த்தமுள்ளதாக ஆக்குகிறது. இதற்கான அசாதாரணமான எடுத்துக்காட்டாகத் திகழ்கிறார் ஆஸ்திரிய நாட்டு

உளவியலாளரான விக்டர் பிராங்க்கெல். அவர் நாஜிக்களின் ஆஷ்விட்ஸ் வதை முகாமில் அடைத்து வைக்கப்பட்டிருந்தபோது, அவர் தன் மனநிலையை ஒரே சீராக வைத்துக் கொள்வதற்காக, தன் கவனக்குவிப்பை அகவயமாகத் திருப்பினார். இன்று, ஒரு சாதாரணமான சூழலில் வசிக்கின்ற நபர்கள்கூட, முயற்சியுடன்கூடிய கவனக்குவிப்புத் திறனை வளர்த்துக் கொள்ளாவிட்டால், வாழ்க்கை அவர்களுக்கு அர்த்தமில்லாததாகப் போய்விடும். அர்த்தமுள்ள அனுபவங்களைப் பெற விரும்பினால், நீங்கள் ஓரளவாவது அதில் கவனத்தைக் குவித்தாக வேண்டும். இரசித்து அனுபவிக்காத ஒன்றைக் கொண்டு உங்களால் எப்படி ஒரு நல்ல அனுபவத்தைப் பெற முடியும்? உயர்தரத்திற்கான விருதுகளைப் பெற்ற ஓர் உணவகத்தில் நீங்கள் உணவருந்திக் கொண்டிருக்கின்றபோது, உங்கள் கவனம் வேறு எங்கோ இருந்தால், அந்த உணவுக்கும் மேகி நூடுல்ஸுக்கும் இடையே பெரிய வித்தியாசத்தை உங்களால் உணர முடியாது. நீங்கள் உங்கள் நண்பருடன் இருக்கின்றபோது, உங்கள் மனத்தை வேறு எங்கோ அலைபாய விட்டுவிட்டு அவர்மீது கவனம் செலுத்தாமல் இருந்தால், அது பெயரளவில் மட்டுமே நட்பாக இருக்கும். “கவனக்குவிப்புதான் அர்ப்பணிப்பின் தொடக்கம்,” என்று கவிஞர் மேரி ஆலிவர் கூறியுள்ளார். அக்கறையும் கவனச்சிதறலும் ஒரே இடத்தில் இருக்க முடியாது. நீங்கள் உங்களுடைய வாழ்க்கைத்துணைவரையோ அல்லது உங்களுடைய குழந்தையையோ, அவர்கள்மீது முழுக் கவனத்தையும் குவிக்காமல் முழுமையாக நேசிக்க முடியாது.

உங்களுடைய வாழ்க்கையைத் தவறாகப் பயன்படுத்துவதற்காக ஓர் இயந்திரம்

தற்போது, இணையம் ‘கவனக்குவிப்புப் பொருளாதாரத்தின்’ ஓர் அம்சமாகப் பார்க்கப்படுகிறது. உங்களுடைய கவனத்தை எதில் குவிக்க வேண்டும் என்பது குறித்துத் தவறான தேர்ந்தெடுப்புகளை

மேற்கொள்ளவும், நீங்கள் அக்கறை கொள்ள விரும்பாத விஷயங்களில் நீங்கள் அக்கறை செலுத்தவும் உங்களைத் தூண்டுகின்ற ஒரு மாபெரும் இயந்திரம் அது. உங்களுடைய கவனத்தைத் திருடுவதன் மூலம் அது உங்களுடைய வாழ்க்கையையே திருடிக் கொண்டிருக்கிறது. அதன்மீது உங்களுக்கு மிகக் குறைவான கட்டுப்பாடே இருக்கிறது.

இந்தச் சூழலின் அடிப்படை அம்சங்களை நம்மில் பெரும்பாலானோர் நன்றாகவே அறிவோம். நாம் பயன்படுத்திக் கொண்டிருக்கின்ற 'இலவசமான' சமூக ஊடகங்கள், உண்மையில் இலவசமானவை அல்ல. ஏனெனில், இங்கு நீங்கள் ஒரு வாடிக்கையாளர் அல்லர், மாறாக, நீங்கள் ஒரு விற்பனைப் பொருள். அதாவது, இவற்றை வைத்திருக்கும் தொழில்நுட்ப நிறுவனங்கள், உங்களுடைய கவனத்தைக் கவர்ந்து அதை விளம்பர நிறுவனங்களுக்கு விற்று அதன் மூலம் இலாபம் ஈட்டிக் கொண்டிருக்கின்றன. நம்முடைய அலைபேசிகள் நம்முடைய ஒவ்வோர் அசைவையும் கண்காணித்துக் கொண்டிருக்கின்றன என்பதை நாம் ஓரளவு அறிவோம். நாம் எதைச் சொடுக்குகிறோம், தொடுதிரையில் உள்ளவற்றை எப்படித் தள்ளுகிறோம், எதில் நேரத்தை அதிகமாகக் கடத்துகிறோம் போன்ற அனைத்துத் தகவல்களையும் அவை சேகரிக்கின்றன. அத்தரவுகளை வைத்து, நாம் எதில் அதிக நேரத்தைச் செலவழிக்கிறோம் என்பதை அவை அறிந்து கொள்கின்றன. பொதுவாக, கோபமூட்டுகின்ற மற்றும் பயமுறுத்துகின்ற விஷயங்களில் மக்கள் அதிக கவனத்தைக் குவிக்கின்றனர். சமூக ஊடகங்களில் இடம்பெறுகின்ற குழாயடிச் சண்டைகள், போலிச் செய்திகள், பொதுவெளியில் அவமானப்படுத்தப்படுதல்கள் போன்றவை, அவற்றின் உரிமையாளர்களின் பார்வையில் சமூக ஊடகங்களில் இருக்கின்ற குறைபாடுகள் அல்ல. அவை அந்த வணிக மாதிரியின் பிரிக்கப்பட முடியாத அம்சங்கள்.

இவை அனைத்தும் 'வசப்படுத்துகின்ற வடிவமைப்பு' என்ற குடையின் கீழ் உள்ளதாகப் பொதுவாகக் கருதப்படுகிறது. அடிமைப்பட்டுக் கிடக்கின்ற நடத்தைகளைத் தோற்றுவிப்பதற்கென்றே, சூதாட்ட

அரங்குகளில் பயன்படுத்தப்படுகின்ற உளவியல்ரீதியான உத்திகள் பலவற்றைச் சமூக ஊடகங்கள் கடன் வாங்கியுள்ளன. எடுத்துக்காட்டாக, வலைப் பக்கங்களில் தரவேற்றப்பட்டிருக்கின்ற ஆயிரக்கணக்கான வீடியோக்கள் மற்றும் பிற செய்திகள், அந்தப் பக்கங்களை நீங்கள் 'புதுப்பிக்கும்' விதத்தில் உங்களுடைய 'மவுஸைச்' சொடுக்கினால், அடுத்தக் கணத்தில் பல புதிய தரவுகள் வந்து விழக்கூடும். அப்படி வந்து விழக்கூடும் என்பதற்கு எந்த உத்தரவாதமும் இல்லை என்றாலும், அப்படிப்பட்ட ஒரு சாத்தியக்கூறு இருப்பதாலேயே, உங்களை மீண்டும் மீண்டும் சொடுக்க வைக்கின்ற ஆசையை அது உங்களுக்குள் தூண்டிவிடும். சூதாட்ட அரங்குகளில் இருக்கின்ற ஓர் இயந்திரத்தில் காசைப் போட்டுவிட்டு ஒரு கம்பியைப் பிடித்து இழுத்தால், உங்களுக்கு அதிர்ஷ்டம் இருந்தால், பல மடங்குப் பணம் உங்கள் முன் வந்து கொட்டும். ஃபேஸ்புக்கின் தொடக்கக் கால முதலீட்டாளரும், தற்போது அதைத் தீவிரமாக எதிர்த்து வருபவருமான ரோஜர் மெக்நாமீ, 'வாடிக்கையாளர்கள்தாம் விற்பனைப் பொருளே,' என்று அழைப்பதுகூடத் தவறானது என்று வாதிடுகிறார். ஏனெனில், 'பொருட்கள்கூட' இதைவிட அதிகக் கண்ணியமாகக் கையாளப்படுகின்றன என்று அவர் சாடுகிறார். ஆனால், சமூக ஊடகப் பயனர்கள் எப்படி நடத்தப்படுகின்றனர் என்பதை எல்லோரும் அறிவர். "பயனர்களை சிலிக்கான் வேல்லி கணப்படுப்புகளில் பயன்படுத்தப்படுகின்ற விறகுகளோடு ஒப்பிடுவதுதான் பொருத்தமாக இருக்கும். ஈவு இரக்கமின்றி நம்முடைய கடைசிச் சொட்டு இரத்தம்வரை உறிஞ்சிவிடுவதுதான் அவர்களுடைய நோக்கம்," என்று ரோஜர் கூறுகிறார்.

ஆனால், இதில் நமக்கு அவ்வளவாகத் தெரியாத விஷயம், நம்முடைய கவனச்சிதறல் எவ்வளவு ஆழமாக ஊடுருவியுள்ளது, அர்த்தமுள்ள காரியங்களில் ஈடுபடுவதற்கான நம்முடைய முயற்சிகளை அது எந்த அளவுக்குத் தரைமட்டமாக்க முனைகிறது என்பதுதான். எடுத்துக்காட்டாக, நீங்கள் ஃபேஸ்புக்கில் ஒரு மணி நேரம் தொலைத்துவிட்டீர்கள் என்று கற்பனை

செய்து கொள்ளுங்கள். அந்த ஒரு மணி நேரத்தை வீணாக்கிவிட்டதற்காக நம்மை நாமே கடிந்து கொண்டு, சரி, போனால் போகிறது என்று நம்மை நாமே மன்னித்துக் கொள்வதாக வைத்துக் கொள்வோம். ஆனால், நாம் வீணாக்கியுள்ளது ஒரே ஒரு மணி நேரம்தான் என்று இங்கு நாம் தவறாக அனுமானித்துக் கொள்கிறோம். ஆனால், கவனக்குவிப்புப் பொருளாதாரம் வடிவமைக்கப்பட்டுள்ள விதத்தின் காரணமாக, இந்த உலகைப் பற்றி நாம் கொண்டுள்ள பார்வையை அது ஒரு திட்டவட்டமான முறையில் திரிக்கிறது. நம்மைப் பொறுத்தவரை எவை முக்கியம் என்று நாம் கொண்டிருக்கின்ற யோசனைகள், நம்முடைய அரசியல் எதிரிகள் எந்த அளவுக்குச் சோரம் போய்க் கொண்டிருக்கிறார்கள் என்பன போன்ற இன்னும் ஓராயிரம் விஷயங்கள்மீது அது தாக்கம் ஏற்படுத்துகிறது. நாம் இணையத்தில் இல்லாதபோதும் நாம் நம்முடைய நேரத்தை எப்படிச் செலவிடுகிறோம் என்பதன்மீது அது தாக்கம் ஏற்படுத்துகிறது. எடுத்துக்காட்டாக, நீங்கள் வசிக்கின்ற நகரின் தெருக்கள் உண்மையில் இருப்பதைவிட மிகவும் பாதுகாப்பற்றவையாக இருப்பதாகச் சமூக ஊடகங்கள் உங்களை நம்ப வைத்துவிட்டால், நீங்கள் உண்மையில் பாதுகாப்பாக இருக்கின்ற தெருக்களில் நடக்கின்றபோதுகூட, பயத்துடனும் தேவையற்ற எச்சரிக்கையுடனுமே நடமாடுவீர்கள்; வெளியே செல்வதைவிட வீட்டுக்குள் அடைந்து கிடப்பதைத் தேர்ந்தெடுப்பீர்கள்; அந்நியர்களிடம் உறவாடுவதைத் தவிர்ப்பீர்கள்; குற்றங்களை இரும்புக்கரம் கொண்டு ஒடுக்க வேண்டும் என்று முழங்குகின்ற, மக்களுக்கிடையே பிரிவினையைத் தூண்டிவிடுகின்ற அரசியல்வாதிகளுக்கு வாக்களிப்பீர்கள். கருத்தியல்ரீதியாக உங்களோடு முரண்படுகின்ற நபர்கள் மட்டுமே சமூக ஊடகங்களில் உங்கள்மீது சேற்றை வாரி இறைப்பார்கள் என்று நீங்கள் எண்ணிக் கொண்டிருந்தால், உங்களுடைய எண்ணத்தை மாற்றிக் கொள்ளுங்கள். அவர்களோடு உங்களுடைய உறவினர்களும் கைகோர்த்துக் கொள்வதையும் நீங்கள் பார்க்க நேரிடலாம். நம்முடைய சாதனங்கள்

நமக்குக் கவனச்சிதறல்களை ஏற்படுத்துவதோடு நின்றுவிடுகின்ற விஷயம் அல்ல இது. நாம் விஷயங்களை முக்கியமானவை என்று வரையறுக்கின்ற போக்கையே அவை மாற்றிவிடக்கூடும். தத்துவவியலாளர் ஹாரி ஃபிராங்க்ஃபர்ட்டின் வார்த்தைகளில் கூறுவதென்றால், "நாம் எதை விரும்ப வேண்டும் என்ற நம்முடைய விருப்பதையே அவை மாற்றிவிடுகின்றன."

நானும் இதற்கு விதிவிலக்கு அல்லன். நான் ஒரு நாளைக்கு அதிகபட்சமாக இரண்டு மணி நேரத்திற்கு மேல் திரைகளில் கவனம் செலுத்துவதில்லை. ஆனாலும், டுவிட்டர், நான் அதைவிட்டு விலகிய பிறகும் என்மீது ஆதிக்கம் செலுத்திக் கொண்டிருந்தது. நான் டுவிட்டரிலிருந்து வெளியேறி வேறு ஏதாவது வேலைகளைப் பார்த்துக் கொண்டிருந்தபோதுகூட, அதில் நடைபெற்றுக் கொண்டிருந்த விவாதங்களை என் மனம் தொடர்ந்து அசைபோட்டுக் கொண்டிருந்தது. என் ருசியறிந்து டுவிட்டர் எனக்கு அனுப்பி வைத்திருந்த தரவுகள் அவை. அவற்றிலிருந்து தப்பிப்பது கடினம். எனக்கு மற்ற அனைத்தையும்விட ஸ்காட்லாந்துக் கடற்கரைகளில் ஆசுவாசமாக நடந்து செல்வது மிகவும் பிடிக்கும். அக்கடற்கரைகள் எப்போதும் ஒரே மாதிரியாகத்தான் இருந்து வந்துள்ளன. ஆனால், சமூக ஊடகங்கள், எனக்கு என்ன பிடிக்கும் என்பதை அறிந்து கொண்டு, என் இரசனைக்கேற்ப விஷயங்களை மாற்றி எனக்குக் கொடுத்து என்னை அடிமைப்படுத்திக் கொண்டிருந்தன. அதனால்தான் எதார்த்தத்தால் அதனோடு போட்டி போட முடியவில்லைபோலும்.

அதே நேரத்தில், இணையத்தின் வாயிலாக என்னுள் உருவாகத் தொடங்கியிருந்த அவநம்பிக்கை மனப்போக்கு, என்னுடைய எதார்த்த வாழ்விலும் ஊடுருவத் தொடங்கியது. இதனால், மனநிறைவான ஒரு நாள் என் கைப்பிடிக்குள் அகப்பட மறுத்தது. உலகம் குறித்த உங்களுடைய பார்வை இப்படி ஓர் அவலமான விதத்தில் மாறியுள்ளது என்பதையே நீங்கள் உணர்ந்திருக்க மாட்டீர்கள். உங்களுடைய கவனக்குவிப்பிற்கு அது வேட்டு வைத்துள்ளதால், இதைக் கண்டுபிடிப்பது

உங்களுக்கு இயலாத காரியமாக ஆகிவிட்டிருக்கும். ஏனெனில், உங்களுடைய கவனக்குவிப்பு கணிசமாகக் குறைந்துள்ளது என்பதைக் கண்டுபிடிப்பதற்கே உங்களுக்கு கவனக்குவிப்பு தேவைப்படும். இந்தச் சுழலுக்குள் நீங்கள் இழுக்கப்பட்டுவிட்டப் பிறகு, எதிலும் கவனத்தைக் குவிக்க முடியாத நிலையைக் காண்கின்ற நீங்கள், அதுதான் தற்போதைய நடைமுறைபோலும் என்ற முடிவுக்கு வந்து உங்களை நீங்களே சமாதானப்படுத்திக் கொள்வீர்கள். டி.எஸ். எல்லியட்டின் வார்த்தைகளில் கூற வேண்டுமென்றால், "நாம் கவனச்சிதறல் மூலம் கவனச்சிதறலிலிருந்து திசை திருப்பப்படுகிறோம்." இதன் மிகப் பாதகமான விளைவு, "இவை மற்றவர்களுக்கு வேண்டுமானால் ஒரு பெரும் பிரச்சனையாக இருக்கலாம், ஆனால், எனக்கு இவை ஒரு பொருட்டே அல்ல," என்று நீங்கள் நம்பிக் கொண்டிருப்பதுதான். சமூக ஊடகம் உங்களை ஒரு கோபக்காரராக, பிறர்மீது அக்கறையற்றவராக, பதற்றமிக்கவராக, உங்களுடைய மரத்துப் போன ஒரு வடிவமாக உங்களை ஆக்கியுள்ளது என்பதை நீங்கள் ஒப்புக் கொள்ள மாட்டீர்கள். ஆனால், அது முழுக்க முழுக்க உண்மை. இந்த உலகில் நீங்கள் இருக்கப் போகின்ற குறுகிய காலத்தின் பெரும்பகுதியை அது விழுங்கி ஏப்பம் விட்டுக் கொண்டிருக்கிறது என்றாலும், அதை உணர்ந்து கொள்கின்ற நிலையில் நீங்கள் இல்லை என்பது என்னவொரு பரிதாபம்!

இதை ஓர் அரசியல் அவசர நிலை என்று வர்ணித்தால் தவறில்லை. நம்முடைய எதிராளிகளை, விவாதத்திற்கு இணங்க வைக்கப்பட முடியாதவர்கள் என்று கட்டம் கட்டுவதன் மூலம், சமூக ஊடகங்கள், மோதல் போக்கைக் கொண்டுள்ள இரு குழுக்களாக நம்மைப் பிரிக்கப் பார்க்கின்றன. உங்களுடைய கருத்தை இத்தனை பேர் பார்வையிட்டனர், இத்தனை பேர் விரும்பினர் போன்ற எலும்புத் துண்டுகளைச் சமூக ஊடகங்கள் உங்களை நோக்கி வீசியெறியும், நீங்களும் அவற்றை மகிழ்ச்சியோடு கவ்விப் பிடித்துப் பெருமை கொள்வீர்கள். அதற்குப் பிறகு விவாதத்திற்கான

கடைசி வாசலும் அடைக்கப்பட்டுவிடும். நச்சுவட்டம் மீண்டும் தொடரும். இதற்கிடையே, கேடித்தனமான அரசியல்வாதிகள் எதிராளிகளைத் தங்களுடைய பொய்ப் பிரச்சாரங்களால் திணறடித்துவிடுவர். உண்மைகளைக் கண்டறியும் பத்திரிகையாளர்கள் அவற்றைத் தோலுரித்துக் காட்ட முனைவர். அப்படி ஒரு பொய் வெட்டவெளிச்சமாகின்றபோது, அதை இட்டு நிரப்புகின்ற விதமாக ஏகப்பட்டப் பொய்கள் கட்டவிழ்த்துவிடப்படும். அவை தேசிய அளவில் கவனம் பெறும். வெறுப்புக்கு மேன்மேலும் தூபமிடப்படும். மக்கள் அடுத்தடுத்தச் சச்சரவுகளில் தங்களுடைய கவனத்தைக் குவிக்கத் தொடங்கிவிடுவர். அதை எதிர்க்கின்ற நபர்களின் டுவீட்டுகள்கூட வேறு பலரால் மறுபடியும் டுவீட் செய்யபபடும். இது அந்தப் பிரச்சனையின்மீது கவனத்தைக் குவித்து அது மேலும் பரவவே வழிவகுக்கும்.

பிரபல தொழில்நுட்ப விமர்சகரான திரிஸ்டன் ஹாரிஸ், "நீங்கள் எந்தவொரு சமூக ஊடகச் செயலியைத் திறந்தாலும், உங்களை அங்கேயே வைத்திருப்பதற்கு, அந்தத் திரையின் மறுபுறம் சுமார் ஆயிரம் நபர்கள் சம்பளம் கொடுத்து அமர்த்தப்பட்டிருப்பார்கள் என்பதை நினைவில் வையுங்கள்," என்று கூறுகிறார். அதனால், ஒரு பயனர் தன்னுடைய மன உறுதியை மட்டும் பயன்படுத்தி அவர்களிடமிருந்து தப்பிப்பது சாத்தியமேயில்லை. அரசியல் நெருக்கடிகளுக்கு அரசியல் தீர்வுகள்தாம் தேவை. கவனச்சிதறல்களை அவற்றின் ஆழமான அர்த்தத்தில் புரிந்து கொள்ள வேண்டுமென்றால், அதற்குப் பின்னால் இருப்பது உங்கள்மீது நடத்தப்படுகின்ற ஒரு 'பெரும் தாக்குதல்' என்பதை நீங்கள் புரிந்து கொள்ள வேண்டும். சிலிக்கான் வேல்லி தொழில்நுட்பக் குற்றவாளிகள் இதிலிருந்து தப்பிச் செல்ல நாம் அனுமதிக்கக்கூடாது. அதே நேரத்தில், நாம் ஓர் உண்மையை ஒப்புக் கொண்டாக வேண்டும். பெரும்பாலான சமயங்களில் நாம் வலிந்து இத்தகைய கவனச்சிதறல்களுக்கு நம்மை ஆட்படுத்திக் கொள்கிறோம். நமக்குள் இருக்கின்ற ஏதோ ஒன்று

டிஜிட்டல் சாதனங்கள் மூலமாகவோ அல்லது வேறு விஷயங்கள் மூலமாகவோ கவனச்சிதறலுக்கு ஆளாக விரும்புகிறது. அது நமக்கு உள்ளேயிருந்து வருகிறது. நாம் மிகவும் அக்கறை கொண்டுள்ள விஷயங்களில் நம்முடைய வாழ்க்கையைச் செலவழிக்காமல் இருக்க அது அறைகூவல் விடுக்கிறது. நமக்குக் கிடைத்திருக்கின்ற இந்தக் குறுகிய வாழ்க்கையை நம்மால் முடிந்த அளவு ஆகச் சிறந்த முறையில் வாழ நாம் மேற்கொள்கின்ற முயற்சிகளுக்குத்தடையாகஇருக்கின்றவிஷயங்களிலேயே மிகவும் நயவஞ்சகமானது இதுதான். அதனால், அதைப் பற்றி நாம் அடுத்து விரிவாகப் பார்க்கலாம்.

அத்தியாயம் ஆறு

அந்தரங்கக் குறுக்கீட்டாளர்

1969ஆம் ஆண்டு குளிர்காலத்தில், தெற்கு ஜப்பானிலுள்ள கீ மலையில் நீங்கள் நடந்து சென்று கொண்டிருந்திருந்தால், ஓர் அசாதாரணமான காட்சியைப் பார்த்து நீங்கள் அதிர்ந்திருப்பீர்கள். ஓர் ஒல்லியான அமெரிக்கர், முழு நிர்வாணமாக, ஒரு பெரிய மர வாளியில் பாதி உறைந்த நிலையில் இருந்த நீரைத் தன் தலையின்மீது ஊற்றிக் கொண்ட காட்சிதான் அது. அவருடைய பெயர் ஸ்டீவ் யங். அவர், ஷிங்கோன் என்ற புத்த மதப் பிரிவில் ஒரு துறவியாக ஆவதற்குப் பயிற்சியெடுத்துக் கொண்டிருந்தார். ஆனால், அப்போது அப்பயிற்சி அவருக்கு அவமானங்களைத் தவிர வேறு எதையும் கொடுத்திருக்கவில்லை. ஸ்டீவ் அங்கிருந்த கோயா புத்த மடத்தை அணுகியபோது, அதன் தலைமைத் துறவி அவரை உள்ளே அனுமதிக்க மறுத்துவிட்டார். ஆசியக் கலாச்சாரத்தைப் பற்றி முனைவர் பட்டப்படிப்புப் படிக்க வந்த அமெரிக்க மாணவன் ஒருவன் புத்த மதத் துறவு வாழ்க்கையைக் கிள்ளுக்கீரையாக நினைத்துவிட்டானா என்று அவர் வெகுண்டார். இறுதியில், ஸ்டீவ் ஒருவாறு கெஞ்சிக் கூத்தாடி, தன்னை ஒரு மாணவனாகச் சேர்த்துக் கொள்ள அந்தத் தலைமைத் துறவியைச் சம்மதிக்க வைத்துவிட்டார். அந்த மடத்தில் தங்கிக் கொள்ள அவர் அனுமதிக்கப்பட்டார். முதலில் அவருக்கு அந்த மடத்தைச் சுத்தம் செய்கின்ற

வேலையும், பாத்திரங்களைக் கழுவுகின்ற வேலையும் கொடுக்கப்பட்டன. இறுதியில் உண்மையான பயிற்சி தொடங்கியது. அதில் அவர் 100 நாட்கள் அந்த மலையில் ஒரு குடிலில் தனியாக வசிக்க வேண்டும். அந்தக் குடிலில் வெப்பத்தை உருவாக்கிக் கொள்வதற்கு அவருக்கு அனுமதி மறுக்கப்பட்டது. அதோடு, அவர் தினமும் மூன்று முறை அந்த உறைய வைக்கும் குளிரில், பாதி உறைந்த நீரில் குளிக்க வேண்டும். ஸ்டீவ் கலிபோர்னியாவிலுள்ள கடற்கரையோரம் வளர்ந்தவர். அதைப் பற்றிப் பல ஆண்டுகளுக்குப் பின்னர் ஸ்டீவ் இவ்வாறு குறிப்பிட்டார்: "அது ஒரு பயங்கரமான அனுபவம். உடலில் ஊற்றப்படுகின்ற நீர், தரையைத் தொட்டவுடன் உறைந்துவிடும் அளவுக்கு அந்த இடம் கடும் குளிராக இருந்தது. உங்களுடைய கைகளில் இருக்கின்ற துண்டுகூட அந்தக் குளிரில் உறைந்துவிடும்."

இந்த அளவுக்குப் பயங்கரமாக இல்லாத, ஆனால் உடல்ரீதியான அசௌகரியத்தை உள்ளடக்கிய அனுபவங்களை எதிர்கொள்ள நேர்கின்றபோது, அந்த நிகழ்வின்மீது தங்களுடைய கவனத்தைக் குவிக்காமல் இருக்கவே பொதுவாக மக்கள் முனைவர். அதுதான் உள்ளுணர்வுரீதியாக எவரும் ஆற்றக்கூடிய எதிர்வினையாக இருக்கும். எடுத்துக்காட்டாக, மருத்துவர்களிடம் சென்று ஊசி போட்டுக் கொள்வது குறித்துப் பலருக்கு ஒருவிதமான பயம் இருக்கும். அப்படிப்பட்டவர்களில் அடியேனும் ஒருவன். எனக்கு ஊசி குத்தப்படுகின்றபோது, நான் அந்த மருத்துவரின் அறையில் மாட்டப்பட்டிருக்கின்ற அலங்கோலமான ஓவியங்களில் என் கவனத்தைக் குவிக்க மிகவும் முயற்சிப்பேன். ஸ்டீவும் முதலில் இப்படித்தான் எதிர்வினையாற்றினார். அந்த உறைநீர் அவரிடம் ஏற்படுத்திய, தோலைக் குத்திக் கிழிப்பது போன்ற உணர்வை மழுங்கடிப்பதற்காக, அவர் தன் கவனத்தை வேறு ஏதாவது ஒன்றின்மீது திசைதிருப்ப முயன்றார். அந்தக் குளிரை உணராமல் இருப்பதற்குத் தன்னுடைய மன உறுதியைப் பயன்படுத்த அவர் முயற்சித்தார். இதை அறிவுக்கு ஒவ்வாத எதிர்வினை என்று கூறிவிட முடியாது.

உடல்ரீதியான வலியை உணராமல் இருப்பதற்காக மனரீதியாகத் தன்னை அங்கிருந்து அப்புறப்படுத்திக் கொள்வது எல்லோருமே வழமையாகச் செய்கின்ற ஒரு விஷயம்தான்.

ஆனால், ஸ்டீவ் தன்மீது மேலும் மேலும் குளிரான நீரை ஊற்றி ஊற்றிக் கடும் அவதிப்பட்டப் பிறகு ஒரு விஷயத்தைப் புரிந்து கொண்டார். தான் கடைபிடித்துக் கொண்டிருந்தது முற்றிலும் தவறான ஓர் உத்தி என்ற புரிதல்தான் அது. தன் உடல் அனுபவித்துக்கொண்டிருந்த வேதனையின்மீது அவர் தன் கவனத்தைக் குவிக்கத் துவங்கியதும், அவருடைய வலியும் வேதனையும் குறையத் தொடங்கின. ஆனால், அதிலிருந்து அவருடைய கவனம் சிதறியபோது, வேதனை தாங்கிக் கொள்ளப்பட முடியாததாக ஆனது. அப்போதுதான், அந்த மொத்தச் சடங்குரீதியான பயிற்சியின் நோக்கத்தை அவர் புரிந்து கொண்டார். தன்னுடைய கவனக்குவிப்பு, வேதனைக் குறைப்பு என்ற வெகுமதியைத் தனக்கு வழங்கியது என்பதும், கவனச்சிதறல், வேதனை அதிகரிப்பு என்ற தண்டனையை வழங்கியது என்பதும் அவருக்குத் தெளிவாயிற்று. அவருடைய கவனக்குவிப்பு ஆற்றல் வெகுவாக அதிகரித்தது. முன்பு அவருக்கு எரிச்சலும் சலிப்பும் ஏற்படுத்திக் கொண்டிருந்த அன்றாட அற்ப விஷயங்களைக்கூட அவரால் ஒரு நேர்மறையான ஈடுபாட்டுடன் செய்ய முடிந்தது. பின்னர் அவர் ஒரு துறவியாக அங்கீகரிக்கப்பட்டார். அவருடைய பெயர் ஷின்ஜென் யங் என்று மாற்றப்பட்டது. பிரச்சனை தான் மேற்கொண்ட நடவடிக்கைகளில் இல்லை, அவற்றுக்குத் தான் உள்ளூரத் தெரிவித்த எதிர்ப்பில்தான் இருந்தது என்பதையும் அவர் புரிந்து கொண்டார். அந்த உணர்வுகளைத் தடுக்கின்ற வேலையில் ஈடுபடாமல், அவற்றின்மீது கவனம் செலுத்துகின்றபோது, அவை தொடர்பான அசௌகரியங்கள் மறைந்துவிடுகின்றன என்பது அவருக்குப் புரிந்துவிட்டது.

நாம் கவனச்சிதறலுக்கு ஆளாகின்றபோது என்ன நடக்கிறது என்பதை ஸ்டீவின் கதை நமக்குத் தெளிவுபடுத்துகிறது. நிகழ்கண வலியிலிருந்து

தப்பிப்பதற்கான விருப்பத் தூண்டுதல் நமக்குள் எழுகிறது. கடுங்குளிரான நீரை வெற்று உடம்பில் ஊற்றுவது அல்லது ஒரு மருத்துவரிடம் சென்று ஊசி போட்டுக் கொள்வது போன்ற உடல்ரீதியான வலி ஏற்படுகின்றபோது, அந்த வலிகளை அலட்சியம் செய்வது கடினம் என்பதால், அவற்றிலிருந்து உங்களுடைய கவனத்தை விலக்கிக் கொள்வதற்குப் பெரும் முயற்சி தேவைப்படும். ஆனால், நம்முடைய அன்றாட நடவடிக்கைகளில் கவனச்சிதறல் நுட்பமாக நிகழ்ந்து கொண்டிருக்கிறது. எடுத்துக்காட்டாக, நீங்கள் வேலை செய்து கொண்டிருக்கின்றபோது, நீங்கள் சமூக ஊடகங்களுக்குள் சுண்டியிழுக்கப்படுகின்ற சம்பவங்களை நினைவுபடுத்திக் கொள்ளுங்கள். நீங்கள் உங்களுடைய வேலையில் தீவிரமாக மூழ்கியிருக்கின்றபோது, சமூக ஊடகம் உங்களை உங்களுடைய விருப்பத்திற்கு மாறாகத் தூண்டில் போட்டு இழுப்பதில்லை. உண்மையில், நீங்களே வலியப் போய் அதில் மாட்டிக் கொள்கிறீர்கள். ஏனெனில், நீங்கள் செய்து கொண்டிருக்கின்ற வேலையிலிருந்து தப்பித்துக் கொள்ள நீங்கள் விரும்புகிறீர்கள். அதை நீங்கள் தயக்கத்துடன் செய்வதில்லை. மாறாக, ஒருவிதமான ஆசுவாச உணர்வுடன் அதில் ஈடுபடுகிறீர்கள். நம்முடைய கவனத்தைப் பெறுவதற்காக நடத்தப்படும் போரில், சிலிக்கான் வேல்லி தொழில்நுட்ப நிறுவனங்கள், நம்மீது படையெடுத்து வருகின்ற படைகளாக வர்ணிக்கப்படுகின்றன. அது உண்மையாக இருக்கும் பட்சத்தில், அந்தப் போர்க்களத்தில் நாம் எதிரியுடன் கைகோர்த்துக் கொண்டிருக்கிறோம் என்பதுதான் பரிதாபகரமான உண்மை.

கவனச்சிதறலை நோக்கி நாம் கவர்ந்திழுக்கப்படுகின்ற இந்தப் போக்கை, மேரி ஆலிவர், 'அந்தரங்கக் குறுக்கீட்டாளர்' என்று வர்ணிக்கிறார். அதை அவர் இவ்வாறு விளக்குகிறார்: "தற்போது நாம் செய்து கொண்டிருக்கின்ற கடினமான, ஆனால், அர்த்தமுள்ள வேலையில் நாம் செலுத்திக் கொண்டிருக்கின்ற நம்முடைய கவனக்குவிப்பை விலக்கி, நம்முடைய

கைக்கெட்டும் தூரத்தில் இருக்கின்ற வலைத்தளத்தில் நிகழ்ந்து கொண்டிருக்கின்ற சுவாரசியமான விஷயங்கள் பக்கம் அதைத் திசைதிருப்புவது நம்முடைய வாழ்க்கையைச் சுலபமாக்கும் என்று நம்முடைய அகம் நமக்குத் தொடர்ந்து அறைகூவல் விடுக்கிறது." தனக்கு ஏற்படுகின்ற இதே போன்ற உளத் தூண்டுதல் குறித்து அமெரிக்க நூலாசிரியரான கிரெக் கிரெச் இவ்வாறு கருத்துத் தெரிவிக்கிறார்: "பெரும்பாலான நேரங்களில், நான் செய்தே ஆக வேண்டிய வேலைகளில் பலவற்றைச் செய்வதற்கு எனக்கு விருப்பமே இருப்பதில்லை என்பதை நான் உணர்ந்துள்ளேன். இங்கு நான் குளியலறையைச் சுத்தம் செய்வதைப் பற்றியோ அல்லது வருமான வரிக் கணக்கைச் சமர்ப்பிப்பதைப் பற்றியோ பேசிக் கொண்டிருக்கவில்லை. நான் உண்மையிலேயே சாதிக்க விரும்புகின்றவற்றின் விஷயத்திலும் இதுதான் நிகழ்ந்து கொண்டிருக்கிறது."

உங்களுக்கு அர்த்தமுள்ளதாகப் படுகின்ற விஷயங்களைச் செய்வதிலுள்ள அசௌகரியம்

யோசித்துப் பார்த்தால், இது அநியாயத்திற்கு விநோதமானதாக இருக்கிறது என்பது புரியும். நாம் நம்முடைய வாழ்க்கையைக் கொண்டு எதைச் சாதிக்க வேண்டும் என்று விரும்புகிறோமோ, அதில் கவனத்தைக் குவிப்பது நமக்கு ஏன் அசௌகரிய உணர்வைக் கொடுக்கிறது? நம்முடைய வாழ்க்கையில் நாம் எதைச் செய்ய விரும்பாதிருக்கிறோமோ அதன்மீது நாட்டம் கொள்ள நாம் ஏன் தூண்டப்படுகிறோம்? இனிமையற்ற அல்லது பயமுறுத்துகின்ற சில குறிப்பிட்ட வேலைகளைத் தவிர்க்க நாம் முயல்வதைப் புரிந்து கொள்ள முடிகிறது. ஆனால், அடிக்கடித் தலைதூக்குகின்ற ஒரு விஷயம் சலிப்பு. சில சமயங்களில் அது ஏன் ஏற்படுகிறது என்பதற்கு நம்மால் சரியான விளக்கங்கள் எதையும் கொடுக்க முடிவதில்லை. உங்களுக்கு முக்கியமாகப் படுகின்ற காரணத்தால் நீங்கள் உறுதியுடன் குதித்துள்ள விஷயம் திடீரென்று மிகவும் சலிப்பூட்டும் விஷயமாக

உங்களுக்குத் தோன்றுகிறது, அதை மேலும் ஒரு கணம்கூடத் தொடர நீங்கள் விரும்பாத நிலை ஏற்படுகிறது. இந்தப் புதிரான நடவடிக்கைக்கு என்ன காரணம்?

நீங்கள் முக்கியமாகக் கருதுகின்ற ஒரு விஷயத்தில் கவனத்தைக் குவிக்க நீங்கள் முயல்கின்றபோது, இந்தப் பூமியில் நீங்கள் இருக்கப் போகின்ற காலத்தின் வரம்பெல்லை குறித்த எண்ணம் உங்கள் மனத்தில் உதிப்பதை உங்களால் தவிர்க்க முடிவதில்லை. அந்த வேலை உங்களுக்கு மதிப்புமிக்கதாக இருப்பதால், அது உங்களுக்கு அசௌகரிய உணர்வைக் கொடுக்கிறது. தன் கற்பனையில் உதித்திருந்த மசூதியை அச்சசலாகக் கட்ட முடியாது என்பதால் அதைக் கட்ட மறுத்தக் கட்டடக் கலைஞர் சிராஜைப் போலன்றி, எதார்த்தத்தை மறுக்கின்ற நிலையில் நீங்கள் இல்லை. உங்கள் கனவில் நீங்கள் நினைத்திருந்த ஒரு பணித்திட்டத்தை உங்களுடைய சக்திக்கு உட்பட்ட விதத்தில் மேற்கொள்ள நீங்கள் துணிந்திருக்கிறீர்கள். அப்போது, அதை நிறைவேற்றத் தேவையான அளவு திறமை உங்களிடம் இல்லை என்பதை நீங்கள் உணரக்கூடும். அல்லது, அதற்கு அதிக நேரம் ஒதுக்குவதற்கு உங்கள் வாழ்க்கைத்துணைவருடன் மனக்கசப்பை ஏற்படுத்துகின்ற வாதத்தில் நீங்கள் ஈடுபடக்கூடும். எல்லாம் அருமையான முறையில் சென்று கொண்டிருந்தால்கூட, அது முன்பே உங்களுக்குத் தெரியாது என்பதால், நேரத்தை உங்களால் முழுமையாக வசப்படுத்த முடியாது என்ற தகிக்கின்ற உண்மையை நீங்கள் ஏற்றுக் கொண்டுதான் ஆக வேண்டும்.

இதனால்தான், சலிப்பு மிகவும் மூர்க்கமான விதத்தில் இனிமையற்றதாக விளங்குகிறது. நாம் செய்து கொண்டிருக்கின்ற விஷயம் சுவாரசியமற்றதாக இருக்கின்ற காரணத்தால்தான் நமக்குச் சலிப்பு ஏற்படுகிறது என்று நாம் நினைத்துக் கொண்டிருக்கிறோம். ஆனால், உண்மையில், நேரம் நம்முடைய கட்டுப்பாட்டில் இல்லை என்ற புரிதல் நம்மிடம் விளைவிக்கின்ற தீவிரமான எதிர்வினையால்தான் சலிப்பு ஏற்படுகிறது. சலிப்பு விதவிதமான சூழல்களில் ஏற்படக்கூடும்.

நீங்கள் மிக முக்கியமானதொரு வேலைத்திட்டத்தில் ஈடுபட்டிருக்கின்றபோது அது நிகழக்கூடும்; ஒரு ஞாயிறு மதியம் என்ன செய்யலாம் என்று யோசித்துக் கொண்டிருக்கின்றபோது அது நிகழக்கூடும்; உங்களுடைய இரண்டு வயதுக் குழந்தையை, தொடர்ந்து ஐந்து மணி நேரம் பார்த்துக் கொள்ள வேண்டிய கட்டாயம் ஏற்படும்போது அது நிகழக்கூடும். ஆனால், அவை அனைத்தையும் இணைக்கின்ற பொதுவான புள்ளி ஒன்று இருக்கிறது. இந்த உலகில் நீங்கள் இருக்கப் போகின்ற காலத்திற்கு ஒரு வரம்பெல்லை இருக்கிறது என்ற உண்மையை அவை ஒவ்வொன்றும் வலியுறுத்துகின்றன.

இவற்றிலிருந்து தப்பித்துக் கொள்ள நாம் இணையம் அளிக்கின்ற கவனச்சிதறலிடம் சரணடைவதில் வியப்பில்லை. ஏனெனில், அது எல்லையற்றதாக விளங்குகிறது. அங்கு நீங்கள் உலகின் மறுகோடியில் நடக்கின்ற விஷயங்களை அடுத்தக் கணத்தில் அறிந்து கொள்ள முடியும்; அங்கு உங்களை நீங்கள் விரும்புவதுபோலக் காட்டிக் கொள்ள முடியும்; நேரம் காலம் தெரியாமல் தொடர்ந்து வந்து கொண்டிருக்கின்ற செய்திகளை முடிவேயில்லாமல் நுகர்ந்து கொண்டிருக்க முடியும். இணையத்தில் மேய்வதுகூட வர வர சுவாரசியமற்றதாக மாறிக் கொண்டிருக்கிறது என்பதை மறுப்பதற்கில்லை. ஆனால், உங்களுடைய தப்பித்தலுக்கு அது சுவாரசியமானதாக இருக்க வேண்டிய அவசியமில்லை. அது உங்களைக் கட்டுப்படுத்திக் கொண்டிருக்கவில்லை என்ற உணர்வு உங்களிடம் இருந்தாலே போதும். டிஜிட்டல் உலகைத் தற்காலிகமாகத் துண்டிப்பது, குறிப்பிட்ட நேரத்தில் மட்டுமே உங்களுடைய மின்னஞ்சல் வருகைப் பெட்டியைத் திறந்து பார்ப்பது போன்ற விதிமுறைகளை உங்களுக்கு நீங்களே ஏற்படுத்திக் கொள்வது போன்ற, கவனச்சிதறலைத் தோற்கடிப்பதற்காகப் பரிந்துரைக்கப்படும் உத்திகள் ஏன், குறைந்தபட்சம் நீண்டகால நோக்கில், வேலை செய்வதில்லை என்பதை இது தெள்ளத் தெளிவாக எடுத்துரைக்கிறது. உங்களை

அடிமைப்படுத்த முனைகின்ற தொழில்நுட்பங்களைப் பொறுத்தவரை இது ஓர் உருப்படியான யோசனை என்பதை மறுப்பதற்கில்லை. ஆனால், உங்களைக் கவனச்சிதறலுக்குத் தூண்டுகின்ற உணர்ச்சிகளை எப்படிக் கையாள்வது என்பது குறித்து இது பேசுவதில்லை. எடுத்துக்காட்டாக, வேலை நேரத்தில் சமூக ஊடகங்களுக்குள் நுழைவதற்கு உங்களுக்கு நீங்களே தடை விதித்துக் கொள்ளலாம்; அல்லது, இணையத் தொடர்பு இல்லாத ஒரு மலைப்பகுதியிலுள்ள ஒரு குடிலில் உங்களை அடைத்துக் கொள்ளலாம். ஆனாலும், உங்களுக்கு முக்கியமானதாகப் படுகின்ற விஷயங்களில் கவனத்தைக் குவிக்க நீங்கள் தடுமாறுவதைத் தடுக்க முடியாது. அதனால், கவனச்சிதறல் நடவடிக்கைகளில் ஈடுபடுவதற்கு ஏதாவது நூதனமான வழிகளை நீங்கள் கண்டுபிடித்துவிடுவீர்கள். எடுத்துக்காட்டாக, நீங்கள் பகல் கனவு காணக்கூடும்; அவசியம் இல்லாமலேயே ஒரு குட்டித் தூக்கம் போடக்கூடும்; அல்லது, உங்களுடைய மேசையை ஒழுங்குபடுத்தக்கூடும்; அல்லது, உற்பத்தித்திறன் வெறியர்களுக்குப் பிடித்தமான, செய்யப்பட வேண்டிய வேலைகள் பட்டியலை மறுசீரமைக்கின்ற செயலில் ஈடுபடக்கூடும்.

நாம் கவனச்சிதறல்கள் என்று கருதுகின்ற விஷயங்கள் உண்மையில் நம்முடைய கவனச்சிதறலுக்கான காரணிகள் அல்ல. நம்முடைய வரம்பெல்லைகளை எதிர்கொள்கின்ற அசௌகரிய உணர்விலிருந்து விடுபடுவதற்காக நாம் தஞ்சமடைகின்ற இடங்கள் அவை, அவ்வளவுதான். நீங்கள் இரவு உணவு சாப்பிட்டுக் கொண்டிருக்கும்போது உங்கள் மனைவி உங்களுடன் பேசும்போது, அதில் உங்களால் கவனத்தைக் குவிக்க முடியாமல் போவதற்கு, நீங்கள் திருட்டுத்தனமாக உணவு மேசைக்குக் கீழே உங்களுடைய அலைபேசியை நோண்டிக் கொண்டிருப்பது காரணம் அல்ல. மாறாக, உங்கள் மனைவியின் பேச்சில் கவனத்தைக் குவிப்பது உங்களுக்குக் கடினமாக இருப்பதால்தான் நீங்கள் உங்களுடைய அலைபேசியுடன் கொஞ்சிக் குலாவத் தொடங்குகிறீர்கள். ஏனெனில், ஓர் உரையாடலைக் காது

கொடுத்துக் கேட்பதற்கு நிறைய முயற்சியும் பொறுமையும் தேவை. அதோடு, நீங்கள் அந்த உரையாடலுக்கு உங்களை அர்ப்பணித்துக் கொள்ளவும் வேண்டியிருக்கும். அல்லது, அப்போது உங்கள் மனைவி கூறுகின்ற விஷயங்கள் உங்களுக்கு எரிச்சல் ஏற்படுத்தக்கூடும். இது போன்ற சூழல்களில் அலைபேசியை வருடிக் கொண்டிருப்பது இயல்பாகவே இனிமையானதாகத் தோன்றுவதில் வியப்பில்லை. நீங்கள் உங்களுடைய அலைபேசியைக் கைக்கெட்டாத தொலைவில் வைத்துவிட்டால்கூட, நீங்கள் வேறு ஏதோ ஒருவிதமான கவனச்சிதறலைக் கண்டுபிடித்துவிடுவீர்கள். நீங்கள் ஓர் உரையாடலில் ஈடுபட்டிருந்தால், பேசிக் கொண்டிருப்பவருக்கு எப்படி பதிலளிக்க வேண்டும் என்ற யோசனையில் மூழ்குவது அப்படிப்பட்ட ஒன்று.

கவனச்சிதறலுக்கான தூண்டுதலை அடியோடு ஒழித்துக் கட்டுவதற்கான இரகசியத்தை என்னால் உங்களிடம் வெளிப்படுத்த முடிந்தால் நன்றாக இருக்கும் என்ற ஏக்கம் என்னிடம் இருக்கிறது. ஆனால், அப்படிப்பட்ட ஒன்று இல்லவே இல்லை என்பதுதான் எதார்த்தம். முக்கியமான வேலைகளில் ஈடுபடுகின்றபோது, இந்த உலகில் நமக்கு இருக்கின்ற கால அவகாசம் குறைவானது என்ற உணர்வால் ஏற்படுகின்ற அசௌகரிய உணர்வை ஏற்றுக் கொள்வதன் மூலம்தான், கவனச்சிதறல் நம்மீது கொண்டிருக்கின்ற பிடியிலிருந்து நம்மால் விடுபட முடியும்.

எந்தவிதமான தீர்வுகளும் இல்லை என்று ஏற்றுக் கொள்வதே ஒருவிதமான தீர்வுதான். ஸ்டீவின் விஷயத்தில், குளிரான நீர் தன் உடலின்மீது ஏற்படுத்திய உணர்வை எதிர்த்துப் போராடாமல் தான் அதை அப்படியே ஏற்றுக் கொண்டதன் மூலம் தன்னுடைய வேதனை குறைந்ததை அவர் கண்டுபிடித்தார். என்னுடைய சொந்தக் கவனக்குவிப்பு ஆற்றல் ஸ்டீவ் அளவுக்கு இல்லை என்றாலும், அதன் சாராம்சத்தோடு நான் முழுமையாக உடன்படுகிறேன். அசௌகரிய உணர்வு கண்டிப்பாக இருக்கும் என்பதை மறுப்பதற்குப் பதிலாக அதை ஏற்றுக் கொள்வது பலனளிக்கும்

என்பதுதான் அது.

விஷயங்கள் உண்மையில் எப்படி இருக்கின்றனவோ அப்படியே அவற்றை ஏற்றுக் கொள்ளாமல் அவற்றை எதிர்ப்பதற்கு முயற்சி செய்வதுதான் மனிதனின் அனைத்து வேதனைகளுக்கும் காரணம் என்ற கருத்தைச் சில ஜென் புத்த மதத்தினர் முன்வைக்கின்றனர். மனிதன் வரம்பெல்லைகள் உடையவன், அவற்றை அவனால் ஒருக்காலும் மீற முடியாது என்ற உண்மையைப் புரிந்து கொள்வதே அவனுக்கு ஒருவிதமான நிம்மதியை அளிக்கும். அடுத்து நிகழவிருக்கின்ற நிகழ்வுகளின் போக்கை உங்களால் ஒருக்காலும் தீர்மானிக்க முடியாது. இந்த எதார்த்தத்தின் இந்தப் புறக் கட்டுப்பாட்டை ஏற்றுக் கொள்கின்றபோது, அது இனியும் நம்மைக் கட்டுப்படுத்திக் கொண்டிருப்பதில்லை என்பது இதிலுள்ள நகைமுரணாகும்.

பகுதி இரண்டு

கட்டுப்பாட்டுக்கு அப்பால்

அத்தியாயம் ஏழு

நமக்கு ஒருபோதும் நேரம் இருப்பதில்லை

டக்ளஸ் ஹாஃப்ஸ்டாடர் என்ற அமெரிக்கக் கணினியியல் பேராசிரியர் பல விஷயங்களுக்குப் பெயர் போனவர். அவற்றில் ஒன்று அவருடைய பெயரால் அழைக்கப்படுகின்ற 'ஹாஃப்ஸ்டாடர் விதி'. "நீங்கள் திட்டமிடுகின்ற எந்தவொரு வேலையும் நீங்கள் எதிர்பார்க்கின்ற நேரத்தைவிடக் கூடுதலான நேரத்தையே எடுத்துக் கொள்ளும் – நீங்கள் ஹாஃப்ஸ்டாடர் விதியைக் கணக்கில் எடுத்துக் கொண்டால்கூட!" என்று அந்த விதி கூறுகிறது. அதற்கு இப்படி விளக்கமளிக்கலாம்: நீங்கள் ஒரு குறிப்பிட்ட வேலைத்திட்டத்தைக் கையில் எடுத்துக் கொள்கிறீர்கள் என்று வைத்துக் கொள்வோம். அதற்கு நீங்களே ஒரு காலக்கெடுவை நிர்ணயிக்கிறீர்கள். அது நீங்கள் நிர்ணயித்துக் கொண்டுள்ள காலக்கெடுவுக்குள் முடியாது என்பதை நீங்கள் அறிவீர்கள் என்பதால், அதற்குக் கூடுதலாக நேரம் ஒதுக்குகிறீர்கள். ஆனாலும், அந்த வேலை நீங்கள் திருத்தி அமைத்துள்ள காலக்கெடுவுக்குள்ளும் முடியாது. அதனால், வழமையாக வழங்கப்படுகின்ற, "ஒரு வேலைத்திட்டத்திற்கு நீங்கள் எதிர்பார்க்கின்ற நேரத்தைப்போல இரண்டு மடங்கு நேரத்தை ஒதுக்கிக் கொள்ளுங்கள்," என்ற அறிவுரை, நிலைமையை மேலும் மோசமாக்கத்தான் உதவும். எடுத்துக்காட்டாக, நீங்கள் உங்கள் வீட்டுக்குத்

தேவையான மளிகைப் பொருட்களை வாங்குவதற்காக ஒரு பல்பொருள் அங்காடிக்குச் செல்கிறீர்கள் என்று வைத்துக் கொள்வோம். வீட்டிலிருந்து புறப்பட்டுச் சென்று பொருட்களை வாங்கிக் கொண்டு மீண்டும் வீடு திரும்புவதற்கு உங்களுக்கு ஒரு மணி நேரம் ஆகும் என்று நீங்கள் கணிக்கிறீர்கள். இந்த வழமையான அறிவுரையை நீங்கள் அறிந்திருப்பதால், நீங்கள் அதற்கு இரண்டு மணி நேரத்தை ஒதுக்குகிறீர்கள். ஆனால், உண்மையில் இரண்டரை மணி நேரம் ஆகியிருக்கும். பெரிய திட்டங்களில் இதை உங்களால் எளிதாக உணர முடியும். ஆஸ்திரேலியாவில் சிட்னி ஓப்பெரா ஹவுஸ் கட்டடத்திற்காகத் திட்டமிடப்பட்டபோது, இதுபோன்ற பெரிய திட்டங்கள், வழக்கமாக, எதிர்பார்ப்பதைவிட அதிகக் காலம் பிடிக்கும் என்பதை உணர்ந்திருந்த அந்த அரசாங்கம், அதற்கு இரண்டு மடங்குக் கால அவகாசத்தைக் கொடுத்து, நான்கு ஆண்டுகளுக்குள் அது முடியும் என்று கணித்தது. ஆனால், அதை முழுமையாகக் கட்டி முடிக்கப் பதினான்கு ஆண்டுகள் ஆயின. அதற்கான செலவு முதலில் திட்டமிடப்பட்டிருந்ததைவிட 1,400 சதவீதம் அதிகரித்திருந்தது. ஹாஃப்ஸ்டாடர் தன் விதியை ஓரளவு விளையாட்டுத்தனமாகவே கொடுத்திருந்தார். ஆனாலும், அந்த விதி என்னைக் கலக்கமடையச் செய்கிறது. ஏனெனில், என்னைப் பொறுத்தவரை அது சரியாகவே இருந்து வருவதுபோலத் தெரிகிறது. நாம் திட்டமிடுகின்ற நடவடிக்கைகளே நமக்கு எதிராகச் சதி செய்வதுபோலத் தோன்றுகிறது.

இந்த விஷயம் மற்ற விஷயங்களைவிடத் தனிப்பட்ட முறையில் என்னை அதிகமாகத் தொந்தரவு செய்தது. ஏனெனில், என் குடும்பம், அதீதத் திட்டமிடுதலுக்குப் பெயர் போனது. ஒவ்வோர் ஆண்டும், கிறிஸ்துமஸுக்கு நாங்கள் எப்போது வருவோம், அதற்கான ஏற்பாடுகள் செய்யப்பட்டுவிட்டனவா என்று ஜூன் மாதத்திலேயே என் பெற்றோரிடமிருந்து எனக்கும் என் மனைவிக்கும் அழைப்பு வந்துவிடும். உல்லாசப் பயணங்களுக்கு நான்கு மாதங்களுக்கு முன்பாகவே திட்டமிடாமல்

இருக்கின்ற நபர்களைப் பார்த்தால் எனக்கு வியப்பாக இருக்கும். நான் சிறுவனாக இருந்தபோது, நாங்கள் குடும்பமாகச் சேர்ந்து பயணங்கள் மேற்கொண்டபோது, விமானம் புறப்படுவதற்கு மூன்று மணி நேரத்திற்கு முன்பாகவே நாங்கள் விமான நிலையத்திற்குப் போய்ச் சேர்ந்துவிடுவோம். இரயில் நிலையமாக இருந்தால், ஒரு மணி நேரத்திற்கு முன்பாகச் செல்வோம். இந்த ஏற்பாடுகள் அப்போதும் என்னை எரிச்சலடைய வைத்தன. அது என்னிடம் ஊறிப் போய்விட்டுள்ளதால், இப்போதும் அது எனக்கு எரிச்சல் ஏற்படுத்திக் கொண்டிருக்கிறது.

என்னுடைய குடும்பம் ஒரு யூதக் குடும்பம். 1933இல் ஹிட்லர் பதவிக்கு வந்தபோது, பெர்லின் நகரில் வசித்துக் கொண்டிருந்த என்னுடைய தந்தைவழிப் பாட்டிக்கு ஒன்பது வயது. 1938இல், யூதர்களுக்கு எதிராக நாஜிக்களால் திட்டமிடப்பட்ட ஒரு முறையில் நடத்தப்பட்ட ஒரு பெரும் கலவரத்தில் எப்படியோ உயிர் தப்பியிருந்த என்னுடைய பாட்டியின் மாற்றாந்தந்தை, அதற்கு மேல் ஜெர்மனியில் தங்கியிருப்பது புத்திசாலித்தனமானதாக இருக்காது என்ற முடிவுக்கு வந்து, குடும்பத்தோடு ஒரு கப்பலில் ஏறி இங்கிலாந்துக்கு வந்துவிட்டார். ஆனால், ஜெர்மனியில் வேறு ஓரிடத்தில் மாட்டிக் கொண்டுவிட்ட என் கொள்ளுப்பாட்டி, நாஜி வதை முகாமில் சாகடிக்கப்பட்டார். முன்னதாகவே திட்டமிடாவிட்டால் நிலைமை கைமீறிச் சென்றுவிடக்கூடும், சில நேரங்களில் நீங்கள் நேசிக்கின்ற நபர்களை இழக்கக்கூட நேரிடலாம் என்ற பாடத்தைக் கற்றுக் கொண்ட என் பாட்டி, அதைத் தன்னுடைய அடுத்தடுத்தத் தலைமுறைகளுக்குக் கடத்தியதில் வியப்பேதும் இல்லை.

வருங்காலத் திட்டமிடுதல்களில் இப்படி உணர்வுபூர்வமாக ஈடுபடுவது, எப்போதாவது ஒரு முறை ஒரு பெரும் ஆபத்திலிருந்து உங்களைக் காப்பாற்றலாம் என்றாலும், மற்ற அனைத்துச் சமயங்களிலும், எந்தப் பதற்றத்தைக் களைவதற்காகத் திட்டமிடப்படுகிறதோ, அது அதிகரிக்க வழி

வகுத்துவிடும். தீவிரத் திட்டமிடுதலில் ஈடுபடுகின்ற நபர், வருங்காலத்திடமிருந்து சில உத்தரவாதங்களைக் கோருவார். ஆனால், வருங்காலம் எவருக்கும் எந்தவொரு சமயத்திலும் அப்படிப்பட்டதொரு சலுகை எதையும் வழங்குவதில்லை. எடுத்துக்காட்டாக, நீங்கள் பல மணி நேரத்திற்கு முன்பாக விமான நிலையத்திற்குச் செல்லலாம். ஆனால், குறித்த நேரத்திற்கு விமானம் கிளம்பும் என்ற உத்தரவாதம் உங்களுக்கு ஒருபோதும் முன்கூட்டியே கிடைக்காது. நீங்கள் சீக்கிரமாகவே விமான நிலையத்தை அடைந்த பிறகு, அங்கு வந்தடைந்துள்ளதைப் பற்றி நினைத்துக் கொண்டிருக்க மாட்டீர்கள். ஏனெனில், அது நடந்து முடிந்துவிட்டக் காரியம். மாறாக, விமானம் சரியான நேரத்திற்குக் கிளம்புமா என்ற பதற்றம் உங்களைத் தொற்றிக் கொள்ளும். அந்த விமானம் சென்றடைகின்ற நகரத்திலிருந்து கிளம்புகின்ற இரயிலைப் பிடிப்பதற்கு வசதியாகச் சரியான நேரத்திற்கு அந்த விமானம் அந்த ஊருக்குப் போய்ச் சேர்ந்துவிடுமா என்ற யோசனையில் நீங்கள் மூழ்கியிருப்பீர்கள். அதனால், நீங்கள் என்னதான் முன்கூட்டியே திட்டமிட்டிருந்தாலும், அனைத்தும் கனகச்சிதமாக நடந்தேறிவிடும் என்ற உறுதியோடு நீங்கள் இருக்க முடியாது. கிறிஸ்துமஸ் திட்டத்தை வெற்றிகரமாகப் போட்டு முடித்தப் பிறகு, ஜனவரி, பிப்ரவரி, மற்றும் மார்ச் மாதங்களில் நடைபெறவுள்ள பிற நிகழ்ச்சிகளுக்குத் திட்டமிடுதல்களைத் துவக்க வேண்டியிருக்கும், இல்லையா?

நான் இங்கு என்னுடைய குடும்பத்தின் எடுத்துக்காட்டை எடுத்துக் கையாண்டாலும், வருங்காலம் ஓரளவாவது நம்பகத்தன்மையுடன் இருக்க வேண்டும் என்ற ஏக்கம் எல்லோரிடமும் இருக்கிறது என்பதுதான் உண்மை. ஏதாவது ஒன்றைப் பற்றிக் கவலை கொள்கின்ற அனைவரிடமும் இது இடம்பெற்றிருக்கிறது. வருங்காலம் குறித்தப் பாதுகாப்பு உணர்வை உருவாக்கிக் கொண்டு, அது மீண்டும் மீண்டும் தோற்கின்றபோது, மனம் உருவாக்கிக் கொள்கின்ற ஒன்றுதான் கவலை. உங்களுடைய வாழ்க்கைத்துணைவர் உங்களைவிட்டு

விலகிச் சென்றுவிட மாட்டார் என்ற உத்தரவாதம் உங்களுக்குத் தேவைப்படுகிறது; வேலையிலிருந்து ஓய்வு பெறுகின்றபோது உங்களிடம் போதுமான அளவு பணம் இருக்கும் என்ற உத்தரவாதம் உங்களுக்குத் தேவைப்படுகிறது; நாட்டைச் சூழ்ந்திருக்கின்ற பெருந்தொற்று நீங்கள் நேசிக்கின்ற நபர்களைக் காவு வாங்கிவிடாது என்ற உத்தரவாதம் உங்களுக்குத் தேவைப்படுகிறது; உங்களுக்குப் பிடித்தமான கட்சி பதவிக்கு வர வேண்டும் என்ற உத்தரவாதம் உங்களுக்குத் தேவைப்படுகிறது; நீங்கள் தயாரித்து வைத்துள்ள, செய்து முடிக்கப்பட வேண்டிய வேலைகளின் பட்டியலிலுள்ள அனைத்தையும் நீங்கள் வெள்ளிக்கிழமை மாலைக்குள் செய்து முடித்திருப்பீர்கள் என்ற உத்தரவாதம் உங்களுக்குத் தேவைப்படுகிறது. ஆனால், வருங்காலத்தைக் கட்டுப்படுத்த வேண்டும் என்ற இந்தப் போராட்டம், இந்த உலகில் நமக்குக் கிடைத்திருக்கும் காலத்திற்கு வரம்பெல்லை இருக்கிறது என்பதோடு நேரடியாகத் தொடர்புடையது. ஏனெனில், கவலைகளில் தீவிரமாக மூழ்கியிருக்கின்ற நபர்களால் இந்தப் போராட்டத்தில் ஒருபோதும் வெல்ல முடியாது. வருங்காலத்தை உங்களால் ஒருக்காலும் உறுதியாகக் கணிக்கவே முடியாது.

எது வேண்டுமானாலும் நடக்கலாம்

இந்த உலகில் நமக்கு இருக்கின்ற காலத்திற்கு வரம்பு இருக்கிறது என்ற அசௌகரியமான எதார்த்தத்தைத் தவிர்ப்பதற்குப் பதிலாக அதை நேருக்கு நேர் எதிர்கொள்வதன் முக்கியத்துவத்தைப் பற்றி நான் இதுகாறும் இந்நூலில் குறிப்பிட்டு வந்திருந்தேன். அதே நேரத்தில், நேரம் என்ற ஒரு பொருள் நமக்கு இருக்கிறது என்ற கருத்தே சந்தேகத்திற்கு இடமானதாக இருப்பதையும் நாம் புரிந்து கொள்ள வேண்டும். டேவிட் கெயின் என்ற எழுத்தாளர், “நம்முடைய பர்ஸில் இருக்கின்ற பணத்தையோ அல்லது நாம் நம் கால்களில் அணிந்திருக்கும் காலணிகளையோ

சொந்தம் கொண்டாடுவதைப்போல நேரத்தை நம்மால் நம்முடையது என்று சொந்தம் கொண்டாட முடியாது," என்று கூறுகிறார். நம்மிடம் நேரம் இருக்கிறது என்று நாம் கூறுகின்றபோது, அதை நாம் 'எதிர்பார்க்கிறோம்' என்ற அர்த்தத்தில்தான் அதைக் கூறுகிறோம். "ஒரு காரியத்தைச் செய்து முடிப்பதற்கு மூன்று மணி நேரம் அல்லது மூன்று நாட்கள் ஆகும் என்று நாம் அனுமானித்துக் கொள்கிறோம். ஆனால், நேரம் ஒருபோதும் நம்முடைய உடைமையாக ஆகப் போவதில்லை," என்று டேவிட் மேலும் வலியுறுத்துகிறார். எண்ணற்றப் புறக் காரணிகளில் ஏதாவது ஒன்று உங்களுடைய எதிர்பார்ப்பைத் தடம்புரள வைத்து, நீங்கள் முக்கியம் என்று கருதுகின்ற ஒரு வேலைத்திட்டத்தைச் செய்து முடிக்க உங்கள் வசம் இருந்ததாக நீங்கள் நினைத்துக் கொண்டிருந்த அந்த மூன்று மணி நேரத்தை உங்களிடமிருந்து தட்டிப் பறித்துவிடக்கூடும். உங்களுடைய மேலதிகாரி, அவசர வேலை ஒன்றை உங்களுடைய தலையில் கட்டக்கூடும்; உங்கள் கார் பாதி வழியில் பழுதடையக்கூடும்; நீங்களே இறக்கக்கூடும். அப்படி நீங்கள் எதிர்பார்த்திருந்ததைப்போல அந்த மூன்று மணி நேரம் உங்களுக்குக் கிடைத்திருந்தாலும், அது அந்த மூன்று மணி நேரத்தின் முடிவில்தான் உங்களுக்கு உறுதியாகத் தெரிய வரும். வருங்காலம் கடந்தகாலமாக ஆகின்றவரை அதை உங்களால் உறுதிப்படுத்த முடியாது.

அதேபோல, நான் இதுவரை கூறிக்கொண்டிருந்தபடி, வாழ்வதற்கு எவருக்குமே நான்காயிரம் வாரங்கள் உண்மையிலேயே கிடைப்பதில்லை. ஒருவேளை அதைவிடக் குறைவாக உங்களுக்குக் கிடைக்கலாம் என்பது ஒருபுறம் இருக்கட்டும். எதார்த்தத்தில், உங்களுக்கு ஒரே ஒரு வாரம்கூடக் கிடைப்பதில்லை என்பதுதான் உண்மை. அதாவது, அது உங்களுக்கு உத்தரவாதமாகக் கிடைக்கும் என்றோ, அல்லது நீங்கள் பயன்படுத்த விரும்பிய விதத்தில் அதைப் பயன்படுத்திக் கொள்ளும் நிலையில் நீங்கள் இருப்பீர்கள் என்றோ கூறிவிட முடியாது. ஒவ்வொரு கணமாக அது உங்களுக்குக்

கிடைத்துக் கொண்டிருக்கிறது, அவ்வளவுதான். அடுத்து என்ன நடக்கும் என்ற உத்தரவாதமும் இங்குக் கிடையாது. இது குறித்தும், 'நாம்தான் காலம்' என்று கூறிய ஹெய்டெகரின் கருத்து குறித்தும் சிறிது அசை போடுங்கள். அப்போது, நம்முடைய இருத்தல் என்பது அடுத்தடுத்து வந்து கொண்டிருக்கின்ற கணங்களின் ஒரு தொகுப்பு என்று சிந்திப்பதைத் தவிர நமக்கு வேறு வழியில்லை என்பது உங்களுக்குப் புரியும். இது உளவியல்ரீதியாகப் பல பின்விளைவுகளை உள்ளடக்கியுள்ளது. ஏனெனில், நேரம் என்பது நாம் வசப்படுத்திவைத்துக்கொள்ளக்கூடிய ஒன்று அல்லது நாம் கட்டுப்படுத்தக்கூடிய ஒன்று என்ற, வெளிப்படையாகச் சொல்லப்படாத அடித்தளத்தின்மீதுதான், வருங்காலம், திட்டமிடுதல்கள், இலக்குகளை நிர்ணயித்தல், கவலைப்படுதல் ஆகியவை குறித்த நம்முடைய மொத்தச் சிந்தனையும் கட்டமைக்கப்பட்டுள்ளது. அதனால், இந்த எதார்த்தத்திற்கும் நம்முடைய எதிர்பார்ப்பிற்கும் இடையே நிலவுகின்ற இந்த முரண்பாடு நமக்குள் பதற்றத்தையும் கொந்தளிப்பையும் தோற்றுவிக்கிறது.

எதிர்காலம் நாம் விரும்புகின்ற விதத்தில் மலர்வதற்கான வாய்ப்புகளை அதிகரிப்பதற்காகத் திட்டங்களைத் தீட்டுவதோ, ஓய்வுக் காலத்திற்காகச் சேமிப்பதோ, அல்லது வாக்களிக்க மறக்காதிருப்பதோ ஒரு மோசமான யோசனை என்று நான் கூற வரவில்லை என்பதை இங்கு நான் தெளிவுபடுத்திக் கொள்ள விரும்புகிறேன். இங்குப் பிரச்சனை, வருங்காலத்தின்மீது நாம் தாக்கம் ஏற்படுத்த முனைவது அல்ல. ஆனால், நம்முடைய அந்த முயற்சிகள் வெற்றி பெறும் என்ற உறுதியைப் பெற முனைவதுதான் பிரச்சனையே. உங்களுடைய வாழ்க்கைத்துணைவர் வருங்காலத்தில் உங்களை விட்டுவிட்டுச் சென்றுவிட மாட்டார் என்று நீங்கள் உறுதியாக நம்புவதிலும், அப்படி நிகழாதிருப்பதற்காக நீங்கள் அவரைக் குஷிப்படுத்தும் விதமாக அவரை அனுசரித்துப் போவதிலும் தவறேதும் இல்லை. ஆனாலும், வருங்காலத்தில் என்ன நடக்கும் என்பது உங்களுக்கு தெரியாமல் இருக்கும் என்பதால்,

இது என்றென்றும் உங்களைப் பதற்றத்தில் வைத்திருக்கும். ஆனால், நீங்கள் என்னதான் திட்டமிட்டாலும், அழுது புரண்டாலும் அல்லது விமான நிலையத்திற்கு எவ்வளவு நேரம் முன்னதாகச் சென்றடைந்தாலும், வருங்காலத்திடமிருந்து உங்களால் உத்தரவாதத்தைப் பெற முடியாது என்ற உண்மையை ஏற்றுக் கொள்வதுதான் இந்தப் பதற்றத்தைத் தணிப்பதற்கான ஒரே வழி. வருங்காலம் என்பது நீங்கள் கட்டளையிட்டுப் பணிய வைக்கக்கூடிய ஒன்றல்ல.

வருங்காலத்தைக் கட்டுப்படுத்த முயல்வது எந்த அளவுக்கு அபத்தமானது என்பதைப் புரிந்து கொள்வதற்கும் அந்த யோசனையைப் புறந்தள்ளுவதற்கும், கடந்தகாலக் கண்ணோட்டத்தோடு அதைப் பார்த்தாலே போதும். நம்மால் வருங்காலத்தை வசப்படுத்த முடியவில்லை என்ற எரிச்சலில் நாம் நாட்களை ஓட்டிக் கொண்டிருக்கிறோம். ஆனால், வாழ்க்கையில் நாம் இன்று வந்தடைந்துள்ள இடத்தை, அப்படிப்பட்டக் கட்டுப்பாடுகள் எதையும் பிரயோகிக்காமல்தான் வந்தடைந்துள்ளோம் என்பதைப் பெரும்பாலானோர் ஒப்புக் கொள்வர். நீங்கள் உங்களுடைய வாழ்க்கையைத் திரும்பிப் பார்த்தால், உங்களுடைய வாழ்க்கையில் நிகழ்ந்துள்ள, நீங்கள் மிகவும் மதிக்கின்ற நிகழ்வுகள், எதேச்சையாகவே நிகழ்ந்துள்ளன என்பதையும், அவற்றை உங்களால் கண்டிப்பாகத் திட்டமிட்டிருக்க முடியாது என்பதையும், இப்போது உங்களால் அந்த நிகழ்வுகளை மாற்ற முடியாது என்பதையும் நீங்கள் ஏற்றுக் கொள்வீர்கள். உங்களுடைய வருங்கால வாழ்க்கைத்துணைவரை நீங்கள் முதன்முதலாகச் சந்தித்த விருந்து நிகழ்ச்சிக்கு நீங்கள் அழைக்கப்படாமல் இருந்திருக்கலாம். உங்களுடைய வாழ்க்கையின்மீது ஒரு பெரும் தாக்கம் விளைவித்திருந்ததாக நீங்கள் கருதுகின்ற பள்ளி ஆசிரியர் கற்றுக் கொடுத்துக் கொண்டிருந்த பள்ளி இருந்த பகுதிக்கு உங்களுடைய பெற்றோர் இடம்பெயராமல் இருந்திருக்கலாம். இப்படிச் சொல்லிக் கொண்டே போகலாம். கால வெள்ளத்தில் நீங்கள் இன்னும் பின்னால், உங்களுடைய பிறப்புக்கு முற்பட்டக்

காலத்திற்குச் சென்றால், அது ஏகப்பட்ட எதேச்சையான நிகழ்வுகளால் இட்டு நிரப்பப்பட்டிருப்பதை உங்களால் காண முடியும். சைமன் டி புவா என்ற பிரெஞ்சுப் பெண்ணியவாதி தன்னுடைய சுயசரிதையில், அவர் 'அவராக' உருவாவதற்கு, அவருடைய வாழ்க்கையில், அவருடைய கட்டுப்பாட்டைத் தாண்டி நிகழ்ந்துள்ள கணக்கிட முடியாத நிகழ்வுகள் குறித்து அதிசயிக்கிறார்:

> *மதிய உணவுக்குப் பிறகு நான் ஒரு குட்டித் தூக்கம் போட்டுவிட்டு எழுந்திருக்கின்றபோது, சில நேரங்களில், "நான் ஏன் நானாக இருக்கிறேன்?" என்ற குழந்தைத்தனமான வியப்புடன் நான் கண்விழிப்பதுண்டு. ஒரு குழந்தை தன்னுடைய சொந்த அடையாளத்தை அடையாளம் காண்கின்றபோது எந்த அளவுக்கு வியப்புறுமோ, அதே அளவு வியப்பு எனக்கு அப்போது ஏற்பட்டது. எந்த எதேச்சையான வாய்ப்பு இதைச் சாத்தியமாக்கியது? என் பெற்றோரின் சந்திப்பு, அவர்களுடைய பிறப்பு, அதற்கு முன்பாக அவர்களுடைய முன்னோர்களின் பிறப்புகள் ஆகியவற்றில் இழையோடுகின்ற அபூர்வமான தற்செயல் நிகழ்வுகளை நினைத்துப் பார்த்தால் மலைப்பாக இருக்கிறது. நான் ஒரு பெண்ணாகப் பிறந்ததுகூட இப்படிப்பட்டத் தற்செயல் நிகழ்வுகளில் ஒன்றுதான். அந்தக் கட்டத்திலிருந்து, ஒவ்வொரு கணத்திலும் என் வருங்கால வாழ்க்கை ஆயிரக்கணக்கான விதங்களில் மலர்ந்திருக்கக்கூடும். நான் தீவிரமாக நோய்வாய்ப்பட்டிருக்கலாம்; என் படிப்பு பாதியில் நின்று போயிருந்திருக்கலாம். நான் ஜீன் பால் சார்த்தரைச் சந்திக்காமல் போயிருந்திருக்கலாம்.*

வருங்காலம் குறித்த எந்தவிதமான கட்டுப்பாடுகளும் இல்லாமலேயேதான் நாம் ஒவ்வொருவரும் நம் வாழ்க்கையின் இந்தக் கட்டத்தை வந்தடைந்துள்ளோம் என்பதைச் சுட்டிக்காட்டுகின்ற புவாவின் வார்த்தைகள் இதமளிக்கின்றன. அதனால், நம்முடைய கட்டுப்பாட்டிற்குள் இல்லாத வருங்காலம் நம்மை

வந்தடைகின்றபோது அதையும் நம்மால் சிறப்பாகவே கையாள முடியும் என்ற சாத்தியக்கூறையும் அது வெளிப்படுத்துகிறது. அதோடு, இப்போது உங்களுடைய வாழ்க்கையில் நீங்கள் மகிழ்ச்சியுடன் கொண்டாடுகின்ற தருணங்கள் நீங்கள் தேர்ந்தெடுக்காமலேயே உங்களை வந்தடைந்துள்ளன என்பதை வைத்துப் பார்க்கும்போது, வருங்காலத்தின்மீது நீங்கள் கட்டுப்பாட்டைக் கொண்டிருக்க விரும்புவீர்களா என்று நீங்களே உங்களைக் கேட்டுக் கொள்ள வேண்டும்.

உங்களுடைய வேலையை மட்டும் பாருங்கள்

கடந்தகாலத்தை உங்களால் கட்டுப்படுத்த முடியாது, வருங்காலத்தை உங்களால் தெரிந்து கொள்ள முடியாது என்கின்ற உண்மை, பல ஆன்மிகப் பாரம்பரியங்கள் ஏன் ஒரேவிதமான அறிவுரையை வழங்குகின்றன என்பதை விளக்குகிறது: நம்முடைய கவனத்தை நாம் நிகழ்கணத்தில் மட்டுமே குவிக்க வேண்டும். "வருங்காலத்தை உங்களுடைய கட்டுப்பாட்டிற்குள் கொண்டு வர முயல்வது என்பது தலைமைத் தச்சனின் இடத்திற்கு வர முயல்வதைப் போன்றது," என்று தாவோ தே ஜிங் நூல் கூறுகிறது. அதற்குப் பல நூற்றாண்டுகளுக்குப் பிறகு, புத்த மத அறிஞரான கெஷெ ஷவோபா தன் மாணவர்களிடம், "எல்லையற்ற முறையில் பெருகிக் கிடக்கின்ற சாத்தியக்கூறுகள் எனும் கற்பனை இராஜாங்கங்களை ஆட்சி செய்து கொண்டிருக்காதீர்கள்," என்று எச்சரிக்கிறார். இதையேதான், இயேசு கிறிஸ்து தன்னுடைய மலைப் பிரசங்கத்தின்போது, "நாளைய தினம் குறித்துச் சிறிதும் சிந்திக்காதீர்கள். அது தன்னைத் தானே பார்த்துக் கொள்ளும்," என்று கூறினார். அத்துடன் நிற்காமல், அவர் மேலும் தொடர்ந்து, "இன்றைய நாளே போதுமான அளவு கொடுமையானதாக இருக்கிறது," என்று கூறி முடித்தார். இன்றைய நாளே ஈவு இரக்கமின்றி இருக்கின்றபோது, எதற்காக நீங்கள் நாளைய தினத்தைப் பற்றி அலட்டிக் கொள்ள வேண்டும் என்று அவர்

மக்களைக் கேலி செய்ததுபோல அது இருந்தது.

இது தொடர்பாக எனக்குப் பிடித்தமான வாக்கியத்தை உதிர்த்திருந்தவர் ஜே. கிருஷ்ணமூர்த்தி. 1970களில் அவர் கலிஃபோர்னியாவில் நிகழ்த்திய ஒரு கூட்டத்தில் நேரில் கலந்து கொண்ட ஜிம் டிரீவர் என்ற பத்திரிகையாளர், அங்கு நடந்தவற்றை இவ்வாறு விவரித்தார்: “அந்தக் கூட்டத்தில் பேசிக் கொண்டிருந்த ஜே.கே. தன் பேச்சைப் பாதியில் நிறுத்திவிட்டு, சிறிது இடைவெளி விட்டுவிட்டு இலேசாக முன்பக்கமாகச் சாய்ந்து, ‘என்னுடைய இரகசியம் என்னவென்று தெரிந்து கொள்ள நீங்கள் விரும்புகிறீர்களா?’ என்று கேட்டார். அந்தக் கூட்டத்தில் கலந்து கொண்டிருந்த நாங்கள் அனைவரும் நிமிர்ந்து உட்கார்ந்தோம். நான் என்னைச் சுற்றிலும் பார்த்தேன். எல்லோரும் இலேசாக முன்பக்கம் சாய்ந்தனர், பயங்கர எதிர்பார்ப்புடன் தங்களுடைய காதுகளைத் தீட்டிக் கொண்டனர். பின் ஜே.கே. ஒரு மென்மையான குரலில், ‘என்ன நடந்தாலும் எனக்குக் கவலையில்லை,’ ” என்று கூறினார்.

அவருடைய வார்த்தைகளுக்குச் சிறிது விளக்கம் தேவைப்படுகிறது என்று நான் நினைக்கிறேன். நமக்கோ அல்லது பிறருக்கோ மோசமான விஷயங்கள் நிகழ்ந்தால், நாம் அது குறித்து வருத்தப்படவோ, கோபப்படவோ அல்லது இரக்கம் கொள்ளவோ கூடாது என்று அவர் கூறவில்லை. அல்லது, வருங்காலத்தில் மோசமான விளைவுகள் நடைபெற்றுவிடாமல் இருப்பதற்கு நாம் மேற்கொள்ளும் முயற்சிகளை நாம் கைவிட வேண்டும் என்றும் அவர் கூறவில்லை. வருங்காலம் நம் விருப்பப்படியே மலர வேண்டும் என்ற உள்ளார்ந்த எதிர்பார்ப்பு எதுவும் இல்லாமல் வாழ வேண்டும் என்ற அர்த்தத்தில்தான் அவர் அதைக் கூறினார். அதற்காக, பின்னால் நிலைமை மோசமாக மாறுவதற்கான வாய்ப்புகளைக் குறைப்பதற்கு நிகழ்காலத்தில் புத்திசாலித்தனமான நடவடிக்கைகள் எதையும் எடுக்கக்கூடாது என்று அவர் முன்மொழியவில்லை. நம் முயற்சிகளையும் மீறி மோசமான நிகழ்வுகள் ஏற்பட்டால், நம்மால் முடிந்த ஆகச் சிறந்த முயற்சிகளோடு அவற்றை

நாம் எதிர்கொள்ள வேண்டும். வேதனைகள் அல்லது அநியாயங்களை, தவிர்க்கப்பட முடியாத விஷயங்கள் என்று நாம் ஏற்றுக் கொள்ளத் தேவையில்லை. எதார்த்தமாக இருக்கின்ற ஒரே கணமான இந்த நிகழ்கணத்தில் நாம் வசிக்கின்றபோது, வருங்காலம் குறித்தப் பதற்றத்திலிருந்து நாம் விடுதலை பெறுவோம்.

வாழ்க்கையில் அனைத்து விஷயங்களையும் எதேச்சையான முடிவுகளுக்கு விட்டுவிடக்கூடிய நபர்களை நாம் பின்பற்ற வேண்டும் என்றும் ஜே. கே. கூறவில்லை என்று நான் நினைக்கிறேன். அவர்கள் வாழ்க்கையில் பெரிதாக எதையும் திட்டமிடுவதில்லை. மாறாக, அவர்கள் வாழ்க்கையின் போக்கிலேயே சென்று கொண்டிருப்பர். அப்படிப்பட்ட நபர்களை நீங்கள் ஒரு குறிப்பிட்ட நாளில், ஒரு குறிப்பிட்ட நேரத்தில் சந்திக்க ஒப்புக் கொண்டால், அவர்கள் அங்கு வருவார்கள் என்பதற்கு எந்தவிதமான உத்தரவாதங்களும் இருக்காது. ஆனால், ஓர் அர்த்தமுள்ள வாழ்க்கையைக் கட்டமைப்பதற்கும், பிறர் தொடர்பான நம்முடைய பொறுப்புகளை நிறைவேற்றுவதற்கும், வாழ்க்கையில் திட்டமிடுதல்கள் அவசியம் தேவை. உண்மையான பிரச்சனை திட்டமிடுதலில் இல்லை. திட்டங்களில் அடங்காதவற்றையும் நாம் அதில் சேர்த்துக் கொள்வதில்தான் பிரச்சனை அடங்கியிருக்கிறது. அமெரிக்க தியானப் பயிற்றுவிப்பாளரான ஜோசப் கோல்ட்ஸ்டைன் கூறியுள்ளதைப்போல, “ஒரு திட்டம் என்பது ஓர் எண்ணம்,” என்பதை நாம் மறந்துவிடுகிறோம், அல்லது, அதை எதிர்கொள்ள முடியாமல் நாம் தவிக்கிறோம். நாம் நம்முடைய திட்டங்களை, வருங்காலத்தைப் பிடித்து இழுத்து வருவதற்காக நிகழ்காலத்திலிருந்து வருங்காலத்தை நோக்கி வீசப்படும் ஒரு சுருக்குக்கயிறு என்று கருதுகிறோம். அது நிகழ்கணத்தில் நாம் முன்வைக்கின்ற நம் விருப்பத்தை அறிவிக்கின்ற ஒரு வேண்டுகோள் மட்டுமே. வருங்காலத்தின்மீது எத்தகைய செல்வாக்குச் செலுத்த நீங்கள் ஆசைப்படுகிறீர்கள் என்பது குறித்த உங்களுடைய தற்போதைய எண்ணத்தின் வெளிப்பாடு

அது. ஆனால், அதற்குச் செவி சாய்க்க வேண்டும் என்ற நிர்ப்பந்தம் வருங்காலத்திற்குக் கிடையாது.

அத்தியாயம் எட்டு

நீங்கள் இங்கு இருக்கிறீர்கள்

நேரம் என்பது நாம் உடைமையாக்கிக் கொண்டிருக்கின்ற, நம் கட்டுப்பாட்டுக்குள் இருக்கின்ற ஒன்று என்ற கண்ணோட்டம், இன்னொரு விதத்திலும் வாழ்க்கையை மேலும் மோசமாக்குவதை நோக்கி இட்டுச் செல்லும். அந்தக் கண்ணோட்டத்தைக் கொண்டிருக்கின்றபோது, நாம் நேரத்தைச் செம்மையாகப் பயன்படுத்த அதீத ஆர்வம் காட்டுவோம். ஆனால், இறுதியில் நாம் ஒரு துரதிர்ஷ்டவசமான உண்மையை ஒப்புக் கொண்டாக வேண்டிய நிலையில் அது முடிவடையும். நேரத்தைச் செம்மையாகப் பயன்படுத்த வேண்டும் என்பதில் நீங்கள் அதிகமாகக் கவனம் செலுத்துகின்றபோது, உங்களுக்குத் திருப்தியளிக்கின்ற ஒரு வருங்காலப் புள்ளியை அடைவதற்காக, நீங்கள் ஒவ்வொரு நாளையும் பல்லைக் கடித்துக் கொண்டு பொறுத்துக் கொள்ள வேண்டியிருக்கும். இதிலுள்ள பிரச்சனை 'கருவியாக்கம்' என்று அழைக்கப்படுகிறது. நேரத்தை நீங்கள் பயன்படுத்திக் கொள்ள வேண்டுமென்றால், உங்களுடைய நோக்கத்தை அடைவதற்கான ஒரு கருவியாக அதை நீங்கள் பாவிக்க வேண்டும். இதை நாம் தினந்தோறும் செய்து கொண்டிருக்கிறோம். நீங்கள் குக்கரில் சமைக்கின்றபோது, குக்கர்மீதான நேசத்தால் அதைச் செய்வதில்லை. அதேபோல, நீங்கள் உங்களுடைய சட்டையைத் துணி துவைக்கும்

இயந்திரத்திற்குள் போடுகின்றபோது, துணி துவைக்கும் இயந்திரத்தின்மீதுள்ள காதலால் அதைச் செய்வதில்லை. நீங்கள் சோற்றை வேக வைப்பதற்காகவும் சட்டையைத் துவைப்பதற்காகவுமே அவற்றைச் செய்கிறீர்கள் என்பது வெளிப்படை. ஆனால், நேரத்தைப் பொறுத்தவரை, அதை ஒரு கருவியாகக் கருதுவதைத் தாண்டி அதில் நாம் அளவுக்கதிகமாக முதலீடு செய்கிறோம். அதாவது, நாம் நம்முடைய கவனத்தை வருங்காலத்தில் அதிகமாகக் குவிக்கிறோம்.

உளவியலாளர் ஸ்டீவ் டெய்லர், 'பேக் டு சேனிடி' என்ற தன்னுடைய நூலில், லண்டனிலுள்ள பிரிட்டிஷ் அருங்காட்சியகத்திற்கு வருகை தருகின்ற பார்வையாளர்களைத் தான் அவதானித்துள்ளதை விவரிக்கிறார். அங்கு வருகை தருகின்ற பார்வையாளர்கள், அங்கு வைக்கப்பட்டிருக்கின்ற 'ரோசெட்டா கல்' என்ற பிரபலமான எகிப்தியக் கலைப்பொருளை அங்கு நின்று பார்த்து இரசிக்காமல், பின்னர் இரசிப்பதற்காகவோ அல்லது பிறருடன் பெருமையுடன் பகிர்ந்து கொள்வதற்காகவோ, அதைத் தங்களுடைய அலைபேசிகளில் வீடியோக்களாகவும் புகைப்படங்களாகவும் எடுத்துச் செல்கின்றனர். அதாவது, வருங்கால நன்மைக்காகத் தங்களுடைய நிகழ்காலத்தைச் செலவழிப்பதில் குறியாக இருந்ததன் மூலம் அந்தக் கண்காட்சியைஇரசித்துச்சுற்றிப்பார்க்கின்ற அனுபவத்தை அவர்கள் இழந்து கொண்டிருந்தனர். இன்னும் சொல்லப் போனால், உண்மையில் அந்த வீடியோக்களை எத்தனை பேர் பார்க்கப் போகின்றனர்? இளம் தலைமுறையினரின் அலைபேசிப் பழக்கங்கள் குறித்துப் புலம்புவது டெய்லர் மற்றும் என்னைப் போன்ற, சகிப்புத்தன்மை குறைவாக இருக்கின்ற நடுத்தர வயதுக்காரரர்களின் சுபாவம் என்பதை நான் இங்கு ஒப்புக் கொள்கிறேன். நாம் அனைவருமே ஏதோ ஒரு வழியில் இதைப் போன்ற நடவடிக்கைகளில் ஈடுபட்டுக் கொண்டிருக்கிறோம் என்பதைச் சுட்டிக்காட்டத்தான் நான் இங்கு இதைக் குறிப்பிடுகிறேன். நாம் ஈடுபட்டுள்ள காரியங்கள் வருங்காலத்தில் வேறு ஏதாவது ஒன்றுக்கான

அடித்தளத்தை அமைத்துக் கொடுப்பவையாக இருந்தால் மட்டுமே நாம் அவற்றை மதிப்பு வாய்ந்தவையாகக் கருதுகிறோம்.

வருங்காலத்தில் கவனத்தைக் குவிக்கின்ற இந்தக் கண்ணோட்டம், பெரும்பாலான சமயங்களில், 'என்றாவது ஒரு நாள் . . . எல்லாம் சரியாகின்றபோது . . .' என்ற மனப்போக்கிற்கு இட்டுச் செல்கிறது. "நான் என்னுடைய வேலைகளை எல்லாம் ஒருவழியாகச் செய்து முடித்தப் பிறகு/எனக்குப் பிடித்தமான கட்சி ஆட்சிக்கு வருகின்றபோது/நான் என்னுடைய கனவுக்கன்னியைக் கரம் பிடிக்கின்றபோது/என் உளவியல் பிரச்சனைகளுக்குத் தீர்வு காண்கின்றபோது, நான் ஆசுவாசம் அடைவேன்; எப்போதும் நான் வாழ விரும்பி வந்துள்ள வாழ்க்கை அப்போது தொடங்கும்." இதுபோன்ற மனப்போக்கிற்குள் சிக்கிக் கொள்கின்ற நபர், இன்று மகிழ்ச்சியுடனும் மனநிறைவுடனும் இல்லாமலிருப்பதற்குக் காரணம், குறிப்பிட்டச் சில விஷயங்களைத் தான் சாதித்திருக்கவில்லை என்று அவர் நம்புவதுதான். அந்த நாள் வருகின்றபோது தன் வாழ்க்கை தன் கட்டுப்பாட்டில் இருக்கும், நேரத்தைத் தன் வசப்படுத்திக் கொள்ள முடியும் என்று அவர் கற்பனை செய்கிறார். ஆனால், அவருக்கு அப்படிப்பட்ட மனநிறைவு ஒருக்காலும் வரப் போவதில்லை. ஏனெனில், அவர் நிகழ்காலத்தை, ஒரு மேம்பட்ட வருங்காலத்தை அடைவதற்கான ஒரு பாதையாகத்தான் பார்க்கிறார். அப்படிப்பட்ட நபர், தன்னுடைய வேலைகளை எல்லாம் ஒருவழியாகச் செய்து முடித்தப் பிறகும், தன்னுடைய கனவுக்கன்னியைக் கரம் பிடித்தப் பிறகும் மனநிறைவு அடைய மாட்டார். ஏனெனில், அவர் வேறு ஏதாவது ஒரு வருங்கால வானவில்லைத் துரத்திச் சென்று கொண்டிருப்பார்.

சூழ்நிலை முக்கியம் என்பதை நான் ஏற்றுக் கொள்கிறேன். சில குறிப்பிட்டச் சூழ்நிலைகளில், வருங்காலப் பிரகாசத்திற்காக ஒருவர் ஏங்கிக் கொண்டிருப்பது புரிந்து கொள்ளக்கூடியதாக இருக்கும். எடுத்துக்காட்டாக, குறைந்த சம்பளத்திற்கு நாள்

முழுவதும் பொதுக் கழிப்பிடங்களைச் சுத்தம் செய்கின்ற பணியில் ஈடுபட்டிருக்கின்ற ஒருவர், அன்றைய நாள் எப்போது முடியும் என்று ஏங்குவது குறித்தோ அல்லது வருங்காலத்தில் வேறு ஒரு மேம்பட்ட வேலை தனக்குக் கிடைப்பதாகக் கற்பனை செய்வது குறித்தோ எவரும் குறை காண முடியாது. ஆனால், கொழுத்தச் சம்பளம் வாங்கிக் கொண்டிருக்கின்ற ஒரு கட்டடக் கலைஞர், தான் கனவு கண்டிருந்த வேலை கிடைத்தப் பிறகும், அதை இரசித்துச் செய்யாமல், தன் கையிலிருக்கின்ற திட்டத்தை முடித்துவிட்டு, எப்போது அடுத்தத் திட்டத்திற்குச் செல்லலாம் அல்லது எப்படி அடுத்தப் பதவி உயர்வைப் பெறலாம் அல்லது பணி ஓய்வை நோக்கி நகரலாம் என்று ஏங்குவது விநோதமானது. இப்படி வாழ்ந்து கொண்டிருப்பது பைத்தியக்காரத்தனம். ஆனால், இப்படிப்பட்டப் பைத்தியக்காரத்தனம் நம்மிடம் சிறு வயதிலிருந்தே வளர்த்துவிடப்படுகிறது. தத்துவவியலாளர் ஆலன் வாட்ஸ் அதை இப்படி வர்ணிக்கிறார்:

> *கல்வியை எடுத்துக் கொள்ளுங்கள். என்னவொரு பித்தலாட்டம். மழலை மாறாத வயதிலேயே நீங்கள் மழலையர் பள்ளிக்கு அனுப்பி வைக்கப்படுகிறீர்கள். அங்கு, ஆரம்பப் பள்ளிக்கு உங்களைத் தயார் செய்து கொண்டிருப்பதாக அவர்கள் உங்களிடம் கூறுகின்றனர். அதையடுத்து நீங்கள் ஆரம்பப் பள்ளிக்கு அனுப்பி வைக்கப்படுகிறீர்கள். முதல் வகுப்பு, இரண்டாம் வகுப்பு, மூன்றாம் வகுப்பு என்று உங்கள் பயணம் தொடர்கிறது. பின் உயர்நிலைப் பள்ளியை அடைகிறீர்கள். அங்கு, கல்லூரிக்கு உங்களைத் தயார் செய்து கொண்டிருப்பதாக உங்களிடம் கூறப்படுகிறது. கல்லூரியில், வேலைக்கு உங்களைத் தயார் செய்து கொண்டிருப்பதாக உங்களிடம் கூறப்படுகிறது. தன்னுடைய கழுத்தில் கட்டப்பட்டுள்ள ஒரு கம்பின் முனையில், தன்னுடைய மூக்குக்குச் சற்று முன்னால் தொங்கவிடப்பட்டுள்ள ஒரு கேரட்டைத் துரத்திக் கொண்டு ஓடுகின்ற ஒரு கழுதையைப்போல மக்களும் இப்படி ஓடிக்*

கொண்டிருக்கின்றனர். அவர்கள் ஒருபோதும் 'இங்கு' இருப்பதில்லை. அவர்கள் ஒருபோதும் 'அங்கும்' இருப்பதில்லை. அவர்கள் ஒருபோதும் ஜீவத் துடிப்புடன் இருப்பதில்லை.

இயல்பாய் நடக்கின்ற ஒரு பேரழிவு

நான் ஒரு தகப்பனாக ஆகின்றவரை, வருங்காலத்தைத் துரத்திச் சென்று கொண்டிருக்கின்ற மனப்போக்கிற்குள் நான் சிக்கிக் கொண்டிருந்ததை நான் உணர்ந்திருக்கவில்லை. என் குழந்தை பிறந்தவுடன் ஓர் அசரீரி ஒலித்து எனக்கு ஞானோதயம் எதுவும் பிறந்துவிடவில்லை. உண்மையைச் சொல்ல வேண்டுமென்றால், என் மனைவி கருவுற்றிருந்தபோது, நேரத்தை வழக்கத்தைவிட இன்னும் சிறப்பாகப் பயன்படுத்திக் கொள்ள வேண்டும் என்ற வெறியுடன் நான் செயல்பட்டுக் கொண்டிருந்தேன். ஒருவேளை இது ஒவ்வொரு பெற்றோருக்கும் நிகழ்வதாக இருக்கலாம். நாங்கள் எங்கள் குழந்தையுடன் மருத்துவமனையிலிருந்து வீடு திரும்பியவுடன், முதலில், குழந்தை வளர்ப்பு குறித்து எனக்கு எதுவும் தெரியாது என்ற எதார்த்தத்தை நான் எதிர்கொண்டாக வேண்டியிருந்தது. அடுத்து, அந்த இன்பப் பொதியைக் காப்பாற்றிப் பேண வேண்டும், அதன் வளமான எதிர்காலத்திற்கு நல்லதொரு அடித்தளம் இட வேண்டும் என்ற ஆசை என்னுள் துளிர்விட்டது. அச்சமயத்தில் நான் ஓர் உற்பத்தித்திறன் வெறியனாகச் செயல்பட்டுக் கொண்டிருந்ததால், குழந்தை வளர்ப்பு குறித்தப் பல புத்தகங்களை வாங்கிப் படித்து நான் என் நிலைமையை மேலும் சிக்கலாக்கிக் கொண்டேன். முக்கியமான அந்த முதல் சில மாதங்களை ஆகச் சிறந்த வழியில் செலவிட நான் உறுதி பூண்டேன்.

குழந்தை வளர்ப்பு குறித்தப் புத்தகங்கள், எதிரும் புதிருமாக இருந்த இரண்டு முகாம்களைச் சேர்ந்தவையாக இருந்தன என்பதை நான் விரைவில் புரிந்து கொண்டேன். அவை தாம் இயங்குவதற்குப் பரஸ்பரம் ஒன்றின்மீது மற்றொன்று

சேற்றை வாரி இறைத்துக் கொண்டிருந்தன. முதல் முகாமைத் தூக்கிப் பிடித்தவர்கள், பெற்றோர்களைக் 'குழந்தைப் பயிற்றுவிப்பாளர்களாகக்' கருதினர். இந்த முகாமைச் சேர்ந்தவர்களின் பரிந்துரைகள்: "நாம் நம் கைக்குழந்தைகளை, எவ்வளவு விரைவாக முடியுமோ அவ்வளவு விரைவாக, திட்டவட்டமான அட்டவணை முறை ஒன்றுக்குள் கொண்டு வந்துவிட வேண்டும்; அப்படிச் செய்யாவிட்டால், குழந்தைக்கு ஒரு பாதுகாப்பு உணர்வு கிடைக்காது; ஒரு நாள் எப்படி இருக்கும் என்பதை முன்கூட்டியே கணிக்க முடிவதால், அக்குழந்தையால், வீட்டின் தாளகதிக்கு ஏற்பத் தன்னைத் தகவமைத்துக் கொள்ள முடியும்; இப்படிச் செய்தால், வீட்டிலுள்ள அனைவராலும் நிம்மதியாகத் தூங்க முடியும்; அதன் தாயும் தகப்பனும் விரைவில் வேலைக்குத் திரும்ப முடியும்." இரண்டாவது முகாமைத் தூக்கிப் பிடித்தவர்கள், பெற்றோர்களை 'இயல்பான பெற்றோர்களாகக்' கருதினர். இந்த முகாமைச் சேர்ந்தவர்களின் பரிந்துரைகள்: "கால அட்டவணைகள், குழந்தை வளர்ப்பு எனும் புனிதத்தைச் சீரழித்துவிடுகின்றன; இன்னும் சொல்லப் போனால், பிரசவித்துச் சில நாட்களிலேயே பெண்கள் மீண்டும் வேலைக்கு ஓடுவது சகித்துக் கொள்ளப்பட முடியாத ஒன்று; பழங்குடியினர் மற்றும் வரலாற்றுக்கு முந்தைய காலகட்டத்தைச் சேர்ந்த மனிதர்களின் குழந்தை வளர்ப்புப் பழக்கவழக்கங்களைப் பின்பற்றினால்தான் குழந்தை வளர்ப்பு தொடர்பான நவீனச் சீரழிவுகளைத் தடுக்க முடியும்."

இந்த இரண்டு கண்ணோட்டங்களிலும் துளிகூட அறிவியல் அடிப்படை இல்லை என்பதை நான் பின்னர் தெரிந்து கொண்டேன். எடுத்துக்காட்டாக, குழந்தை சற்று நேரம் அழுதுவிட்டுத் தூங்க அதை அனுமதிப்பது மிகவும் தவறு என்பதற்கான நிரூபணம், ருமேனியாவிலுள்ள அநாதை இல்லங்களில் நடத்தப்பட்ட ஆய்வுகளை அடிப்படையாகக் கொண்டிருந்தது. ஆனால், ஒரு தனி அறையில் குழந்தையை ஒரு கூடையில் வைத்துப் பராமரிக்கின்ற கலாச்சாரத்தைக் கொண்டிருக்கின்ற

மேற்கத்திய உலகில், ஒரு குழந்தையைத் தனியாக இருபது நிமிடங்கள் விட்டுவிடுவதற்கு அது பொருந்தாது. அதேபோல, மேற்கு ஆப்பிரிக்காவில் இருக்கின்ற ஓர் இனக்குழுவினர் மத்தியில், கைக்குழந்தைகளின் கண்களை அவர்களின் தாய்மார்கள் நேருக்கு நேராகப் பார்க்கக்கூடாது என்ற ஒரு வழக்கம் இருக்கிறது. ஆனால், அக்குழந்தைகள் வளர்ந்து பெரியவர்களாக ஆகின்றபோது நன்றாகத்தான் இருக்கின்றனர் என்பது கண்டுபிடிக்கப்பட்டுள்ளது. இங்குத் துருத்திக் கொண்டிருந்ததாக நான் பார்த்த விஷயம், இந்த இரண்டு குழுவினரும் முழுக்க முழுக்க வருங்காலக் கண்ணோட்டத்தையே கொண்டிருந்தனர் என்பதுதான். இன்னும் சொல்லப் போனால், புத்தகங்கள் மூலமும், இணையம் போன்ற வேறு வழிகளின் மூலமும் நான் எதிர்கொண்டிருந்த குழந்தை வளர்ப்புப் பரிந்துரைகள் அனைத்துமே, பின்னாளில் அவர்கள் மகிழ்ச்சியாக இருப்பதற்கு அல்லது வெற்றிகரமாகத் திகழ்வதற்கு அல்லது பொருளாதாரரீதியாக ஒரு நல்ல நிலையை அடைவதற்கு நாம் இப்போது என்ன செய்ய வேண்டும் என்பதிலேயே கவனத்தைக் குவித்திருந்தன.

'குழந்தைப் பயிற்றுவிப்பாளர்கள்' விஷயத்தில் இது வெளிப்படையாகத் தெரிகிறது. அவர்கள் நல்ல பழக்கங்களைக் குழந்தையாக இருக்கின்றபோதிலிருந்தே பதிய வைக்க முயற்சி செய்கின்றனர். ஆனால், 'இயல்பான பெற்றோர்கள்' விஷயத்திலும் இது அதே அளவுக்கு உண்மை. கைக்குழந்தையை உடலோடு ஒட்டியபடி தூக்கிச் செல்வது, பெற்றோர் இருக்கின்ற அறையிலேயே கைக்குழந்தைகளைத் தூங்க வைப்பது, மூன்று வயதுவரை குழந்தைகளுக்குத் தாய்ப்பால் கொடுப்பது போன்றவை பெற்றோர்-குழந்தைகள் ஆகிய இருவருக்கும் திருப்தியளிக்கும் ஏற்பாடுகள் என்று இந்த முகாமைச் சேர்ந்தவர்கள் அவற்றை நியாயப்படுத்துகின்றனர். அக்குழந்தைகளின் வருங்கால மன ஆரோக்கியத்திற்கு அது இன்றியமையாதது என்று அவர்கள் அதற்குக் காரணம் கூறுகின்றனர். இவற்றுக்கும் அறிவியல்பூர்வமான நிரூபணங்கள்

எவையும் கிடையாது. இந்தக் காரணம் என்னை மிகவும் தொந்தரவுக்கு உள்ளாக்கியது. ஏனெனில், நான் என் வாழ்க்கையில் இத்தகைய நிலைப்பாட்டைத்தான் எடுத்து வந்திருந்தேன். எனக்கு நினைவு தெரிந்த நாளிலிருந்தே, நான் வருங்கால நன்மைகளைக் கணக்கில் கொண்டே என் நாட்களைச் செலவிட்டு வந்திருந்தேன். தேர்வு முடிவுகள், வேலை, மேம்பட்ட உடற்பயிற்சிப் பழக்கங்கள் என்று அந்தப் பட்டியல் நீண்டு கொண்டே செல்லும். ஒரு குழந்தை என் வாழ்வுக்குள் வந்தபோதும் நான் அதே அணுகுமுறையைத்தான் கடைபிடித்தேன். அதை நான் சரியாகச் செய்து கொண்டிருந்தேனா என்பதை மட்டும் நான் உறுதிப்படுத்திக் கொள்ள விரும்பினேன்.

ஆனால், ஒரு பிறந்த குழந்தையோடு நேரம் செலவழிப்பதற்கு இப்படிப்பட்ட ஓர் அணுகுமுறையைக் கையாள்வது என்பது ஒருவிதமான வக்கிரத்தனத்தைக் கொண்டிருந்ததாக எனக்குத் தோன்றியது. அதோடு, வாழ்க்கை ஏற்கனவே கடும் சோர்வை ஏற்படுத்திக் கொண்டிருந்த வேளையில், இப்படிப்பட்டச் சிந்தனைகள் தேவையில்லாதவை. குழந்தைக்கு எப்போது தடுப்பூசி போட வேண்டும், எப்போது மழலையர் பள்ளிக்கு விண்ணப்பிக்க வேண்டும் போன்ற சில விஷயங்களை நீங்கள் திட்டமிடாமல் இருக்க முடியாது என்பது வெளிப்படை. என் மகன் இங்கு வந்துவிட்டான். அவன் இன்னும் ஓராண்டுக்கு மட்டுமே பூஜ்ஜிய வயதில் இருப்பான். அந்த நேரத்தை, அவனுடைய வருங்காலத்திற்கு எது நல்லது என்ற சிந்தனையில் விரயமாக்க முனைவது அபத்தமானதாக எனக்குத் தோன்றியது. அந்தப் பச்சிளம் குழந்தை எந்த நிகழ்கணத்தோடு இலயித்திருந்தானோ, அதில் நானும் எந்தவிதமான நிபந்தனையுமின்றி இலயிக்க ஆசைப்பட்டேன். அவனுடைய பிஞ்சு விரல்கள் என்னுடைய விரல்களைப் பிடிக்கின்றபோது ஏற்படுகின்ற ஸ்பரிச உணர்வை நான் கொண்டாட விரும்பினேன். நிலையாக நிற்க முடியாத தலையை வைத்துக் கொண்டு, அவன் சத்தம் வந்த திசையை நோக்கி நகர்வதைப்

பார்த்துப் பூரிக்க விரும்பினேன். இவை அனைத்தையும், அவனுடைய வளர்ச்சி சரியான காலகட்டங்களில் முறைப்படி நடந்து கொண்டிருந்ததா என்று ஒப்பிட்டுப் பார்க்காமல் செய்ய நான் விரும்பினேன்.

நான் சிக்கியிருந்த பொறியை, ஆடம் கோப்னிக் என்ற எழுத்தாளர், 'இயல்பாக நடக்கின்ற பேரழிவு' என்று வர்ணிக்கிறார். இயல்பாக நடக்கின்ற பேரழிவு என்பது, ஒரு குழந்தை வளர்ப்பு முறை சரியானதா அல்லது மோசமானதா என்பதற்கான நிரூபணம், அக்குழந்தை வளர்ந்து பெரியவனாக ஆகின்றபோது அந்த முறை எத்தகைய நபரை உருவாக்கப் போகிறது என்ற நம்பிக்கைதான் என்று அவர் அதற்கு விளக்கமளிக்கிறார். மேலோட்டமாகப் பார்க்கின்றபோது இக்கருத்து சரியானதுபோலத் தோன்றும். ஒரு விஷயம் சரியானதா அல்லது மோசமானதா என்பதைப் பிறகு எப்படித்தான் கண்டுபிடிப்பது? குழந்தையின் வளர்ச்சிக் காலத்தை, அக்குழந்தையைப் பெரியவனாக ஆக்குவதற்கான ஒரு பயிற்சிக் களமாக ஆக்குகின்ற முயற்சி இது என்பது புரியும்போது, இந்தக் கண்ணோட்டம் அடி வாங்குகிறது. உங்களுடைய 1 வயதுக் குழந்தையை உங்கள் தோளில் போட்டுத் தட்டிக் கொடுத்துத் தூங்க வைத்து அதைப் பழக்கப்படுத்துவது, பெற்றோர்களைக் 'குழந்தைப் பயிற்றுவிப்பாளர்களாகக்' கருதுகின்ற முகாமைச் சேர்ந்தவர்கள் கூறுவதுபோல உண்மையிலேயே ஒரு மோசமான பழக்கமாக இருக்கலாம். அதே நேரத்தில், அது இருவருக்குமே ஓர் ஆனந்தமான அனுபவமாக இருக்கலாம் என்பதால், இரண்டையுமே கணக்கில் எடுத்துக் கொள்ள வேண்டியிருக்கிறது. வருங்கால நன்மைக்குத்தான் எப்போதும் முதலிடம் அளிக்க வேண்டும் என்று வாதிட முடியாது. அதேபோல, உங்களுடைய ஒன்பது வயதுக் குழந்தை வன்முறை நிறைந்த வீடியோ விளையாட்டுகளை விளையாட அனுமதிப்பதை, வருங்காலத்தில் அவன் ஒரு வன்முறையாளனாக உருவாகக்கூடும் என்ற கண்ணாடி வழியாக மட்டுமே பார்க்கக்கூடாது. இந்த ஒன்பது வயதில்கூட அவன் தன்னுடைய நேரத்தைச்

சரியாகச் செலவழிப்பதற்கு ஏற்ற ஒரு வழி அதுவா என்றும் நோக்கப்பட வேண்டும். வருங்காலத்தில் அவன்மீது அந்த விளையாட்டுகளின் தாக்கம் எதுவும் ஏற்படாமல்கூடப் போகலாம். ஆனால், டிஜிட்டல் இரத்தத்திலும் கோரத்திலும் பல மணி நேரங்களைச் செலவழித்துக் கொண்டிருக்கின்ற வாழ்க்கையின் தரம் கேள்விக்குறியான ஒன்றுதான். டாம் ஸ்டாப்பர்டு என்ற நாடக ஆசிரியரின் ஒரு நாடகத்தில், பத்தொன்பதாவது நூற்றாண்டைச் சேர்ந்த ரஷ்யத் தத்துவவியலாளரான அலெக்சான்டர் ஹெர்ஸெனின் பாத்திரம், பத்தொன்பது வயதே நிரம்பிய அவருடைய மகன் ஒரு கப்பல் விபத்தில் இறந்துவிடுவதைத் தாங்கிக் கொள்ள முடியாமல் புலம்புவதைக் குறிப்பிட்டிருப்பார். அவருடைய ஆழமான கேள்விகள் இப்படி அமைந்திருக்கும்: "என் மகனுடைய வாழ்க்கை, வயது முதிர்ந்தவர்கள் செய்கின்ற சாதனைகள் எதையும் செய்யாமல் முடிந்துவிட்டக் காரணத்தால் அதை மதிப்புக் குறைவான ஒன்றாகக் கருத முடியாது. குழந்தைகள் வளர்வதால், வளர்வதுதான் குழந்தைகளின் நோக்கம் என்று நாம் தவறாகக் கருதிவிடுகிறோம். ஆனால், ஒரு குழந்தையின் நோக்கம், ஒரு குழந்தையாக இருப்பது மட்டுமே. ஒரே ஒரு நாள் மட்டுமே உயிர் வாழ்கின்ற ஜீவனைக்கூட இயற்கை இகழ்ச்சியாகப் பார்ப்பதில்லை. அது ஒவ்வொரு கணத்திலும் தன்னைப் பரிபூரணமாகப் புகுத்திக் கொள்கிறது. வாழ்க்கையின் அருட்கொடை அதன் ஓட்டத்தில்தான் இருக்கிறது. பின்னர் எப்போதோ கிடைப்பது மிகத் தாமதமான ஒன்றாக இருக்கலாம்."

கடைசி முறை

இப்போது நான் கூறிய விஷயங்கள், பச்சிளம் குழந்தைகளின் பெற்றோருக்கு மட்டுமே உரியவை அல்ல என்பதை நீங்கள் உணர்ந்திருப்பீர்கள் என்று நான் நம்புகிறேன். நம் கண் முன்னாலேயே படுவேகமாக வளர்ந்து வருகின்ற குழந்தை, வாழ்க்கை என்பது சட்டென்று தோன்றி மறைகின்ற மதிப்புமிக்க அனுபவக்

கணங்களின் ஒரு தொகுப்பு என்ற உண்மையை நாம் அலட்சியம் செய்ய முடியாதபடி செய்துவிடும் என்பது உண்மைதான். நீங்கள் உங்களுடைய பார்வையை வருங்காலத்தில் நிலைப்படுத்தியிருந்தால், நீங்கள் அக்கணங்களை இழந்துவிடுவீர்கள். இந்தக் கண்ணோட்டம் அனைத்து விஷயங்களுக்கும் பொருந்தும் என்பதை நூலாசிரியர் சாம் ஹாரிஸ் எடுத்துக்காட்டுகிறார். நம்முடைய வாழ்க்கை எந்த நேரமும் முடிவுக்கு வந்துவிடக்கூடிய இயல்பைக் கொண்டிருப்பதால், நாம் மேற்கொள்கின்ற பல நடவடிக்கைகளை நாம் செய்து கொண்டிருப்பது கடைசி முறையாகக்கூட இருக்கலாம் என்ற அதிர்ச்சியூட்டும் உண்மையை அவர் நம் முகத்தின்மீது விட்டெறிகிறார். என் மகனை நான் என் கையில் எடுத்துப் பல முறை கொஞ்சினாலும், கடைசி முறை என்ற ஒன்று இருக்கும். ஏனெனில், அவனுடைய முப்பதாவது வயதில் என்னால் அவனை அப்படிக் கையில் தூக்கிக் கொஞ்ச முடியாது, இல்லையா? அதேபோல, நீங்கள் உங்களுடைய குழந்தைப்பருவத்தைக் கழித்த வீட்டிற்கு விஜயம் செய்வது அல்லது கடலில் நீந்துவது, உங்களுடைய வாழ்க்கைத்துணைவருடன் நெருக்கமாக இருப்பது, ஒரு நெருங்கிய நண்பருடன் ஓர் ஆழமான உரையாடலில் ஈடுபடுவது போன்ற பலவற்றையும் நீங்கள் கடைசி முறையாகச் செய்கின்ற ஒரு தருணம் இருக்கத்தான் செய்யும். ஆனால், பொதுவாக, நாம் அதைக் கடைசி முறையாக அப்படிச் செய்து கொண்டிருக்கிறோம் என்பதை அக்கணத்தில் நாம் அறிவது சாத்தியமே இல்லை. அதனால், நாம் நம்முடைய ஒவ்வோர் அனுபவத்தையும் அதுதான் நமக்குக் கிடைத்திருக்கின்ற கடைசி வாய்ப்பு என்பதுபோலக் கருத வேண்டும் என்று ஹாரிஸ் வலியுறுத்துகிறார். ஒருவிதத்தில் பார்த்தால், வாழ்க்கையின் ஒவ்வொரு கணமுமே கடைசி முறையாக நிகழ்கின்ற ஒன்றுதான். அக்கணம் வரும், உங்களைக் கடந்து சென்றுவிடும்; துல்லியமாக அக்கணத்தை நீங்கள் ஒருபோதும் தரிசிக்கப் போவதில்லை. அது உங்களைக் கடந்து சென்றுவிட்டப் பிறகு, உங்களுக்கு மிச்சமிருக்கின்ற

கணங்களில் ஒன்று குறைந்திருக்கும். அந்தக் கணங்கள் அனைத்தையும், ஏதோ ஒரு வருங்காலக் கணத்திற்குள் நுழைவதற்கான படிக்கட்டுகளாகப் பாவிப்பது என்பது நம்முடைய எதார்த்தச் சூழல் குறித்த உணர்வின்மையின் வெளிப்பாடு. யோசித்துப் பார்த்தால், அது எவ்வளவு பெரிய பைத்தியக்காரத்தனம் என்பது புரியும். ஆனால், அதைத்தான் நாம் அனைவரும் எல்லா நேரங்களிலும் செய்து கொண்டிருக்கிறோம்.

நாம் நம்முடைய குறுகிய வாழ்க்கையை இப்படி வருங்காலக் கண்ணாடி வழியாகவே பார்த்துக் கொண்டிருப்பது முழுக்க முழுக்க நம்முடைய தவறு அல்ல. சக்திமிக்கப் புறக் காரணிகளும் நம்மை இத்திசை நோக்கி உந்தித் தள்ளுகின்றன. ஏனெனில், அனைத்தையும் கருவிகளாகப் பார்க்கின்ற ஒரு பொருளாதார அமைப்பிற்குள் நாம் வாழ்ந்து கொண்டிருக்கிறோம். வருங்கால இலாபத்திற்காக, இயற்கை வளங்களில் தொடங்கி, மனித வளம் என்ற நயமான பெயரில் அழைக்கப்படுகின்ற, நம்முடைய நேரம் மற்றும் திறமைகள்வரை, தான் எதிர்கொள்கின்ற அனைத்தையும் கருவிகளாகப் பயன்படுத்திக் கொள்கின்ற ஒரு மாபெரும் இயந்திரம்தான் முதலாளித்துவம் என்ற வாதம் சரியானதே. விஷயங்களை அந்தக் கண்ணோட்டத்தில் பார்ப்பது, முதலாளித்துவப் பொருளாதாரத்தில் இயங்கிக் கொண்டிருக்கின்ற பணக்காரர்கள் அநியாயத்திற்கு அவலமானதொரு நிலையில் இருப்பதற்கான புதிருக்கான விடையை அளிக்கும். தங்களுக்காகப் பெரும் செல்வத்தைக் குவித்துக் கொள்வதற்கு நேரத்தை ஒரு கருவியாகப் பயன்படுத்துவதில் அந்தப் பணக்காரர்கள் தலைசிறந்தவர்களாக இருக்கின்றனர்; முதலாளித்துவ உலகில் வெற்றி பெறுதல் என்றால், செல்வத்தைச் சேர்ப்பது என்று பொருள். அவர்கள் தங்களுடைய நேரத்தைப் பணம் ஈட்டுவதற்கான ஒரு கருவியாகப் பார்ப்பதால், அவர்கள் நிகழ்கணங்களை, வருங்கால மகிழ்ச்சியை நோக்கிச் செல்வதற்குப் பயன்படுகின்ற ஒரு வாகனமாகவே கருதுகின்றனர். அதனால், அவர்களுடைய வங்கிக் கணக்குகள் கொழுத்துக்

கொண்டிருந்தாலும், அவர்களுடைய நாட்கள் அர்த்தமற்றவையாக வெறிச்சோடிக் கிடக்கின்றன.

வாழ்க்கையை இரசித்துக் கொண்டாடுவதில், பொருளாதாரரீதியாக வளம் குன்றிய நாடுகளிலுள்ள மக்கள், வளம் நிறைந்த நாடுகளிலுள்ள மக்களைவிட மேம்பட்டவர்களாக இருக்கிறார்கள் என்ற கூற்றில் உண்மை இல்லாமல் இல்லை. அதாவது, அவர்கள் நிகழ்காலத்தில் தங்களுடைய கவனத்தைக் குவிக்கின்றனர். எடுத்துக்காட்டாக, உலகளாவிய மகிழ்ச்சிக் குறியீட்டில், மெக்சிகோ, அமெரிக்காவை விஞ்சி நிற்கிறது.

உங்களுடைய நேரத்தை ஒரு கருவியாகப் பயன்படுத்துவதற்கு முதலாளித்துவம் கொடுக்கின்ற அழுத்தத்தால் எப்படி உங்களுடைய வாழ்க்கையின் அர்த்தத்தை உறிஞ்சிவிட முடியும் என்பதற்கான சிறந்த எடுத்துக்காட்டாகத் திகழ்பவர்கள், பெரும் அவப்பெயரைச் சம்பாதித்துள்ள அமெரிக்கப் பெருநிறுவன வழக்கறிஞர்கள்தாம். அவர்கள் நன்றாகச் சம்பாதித்தாலும் மகிழ்ச்சியற்று இருப்பதற்குக் காரணம், அவர்கள் தங்களுடைய வாடிக்கையாளர்களிடம் நேரத்தின் அடிப்படையில் தங்களுடைய கட்டணங்களை வசூலிக்கின்ற நடைமுறையைக் கடைபிடிப்பதுதான் என்று கத்தோலிக்கச் சட்ட மேதையான கேத்தலீன் காவெனி கூறுகிறார். அது, அவர்கள் தங்களுடைய நேரத்தையும் அதன் மூலம் தங்களையுமே ஒரு விற்பனைப் பண்டமாக ஆக்கிக் கொள்ளுமாறு செய்துவிடுகிறது. அந்த நேரம், அறுபது நிமிடங்கள் கொண்ட நேரத் தொகுதிகளாகப் பிரிக்கப்பட்டு வாடிக்கையாளர்களிடம் விற்கப்படுகிறது. அந்த வழக்கறிஞர்களால் ஒரு நாளில் ஒரு மணி நேரத்தை விற்க முடியாமல் போய்விட்டால், அவர்களைப் பொறுத்தவரை அது வீணாக்கப்பட்டுவிட்ட ஒரு மணி நேரமாக ஆகிவிடுகிறது. வெளியுலகிற்கு ஒரு பெரும் வெற்றியாளராகத் திகழ்கின்ற ஒரு பெருநிறுவன வழக்கறிஞர், ஒரு முக்கியமான குடும்ப நிகழ்ச்சிக்கோ அல்லது தன்னுடைய குழந்தையின் பள்ளி நிகழ்ச்சி ஒன்றுக்கோ போக முடியாமல் போவதற்குக் காரணம், அவருக்குத் தலைக்கு மேல் வேலைகள் இருப்பது

அல்ல. மாறாக, அந்த நடவடிக்கைகளை விற்பனைப் பண்டங்களாகத் தன்னால் மாற்ற முடியாது என்ற நினைப்புத்தான் அதற்குக் காரணம். “பெருநிறுவன வழக்கறிஞர்களிடம், தாங்கள் செலவழிக்கின்ற நேரத்திற்கு ஏற்ப வாடிக்கையாளர்களிடம் கட்டணம் வசூலிக்கின்ற பழக்கம் படிந்து போய்விட்டுள்ளதால், அப்படிச் செய்ய முடியாத நேரத்தின் அர்த்தத்தைக் கிரகித்துக் கொள்ள அவர்கள் மிகவும் சிரமப்படுகின்றனர். அதனால், இப்படிப்பட்ட நிகழ்ச்சிகளில் கலந்து கொள்வதன் மூலம் கிடைக்கின்ற மதிப்பை அவர்களால் உணர முடிவதில்லை,” என்று காவெனி தெரிவிக்கிறார். அவர்கள் செலவிடுகின்ற நேரத்திற்கு அவர்களால் கட்டணம் வசூலிக்க முடியாமல் போகின்றபோது, அது தங்களுக்குக் கட்டுப்படியாகாத ஒன்றாக அவர்கள் கருதுகின்றனர். வழக்கறிஞர்களாக இல்லாத நம்மில் பலரும் இதையே வேறு விதங்களில் செய்து கொண்டிருப்போம். ஆனால், அதை நாம் வெளிப்படையாக ஒத்துக் கொள்வதில்லை, அவ்வளவுதான்.

ஆனாலும், நவீன வாழ்க்கைமுறை சலிப்பு ஏற்படுத்துகின்ற அளவுக்குக் கடினமானதாக இருப்பதற்கான அனைத்துப் பழியையும் முதலாளித்துவத்தின்மீது போடுவது என்பது, நம்மை நாமே முட்டாளாக்கிக் கொள்கின்ற ஒரு காரியம்தான். இந்த நிலைமைக்கு நாம் முழு ஒத்துழைப்பு கொடுத்துக் கொண்டிருக்கிறோம் என்பதுதான் உண்மை. நேரத்தை ஒரு கருவியாகப் பயன்படுத்துவதை நாமாகவே முன்வந்து தேர்ந்தெடுப்பதற்குக் காரணம், நேரத்தின்மீது நமக்கு முழுக் கட்டுப்பாடு இருக்கிறது என்ற உணர்வை நாம் பெறுவதற்கு அது உதவுகிறது என்பதுதான். வாழ்க்கையின் உண்மையான அர்த்தம் வருங்காலத்தில் எங்கோ இருந்து கொண்டிருக்கிறது என்று நீங்கள் தொடர்ந்து நம்பிக் கொண்டிருக்கின்றவரை, ஒரு நாள் நீங்கள் மகிழ்ச்சிக் கோட்டையின் உச்சியில் நின்று கொண்டிருப்பீர்கள், அனைத்துப் பிரச்சனைகளிலிருந்தும் விடுபட்டிருப்பீர்கள் என்று நீங்கள் நம்பிக் கொண்டிருக்கின்றவரை, உங்களுடைய

வாழ்க்கை, இன்னும் வந்து சேர்ந்திருக்காத சில உண்மைக் கணங்களை நோக்கி நகர்ந்து கொண்டிருக்கவில்லை என்ற எதார்த்தத்தைத் தவிர்க்கவே நீங்கள் பார்ப்பீர்கள். நம்முடைய நேரத்திலிருந்து மாபெரும் வருங்கால மதிப்பைப் பிழிந்தெடுக்க நாம் காட்டுகின்ற அதீத முனைப்பு, அந்த எதார்த்தக் கணங்களைத் தரிசிக்கவிடாமல் நம் கண்களை மறைக்கிறது. வாழ்க்கை என்பது மரணத்தில் சென்று முடிகின்ற, வரிசையாகத் தொடர்ந்து வந்து கொண்டிருக்கின்ற நிகழ்கணங்களின் ஒரு தொகுப்பு என்பதும், அனைத்தும் கச்சிதமாக வேலை செய்வதாக நீங்கள் உணர்கின்ற அந்தக் கட்டத்தை நீங்கள் ஒருபோதும் அடையப் போவதில்லை என்பதுமே அந்த எதார்த்தம். அதனால், வருங்காலத்திற்குள் வலம் வருவதை நிறுத்திவிட்டு, நிகழ்கண வாழ்க்கைக்குள் உங்களைப் புகுத்திக் கொள்வதுதான் விவேகமான செயலாகும்.

இவை அனைத்தும் நாம் மரணிக்காமல் இருப்பதற்கான நம்முடைய ஆழ்விருப்பத்தால் தூண்டப்படுவதாக ஜான் மேனார்டு கீன்ஸ் கூறுகிறார். இவை அனைத்திற்கும் அடிநாதமாக இருப்பதை அவர் 'நோக்கமுடைமை' என்று அழைக்கிறார். அவர் இப்போது இருந்திருந்தால், அதை அவர் 'தனிநபர் உற்பத்தித்திறன்' என்று அழைத்திருந்திருப்பார். கீன்ஸ் அதை இவ்வாறு விவரிக்கிறார்: "இந்த நோக்கமுடைமையைக் கொண்டிருக்கின்ற மனிதன், தன்னுடைய நலன்களை வருங்காலத்திற்குள் தள்ளுவதன் மூலம், தன் நடவடிக்கைகளுக்கு ஒரு கபடத்தனமான இறவா நிலையை உருவாக்க எப்போதுமே முயன்று கொண்டிருக்கிறான். அவன் தன் பூனையை நேசிப்பதில்லை, அதன் குட்டிகளை நேசிக்கிறான். இன்னும் சரியாகச் சொல்ல வேண்டுமென்றால், அவன் அந்தப் பூனைக்குட்டிகளைக்கூட நேசிப்பதில்லை, அந்தப் பூனைக்குட்டிகளின் குட்டிகளையே அவன் நேசிக்கிறான். அதேபோல, உணவுப் பொருளாகப் பயன்படுத்தப்படுகின்ற 'ஜாம்கூட' அவனுக்கு நாளைய ஜாமாக இருக்க வேண்டும்."

நோக்கமுடைமையைக் கொண்டிருக்கின்ற மனிதனுக்கு, தன்னுடைய நடவடிக்கைகளுக்கான அர்த்தத்தை இங்கு நிகழ்காலத்தில் தேட வேண்டிய அவசியம் இல்லாதிருப்பதால், வருங்காலத்திற்குள் செல்வாக்குச் செலுத்த முடிகின்ற சர்வசக்தி படைத்த ஒரு கடவுளாக அவன் தன்னைக் கற்பனை செய்து கொள்கிறான்; நேரம் தன் முழுக் கட்டுப்பாட்டிற்குள் இருப்பதாக அவன் பாவித்துக் கொள்கிறான். ஆனால், அதற்கு அவன் ஒரு பெரும் விலையைக் கொடுக்க வேண்டியிருக்கிறது. நிகழ்கணத்தில் ஒரு நிஜமான பூனையை நேசிப்பதற்கான வாய்ப்பு அவனுக்கு ஒருபோதும் கிடைப்பதில்லை. அதேபோல, நிஜமான ஜாமை ருசி பார்க்கின்ற பாக்கியமும் அவனுக்குக் கிடைப்பதில்லை. தன்னுடைய நேரத்தை முழுமையாகப் பயன்படுத்திக் கொள்வதற்கான தீவிரமான முயற்சியில் ஈடுபடுவதன் மூலம், அவன் தன்னுடைய வாழ்க்கையையே தொலைத்துவிடுகிறான்.

நிகழ்கணத்தில் இல்லாதிருத்தல்

நிகழ்கணத்தில் வாழ்வதும், வாழ்க்கைக்கான அர்த்தத்தை அதில் கண்டுபிடிக்க முனைவதும் அவ்வளவு எளிதல்ல. அது பல சவால்களை உள்ளடக்கிய ஒன்று. நீங்கள் அதை எப்போதாவது உண்மையிலேயே முயற்சி செய்து பார்த்ததுண்டா? அது மகிழ்ச்சிக்கான விரைவுச் சாலை என்று நவீன தியான ஆசான்கள் முழங்கினாலும், வாழ்க்கையின் சின்னச் சின்ன சந்தோஷங்களை மெச்சுவதற்கு வலுக்கட்டாயமாக முனைவது நன்மை பயக்கின்ற ஒன்று என்று எண்ணற்ற உளவியல் ஆய்வுகள் உறுதிபடக் கூறினாலும், அதை நடைமுறைப்படுத்துவது என்பது மலைக்க வைக்கின்ற ஒரு காரியமாக இருக்கிறது. ‘ஜென் அன்ட் த ஆர்ட் ஆஃப் மோட்டார் சைக்கிள் மெயின்டனென்ஸ்’ என்ற நூலில், அதன் ஆசிரியரான ராபர்ட் பிர்சிக், தன் மகனுடன், ஆரகன் மாநிலத்திலுள்ள கிரேட்டர் ஏரியை வந்தடைந்தபோது தனக்கு ஏற்பட்ட அனுபவத்தைப் பற்றிக் குறிப்பிடுகிறார். அது வரலாற்றுக்கு முந்தைய காலகட்டத்தில் செயலிழந்து

போன ஓர் எரிமலையைச் சுற்றியுள்ள ஓர் ஏரியாகும். அந்த ஏரி அதன் அதிஅற்புதமான நீல நிறத்திற்குப் பெயர் பெற்றது. ராபர்ட் அந்த அனுபவத்தை முழுமையாகப் பருகிவிட முனைந்தபோதும் அதில் தோற்றுப் போகிறார். "நாங்கள் அதை வந்தடைந்தபோது, அது நாங்கள் புகைப்படங்களில் பார்த்திருந்ததைப்போல அப்படியே இருந்ததைக் கண்டோம், அவ்வளவுதான். பெரிய புளகாங்கித உணர்வெல்லாம் எனக்கு ஏற்படவில்லை. அப்போது எங்களைச் சுற்றியிருந்த பல சுற்றுலாப் பயணிகளை நான் பார்த்தேன். அவர்கள் அனைவரின் கண்களிலும் பிரமிப்பு தாண்டவமாடிக் கொண்டிருந்தது. அவர்களைப் பார்த்து நான் பொறாமையெல்லாம் கொள்ளவில்லை." நீங்கள் எந்த அளவுக்கு நிகழ்கணத்தில் இலயிக்க விரும்புகிறீர்களோ, அந்த அளவுக்கு அங்கு நீங்கள் இல்லாதிருப்பதுபோல உங்களுக்குத் தோன்றும். அல்லது, நிகழ்கணத்தில் இருப்பது உங்களுக்குச் சாத்தியப்பட்டிருக்கலாம், ஆனால் உங்களுடைய அனுபவம் அனைத்துச் சுவைகளையும் இழந்திருப்பதை நீங்கள் காண்பீர்கள்.

ராபர்ட் எப்படி உணர்ந்திருப்பார் என்பதை என்னால் புரிந்து கொள்ள முடிகிறது. ஏனெனில், எனக்கும் கிட்டத்தட்ட அப்படிப்பட்ட ஓர் அனுபவம் ஏற்பட்டது. வட துருவத்திற்கு அடியிலுள்ள எண்ணெய் வளங்களை யார் சுரண்டுவது என்பதில் ரஷ்யாவுக்கும் கனடாவுக்கும் இடையே ஏற்பட்ட மோதலைப் பற்றி ஒரு கட்டுரை எழுதுவதற்காக, சில ஆண்டுகளுக்கு முன்பு, கனடாவின் வடமேற்குப் பகுதிகளின் வட முனையிலுள்ள துக்டோயாக்டுக் என்ற சிறு நகரத்திற்கு நான் சென்றேன். குளிர்காலம் தவிர மற்ற நேரங்களில் அங்கு விமானம் அல்லது கப்பலின் மூலமாக மட்டுமே செல்ல முடியும். நான் குளிர்காலத்தில் சென்றதால், பனியில் பயணம் செய்வதற்கு ஏற்ற ஒரு வாகனத்தில் நான் பயணித்தேன். அந்த வாகனம் முதலில் உறைந்து போயிருந்த ஒரு நதியின் மேல் சென்றது. அந்நதியில் ஆங்காங்கே மாட்டிக் கொண்டிருந்த கப்பல்கள் சிலவற்றை நான் பார்த்தேன். அதையடுத்து,

என்னுடைய வாகனம், உறைந்து போயிருந்த ஆர்க்டிக் கடலின்மீது பயணித்தது. நான் ஏற்கனவே பூமியின் அற்புத நிகழ்வுகளில் ஒன்றாகக் கருதப்படுகின்ற 'துருவ ஒளியைப்' பற்றிக் கேள்விப்பட்டிருந்ததால், அதைப் பார்க்க மிகவும் ஆவலாக இருந்தேன். நான் அங்குச் சில நாட்கள் தங்கியிருந்தேன். ஒவ்வொரு நாளும் இரவில், நான் தங்கியிருந்த இடத்தைவிட்டு வெளியே வந்து துருவ ஒளி தெரிந்ததா என்று நான் பார்த்து வந்தேன். வெளியே மைனஸ் 30 டிகிரி குளிர் நிலவியது. அந்தக் குளிரில் நீங்கள் மூக்கின் வழியாகக் காற்றை சுவாசித்தால், அது மூக்குத் துவாரத்திலேயே உறைந்துவிடும். தினமும் கடுமையான மேக மூட்டம் இருந்ததால் என்னால் அந்தத் துருவ ஒளியைப் பார்க்கவே முடியவில்லை. இறுதி நாளன்று நான் நம்பிக்கை இல்லாமல் என் அறையில் படுத்திருந்தபோது, அந்த இடத்தின் சொந்தக்காரரர் வந்து என் அறைக் கதவை உற்சாகமாகத் தட்டி, அன்று துருவ ஒளி தெரிந்ததாகப் பரவசத்துடன் கூறினார். நானும் அடித்துப் பிடித்துக் கொண்டு அவர் பின்னால் ஓடினேன். வெளியே, பச்சை நிற ஒளி வாரி இறைக்கப்பட்டிருந்த வானம் என் கண் முன்னால் பரந்து விரிந்திருந்தது. அந்த அனுபவத்தை முழுமையாகப் பருக நான் திட்டமிருந்தேன். அந்தக் காட்சி, அன்று வழக்கத்தைவிட அதிகப் பிரமாதமாக இருந்ததாக உள்ளூர் மக்கள் மறுநாள் காலையில் கூறினர். ஆனால், நான் எவ்வளவு முயன்றபோதிலும், என்னால் அக்காட்சியில் இலயிக்க முடியவில்லை. இறுதியில் நான் என் முயற்சியைக் கைவிட்டுவிட்டு என் அறைக்குத் திரும்ப முடிவு செய்தபோது, எனக்கு ஓர் எண்ணம் தோன்றியது. கணினிகளில் பார்க்கின்ற ஸ்கிரீன் சேவர்களைப்போல அது இருந்ததாக எனக்குத் தோன்றியது. இன்றுவரை, அந்த அனுபவத்தை மீண்டும் என் மனத்தில் காட்சிப்படுத்த நான் மிகவும் சிரமப்படுகிறேன்.

நிகழ்கணத்தில் இலயிக்க முனைவது என்பது வருங்காலத்தில் வாழ முனைவதற்கு நேரெதிரானது என்பதுபோலத் தோன்றினாலும், உண்மையில் அது,

வருங்காலத்தில் கவனத்தைக் குவிப்பதிலிருந்து சற்று மாறுபட்ட ஒன்று, அவ்வளவுதான். உங்களுக்குக் கிடைத்துள்ள சொற்ப நேரத்தை ஆகச் சிறந்த முறையில் பயன்படுத்த வேண்டும் என்பதில் நீங்கள் குறியாக இருக்கிறீர்கள். இங்கு நீங்கள் வருங்கால நன்மைக்குப் பதிலாக, நிகழ்கணத்தில் செழிப்பானதோர் அனுபவத்தைப் பெறத் துடிக்கிறீர்கள். அது அந்த அனுபவத்தையே மழுங்கடித்துவிடுகிறது. தூங்குவதற்குக் கடுமையாக முயன்று அதில் தோற்றுப் போவதைப் போன்றது இது. மிகச் சாதாரணமான நடவடிக்கைகளில்கூட உங்களை முழுமையாக ஈடுபடுத்திக் கொள்வது குறித்த, புத்த மதத் துறவியான திக் நட் ஹன்னின் மேற்கோள் ஒன்றை நீங்கள் படித்துள்ளதால், பாத்திரம் கழுவுகின்றபோது நிகழ்கணத்தில் இலயிக்க நீங்கள் தீர்மானிக்கிறீர்கள் என்று வைத்துக் கொள்வோம். ஆனால், அது உங்களுக்குக் கைகூடி வராதிருப்பதை நீங்கள் உணர்கிறீர்கள். உங்களுடைய மனம் அந்த நடவடிக்கையில் ஈடுபடாமல், நீங்கள் உண்மையிலேயே நிகழ்கணத்தில் இலயித்திருக்கிறீர்களா என்பதைச் சுற்றியே வட்டமிட்டுக் கொண்டிருப்பதுதான் அதற்குக் காரணம். 'இங்கு, இக்கணத்தில் இருங்கள்!' என்ற வாசகம் என்ன செய்யும் தெரியுமா? தாடி வைத்துக் கொண்டு, 'பெல் பாட்டம் பேன்ட்' அணிந்து கொண்டு, ஓர் ஆனந்தமான இலயிப்பில் ஆசுவாசமாக ஈடுபட்டிருக்கின்ற ஹிப்பிகளை அது உங்கள் மனக்கண் முன் கொண்டுவந்து நிறுத்தும். ஆனால், நிகழ்கணத்தில் இருக்க முனைவது ஓர் ஆசுவாசமான காரியமாக இல்லாமல், மிகவும் பிரயாசையுடன் செய்யப்பட வேண்டிய ஒன்றாக ஆகிவிடுகிறது. ஆக, நிகழ்கணத்தில் இருப்பதற்கு அதிதீவிரமாக முயல்வது என்பது அதில் தோற்பதற்கான ஓர் உறுதியான வழியாக ஆகிவிடுகிறது.

நிகழ்கணத்தில் வாழ முனைவதிலுள்ள சவாலை எதிர்கொள்வதற்கான பயனுள்ள ஒரு வழி, நீங்கள் விரும்பினாலும் சரி, விரும்பாவிட்டாலும் சரி, நீங்கள் எப்போதுமே நிகழ்கணத்தில்தான் வாழ்ந்து கொண்டிருக்கிறீர்கள் என்பதை உணர்ந்து

கொள்வதாகும். பாத்திரம் கழுவுகின்றபோது, நீங்கள் உண்மையிலேயே அதில் இலயித்திருக்கிறீர்களா என்று உங்களுக்குத் தோன்றுகின்ற எண்ணமே நிகழ்கணத்தில் தோன்றுகின்ற ஒன்றுதானே? அப்படியானால், ஏற்கனவே நிகழ்கணத்தில் இருக்கின்ற நீங்கள் உங்களை வேறு ஒரு நிகழ்கணத்திற்குக் கொண்டுவருவதற்கு எதற்காக முயற்சி செய்ய வேண்டும்? அப்படி நீங்கள் செய்ய முயற்சிப்பது, நீங்கள் அந்த நிகழ்கணத்திலிருந்து தனியாகப் பிரிக்கப்பட்டுள்ள ஒருவர் என்பதுபோலவும், அதில் நீங்கள் தோற்கலாம் அல்லது வெற்றியடையலாம் என்பதுபோலவும் ஒரு யோசனையைத் தோற்றுவிக்கிறது. அதாவது, உங்களை நிகழ்கணத்தில் இருத்திக் கொள்ள முயற்சிப்பது என்பது வேறு ஒரு விதத்தில் நேரத்தை ஒரு கருவியாகப் பயன்படுத்தி, நேரம் மலர மலர அதை உங்களுடைய கட்டுப்பாட்டிற்குள் கொண்டுவர முனைவதாகும். இதுவும் பலனளிக்காது.

ஜே ஜெனிஃபர் மேத்யூஸ் என்ற அமெரிக்க நூலாசிரியர், “வாழ்க்கையிலிருந்து நம்மால் எதையும் பெற முடியாது. வாழ்க்கையின் அம்சங்களைத் திருடி அவற்றை ஒளித்து வைப்பதற்கு வாழ்க்கைக்கு ‘வெளியே’ எதுவும் இல்லை,” என்று அழுத்தம் திருத்தமாகக் கூறுகிறார். நிகழ்கணத்தில் பூரணமாக வாழ்வது என்பது, இங்கே இக்கணத்தில் வாழ்வதைத் தவிர உங்களுக்கு வேறு வழி ஒருபோதும் இருந்ததில்லை என்பதைப் புரிந்து கொள்வதில்தான் இருக்கிறது.

அத்தியாயம் ஒன்பது

இளைப்பாறுதலின் மறுகண்டுபிடிப்பு

சில ஆண்டுகளுக்கு முன், ஓர் ஆகஸ்ட் மாத வார இறுதியில் சியாட்டில் நகரில் நடைபெற்ற ஒரு கருத்தரங்கில் நான் கலந்து கொள்ளச் சென்றிருந்தேன். 'டேக் பேக் யுவர் டைம்' என்ற அமைப்பு அதை ஏற்பாடு செய்திருந்தது. அந்த அமைப்பு, 'அதீத வேலை எனும் கொள்ளை நோயை' ஒழிப்பதை இலக்காகக் கொண்டிருந்தது. ஆனால், அதில் மிகக் குறைவான நபர்களே கலந்து கொண்டிருந்தனர். பொதுவாக அந்த மாதத்தில் அமெரிக்கர்கள் அதிக எண்ணிக்கையில் விடுமுறை எடுத்துக் கொள்வர் என்பதால் அங்குக் கூட்டம் குறைவாக இருந்தது. அதீத வேலைக்கு மாற்றான ஓய்வு மற்றும் ஆசுவாசத்தை அந்த அமைப்பு தூக்கிப்பிடித்துக் கொண்டிருந்ததால், விடுமுறையைக் கழிக்கச் சென்றிருந்த அதன் உறுப்பினர்களைக் கேள்வி கேட்கின்ற நிலையில் அது இருக்கவில்லை. வாரத்தில் குறைவான நாட்களையும் குறைவான நேரத்தையும் வேலையில் செலவழிக்க வேண்டும் என்ற கோரிக்கையை முன்வைத்து அந்த அமைப்பு செயல்பட்டுக் கொண்டிருந்தது. இதுபோன்ற குரல்கள் இப்போது உரக்க ஒலிக்கத் துவங்கியுள்ளன. ஆனால், வேலையில் குறைவான நேரத்தைச் செலவிடுவது என்பது உற்பத்தித்திறனை அதிகரிக்கும் என்று எப்போதும் நியாயப்படுத்தப்பட்டு வந்துள்ளது.

இந்த நியாயப்படுத்தலைத்தான் அந்த அமைப்பு அந்தக் கருத்தரங்கில் கேள்விக்கு உள்ளாக்கியிருந்தது. உல்லாசப் பயணம் செல்வது, நண்பர்களுடன் அரட்டையடிப்பது, ஞாயிற்றுக்கிழமை காலையில் படுக்கையிலிருந்து எழுந்திருக்காமல் 'சும்மா' அதில் உருண்டு கொண்டிருப்பது போன்றவை வேலையில் உங்களுடைய உற்பத்தித்திறனை மேம்படுத்தும் என்று எதற்காக நியாயப்படுத்தப்பட வேண்டும் என்று அதன் உறுப்பினர்கள் கேட்டனர். "வேலையிலிருந்து அதிகமான நேரம் ஓய்வெடுத்துக் கொள்வது பொருளாதாரத்திற்கு நல்லது என்ற வாதம் இப்போதெல்லாம் அடிக்கடி முன்வைக்கப்படுகிறது. ஆனால், வாழ்க்கையை எதற்காகப் பொருளாதாரத்தின் அடிப்படையில் நியாயப்படுத்த வேண்டும்? இது அபத்தமாக இருக்கிறது," என்று டேக் பேக் யுவர் டைம் அமைப்பின் முதுகெலும்பாகத் திகழ்ந்த ஜான் டி கிராஃப் கொதித்தார். இந்த அமைப்புக்குப் போட்டியாகச் செயல்பட்டுக் கொண்டிருந்த 'புராஜக்ட் டைம் ஆஃப்' என்ற அமைப்புக்குப் பெருநிறுவனங்கள் தாராளமாக நிதியுதவி வழங்கின என்பதையும், அந்த அமைப்பு நடத்திய கருத்தரங்குகளில் கூட்டம் அலைமோதியது என்பதையும் பின்னர் நான் அறிந்து கொண்டேன். 'இளைப்பாறுதல் மூலம் கிடைக்கின்ற தனிப்பட்ட, சமூக, மற்றும் பொருளாதார நன்மைகளை' ஊக்குவிப்பதை அந்த அமைப்பு தன் இலக்காகக் கொண்டிருந்தது என்பதை அறிந்தபோது நான் வியப்படையவில்லை. இதற்கு அமெரிக்கப் பயணக் கழகத்தின் ஆசிர்வாதமும் கிடைத்திருந்தது. உல்லாசப் பயணங்களை ஊக்குவிப்பதற்கு அந்த அமைப்பிற்குச் சொந்தக் காரணங்கள் இருந்தன.

இன்ப நுகர்ச்சியின் சரிவு

நம்முடைய ஓய்வு நேரத்தைக்கூட நம்முடைய உற்பத்தித்திறனை அதிகரித்துக் கொள்கின்ற நோக்கில் பயன்படுத்திக் கொள்ள வேண்டும் என்பது மீண்டும் நேரத்தை ஆகச் சிறந்த வழியில்

பயன்படுத்திக் கொள்ள வேண்டும் என்ற கருத்தையே அடிப்படையாகக் கொண்டுள்ளது. ஓய்வெடுப்பது என்பதே ஓய்வெடுப்பதற்காகத்தானே? ஆனால், அது மட்டும் போதாது என்ற கருத்து உருவாக்கப்பட்டுள்ளது. உங்களுடைய ஓய்வு நேரத்தை வருங்காலத்திற்கான ஒரு முதலீடாக நீங்கள் கருதி அதற்கேற்பச் செயல்படவில்லை என்றால், நீங்கள் வாழ்க்கையையே தொலைத்தவர்களாகக் கருதப்படுவீர்கள். சில நேரங்களில் இது நேரடியான அழுத்தமாகவே வெளிப்படுத்தப்படுகிறது: "ஒரு மேம்பட்ட ஊழியராக ஆவதற்கு நீங்கள் உங்களுடைய ஓய்வு நேரத்தைப் பயன்படுத்திக் கொள்ள வேண்டும்!" நியூயார்க் டைம்ஸ் பத்திரிகை, "உங்களை ஆசுவாசப்படுத்திக் கொள்ளுங்கள்! உங்களுடைய உற்பத்தித்திறன் மேம்படும்!" என்ற தலைப்பில் ஒரு கட்டுரையை வெளியிட்டிருந்தது. இந்த மனப்போக்கு வேறு விதங்களிலும் வெளிப்படுகிறது. என்றாவது ஒரு நாள் எனக்கு நிரந்தர அமைதி கிடைக்கும் என்ற நம்பிக்கையோடு நான் பல ஆண்டுகளாக தியானப் பயிற்சி வகுப்புகள் பலவற்றில் கலந்து கொண்டு வந்துள்ளேன். நீங்கள் உங்கள் வேலையிலிருந்து ஓராண்டு காலம் ஓய்வெடுத்துக் கொண்டு, முதுகில் ஒரு பையை மாட்டிக் கொண்டு உலகைச் சுற்றிப் பார்க்கச் சென்றால்கூட, உங்களுடைய நோக்கம் வெறுமனே உலகின் பல பகுதிகளைப் பார்ப்பது என்றில்லாமல், பின்னாளில் திரும்பிப் பார்க்கின்றபோது, நீங்கள் உங்களுடைய வாழ்நாளைச் சிறப்பாகப் பயன்படுத்தியிருந்தீர்கள் என்ற உணர்வு உங்களுக்கு ஏற்படும் என்ற நம்பிக்கையில் அதைச் செய்திருந்தால், நீங்கள் இந்தப் பிரச்சனைக்குப் பலியாகக்கூடும்.

உங்களுடைய ஓய்வு நேரம் ஏதோ ஒரு வழியில் பயனுள்ளதாக இருக்கிறது என்று நீங்கள் நியாயப்படுத்திக் கொள்வதில் ஒரு சிக்கல் இருக்கிறது. நீங்கள் ஒரு சலிப்பான வேலையைச் செய்து கொண்டிருப்பது போன்ற ஓர் உணர்வை அது ஏற்படுத்திவிடும். இதில் இப்படிப்பட்ட ஓர் ஆபத்து இருப்பதை 1962லேயே உணர்ந்திருந்தார் விமர்சகரான வால்ட்டர் கெர். 'த டிக்லைன்

ஆஃப் பிளெஷர்' என்ற தன்னுடைய நூலில் அவர் இவ்வாறு கூறுகிறார்: "இலாபம் சம்பாதிப்பதற்காகப் புத்தகங்களைப் படிக்கவும், தொடர்புகளை உருவாக்கிக் கொள்வதற்காகக் கேளிக்கை விருந்துகளுக்குச் செல்லவும், அறக் காரியங்களுக்குச் செலவழிப்பதற்காகச் சூதாடவும், வீட்டை மறுநிர்மாணம் செய்வதற்காக வார இறுதி நாட்களை வீட்டில் கழிக்கவும் நாம் அனைவரும் கட்டாயப்படுத்தப்படுகிறோம்." நவீன முதலாளித்துவத்தைத் தூக்கிப்பிடிப்பவர்கள், எது எப்படி இருந்தாலும், முந்தைய பல பத்தாண்டுகளோடு ஒப்பிடுகையில் இப்போது நம்மிடம் அதிகமான ஓய்வு நேரம் இருக்கிறது என்று சுட்டிக்காட்டுகின்றனர். அவர்களின் கணக்குப்படி, ஆண்களுக்குத் தினமும் ஐந்து மணி நேரமும் பெண்களுக்கு அதைவிடச் சற்றுக் குறைவான நேரமும் ஓய்வு கிடைக்கிறது. அப்படியிருந்தும், அந்த ஓய்வு நேரத்தை நாம் அப்படி உணராமல் இருப்பதற்குக் காரணம், அது ஓய்வாக நம்மால் உணரப்படுவதில்லை என்பதுதான். ஓய்வு என்பது நம்முடைய செய்யப்பட வேண்டிய வேலைகளின் பட்டியலில் இடம்பெற்றுள்ள மற்றோர் அம்சம், அவ்வளவுதான். உங்களுடைய செல்வம் பெருகப் பெருக இந்தப் பிரச்சனையும் பெருகுகிறது என்பது நகைமுரண். செல்வந்தர்கள் எப்போதும் ஏதாவது ஒரு வேலையில் மும்முரமாக ஈடுபட்டுள்ளனர். அதே நேரத்தில், அவர்கள் விரும்பினால், எந்தவொரு நேரத்தையும் அவர்களால் ஓய்வுக்காகப் பயன்படுத்திக் கொள்ள முடியும். அதோடு, அந்த நேரத்தை எப்படிப் பயன்படுத்துவது என்பதைத் தேர்ந்தெடுப்பதற்கும் அவர்களுக்கு எண்ணற்ற வழிகள் இருக்கின்றன. மற்றவர்களைப்போலவே அவர்களாலும் ஒரு புதினத்தைப் படிக்க முடியும் அல்லது வெளியே ஆசுவாசமாக நடந்துவிட்டு வர முடியும். அதோடு, அவர்களால் ஒரு ஓப்பெரா இசை நிகழ்ச்சிக்கோ அல்லது பனிச்சறுக்கு விளையாட்டு நடக்கின்ற ஓர் உல்லாசபுரிக்கோ செல்லவும் முடியும். தேர்ந்தெடுப்பதற்கு அவர்களுக்கு எண்ணற்ற வாய்ப்புகள் இருப்பதால், அவற்றில் பலவற்றைத் தங்களால் செய்ய முடியாமல்

இருப்பது குறித்து அவர்கள் ஏக்கம் கொள்கின்றனர்.

தொழிற்புரட்சிக்கு முந்தைய காலகட்டத்தில், ஓய்வு குறித்த இப்படிப்பட்ட ஒரு கண்ணோட்டமே இருக்கவில்லை என்பது நம்மால் சீரணிக்க முடியாத ஒன்றாக இருக்கலாம். பண்டைய உலகத் தத்துவவியலாளர்களைப் பொறுத்தவரை, ஓய்வு என்பது வேறு ஏதோ ஒன்றை அடைவதற்கான ஒரு விஷயம் அல்ல; ஓய்வு என்பது ஓய்வுக்கானது, அவ்வளவுதான். சுயபரிசீலனை, தத்துவார்த்த அசைபோடுதல் போன்றவைதாம் உண்மையான ஓய்வு என்று அரிஸ்டாட்டில் கூறியுள்ளார். இவற்றுக்குப் பின்னால் வேறு நோக்கங்கள் இல்லை என்பதால், அவை சிறந்த பண்புநலன்கள் என்று அவர் கருதுகிறார். போரில் காட்டப்படுகின்ற துணிவு, அரசு நிர்வாகத்தில் காட்டப்படுகின்ற உன்னதமான நடத்தை போன்றவை வேறு நோக்கங்களைக் கொண்டுள்ள பண்புநலன்கள் என்றும் அவர் கூறுகிறார். தொழில் என்பதற்கான மூல இலத்தீன் சொல்லுக்கு 'ஓய்வு இல்லாமை' என்று அர்த்தம். இந்தப் புரிதலின் அடிப்படையில் பார்க்கின்றபோது, வேலை என்பது சிலருக்குத் தவிர்க்கப்பட முடியாத ஒன்றாக விளங்குகிறது என்பதை உணர்ந்து கொள்ள முடியும். பண்டைய ஏதென்ஸ் மற்றும் ரோம் நகரக் குடிமக்களின் ஓய்வை அடிமைகளின் உழைப்புதான் சாத்தியமாக்கியது. ஆனால், அது அடிப்படையில் கண்ணியமற்ற ஒன்றாகக் கருதப்பட்டது.

ஓய்வுதான் மனித வாழ்க்கையின் நங்கூரம் என்ற இந்த அடிப்படை யோசனை, அதற்குப் பிறகு பல நூற்றாண்டுகளாக அப்படியே பேணப்பட்டு வந்தது. அந்த அடிப்படை நிலையில், வேலை அவ்வப்போது குறுக்கிட்டு இடைஞ்சல் ஏற்படுத்தியது. மத்திய காலகட்டத்தைச் சேர்ந்த விவசாயிகளின் வாழ்வில்கூட ஓய்வு ஒரு முக்கியமான இடத்தைப் பிடித்து வைத்திருந்தது. அவர்களுடைய கால அட்டவணையானது, பல நாட்கள் நீடித்தத் திருவிழாக்கள், மதக் கொண்டாட்டங்கள் என்று விடுமுறை நாட்களால் நிரம்பி வழிந்தது. இவற்றுக்கு நடுவில் திருமணங்களைக் கொண்டாடுவதற்கும்,

மரணத்திற்காகத் துக்கம் அனுசரிக்கவும் நேரம் ஒதுக்கவும் அவர்களால் முடிந்தது. ஆண்டுதோறும், ஆடுகள் குட்டிகளை ஈன்ற காலத்தைக்கூட அவர்கள் கொண்டாடினர். மூக்கு முட்டக் குடித்துக் களித்திருப்பதற்கு அவர்களுக்கு ஏதாவது ஒரு சாக்குப்போக்கு வேண்டும், அவ்வளவுதான். பதினாறாம் நூற்றாண்டில், கிராமப்புறங்களில் வசித்து வந்த மக்கள் ஆண்டுக்கு 150 நாட்களுக்கு மேல் வேலை செய்யவில்லை என்று சில வரலாற்றியலாளர்கள் தெரிவிக்கின்றனர். அந்தக் கணக்கு கொஞ்சம் கூடக்குறைய இருக்கலாம். ஆனால், அவர்களுக்கு ஏகப்பட்ட ஓய்வு நேரம் இருந்தது என்பதில் மாற்றுக் கருத்து இல்லை. அந்தக் கொண்டாட்டங்கள் கூத்தும் கும்மாளமுமாக இருந்தன. அவற்றில் கலந்து கொள்ளலாமா கூடாதா என்பதைத் தீர்மானிக்கின்ற உரிமை பொதுவாகத் தனிநபர்களுக்கு இருக்கவில்லை. எப்போதும் வேலையில் உழன்று கொண்டிருப்பதற்கு எதிரான ஒரு வலுவான சமூக அழுத்தம் சமுதாயத்தில் நிலவியது. மக்கள் மதம் தொடர்பான புனித நாட்களைக் கொண்டாடினர், அன்று விடுமுறையை அனுபவித்தனர். அதற்குக் காரணம் அவர்களுடைய சொந்த விருப்பம் அல்ல. அதை ஒரு வலுவான கிறித்தவ அமைப்புமுறை அவர்கள்மீது திணித்திருந்தது. சிறிய ஊர்களில், திருவிழாக்களில் கலந்து கொள்வதிலிருந்து யாராலும் தப்பிக்க முடியாது. அந்த ஓய்வெடுக்கின்ற மனப்பான்மை அவனுடைய வேலை நாட்களிலும் ஊடுருவியிருந்தது. 1570இல், டர்ஹாம் நகர ஆயர் ஜேம்ஸ் பில்கிங்டன் இவ்வாறு புலம்பியிருந்தார்: “ஒரு கூலித் தொழிலாளி தினமும் காலையில் தன் வீட்டில் சிறிது நேரம் ஓய்வெடுத்துக் கொண்ட பிறகுதான் வேலைக்கே வருவான். அவன் வழக்கமாகக் காலை உணவை உண்கின்ற நேரத்தில் உணவு உண்ணச் சென்றுவிடுவான். அதற்கு அவனை அனுமதிக்காவிட்டால், அங்குக் கூச்சலும் குழப்பமும் ஏற்படும். உச்சிப் பொழுதில் அவன் ஒரு குட்டித் தூக்கம் போடுவான். மதியத்தில் அவன் இன்னோர் உணவு இடைவேளை எடுத்துக் கொள்வான். அது நீண்டு

கொண்டே போகும்."

தொழிற்புரட்சிக்குப் பிறகு வேலையில் தோன்றிய கடிகாரத்தின் ஆதிக்கம் இந்த அனைத்தையும் துடைத்தெறிந்துவிட்டது. நூற்றுக்கணக்கான நபர்களை வேலைக்கு எடுத்துக் கொண்டிருந்த தொழிற்சாலைகளும் ஆலைகளும் நேரத்தின் அடிப்படையில் ஊதியம் வழங்கத் தொடங்கியதால், ஓய்வு என்பது வேலையிலிருந்து தனியாகப் பிரிக்கப்பட்டுவிட்டது. தொழிலாளர்களுடன் மறைமுகமாக ஓர் ஏற்பாடு செய்து கொள்ளப்பட்டது. அவர்கள் தங்களுடைய ஓய்வு நேரத்தை எப்படி வேண்டுமானாலும் கழித்துக் கொள்ளலாம்; அது வேலையைத் தொந்தரவு செய்யக்கூடாது; அது வேலையை மேம்படுத்துவதாக இருந்தால் இன்னும் நல்லது. சமுதாயத்தின் கீழ்த்தட்டில் இருந்தவர்கள் தங்களுடைய களிப்பிற்காகக் குடிப்பதை மேல்தட்டில் இருந்தவர்கள் ஏற்றுக் கொள்ளாமல் இருந்ததற்குக் காரணம், அவன் மறுநாள் வேலைக்கு வரும்போது, குடிபோதையால் உருவான தலைவலியுடன் வருவான், அதனால் அவனுடைய உற்பத்தித்திறன் குறையும் என்பதுதான். இந்தப் புதிய ஏற்பாடு தொழிலாளர்களுக்கு ஒருவிதத்தில் நிம்மதியளித்தது. ஏனெனில், இப்போது அவனுடைய ஓய்வு நேரம் முழுமையாக அவனுடைய கட்டுப்பாட்டில் இருந்தது. முன்புபோலன்றி, கிறித்தவ அமைப்பும் சமூகமும் இனியும் அதை அவன்மீது திணித்துக் கொண்டிருக்கவில்லை. ஆனால், அதே நேரத்தில், ஒரு புதிய இறுக்கமான அமைப்புமுறை முளைத்திருந்தது. அதன்படி, வேலை பார்த்தல்தான் மனித இருத்தலின் அடையாளமாக ஆக்கப்பட்டது. கூடுதலாக வேலை செய்வதற்கு ஒருவன் தன்னைப் புதுப்பித்துக் கொள்வதற்கான, தனக்குப் புத்துணர்ச்சி அளித்துக் கொள்வதற்கான அம்சமாக ஓய்வு ஆக்கப்பட்டுவிட்டது. ஆனால், தொழிற்புரட்சிக்குப் பிந்தைய காலகட்டத்தில் தொழிற்சாலையில் அல்லது ஆலையில் வேலை பார்த்து வந்த தொழிலாளர்களுக்குத் தங்களுடைய வேலை மனித இருத்தலுக்கான அடையாளமாகத் தோன்றவில்லை. அவர்கள் அந்த வேலையை அதன்

உள்ளார்ந்த திருப்திக்காகச் செய்யவில்லை; மாறாக, பணத்திற்காக அவர்கள் அதைச் செய்தனர். அதனால், வேலைக்கான மதிப்பீட்டை அவர்கள் வருங்காலத்தில் தேட வேண்டியதாயிற்று.

இதில் வேடிக்கை என்னவென்றால், தொழிற்சங்கத் தலைவர்களும், தொழிலாளர்களின் உரிமைகளுக்காகப் பாடுபட்டவர்களும், தொழிலாளர்களுக்குக் கூடுதல் ஓய்வு நேரத்திற்காகப் போராடி, இறுதியில், ஒரு வாரத்தில் ஐந்து நாட்கள் தினமும் எட்டு மணி நேரம் வேலை என்ற ஏற்பாட்டிற்கு ஒத்துக் கொண்டுவிட்டனர். இதன் மூலம் ஓய்வையும் நேரம் எனும் கருவியால் அளக்கப்படக்கூடிய ஒன்றாக அவர்கள் மாற்றிவிட்டனர். அதன் காரணமாக, ஓய்வு என்பது நாம் வெறுமனே இரசித்து அனுபவிப்பதைத் தாண்டிய ஒன்றாக இருந்தால்தான் அது நியாயப்படுத்தப்படக்கூடியதாக இருக்க முடியும் என்று ஆயிற்று. தொழிலாளர்கள் தங்களுடைய ஓய்வு நேரத்தைக் கல்வி மற்றும் கலாச்சாரத் தேடல் போன்றவற்றுக்காகச் செலவழித்துக் கொள்ள முடியும் என்று அவர்கள் வாதிட்டனர். அதன்படி பார்த்தால், அவர்கள் தங்களுடைய ஓய்வு நேரத்தை வெறுமனே தங்களை ஆசுவாசப்படுத்திக் கொள்வதைத் தாண்டிய ஒரு பயன்பாட்டிற்குப் பயன்படுத்திக் கொள்ள வேண்டும். பத்தொன்பதாம் நூற்றாண்டில் மசாசூசெட்ஸ் துணி ஆலைகளில் வேலை பார்த்து வந்த தொழிலாளர்களிடம் நடத்தப்பட்ட ஓர் ஆய்வில், தங்களைச் சுற்றியுள்ள உலகை அறிந்து கொள்வதற்குத் தங்களுக்கு இன்னும் கூடுதலான ஓய்வு நேரம் வேண்டும் என்று அவர்கள் கருத்து தெரிவித்திருந்தனர். அவர்களுக்கு நிஜமான ஓய்வு தேவைப்பட்டது; மற்றொரு விதமான உற்பத்தித்திறன் மேம்பாடு தேவைப்படவில்லை. மாறாக, மார்க்சியவியலாளரான பால் லாஃபர்கு தன்னுடைய பிரபலமான அறிக்கை ஒன்றின் தலைப்பில் குறிப்பிட்டிருந்த 'சும்மா இருப்பதற்கான உரிமை' அவர்களுக்குத் தேவைப்பட்டது.

இவை அனைத்திலிருந்தும், நேரத்தைச் 'செம்மையாகச்' செலவழிப்பது என்றால் என்ன

என்பது குறித்தும், அதற்கு நேர் எதிரான, நேரத்தை வீணாக்குவது என்றால் என்ன என்பது குறித்தும் உங்களுக்கு ஓரளவு புரிந்திருக்கும் என்று நான் எண்ணுகிறேன். இந்தக் கண்ணோட்டத்தின்படி, வருங்காலத்திற்கு மதிப்புக் கூட்டாத எதுவும் 'சும்மா இருத்தல்' என்று அழைக்கப்படும். ஓய்வுக்கு அனுமதி உண்டு; ஆனால், அதன் மூலம் பெறப்படும் ஆசுவாசம், வேலையை மேம்படுத்துவதாக இருத்தல் அவசியம். சுயமுன்னேற்றத்திற்கு அதைப் பயன்படுத்துவதும் ஏற்புடையதே. மதிப்புக் கூட்டாத ஓய்வு என்பது வீணானது.

ஆனால், உங்களுக்குக் கிடைத்திருக்கின்ற ஒரே வாழ்க்கையை முழுமையாக இரசித்து அனுபவிப்பதற்கு, உங்களுடைய ஒவ்வொரு மணித்துளி ஓய்வு நேரத்தையும் உங்களுடைய சுயமேம்பாட்டுக்குப் பயன்படுத்திக் கொள்வதிலிருந்து நீங்கள் விலகி இருக்க வேண்டும். இந்தக் கண்ணோட்டத்தின்படி பார்த்தால், சும்மா இருத்தல் என்பது வெறுமனே மன்னிக்கப்படக்கூடியது மட்டுமல்ல; அது ஒரு கடமையும்கூட. "ஒரு கோப்பை மதுவைப் பருகுவதன் மூலம் ஒரு முதியவருக்குக் கிடைக்கின்ற திருப்திக்கு மதிப்பில்லை என்றால், உற்பத்தியும் செல்வமும் வெற்றுப் புனைவுகளே," என்று சைமன் டி புவா கூறியுள்ளார்.

உற்பத்தித்திறன் ஒரு போதையாகின்றபோது

ஓய்வு குறித்து அரிதாகவே ஒப்புக் கொள்ளப்படுகின்ற ஓர் உண்மையையும் நாம் எதிர்கொண்டாக வேண்டும். நாம் ஓய்வெடுப்பதற்குக் குறுக்கே இருப்பது வெறும் பொருளாதார அமைப்பு மட்டுமல்ல; வர வர நாமே ஓய்வெடுத்துக் கொள்ள விரும்பாத நபர்களாக ஆகிக் கொண்டிருக்கிறோம் என்பதுதான் அது. நாம் செய்து கொண்டிருக்கின்ற வேலைகளை நிறுத்திவிட்டு ஓய்வெடுத்துக் கொள்ள நாம் விரும்புவதில்லை. ஏனெனில், அது நம்மிடம் ஓர் இனிமையற்ற உணர்வை ஏற்படுத்துகிறது; நாம் போதுமான அளவு

உற்பத்தித்திறன் இல்லாதவர்களாக இருக்கிறோம் என்ற உணர்வும் நம்மைத் தொற்றிக் கொள்கிறது. டேனியல் ஸ்டீல் என்ற புனைகதை எழுத்தாளர் இதற்கான ஓர் அசாதாரணமான எடுத்துக்காட்டாவார். அவர் 2019இல் 'கிளாமர்' பத்திரிகைக்கு அளித்த ஒரு பேட்டியில், தன்னுடைய 72 வயதுக்குள் தன்னால் எப்படி 179 புதினங்களை எழுத முடிந்தது என்ற இரகசியத்தைப் பகிர்ந்து கொண்டார். ஆண்டுக்கு ஒரு வாரம் மட்டுமே உல்லாசப் பயணங்களுக்காக அவர் ஓய்வெடுத்துக் கொண்டார். மற்ற நேரங்களில் அவர் எழுதிக் குவித்துக் கொண்டிருந்தார். "அப்படியே தரையில் படுத்தால்கூடத் தூங்கிவிடுகின்ற நிலை வரும்வரை நான் எழுதிக் கொண்டிருப்பேன். பெரும்பாலான நேரங்களில் நான் ஒரு நாளைக்கு நான்கு மணி நேரம் தூங்கினாலே அதிகம்," என்று அவர் அந்தப் பேட்டியில் கூறியிருந்தார். அவருடைய கடின உழைப்புக்காக அவர் பெரிதும் மதிக்கப்பட்டார். நேரத்தை எல்லா நேரங்களிலும் உருப்படியாகப் பயன்படுத்திக் கொள்ள வேண்டும் என்ற ஆழமான உந்துதல் அவரிடம் இருந்தது. தன்னுடைய கடினமான உணர்வுகளை எதிர்கொள்வதைத் தவிர்ப்பதற்காகத் தான் எழுத்தில் மூழ்கியிருந்ததாக அவரே ஒப்புக் கொள்கிறார். அவருடைய வயது வந்த மகன் போதை மருந்து அதிகமாக உட்கொண்டதால் இறந்து போனது, அவர் தன்னுடைய வாழ்க்கையில் எதிர்கொண்ட பெரும் சோகங்களில் ஒன்று. அவர் ஐந்து முறை விவாகரத்து செய்திருந்தார். அந்தப் பேட்டியில் அவர், "வேலைதான் என்னுடைய புகலிடம். என்னுடைய தனிப்பட்ட வாழ்க்கையில் மோசமான நிகழ்வுகள் ஏற்பட்டபோதுகூட நான் அதனிடம்தான் தஞ்சம் புகுந்தேன். நான் எதார்த்தத்திலிருந்து தப்பிச் செல்வதற்கான ஓரிடமாக என் எழுத்துலகம் இருந்தது," என்று தெரிவித்திருந்தார்.

டேனியல் ஸ்டீல் தன்னை ஆசுவாசப்படுத்திக் கொள்ள முடியாத நோயால் பாதிக்கப்பட்டிருந்தார் என்று கூறுவது நாகரிகமாக இருக்காது. ஆனால், இந்தப் பிரச்சனை மிகவும் பரவலாக இருக்கிறது என்பதே உண்மை.

இதற்கு நானும் விதிவிலக்கல்ல. ஆனால், ஸ்டீல் தன் புதினங்களின் மூலம் கோடிக்கணக்கான இரசிகர்களை மகிழ்ச்சிக் கடலில் ஆழ்த்தியிருந்ததைப்போல நானும் செய்திருந்தேன் என்று என்னால் கூற முடியாது. ஓய்வெடுக்க முடியாத இந்த நிலையை, சமூக உளவியலாளர்கள், 'சும்மா இருத்தல்மீதான வெறுப்பு' என்று அழைக்கின்றனர். அந்தக் கண்ணோட்டத்தில் பார்க்கின்றபோது, அது இன்னுமொரு சிறிய நடத்தைக் கோளாறு என்பதுபோலத் தோன்றலாம். ஜெர்மானியச் சமூகவியலாளரான மேக்ஸ் வெபர், தான் முன்மொழிந்த 'புராட்டஸ்டன்ட் பணி நன்னெறி' என்ற தன்னுடைய கோட்பாட்டில், அதை நவீன ஆன்மாவின் அடிப்படை அம்சங்களில் ஒன்று என்று வர்ணிக்கிறார். வெபர் மேலும் இவ்வாறு தெரிவிக்கிறார்: இது முதலில், வட ஐரோப்பாவிலிருந்த கால்வினிசக் கிறித்தவர்களிடம் தோன்றியது. அவர்கள் ஊழ்வினைக் கோட்பாட்டில் நம்பிக்கை வைத்திருந்தனர். அதன்படி, ஒருவர் பிறப்பதற்கு முன்பே, அவர் பூமியில் இறந்த பிறகு சொர்க்கத்திற்குச் செல்வாரா அல்லது நரகத்திற்குச் செல்வாரா என்பது முடிவு செய்யப்பட்டிருக்கும். அந்தக் குழுவில் இடம்பெற்றிருப்பவர்களால் மட்டுமே சொர்க்கத்திற்குச் சென்று கடவுளுடன் நிரந்தரமாகத் தங்க முடியும். மற்றவர்கள் சபிக்கப்பட்டவர்களாகக் கருதப்படுவர். அவர்களுக்கு நரகம் நிச்சயம். தொடக்கக்கால முதலாளித்துவம் இந்தக் கால்வினிசவாதிகளிடமிருந்து இந்தக் கொள்கையைக் கடன் வாங்கிக் கொண்டது. கடின உழைப்பின் மூலம், தான் சொர்க்கத்தை அடையக்கூடிய குழுவைச் சேர்ந்தவன் என்பதை ஒருவர் தனக்கும் பிறருக்கும் நிரூபித்துக் கொள்ள முடியும். அவர்கள் கடின உழைப்பின் மூலம் சம்பாதித்தப் பணத்தை ஆடம்பரமான விஷயங்களில் செலவழிக்காமல் சேர்த்து வைத்தால், அதன் விளைவாகக் கிடைப்பதுதான் மூலதனம்.

ஆனால், இந்தக் கண்ணோட்டத்தில் ஒரு பெரும் முரண்பாடு இருந்தது. ஏனெனில், சொர்க்கத்திற்குச் செல்வதற்குத் தேர்ந்தெடுக்கப்பட்டிருந்த குழு,

அவர்களின் பிறப்புக்கு முன்பே தேர்ந்தெடுக்கப்பட்டிருந்த ஒன்று. கடின உழைப்பாலும் செல்வச் சேகரிப்பாலும் அதில் எப்படி ஓர் இடத்தைப் பிடிக்க முடியும்? ஒருவருடைய தலைவிதியை எந்த சக்தியாலும் மாற்ற முடியாது. மறுபுறம், சொர்க்கப் பயணத்திற்கு ஏற்கனவே தேர்ந்தெடுக்கப்பட்டிருந்தவர் நன்னெறிப் பண்புகளையும் சிக்கனத்தையும் இயல்பாகவே வெளிப்படுத்தக்கூடும், இல்லையா? இந்தப் புரிதலின்படி, சும்மா இருத்தல் முழு முனைப்புடன் தவிர்க்கப்பட வேண்டிய ஒன்று. அது ஒரு மோசமான பண்புநலனும்கூட. அதில் நீங்கள் அளவுக்கதிகமாக ஈடுபட்டால், நீங்கள் சபிக்கப்படக்கூடும். பல கிறித்தவர்கள் நம்புவதுபோல, நீங்கள் ஏற்கனவே சபிக்கப்பட்டவர் என்பதற்கான நிரூபணமாகக்கூட அது இருக்கலாம்.

நாம் இது போன்ற மூட நம்பிக்கைகளையெல்லாம் மீறி வந்துவிட்டோம் என்று நமக்கு நாமே முதுகில் தட்டிக் கொடுத்துக் கொள்கிறோம். ஆனாலும், நேரத்தை வீணாக்குவது போன்ற விஷயங்களில் அளவுக்கதிகமான அசௌகரியங்கள் ஏற்படுகின்றபோது, நிரந்தரமான விமோசனத்தை ஒத்தத் தீர்வுகளுக்காக நாம் ஏங்குகிறோம். நீங்கள் உங்களுடைய நாளின் ஒவ்வொரு மணி நேரத்தையும் ஏதாவது ஒருவிதமான தீவிரமான முயற்சியால் இட்டு நிரப்பிக் கொண்டிருக்கும்வரை, அது உங்களுடைய கற்பனையிலுள்ள கச்சிதமான வருங்காலத்திற்கு இட்டுச் செல்லும் என்று நீங்கள் நம்பிக் கொண்டிருப்பீர்கள். அப்போது, நீங்கள் இந்த உலகில் குறுகிய காலம்தான் இருப்பீர்கள் என்ற உண்மை உங்களுக்கு வலி ஏற்படுத்தாது, உங்களுடைய இருத்தலை நியாயப்படுத்துவதற்கு நீங்கள் கூடுதலாக எதையும் செய்ய வேண்டியிருக்காது.

ஓய்வெடுப்பதற்காக மட்டும் நீங்கள் ஓய்வெடுக்கின்றபோது, கச்சிதமான வருங்கால மகிழ்ச்சியை நோக்கி உங்களுடைய நாட்கள் நகர்ந்து கொண்டிருக்கப் போவதில்லை என்ற உண்மையை நீங்கள் ஏற்றுக் கொள்ள வேண்டியிருக்கும். "நம்முடைய வாழ்வில் இடம்பெற்றுள்ள அனைத்துக் கணங்களின்

கூட்டுதான் நாம். நம்முடைய அனைத்தும் அதற்குள்தான் இருக்கின்றன. அதிலிருந்து நம்மால் தப்பிக்கவும் முடியாது, அதை மறைத்து வைக்கவும் முடியாது," என்று தாமஸ் உல்ஃப் என்ற எழுத்தாளர் கூறுகிறார்.

ஓய்வுக்கான விதிமுறைகள்

நவீன மேற்கத்தியர்கள் தங்களை ஆசுவாசப்படுத்திக் கொள்ள முடியாமல் இருப்பதற்கு மதத்தின்மீது நான் தாறுமாறாகப் பழி சுமத்தியிருந்ததைக் கண்டு நீங்கள் வியந்திருந்தால், அதற்கான தீர்வும் அதே மதத்திடமே இருக்கிறது என்று இப்போது நான் கூறப் போவதைக் கேட்டு நீங்கள் என்ன சொல்வீர்களோ எனக்குத் தெரியாது. ஓய்வு குறித்த முக்கியமான உண்மையை முதலில் அறிந்திருந்தது மதக் குழுக்களின் உறுப்பினர்கள்தாம். நீங்கள் வெறுமனே வேலையிலிருந்து உங்களைத் துண்டித்துக் கொள்வதன் மூலமாக மட்டும் நீங்கள் ஆசுவாசம் அடைந்துவிடப் போவதில்லை என்பதுதான் அது. ஆசுவாசம் உண்மையிலேயே உங்களுக்குக் கிடைப்பதற்கான வழிகளை நீங்கள் கண்டறிய வேண்டும்.

என்னுடைய நண்பர்கள் சிலர், நியூயார்க் நகரில் வழமையாக யூதர்கள் வசித்து வருகின்ற ஓர் அடுக்குமாடிக் குடியிருப்பில் வசித்து வருகின்றனர். அந்தக் குடியிருப்பில் ஒரு மின்தூக்கி இருக்கிறது. அதில் நீங்கள் யூதர்களின் மதரீதியான வார ஓய்வு நாளான 'சபாத்' அன்று (வெள்ளிக்கிழமை மாலை நேரத்திலிருந்து சனிக்கிழமை இரவுவரை) ஏறினால், அந்த மின்தூக்கி, யாரும் அதில் ஏறி இறங்காவிட்டாலும்கூட, அந்தக் கட்டடத்திலுள்ள அனைத்து மாடிகளிலும் நின்றுதான் பயணிக்கும். அதற்குக் காரணம், யூதர்கள், சபாத் நாளில் மின்சார சுவிட்சுகளைப் போடக்கூடாது என்று ஒரு விதி இருக்கிறது. அது மீறப்படாமல் இருப்பதற்காக இந்த ஏற்பாடு. உண்மையில் இது பழைய யூத விதிமுறையின் நீர்த்துப் போனதொரு வடிவம். பண்டைய காலத்தில், அந்த விதி, அவர்கள் சபாத்

நாளில் நெருப்பைப் பற்ற வைக்கக்கூடாது என்பதாக இருந்தது. அந்த நாளில் தடை செய்யப்பட்டிருந்த 38 பிற நடவடிக்கைகள், தற்காலத்திற்கு ஏற்ப, நீச்சல் குளங்களில் பயன்படுத்தப்படுகின்ற, காற்றடைக்கப்பட்ட மிதவைகளில் காற்றடைக்கக்கூடாது, டாய்லெட் பேப்பரைக் கிழிக்கக்கூடாது என்பன போன்று மாற்றப்பட்டுள்ளன. இத்தகைய விதிமுறைகள் நம்மில் பலருக்கு அபத்தமாகப் படலாம். ஆனால், மக்கள் கட்டாயமாக ஓய்வெடுப்பதற்கு அவர்கள்மீது அழுத்தங்களைப் பிரயோகிப்பதற்கு இதுபோன்ற அபத்தங்கள் அவர்களுக்குத் தேவைப்படுகின்றன. எழுத்தாளர் ஜூடித் ஷூலெவிட்ஸ் அதை இவ்வாறு விளக்குகிறார்:

> *பெரும்பாலான மக்கள், வேலை செய்வதை நிறுத்துவது என்பது அதைச் செய்யாமல் இருப்பதுதான் என்று தவறாக நினைத்துக் கொள்கிறார்கள். ஆனால், இது அதைவிடச் சிக்கலானது என்பதை சபாத் நாளை வடிவமைத்தவர்கள் நன்றாகப் புரிந்து வைத்திருந்தனர். ஒரு நாளின் முடிவில் நேராக உங்களுடைய படுக்கையில் சென்று படுத்துத் தூங்கிவிடுவதைப்போல அவ்வளவு எளிதாக இதைச் செய்துவிட முடியாது. 'கேட் இன் த ஹேட்' என்ற மிகப் பிரபலமான குழந்தைகள் கதைப் புத்தகத்தில் வருகின்ற பூனை, "வேடிக்கையும் விளையாட்டுமாக இருப்பது சுவாரசியமானதுதான். ஆனால், அதற்கு, அதை எப்படிச் செய்வது என்பதை நீங்கள் அறிந்திருக்க வேண்டும்," என்று கூறும். யூதர்களும் தூய்மைவாதப் புராட்டஸ்டன்ட்டுகளும் உருவாக்கியிருந்த சபாத் விதிமுறைகள் துல்லியமாக வரையறுக்கப்பட்டிருந்ததற்கும், அதற்கு விலாவாரியான முன்தயாரிப்புகளை அவர்கள் வடிவமைத்திருந்ததற்கும் இதுதான் காரணம். சபாத் நாளுக்கு முன்பு, குறைந்தபட்சம் வீட்டையும், உணவுப் பொருட்களை வைக்கின்ற அறைகளையும் சுத்தம் செய்ய வேண்டும், குளிக்க வேண்டும். மத நம்பிக்கையாளர்களைச் சித்திரவதை செய்வதற்காக*

> இவை உருவாக்கப்படவில்லை. வார நாட்கள் முழுவதும் தீவிர முனைப்புடன் தொடர்ச்சியாகச் செய்து வரப்படுகின்ற வேலையில் குறுக்கிடுவதற்கு ஏகப்பட்ட நெஞ்சுரம் தேவைப்படும் என்ற உள்நோக்கை மக்களுக்கு எடுத்துரைக்கவே அந்த விதிமுறை வடிவமைக்கப்பட்டது. பழக்கவழக்கங்களைக் கொண்டும் சமூக நிர்ப்பந்தங்களைக் கொண்டும் அது பலப்படுத்தப்பட வேண்டும்.

சமூகரீதியான வாராந்திர ஓய்வு நாள் என்ற யோசனை இன்று பிற்போக்குத்தனமான ஒரு விஷயமாகப் பார்க்கப்படலாம். அது இன்று நாற்பது வயதைத் தாண்டியவர்களின் நினைவுகளில் மட்டுமே இருந்து வருகிறது. அப்போது, பெரும்பாலான கடைகள் வாரத்தில் ஆறு நாட்கள் மட்டுமே இயங்கிக் கொண்டிருந்தன என்பதை அவர்களால் எளிதாக நினைவுகூர முடியும். அந்த விதிகளின் எச்சசொச்சமாக, நான் இருக்கும் நகரில் இன்றுகூட ஞாயிற்றுக்கிழமை மதியம்வரை மது வாங்குவது தடை செய்யப்பட்டுள்ளது. அதன் விளைவாக, சபாத் என்பது எந்த அளவுக்குப் புரட்சிகரமானதொரு யோசனை என்பதை மறந்து கொண்டிருக்கின்ற ஆபத்தில் இன்று நாம் இருக்கிறோம். எந்தவிதமான விதிவிலக்குகளுமின்றி, அது அனைவராலும் கடைபிடிக்கப்பட வேண்டும் என்ற விதி இருந்ததை முன்னாள் கொத்தடிமைகள் சுட்டிக்காட்டுகின்றனர். யூதர்களின் மதப் புத்தகமான ‘தோரா’ இதைத் தனியாகக் குறிப்பிட்டு வலியுறுத்தியுள்ளதை ஜூடித் சுட்டிக்காட்டுகிறார். முதலாளித்துவத்தின் துவக்கத்திற்குப் பிறகு இது மற்றொரு வழியிலும் புரட்சிகரமானதாக மாறியுள்ளது. மேலும் மேலும் வேலை செய்வதற்கு மக்களிடம் காணப்படுகின்ற பதற்றம் கலந்த துடிப்பிலிருந்துதான் முதலாளித்துவம் ஆற்றலைப் பெற்றுக் கொண்டிருக்கிறது. சபாத் நாளின் தொடக்கமான வெள்ளிக்கிழமை அல்லது சனிக்கிழமை இரவுவரை நீங்கள் செய்து

முடித்துள்ள வேலை போதுமானது, அதற்கு மேல் இப்போதைக்குச் செய்வதில் அர்த்தமில்லை என்ற எண்ணத்தை சபாத் விதிமுறைகள் அடிக்கோடிட்டுக் கூறுகின்றன. கிறித்தவ இறையியலாளரான வால்ட்டர் புரூக்மன், "நாம் கடவுளின் வெகுமதிகளைப் பெற்றுக் கொண்டிருக்கிறோம் என்பதை நமக்கு நாமே நினைவுபடுத்திக் கொள்வதற்காக வாரத்தில் ஒரு நாளைச் செலவிடுவதற்கான அழைப்புதான் சபாத்," என்று விளக்குகிறார். நமக்குக் கிடைத்துள்ள ஆசிர்வாதங்கள் குறித்து நன்றியுடன் இருப்பது நமக்கு ஆசுவாச உணர்வைக் கொடுக்கும் என்ற யோசனையை மெச்சுவதற்கு நீங்கள் ஆழமான மத நம்பிக்கை கொண்டிருக்க வேண்டிய அவசியமில்லை.

ஆனால், வேலையிலிருந்து, முழு ஓய்வு என்ற இடத்தை நோக்கி நகர்வது முன்னெப்போதைக் காட்டிலும் இப்போது அதிகக் கடினமாகியுள்ளது. முன்பு நடைமுறையில் இருந்த சமூக வழக்கங்களும் அழுத்தங்களும் அதை மக்களுக்கு எளிதாக்கியிருந்தன. எடுத்துக்காட்டாக, கடைகள் அடைக்கப்பட்டிருந்தால், நீங்கள் விரும்பினால்கூட உங்களால் சாமான்கள் வாங்கக் கடைக்குச் செல்ல முடியாது. அல்லது, உங்கள் அலுவலகம் பூட்டியிருந்தால், உங்களால் வேலைக்குச் செல்ல முடியாது. அதோடு, நீங்கள் செல்லாமல் இருப்பது பலருடைய புருவங்களை உயர்த்தும் என்பதை நீங்கள் அறிந்திருக்கின்றபோது, ஞாயிறு காலையில் தேவாலயத்திற்குச் செல்லாமல் இருப்பதோ, மதியம் உங்களுடைய உற்றார் உறவினர்களுடன் ஒரு நீண்ட விருந்து உண்ணாமல் இருப்பதோ உங்களுக்குச் சாத்தியப்படாது. ஆனால், இன்று சமூக அழுத்தங்கள் நம்மை நேர் எதிர்த்திசையில் தள்ளிக் கொண்டிருக்கின்றன. இன்று கடைகள் தினமும் திறந்திருக்கின்றன. இணையத்தில் இயங்கிக் கொண்டிருக்கின்ற கடைகள் இரவிலும் திறந்திருக்கின்றன. டிஜிட்டல் தொழில்நுட்பத்தின் புண்ணியத்தால், இன்று நாம் அலுவலகத்திற்குச் செல்லாமல் வீட்டில் இருந்தவாறே வேலை செய்வது எளிதாகியுள்ளது.

இன்று பிரபலமாகிக் கொண்டிருக்கின்ற, தனிப்பட்ட அல்லது குடும்பத்தால் விதித்துக் கொள்ளப்படுகின்ற 'டிஜிட்டல் சபாத்' இந்த வெறுமையை ஓரளவுக்கு இட்டு நிரப்பும் என்பது உண்மைதான். ஆனால், இதற்குச் சமூகரீதியான நிர்ப்பந்தங்கள் இல்லாமல் இருப்பதால், இவற்றைத் தனிநபர்களாக அமல்படுத்துவது கடினம். இது தனிநபர்களின் மன உறுதியை மட்டுமே நம்பியிருப்பது இதை மேலும் கடினமாக்குகிறது. தனிநபர்கள் என்ற முறையில் நாம் செய்யக்கூடிய மற்றொரு காரியம், குறைந்தபட்சம் தொடக்கத்தில், ஓய்வு நமக்கு ஒரு நல்லவிதமான உணர்வைக் கொடுக்கும் என்ற எதிர்பார்ப்பை மூட்டை கட்டி வைத்துவிடுவதாகும். "இன்றைய தலைமுறையினருக்கு, எதுவுமே செய்யாமல் சும்மா இருப்பது என்பது சுத்தமாக ஒத்து வராத காரியம். எதுவொன்றும் ஏதாவது ஒன்றுக்கு இட்டுச் செல்லாதவரை அதற்கு அர்த்தமில்லை என்று கருதப்படுகின்ற இந்தக் காலகட்டத்தில், சும்மா இருப்பதை எப்படி நியாயப்படுத்த முடியும்?" என்று தத்துவவியலாளர் ஜான் கிரே கேட்கிறார். இப்படிப்பட்ட ஒரு யுகத்தில், எதுவும் செய்யாமல் வெறுமனே ஓய்வெடுக்க வேண்டும் என்று கூறினால் (பத்துக் கிலோமீட்டர் ஓட்டப்பந்தயத்தில் வெற்றி பெறுவதற்காகப் பயிற்சியெடுத்துக் கொள்வது, முக்தியடையும் நோக்கத்தில் ஒரு தியானப் பயிற்சி முகாமுக்குச் செல்வது போன்றவை இந்தக் கணக்கில் வராது), எவருக்கும் அது மகிழ்ச்சி ஏற்படுத்தாது, மாறாக, ஓர் அசௌகரிய உணர்வைத்தான் கண்டிப்பாகக் கொடுக்கும். ஆனால், உங்களுக்கு ஏற்படுகின்ற அந்த அசௌகரிய உணர்வு, நீங்கள் அதைச் செய்யக்கூடாது என்பதற்கான எச்சரிக்கை மணி அல்ல. மாறாக, நீங்கள் அதைச் செய்தே ஆக வேண்டும் என்பதற்கான சமிக்கைதான்.

மலைப்பகுதியில் நடப்பதற்காகவே மலைப்பகுதியில் நடப்பது

மழை பெய்து கொண்டிருந்த அந்த நாளில், நான் அந்த

மேட்டுப்பாங்கான நிலப்பகுதியின் அடிவாரத்தில் என் காரை நிறுத்தியபோது, காலை ஏழரை மணி. பின் நான் என்னுடைய மழைக்கோட்டை எடுத்து அணிந்து கொண்டு, அங்கிருந்த ஒற்றையடிப் பாதையில் ஏறத் தொடங்கினேன். இதுபோன்ற இடங்களுக்கு நீங்கள் தனியாக வருகின்றபோது, உரையாடல்களினால் உங்களுடைய ஏகாந்தம் கலையாமல் இருக்கும். நான் இயற்கையை இரசித்தவாறு சென்று கொண்டிருந்தேன். அங்கிருந்த ஒரு சிறு நீர்வீழ்ச்சியை நான் கடந்து சென்றேன். என் காலடியில் மிதிபட்டச் சிறு கற்களின் ‘நறநற’ ஓசையைக் கேட்டுத் திடுக்கிட்டச் சில கௌதாரிப் பறவைகள் தம்முடைய மறைவிடங்களைவிட்டு வேகவேகமாகச் சிறகடித்து வெளியே வந்து விண்ணில் தாவின. சிறிது தொலைவு சென்றதும், பயன்பாட்டில் இல்லாதிருந்த, கற்களால் கட்டப்பட்டிருந்த ஒரு சிறிய தேவாலயத்தை நான் அடைந்தேன். அதன் கதவு திறந்திருந்தது. அதனுள் ஒரு பேரமைதி குடிகொண்டிருந்தது. பார்ப்பதற்கு நெடுங்காலம் அதற்குள் எவரும் நுழையாமல் இருந்ததுபோலத் தோன்றியது. ஆனாலும், என்னைப்போல இப்படி நடப்பவர்கள் நேற்றுக்கூட அதற்குள் நுழைந்திருப்பதற்கும் வாய்ப்பிருந்தது. இருபது நிமிடங்கள் கழித்து நான் அந்த மேட்டுப் பகுதியின் உச்சியில் நின்று கொண்டிருந்தேன். அங்கு வீசிய காற்றையும், எனக்குப் பிடித்தமான, கீழே தெரிந்த பொட்டல் வெளியையும் நான் இரசித்துக் கொண்டிருந்தேன். இதுபோல மழையில் நனைந்து கொண்டு, புதர்கள் நிறைந்த ஒரு பாதை வழியாகக் கஷ்டப்பட்டு நடந்து கொண்டிருப்பதற்குப் பதிலாக, கரீபியத் தீவுகளில் ஒன்றின் அழகான கடற்கரையோரம் தங்களுடைய நாளைச் செலவழிக்கச் சிலர் விரும்புவர் என்பதில் சந்தேகமில்லை. அப்படிப்பட்டவர்களை என்னால் புரிந்து கொள்ள முடிகிறது என்று நான் பாசாங்கெல்லாம் செய்யப் போவதில்லை.

இது ஒரு கிராமப் பகுதியில் மேற்கொள்ளப்பட்ட ஒரு சாதாரணமான நடை, அவ்வளவுதான். ஒருவேளை இது அற்பமான ஓய்வுநேர நடவடிக்கைகளில் ஒன்றாக

இருக்கலாம். ஆனால், ஒருவர் தன்னுடைய நேரத்தைச் செலவழிக்கின்ற வழிமுறையில் இது ஓரிரண்டு குறிப்பிடத்தக்க அம்சங்களைக் கொண்டிருந்தது. முதலாவது, நான் செய்து வந்து கொண்டிருந்த மற்ற நடவடிக்கைகளைப்போல, நான் இதில் சிறந்து விளங்குகிறேனா என்ற கேள்வியை இங்கு நான் கேட்க வேண்டிய அவசியமில்லை. நான் இங்கு வெறுமனே நடந்து கொண்டிருக்கிறேன், அவ்வளவுதான். நான்கு வயதிற்குப் பிறகு நான் அதை எந்த விதத்திலும் மேம்படுத்தியிருக்கவில்லை. இரண்டாவது, இதற்கு எந்தவிதமான நோக்கங்களும் இல்லை. நான் ஓரிடத்தை அடைய வேண்டும் என்ற இலக்கோடு செயல்படவில்லை; அதன் மூலம் ஒரு விளைவை எதிர்பார்க்கவும் இல்லை. ஒரு பல்பொருள் அங்காடிக்கு நடந்து செல்வதுகூட, சாமான்கள் வாங்க வேண்டும் என்ற ஒரு நோக்கத்தைக் கொண்டிருக்கிறது. ஆனால், நான் மேற்கொண்டது போன்ற ஒரு நடை, ஒரு சுற்றுப்பாதையில் நடைபெறக்கூடும் அல்லது ஒரு கட்டடத்தை அடைந்துவிட்டு அங்கிருந்து திரும்பி வர வேண்டியிருக்கும், அவ்வளவுதான். இதனால், ஒரு கட்டுடலைப் பெறுவது போன்ற சில நேர்மறையான பக்கவிளைவுகள் ஏற்படலாம். ஆனால், பொதுவாக, மக்கள் அதற்காக இப்படிப்பட்டக் காரியங்களை மேற்கொள்வதில்லை. கிராமப்புறத்தில் காலார நடப்பது, நண்பர்களுடன் இலக்கேதுமின்றி ஒரு மாலைப் பொழுதில் உரையாடுவது போன்ற செயல்கள், தத்துவவியல் பேராசிரியரான கிரன் சேத்தியா வர்ணிக்கின்ற 'நோக்கமற்ற நடவடிக்கைகளுக்கான' சில எடுத்துக்காட்டுகளாகும். ஒரு நடையை 'முடிப்பதற்காக' நீங்கள் நடப்பதில் ஈடுபடக்கூடாது. "இவற்றை உங்களால் நிறுத்த முடியும், ஆனால், 'முடிக்க' முடியாது," என்று சேத்தியா சுட்டிக்காட்டுகிறார். அதனால், அவற்றைச் செய்வதற்கான ஒரே நோக்கம் அதில் ஈடுபடுவது மட்டுமே.

தன்னுடைய நாற்பதாவது வயதில் தன்னை ஒரு பயங்கரமான வெறுமையுணர்வு ஆட்கொண்டதாக

'மிட்லைஃப்' என்ற தன்னுடைய நூலில் சேத்தியா தெரிவிக்கிறார். தன்னுடைய வாழ்க்கை, நோக்கங்களையும் முடித்தல்களையும் கொண்ட ஒரு வாழ்க்கையாக விளங்கி வந்திருந்ததுதான் அதற்கான காரணம் என்பதை அவர் பின்னர் உணர்ந்து கொண்டார். ஓர் உதவிப் பேராசிரியராக இருந்த அவர், ஒரு நிரந்தரப் பேராசிரியராகப் பதவி உயர்வு பெறுவதை விரைவுபடுத்தும் நோக்கத்துடன், தத்துவ இதழ்களில் நிறைய ஆய்வுக் கட்டுரைகளை எழுதிக் குவிக்கத் தொடங்கினார். அதோடு, பேராசிரியர் பதவி கொண்டு வருகின்ற கூடுதல் வருவாய் மற்றும் அந்தஸ்தின்மீது அவருக்கு ஒரு கண் இருந்தது. தன்னுடைய இந்த இலக்குகளை அடைவதற்காக, அவர் மாணவர்களுக்குப் பாடம் நடத்தினார். அதோடு, அந்த மாணவர்கள் பின்னர் வாழ்க்கையில் முன்னேறுவதற்கும் அவர் அவர்களுக்கு உதவிக் கொண்டிருந்தார். நேரத்தை ஒரு கருவியாக மட்டுமே பயன்படுத்துகின்ற விதத்தில் செயல்படுகின்றபோது, ஒருவர் என்னென்ன பிரச்சனைகளை எதிர்கொள்ள நேரிடும் என்று நான் குறிப்பிட்டிருந்த அனைத்துப் பிரச்சனைகளையும் அவர் சந்தித்துக் கொண்டிருந்தார். அது அவருடைய நடுத்தர வயதில் ஒரு நெருக்கடியாக வெளிப்பட்டதில் வியப்பில்லை. ஏனெனில், நாம் பொதுவாக நடுத்தர வயதில் இருக்கும்போதுதான், மரணம் நம்மை நெருங்கிக் கொண்டிருக்கிறது என்ற எண்ணம் நமக்குள் உதிக்கும். மரணம் குறித்த எண்ணம் தலைதூக்குகின்றபோது, வருங்காலத்திற்காக மட்டுமே வாழ்வதிலுள்ள அபத்தத்தை அலட்சியப்படுத்துவது கிட்டத்தட்ட இயலாத காரியமாக இருக்கும். மனநிறைவு பின்னர் கிடைக்கும் என்று நாம் அதுவரை பல விஷயங்களைத் தள்ளிப்போட்டு வந்திருக்கக்கூடும். ஆனால், இனி தள்ளிப்போடுவதற்குக் காலம் குறைவாக இருக்கும் என்ற புரிதல் ஏற்படுகின்றபோது, தள்ளிப்போடுவதை நாம் கேள்விக்கு உள்ளாக்குவோம்.

சந்தேகத்திற்கு இடமில்லாமல் ஓர் அவநம்பிக்கையாளராகத் திகழ்ந்த தத்துவவியலாளரான

ஆர்தர் ஸ்கோபன்ஹவுர், ஒருவருக்கு வாழ்க்கையில் இப்படி ஏற்படுகின்ற வெறுமை உணர்வு, மனித விருப்பங்களின் செயல்பாடுகளினால் விளைகின்ற தவிர்க்கப்பட முடியாத ஒன்று என்று வர்ணிக்கிறார். நாம் நம்முடைய வாழ்நாளில் சாதிக்க விரும்புகின்ற விஷயங்களைத் துரத்திக் கொண்டு ஓடிக் கொண்டிருக்கிறோம். ஆனால், நாம் ஆசைப்படுகின்ற எந்தவொரு விஷயத்தையும் பொறுத்தவரை இரண்டு விஷயங்கள் நேரக்கூடும். எடுத்துக்காட்டாக, ஒரு பல்கலைக்கழகத்தில் ஒரு நிரந்தரப் பேராசிரியராக ஆவது. ஒன்று, நீங்கள் அதை இன்னும் சாதிக்காமல் இருப்பீர்கள் (அப்போது நீங்கள் அது குறித்து அதிருப்தியுடன் இருப்பீர்கள்) அல்லது உங்கள் ஆசை நிறைவேறியிருக்கும் (அப்போதும் நீங்கள் அதிருப்தியுடன்தான் இருப்பீர்கள். இப்போது, அது நீங்கள் அடைய ஆசைப்படுகின்ற ஒன்றாக இனியும் இருக்காது, அந்த இடத்தை ஒரு வெறுமை உணர்வு ஆக்கிரமித்துக் கொள்ளும் என்பதுதான் அதற்குக் காரணம்). ஆர்தர் அதை இப்படி விவரிக்கிறார்: “எப்படிப் பார்த்தாலும், அடைய ஆசைப்படுகின்ற ஒரு விஷயத்தைக் கொண்டிருப்பது மனிதர்களுக்கு வலியைத்தான் ஏற்படுத்தும். அது கிடைக்காமல் இருக்கின்றவரை அது நம்முள் ஒரு மோசமான உணர்வை ஏற்படுத்தும். அது கிடைத்துவிடுகின்றபோது, நிலைமை இன்னும் மோசமாகிவிடுகிறது. அதனால், அடைய ஆசைப்படுவதற்கு எந்தவொரு விஷயத்தையும் கொண்டிருக்காமல் இருக்கின்றபோது, அதை அடைவது நமக்குக் கொடுக்கின்ற எளிய திருப்தி மற்றும் அதைத் தொடர்ந்து வருகின்ற வெறுமை உணர்வு இரண்டையும் நம்மால் தவிர்த்துவிட முடியும். இதற்கு ஒரு மாற்று இருக்கிறது. நாம் நம்முடைய அன்றாட வாழ்வில் பல நடவடிக்கைகளை அவற்றை வெறுமனே செய்வதற்காக மட்டுமே சேர்த்துக் கொள்ள வேண்டும் என்ற பரிந்துரைதான் அது.

பொழுதுபோக்குகள்

சேத்தியா வர்ணிக்கின்ற 'நோக்கமற்ற நடவடிக்கைகள்' என்பதற்கான அலங்கார ஜோடனைகள் எதுவும் இல்லாத வார்த்தை 'பொழுதுபோக்கு நடவடிக்கைகள்' ஆகும். சேத்தியா அதைப் பயன்படுத்துவதைத் தவிர்க்க நினைத்தது புரிந்து கொள்ளத்தக்கதுதான். பொழுதுபோக்கு என்ற வார்த்தைக்கு மக்கள் பெரிய அளவுக்கு மரியாதை கொடுப்பது இல்லை. 'போன்சாய்' எனப்படும் மரங்களைச் சிறிய அளவுக்குச் சுருக்கித் தொட்டிகளில் வளர்த்தல், அரிசியில் ஓவியம் வரைதல் போன்ற பொழுதுபோக்கு நடவடிக்கைகளில் ஈடுபடுகின்ற நபர்களைப் பொதுவாக நாம் சிறிது இளக்காரமாகத்தான் பார்க்கிறோம். ஆனால், இந்த மனப்போக்கு, நாம் நேரத்தை ஒரு கருவியாகப் பயன்படுத்திக் கொள்ளத் துவங்கிய காலகட்டத்திலிருந்துதான் துவங்கியிருந்தது என்பது எதேச்சையான ஒன்றல்ல. நேரம் ஒரு கருவியாகப் பயன்படுத்தப்பட வேண்டும் என்பதில் குறியாக இருக்கின்ற ஒரு சமூகம், ஒரு பொழுதுபோக்காளரை ஓர் இடைஞ்சல்காரராகத்தான் பார்க்கும். ஏனெனில், அவர் எந்தவிதமான எதிர்பார்ப்புகளுமின்றி, உற்பத்தித்திறன் அதிகரிப்பு, இலாப அதிகரிப்பு போன்றவற்றுக்கு இட்டுச் செல்லாத ஒரு வேலையில் ஈடுபடுவதுகூட மதிப்பு வாய்ந்தது என்று நிரூபிக்க முனைகிறார். அஞ்சல்தலைகளைச் சேகரித்தல் போன்ற பொழுதுபோக்கு நடவடிக்கைகளில் ஈடுபட்டுள்ளவர்கள் உண்மையிலேயே மகிழ்ச்சியாக இருக்கக்கூடும் என்ற சாத்தியக்கூறை எதிர்கொள்வது, நோக்கங்களைக் கொண்டிருக்கின்ற, வருங்கால நன்மைகளுக்காக மேற்கொள்ளப்படுகின்ற நடவடிக்கைகளில் ஈடுபட்டுக் கொண்டிருக்கின்ற உங்களையும் என்னையும் போன்றவர்களுக்குச் சவாலாக இருப்பதுதான் நாம் அவர்களை எள்ளி நகையாடுவதற்குக் காரணம். மாறாக, பொழுதுபோக்கு என்ற போர்வை அணிந்து இருக்கின்ற, ஆனால் பணம் ஈட்டித் தருகின்ற நடவடிக்கைகள்

ஊக்குவிக்கப்படுகின்றன.

அப்படியெனில், உங்களுக்கு உண்மையான மனநிறைவை அளிக்கின்ற ஒரு பொழுதுபோக்கு நடவடிக்கையில் நீங்கள் ஈடுபட விரும்பினால், அதை வெளியே சொல்வதில் உங்களுக்குச் சிறிதளவாவது அசௌகரிய உணர்வு இருத்தல் வேண்டும். அப்போதுதான், நீங்கள் அதை, அதைச் செய்கின்ற ஒரே நோக்கத்திற்காக மட்டுமே செய்கிறீர்கள், சமூக அங்கீகாரத்திற்காகச் செய்யவில்லை என்பது உறுதியாகும். ராக் இசைக் கலைஞரான ராடு ஸ்டூவர்டு, கிட்டத்தட்ட இருபது ஆண்டுகள் செலவழித்து, 1940களில் இருந்த அமெரிக்க இரயில் நிலையம் மற்றும் அதைச் சுற்றியுள்ள பகுதிகளைத் தத்ரூபமாக ஒரு மாடலாக வடிவமைத்திருந்த செய்தியைப் படித்தபோது, எனக்கு அவர்மீது இருந்த மதிப்பு பன்மடங்கு அதிகரித்தது. நுணுக்கமான வேலைப்பாடுகளுடன் இருந்த அந்த மாடல், நியூயார்க் மற்றும் சிகாகோ இரயில் நிலையங்களின் ஒரு கலவையாகும். அதில் நியூயார்க் நகரின் பல அடுக்குமாடிக் கட்டடங்கள், இருப்புப் பாதைகள், பழங்கால இரயில் எஞ்சின்கள், இரயில் பெட்டிகள், நடைபாதைகள் போன்றவை இடம்பெற்றிருந்தன. அவற்றில் இருந்த பொருட்களுக்கு ஸ்டூவர்டே வண்ணம் தீட்டியிருந்தார். அதில் வேலை செய்வதற்காக, அவர் பல நேரங்களில் அவற்றைத் தன்னுடைய பயணங்களின்போது கூடவே எடுத்து வந்து, அதற்காகத் தனியாக ஓர் ஓட்டல் அறையையே வாடகைக்கும் எடுத்துக் கொண்டிருந்தார். இப்போது, அவருடைய இந்தப் பொழுதுபோக்கு நடவடிக்கையை, ரிச்சர்டு பிரான்சன் ஈடுபடுகின்ற, 'பிரம்மாண்டமான ஒரு பட்டத்தைப் பயன்படுத்தி மேற்கொள்ளப்படுகின்ற நீர்ச்சறுக்கு விளையாட்டோடு' ஒப்பிடலாம். இந்தப் பொழுதுபோக்கை அவர் கண்டிப்பாக இரசித்து அனுபவித்திருப்பார் என்பதில் சந்தேகமில்லை. ஆனால், தன்னை எப்போதும் ஒரு சாகசப்பிரியராகக் காட்டிக் கொள்கின்ற பிரான்சன், தன் பிம்பத்தை மேலும் உயர்த்திக் கொள்ளவே இந்தப் பொழுதுபோக்கைத்

தேர்ந்தெடுத்திருப்பார் என்று அதற்கு அர்த்தம் கற்பிக்காமல் இருக்க முடியவில்லை. அதேபோல, ராக் இசைக் கலைஞராக அறியப்பட்டுள்ள ஸ்டூவர்டு, தான் தேர்ந்தெடுத்துள்ள பொழுதுபோக்கை உண்மையிலேயே நேசித்திருக்க வேண்டும் என்ற முடிவுக்கு வராமல் இருக்கவும் முடியவில்லை.

உற்பத்தித்திறனும் செயல்திறனும் கோலோச்சுகின்ற ஒரு கலாச்சாரத்திற்குப் பொழுதுபோக்கு இன்னொரு விதத்திலும் சவாலாக இருக்கிறது. நீங்கள் தேர்ந்தெடுத்துள்ள பொழுதுபோக்கில் நீங்கள் சிறந்து விளங்க வேண்டிய தேவையில்லை. அதில் நீங்கள் சுமாராகச் செயல்பட்டால்கூடப் போதும். தான் அமைத்திருந்த மாடல் மிகச் சிறந்த ஒன்று என்று தான் நினைக்கவில்லை என்று ஸ்டூவர்டு வெளிப்படையாகவே கூறியிருந்தார். அதனால்தான் அவர் அதை வெகுவாக இரசித்திருக்க வேண்டும். இங்கு நீங்கள் உங்களுடைய நேரத்தை உங்களால் முடிந்த அளவு சிறப்பாகப் பயன்படுத்திக் கொள்ள வேண்டும் என்ற கட்டாயம் இல்லை. ஸ்டூவர்டைப் பொறுத்தவரை, தன்னுடைய இசை விவகாரத்தில் தன்னுடைய இரசிகர்களைத் திருப்திப்படுத்தும் விதத்தில் தன் படைப்புகளை உருவாக்க வேண்டும் என்று இருந்த கட்டாயம், இரயில் மாடலை அமைப்பதில் அவருக்கு இருக்கவில்லை. எனக்கு இன்னொரு பொழுதுபோக்கும் இருந்தது. எலெக்ட்ரிக் கிதார் வாசிப்பதுதான் அது. ஆனால், நான் அதில் சிறந்து விளங்க வேண்டும் என்ற கனவெல்லாம் எனக்கு இல்லை. என்னுடைய சுயதிருப்திக்காக நான் வாசிக்கிறேன், அவ்வளவுதான். என்னுடைய எழுத்துப்பணி இதற்கு நேர் எதிரானது. அது எனக்கு எப்போதும் மன அழுத்தத்தைக் கொடுக்கும். அதில் என்னால் முழுமையாக ஈடுபட முடியாது. ஏனெனில், அது சிறப்பாக வர வேண்டும், மக்களின் பாராட்டுகளைப் பெற வேண்டும், அல்லது குறைந்தபட்சம் எனக்காவது மனநிறைவைத் தர வேண்டும் என்ற எதிர்பார்ப்பு அதில் இருக்கிறது.

என்னுடைய கிதார் வாசிப்பு குறித்து

எனக்கு எத்தகைய உணர்வு இருக்கிறதோ, அதே உணர்வைத்தான், பதிப்பாளரும் எடிட்டருமான கரென் ரினால்டி, அவருடைய பொழுதுபோக்கான நீர்ச்சறுக்கு விளையாட்டைக் குறித்துக் கொண்டிருந்தார். அவர் தன்னுடைய ஓய்வு நேரம் முழுவதையும் அதற்குத்தான் அர்ப்பணிக்கிறார். அவர் இதற்காகவே தன்னுடைய சேமிப்பு முழுவதையும் செலவழித்து, கோஸ்டா ரீகாவில் கடற்கரையை ஒட்டி ஓரிடத்தை வாங்கிப் போட்டிருக்கிறார். ஆனாலும், தான் ஒரு சுமாரான நீர்ச்சறுக்கு விளையாட்டுக்காரர்தான் என்பதை ஒப்புக் கொள்ள அவர் தயங்குவதில்லை. "ஒரு பெரிய அலையில் சறுக்கத் துணிவதற்கு எனக்கு ஐந்து ஆண்டுகள் ஆயின," என்று அவர் தெரிவிக்கிறார். "ஆனால், இந்தப் பொழுதுபோக்கில் ஈடுபட்டதன் மூலம், நான் வேறு ஓர் உணர்வை அனுபவிக்கிறேன்: பொறுமை மற்றும் அடக்கம். சுதந்திர உணர்வையும் இதில் சேர்த்துக் கொள்ளலாம். முக்கியத்துவமற்ற ஒன்றை நாடிச் செல்வதற்கான சுதந்திரம். மோசமாகச் செயல்பட்டாலும் அதில் தொடர்ந்து ஈடுபடுவதற்கான சுதந்திரம்." விளைவுகளே எல்லாம் அல்ல. இன்னும் சொல்லப் போனால், அப்படி இல்லாமலிருத்தலே நன்று. ஏனெனில், விளைவுகள் எப்போதுமே பின்னால்தான் வரும்; பெரும்பாலும் அவை காலம் கடந்தே வரும்.

அத்தியாயம் பத்து

பொறுமையின்மைச் சுழல்

நீங்கள் மும்பையிலோ அல்லது என்னைப்போல நியூயார்க் நகரிலோ வசித்து வந்திருந்தால், வாகன ஓட்டிகளின் இடைவிடாத நாராசமான ஹாரன் சத்தத்தைக் கேட்டு நீங்கள் நிச்சயமாகக் கடுமையாக எரிச்சலடைந்திருப்பீர்கள். இது அமைதியைக் குலைக்கின்ற அர்த்தமற்றத் தொந்தரவு. வாகனத்தில் ஒலி எழுப்புபவரின் வாழ்க்கைத்தரம் இதனால் உயரப் போவதில்லை. ஆனால், இது அவரைச் சுற்றி இருக்கின்ற வாகன ஓட்டிகளை மட்டுமல்லாமல், அப்பகுதியிலுள்ள அனைவரின் வாழ்க்கைத்தரத்தின்மீதும் ஓர் எதிர்மறையான பாதிப்பை ஏற்படுத்துகிறது. நான் வசித்து வருகின்ற நியூயார்க் நகரின் புரூக்ளின் பகுதியில், மாலை நான்கு மணியிலிருந்து இரவு எட்டு மணிவரை இந்தச் சத்தம் இடைவிடாமல் கேட்டுக் கொண்டிருக்கும். அதில் மிகச் சொற்பமானவைக்கே, ஏதாவது ஓர் ஓட்டுநர் பச்சை விளக்கு விழுந்திருந்ததைக் கவனிக்காமல் தொடர்ந்து நின்று கொண்டிருப்பது போன்ற நியாயமான காரணங்கள் இருக்கும். பிற ஹாரன் ஒலிகள் அனைத்தும் தெரிவிக்கின்ற செய்தி ஒன்றே ஒன்றுதான்: "விரைந்து செல்!" அங்கிருக்கின்ற அனைத்து ஓட்டுநர்களுக்கும் அங்கிருந்து விரைந்து சென்றுவிட வேண்டும் என்பதுதான் நோக்கமாக இருக்கும். ஆனால், அது சாத்தியமில்லாததால்தான் அவர்கள் அனைவருமே

அங்கு நின்று கொண்டிருக்கின்றனர். அறிவுடைய எந்தவோர் ஓட்டுநருக்கும் தன்னுடைய ஹாரன் ஒலி மற்ற வாகனங்களை நகர்த்திவிடும் என்ற நம்பிக்கை இருக்க வாய்ப்பில்லை. நம்முடைய நேரம் தொடர்பான விஷயங்கள் நிகழ்கின்றபோது, அந்த விஷயத்தில் நமக்கு வரம்புகள் இருக்கின்றன என்பதை ஏற்றுக் கொள்ள நாம் மறுக்கிறோம் என்பதற்கான இன்னொரு நிரூபணம்தான் இது. அந்த இயலாமையின் வெளிப்பாடுதான் அந்தக் கோபமான ஹாரன் ஒலியாக வெளிப்படுகிறது.

எதார்த்தத்திற்கு எதிரான நம்முடைய இப்படிப்பட்ட அடாவடித்தனமான மனப்போக்கை நாம் சுவீகரிக்கின்றபோது நாம் கஷ்டப்படுகிறோம் என்பதுதான் தாவோயிசத்தின் மையக் கருத்து. அதன் முக்கிய நூலான 'தாவோ தே ஜிங்' இவ்வாறு கூறுகிறது: "ஓர் அறிவார்ந்த மனிதன், காற்று அடிக்கின்றபோது வளைந்து கொடுக்கின்ற ஒரு மரத்தைப் போன்றவன் அல்லது எதிர்ப்படும் தடைகளைச் சுற்றிச் சென்றுவிடுகின்ற நீரைப் போன்றவன்." இந்த உருவகங்கள், விஷயங்கள் எப்போதும் எப்படி இருக்கின்றனவோ அப்படித்தான் இருக்கும் என்பதையே எடுத்துரைக்கின்றன. நீங்கள் எவ்வளவுதான் முயன்றாலும், அழுது புரண்டாலும், அவை மாறப் போவதில்லை. இந்த உலகத்தின்மீது நீங்கள் தாக்கம் ஏற்படுத்த விரும்பினால், நீங்கள் இந்த உண்மையை மறக்கக்கூடாது. ஹாரன் அடிப்பது, மற்றும் பொதுவாகவே பொறுமையிழந்து செயல்படுவது போன்றவை நாம் மோசமான தாவோயிசவாதிகள் என்பதைத்தான் வெளிப்படுத்துகின்றன. விஷயங்கள் அனைத்தும் நாம் விரும்புகின்ற வேகத்தில் செல்ல வேண்டும் என்பது ஏதோ நம்முடைய உரிமை என்பதுபோல நாம் உணர்கிறோம். ஆனால், இதன் விளைவாக நம்மை நாமே பரிதாபகரமானவர்களாக ஆக்கிக் கொள்கிறோம். பெரும்பாலான நேரம் நாம் விரக்தியுடன் இருக்கிறோம் என்பது மட்டுமே இதற்கான காரணமல்ல. வேகமாகச் செல்லும்படி உலகத்தை நச்சரிப்பது அதற்கு நேரெதிரான விளைவுகளையே உருவாக்கும் என்பது இன்னொரு காரணம். சாலைகளில்

பொறுமையில்லாமல் நடந்து கொள்வது உங்களுடைய பயணத்தை விரைவுபடுத்தாமல் அதன் வேகத்தை மட்டுப்படுத்தவே செய்யும் என்று போக்குவரத்து தொடர்பாக மேற்கொள்ளப்பட்டப் பல ஆய்வுகள் தெரிவிக்கின்றன. நீங்கள் அவசர அவசரமாக வேலை செய்தால், அதிகமான தவறுகளைச் செய்வீர்கள். அந்தத் தவறுகளைச் சரி செய்ய வேண்டிய பொறுப்பும் உங்கள் தலைமீதுதான் விழும். வெளியே செல்வதற்குத் தயாராகிக் கொண்டிருக்கின்ற ஒரு குழந்தையை நீங்கள் அவசரப்படுத்தினால், அது மேலும் தாமதத்தில்தான் முடியும்.

விடுபடு திசைவேகம்

இதை அறிவியல்பூர்வமாக நிரூபிப்பது கடினம் என்றாலும், நாம் முன்னைவிடப் பொறுமை குறைவானவர்களாக மாறியிருக்கிறோம் என்பது உண்மை. தாமதத்தைப் பொறுத்துக் கொள்ள முடியாத நம்முடைய இந்த மனப்போக்கானது, சாலையில் வாகன ஓட்டுநர்களின் கட்டுக்கடங்காத கோப வெளிப்பாடுகள், அரசியல்வாதிகளின் பேச்சின் நீளம் சுருங்கிக் கொண்டிருத்தல், ஒரு வலைத்தளம் உங்கள் திரையில் தோன்றுவதற்கு எடுத்துக் கொள்கின்ற ஒரு சில நொடிகளைக்கூடப் பொறுத்துக் கொள்ள முடியாத அளவுக்குப் பதற்றம் போன்ற பலவற்றில் பிரதிபலிக்கிறது. உங்களுடைய திரையில் அமேசான் வலைத்தளத்தின் முகப்புப் பக்கம் தோன்றுவதற்கு ஒரு நொடி தாமதமானால், அமேசான் நிறுவனம், ஆண்டுக்கு 160 கோடி டாலர்கள் வர்த்தகத்தை இழக்கும் என்று கணக்கிடப்பட்டுள்ளது. நான் இந்நூலின் முன்னுரையில் குறிப்பிட்டிருந்ததைப்போல, மேலோட்டமாகப் பார்த்தால், இந்த நிலை அநியாயத்திற்கு விநோதமானதாகத் தோன்றுகிறது. நீராவி எஞ்சினிலிருந்து அலைபேசிவரை, கிட்டத்தட்ட அனைத்துப் புதிய தொழில்நுட்பங்களும், அதற்கு முன்பு இருந்ததைவிடக் காரியங்களை நாம் வேகமாகச்

செய்வதைச் சாத்தியமாக்கியுள்ளன. நியாயமாகப் பார்த்தால், இது நம்முடைய பொறுமையின்மையைக் குறைத்துத்தானே இருக்க வேண்டும்? ஆனால், காரியங்களைத் தங்களால் முன்னைவிட விரைவாகச் செய்ய முடிவது குறித்தத் திருப்திக்குப் பதிலாக, காரியங்கள் இன்னும் படுவேகமாக நடைபெற வேண்டும் என்று பெரும்பாலான மக்கள் குதிக்கின்றனர்.

இந்தப் பொறுமையின்மை, நம்முடைய வரம்புகளுக்கு எதிராக நமக்குள் இயல்பாக எழுகின்ற எதிர்ப்பின் ஒரு வடிவம்தான் என்பதை நீங்கள் புரிந்து கொள்கின்றபோது, இது உங்களுக்கு விநோதமானதாகத் தோன்றாது. ஒரு புதிய தொழில்நுட்பக் கண்டுபிடிப்பு நிகழ்கின்ற ஒவ்வொரு முறையும், நாம் நம்முடைய வரம்பெல்லையை நெருங்கிக் கொண்டிருக்கிறோம் என்ற உணர்வு நமக்கு ஏற்படுகிறது. ஒவ்வொரு முறையும் 'நாம் இதோ நெருங்கிவிட்டோம்' என்று நாம் நம்புகிறோம். காரியங்கள் இந்த வேகத்தில் நடைபெற்றுக் கொண்டிருப்பதால், இறுதியில் நேரத்தையும் நம்முடைய முழுக் கட்டுப்பாட்டிற்குள் நம்மால் கொண்டு வந்துவிட முடியும் என்று நாம் உற்சாகமடைகிறோம். ஆனால், எதார்த்தத்தில் அப்படி நிகழாமல் போவதால், புதிதாக வருகின்ற ஒவ்வொரு தொழில்நுட்பமும் அது நமக்குச் சாத்தியமில்லை என்பதை நினைவுபடுத்துவதுபோல இருப்பதால், அது நமக்கு எரிச்சல் ஏற்படுத்துகிறது. உங்களுடைய உணவை ஒருநுண்ணலை அடுப்பில் முப்பது நொடிகளில் சூடாக்குவது சாத்தியப்படுகின்றபோது, அடுத்தத் தொழில்நுட்பம் அதை அடுத்தக் கணமே சூடாக்கிவிடும் என்று நாம் எதிர்பார்க்கிறோம். அது சாத்தியப்படாதபோது, நம்மால் அதை ஏற்றுக் கொள்ள முடிவதில்லை. முப்பது நொடிகள் காத்திருப்பது நமக்கு மிக அதிக நேரம்போலத் தோன்றுகிறது. தனிப்பட்ட முறையில் நீங்கள் உங்களிடம் பொறுமையை வளர்த்துக் கொண்டிருந்தாலும், 'சமூகப் பொறுமை' வெகுவாகக் குறைந்திருப்பதால், அதன் தாக்கத்திலிருந்து உங்களால் தப்பிக்க முடியாது. எடுத்துக்காட்டாக, ஒருவரால் ஒரு மணி நேரத்திற்குள் நாற்பது மின்னஞ்சல்களுக்கு

பதிலளித்துவிட முடியும் என்று உங்களைச் சுற்றியுள்ளவர்கள் நம்பத் தொடங்கிவிட்டால், அது குறித்து உங்களுடைய தனிப்பட்டக் கருத்து எப்படி இருந்தாலும், அது ஒரு பொருட்டாகக் கருதப்படாது. நீங்கள் சமூக எதிர்பார்ப்புகளுக்கு ஏற்ப வளைந்து கொடுத்துத்தான் போக வேண்டும்.

இந்தப் பொறுமையின்மை, மற்ற அனைத்தையும்விட வாசிப்பு அனுபவத்தில் தெள்ளத் தெளிவாக வெளிப்படுகிறது. கடந்த பத்தாண்டுகளாக, புத்தகங்களை வாசிப்பது கடினமாக ஆகிக் கொண்டிருப்பதாக அதிக எண்ணிக்கையிலான மக்கள் தெரிவித்து வந்துள்ளனர். அதற்குக் காரணம், வாசித்தல் என்பது அவர்கள் விரும்புவதைவிட அதிக நேரம் எடுத்துக் கொள்வதுதான். 'லிப்ரிவோக்ஸ்' என்ற, பொதுமக்களுக்கான ஒலிப் புத்தகத் தளத்தைத் தோற்றுவித்தவரான ஹக் மெக்குயர், "வார்த்தைகளையும் வாக்கியங்களையும் பத்திகளையும் வாசிப்பது நாளுக்கு நாள் கடினமாகிக் கொண்டிருப்பதை நான் காண்கிறேன்," என்று கூறுகிறார். இவ்வளவுக்கும், அவர் தன் வாழ்நாள் முழுவதும் ஒரு புத்தகப் பிரியராக விளங்கி வந்துள்ளவர். அவர் மேலும் இவ்வாறு கூறுகிறார்: "அதற்கு முன்புவரை என்னுடைய படுக்கையறைக் கட்டிலில் படுத்துக் கொண்டே ஒரு புத்தகத்தைப் படிப்பது எனக்கு ஓர் ஆனந்தமான அனுபவமாக இருந்து வந்தது. ஆனால், இப்போதெல்லாம், ஓரிரு வாக்கியங்கள்வரைதான் படிக்க முடிகிறது. மூன்றாவது வாக்கியத்திற்கு வந்தவுடன் மனம் அலைபாயத் தொடங்குகிறது. ஏதாவது ஒரு கவனச்சிதறல் கிடைக்காதா என்று அது அலைகிறது. என் அலைபேசியை எடுத்து ஒரு மின்னஞ்சலுக்கு பதிலளிக்கலாமா என்று என் கை துறுதுறுக்கிறது. அல்லது, ஒரு வேடிக்கையான டுவீட்டுக்குக் குறும்பாக பதிலளிக்க வேண்டும் என்ற அரிப்பு ஏற்படுகிறது. அல்லது, இணையத்தில் மேய்ந்து, ஒரு வலைத்தளத்திலிருந்து இன்னொன்றுக்குத் தாவ வேண்டும் என்ற வேட்கை ஏற்படுகிறது."

இப்போதெல்லாம், படிப்பதற்கு நேரமில்லை என்று மக்கள் அடிக்கடிக் குறை கூறுவதைக் கேட்க முடிகிறது.

ஆனால், ஒரு நாளின் ஊடாக, 'காலியாக உள்ள' ஓர் அரை மணி நேரத்தை அவர்களால் கண்டுபிடிக்க முடியாது என்பது உண்மையல்ல என்று எழுத்தாளர் டிம் பார்க்ஸ் கூறுகிறார். உண்மையில், அவர்களுக்குச் சிறிதளவு நேரம் கிடைத்து, அதை அவர்கள் படிப்பதற்குச் செலவழிக்க முனைந்தால், அதைச் செய்கின்ற பொறுமை தங்களுக்கு இல்லை என்பதை அவர்கள் உணர்வதைத்தான் அவர்கள் தங்களுக்குப் படிப்பதற்கு நேரமில்லை என்று சொல்கின்றனர். டிம் பார்க்ஸ் அதை இப்படி விளக்குகிறார்: "வாசிக்க முனைகின்றபோது அவர்களுக்குக் குறுக்கீடுகள் எதுவும் ஏற்படுவதில்லை. குறுக்கீடுகள் நிகழ வேண்டும் என்று அவர்கள் விரும்புகின்றனர்." நமக்கு நேரமில்லை, நமக்குக் கவனச்சிதறல் ஏற்படுகிறது என்று நாம் கூறுவதெல்லாம் உண்மையல்ல. வாசித்தல் என்பது ஓர் ஆசுவாசமான நடவடிக்கை. தனக்கென்று ஒரு தாளகதியில் இயங்குகின்ற ஒன்று அது. அதை நீங்கள் அவசரப்படுத்த முடியாது. அப்படி அவசரப்படுத்தினால், அதன் அர்த்தம் சிதைந்துவிடும். நேரத்தின்மீது கட்டுப்பாடு செலுத்த விழைகின்ற நம்முடைய விருப்பத்திற்கு அது செவி சாய்க்க மறுக்கிறது. வேறு வார்த்தைகளில் கூற வேண்டுமென்றால், ஒன்றைச் செம்மையாகப் படிப்பதற்கு எவ்வளவு நேரம் ஆகுமோ, அவ்வளவு நேரம் அதற்குத் தேவைப்படும்.

நிறுத்த வேண்டும், ஆனால் முடியவில்லை

1990களின் பிற்பகுதியில், கலிஃபோர்னியாவிலுள்ள உளவியல் மருத்துவரான ஸ்டெஃபனி பிரவுனுக்கு, தன்னிடம் சிகிச்சைக்கு வந்த நோயாளிகளிடம் திடீரென்று ஒரு பொதுவான அம்சம் தோன்றியிருந்தது புலப்படத் தொங்கியது. அவர் அங்குள்ள சிலிக்கான் வேல்லியில் தன் சிகிச்சை மையத்தை நடத்தி வருகிறார். அப்போதுதான் அங்குத் தொழில்நுட்ப நிறுவனங்கள் பிரம்மாண்டமான வளர்ச்சி காணத் தொடங்கியிருந்தன. அவரிடம் வந்தவர்கள் அனைவரும்

இந்த நிறுவனங்களைத் துவக்கியவர்களாகவோ அல்லது அவற்றில் தலைமைப் பொறுப்பு வகித்தவர்களாகவோ இருந்தனர். கொழுத்தச் சம்பாத்தியம், சமூகத்தில் உயர்ந்த அந்தஸ்து ஆகியவற்றைக் கொண்டிருந்த அதிவெற்றியாளர்கள் அவர்கள். அவர்கள் தங்களுடைய வாழ்க்கையில் எப்போதும் படுவேகமாக இயங்கிக் கொண்டும், ஏதாவது ஒரு வேலையில் மும்முரமாகச் செயல்பட்டுக் கொண்டும் இருந்ததால், ஸ்டெஃபனியின் ஐம்பது நிமிடச் சிகிச்சையில் அமர்வதற்கு அவர்கள் மிகவும்சிரமப்பட்டனர். அது அவர்களுக்குக்கிட்டத்தட்ட உடல் வலியைக் கொடுத்தது. அவர்கள் வேறு ஏதோ ஒன்றை உணராமல் இருப்பதற்காக, மும்முரத்தன்மையை ஒரு மருந்துபோலத் தங்களுக்குத் தாங்களே கொடுத்துக் கொண்டனர். தன்னிடம் சிகிச்சைக்கு வந்த ஒரு பெண்ணிடம் அந்த மருத்துவர், “நீங்கள் உங்களுடைய வாழ்க்கைமுறையின் வேகத்தைச் சற்றுக் குறைத்துக் கொள்ள வேண்டும்,” என்று பரிந்துரைத்தபோது, அதற்கு அந்தப் பெண்மணி, “நான் என் வாழ்க்கைமுறையின் வேகத்தைச் சற்று குறைத்தவுடன், என்னிடம் ஒரு பதற்றம் வேகமாகப் பரவத் தொடங்குகிறது. அதைக் களைவதற்கு நான் வேறு ஏதாவது ஒரு வேலையை நாடுகிறேன்,” என்று பதிலளித்தார். அலைபேசியை எடுத்துப் பார்ப்பது, செய்து முடிக்கப்பட வேண்டிய வேலைகளின் பட்டியலை மீண்டும் எடுத்து அலசுவது, உடற்பயிற்சிக்கூடத்திலுள்ள சைக்கிளில் அமர்ந்து அதை வேகமாக ஓட்டுவது போன்றவை அவற்றில் சில. இவற்றை அவர்கள் தங்களிடம் தோன்றிய சில உணர்ச்சிகளைத் தவிர்ப்பதற்காகச் செய்து கொண்டிருந்தனர். சில மாதங்கள் கழித்து ஸ்டெஃபனி ஏதோ யோசித்துக் கொண்டிருந்தபோது, முன்பு அவர் மேற்கொண்டிருந்த இதுபோன்ற தவிர்ப்பு நடவடிக்கைகள் அவருடைய நினைவுக்கு வந்தன. அவர் அந்த வாழ்க்கைமுறையைக் கைவிட்டு வெகுநாட்கள் ஆகியிருந்தன. ஆனால், இவை இரண்டுக்கும் இடையே இருந்த ஒற்றுமையை அவர் கண்டு கொண்டபோது, அவர் பெரும் வியப்பில் ஆழ்ந்தார். “இந்த மக்கள் துல்லியமாக அதே விஷயத்தைப்

பற்றித்தான் பேசிக் கொண்டிருக்கின்றனர்!" என்று அவர் என்னிடம் கூறினார். சிலிக்கான் வேல்லியிலிருந்த அதிவெற்றியாளர்கள், முன்பு ஸ்டெஃபனி மதுவுக்கு அடிமைப்பட்டுக் கிடந்தபோது எப்படி நடந்து கொண்டிருந்தாரோ, துல்லியமாக அப்படியே நடந்து கொண்டிருந்தனர்.

ஸ்டெஃபனியின் கூற்றின் முக்கியத்துவத்தைப் புரிந்து கொள்வதற்கு, அவரைப் போன்ற முன்னாள் குடிகாரர்கள் அனைவரும், 'ஆல்கஹாலிக்ஸ் அனானிமஸ்' அமைப்பின் பன்னிரண்டு அம்சத் திட்டத்தைப் பெரிதும் மதித்தனர் என்பதை அறிந்து கொள்வது உதவியாக இருக்கும். மது அடிமைத்தனத்திலிருந்து மீள முயற்சிப்பது என்பது, உங்களால் ஒருபோதும் கட்டுப்பாட்டுக்குள் கொண்டுவர முடியாத உணர்ச்சிகளின்மீது கட்டுப்பாடு செலுத்த முயல்கின்ற ஒரு காரியமாகும். பின்னாளில் மதுவடிமையாகப் போகின்ற ஒருவர், தன்னுடைய வாழ்க்கையின் வலிமிக்க அனுபவம் எதையாவது மறப்பதற்குத்தான் முதலில் குடிக்கத் தொடங்குவார். ஸ்டெஃபனி தன்னுடைய பதினாறாவது வயதில் குடியைத் தொடங்கினார். உணர்ச்சிரீதியாக அவருக்கும் அவருடைய பெற்றோருக்கும் இடையே ஏற்பட்டிருந்த அகலமான விரிசலை இட்டு நிரப்புவதற்காக அவர் அதில் ஈடுபட்டார். அவருடைய பெற்றோர் இருவருமே மது அடிமைகள். "எங்கள் குடும்பத்தில் ஏதோ பயங்கரப் பிரச்சனை இருக்கிறது என்பதை நான் சிறு வயதிலிருந்தே உணர்ந்திருந்தேன். திருமணத்தின்போது, என் அப்பா எனக்கு முதன்முதலாக ஒரு கோப்பை ஷாம்பெயினைக் கொடுத்தபோது, நான் குதூகலமடைந்தேன். ஒருவழியாக நான் என் குடும்பத்தோடு உண்மையிலேயே இணைந்துவிட்டதுபோல நான் உணர்ந்தேன்," என்று அவர் நினைவுகூர்ந்தார்.

முதலில் இந்த உத்தி நன்றாக வேலை செய்யும். ஏனெனில், அது இனிமையற்ற உணர்ச்சிகளைத் தற்காலிகமாக மரத்துப் போகச் செய்யும். ஆனால், நீண்டகால நோக்கில், அது உங்களுக்கு எதிராகத் திரும்பும். ஏனெனில், உங்களுடைய அனுபவங்களிலிருந்து

தப்பிப்பதற்கு நீங்கள் எவ்வளவு முயன்றாலும், உங்களுடைய எதார்த்தம் மாறப் போவதில்லை. எடுத்துக்காட்டாக, உங்களுடைய உதவாக்கரைக் குடும்பச் சூழல், நீங்கள் மாட்டிக் கொண்டுள்ள ஒரு மோசமான உறவு, மனச்சோர்வு, நீங்கள் ஒரு குழந்தையாக இருந்தபோது ஏற்பட்டப் பேரதிர்ச்சி போன்றவற்றை மறக்க நீங்கள் குடித்தாலும், அவை மீண்டும் உங்கள் மனத்தில் மேலெழுந்து வரத்தான் செய்யும். அவற்றை அடக்கி வைப்பதற்கு நீங்கள் கூடுதலாகக் குடிக்க வேண்டியிருக்கும். இப்போது குடிகாரர்களுக்குக் கூடுதலாக ஒரு பிரச்சனை உருவாகியிருக்கும். உணர்ச்சிகளைக் கட்டுப்படுத்த வேண்டிய பிரச்சனையோடு, அவர்கள் இப்போது குடியையும் கட்டுப்படுத்த வேண்டியிருக்கும். இல்லையெனில், குடிப்பழக்கம் அந்த நபரிடமிருந்து அவருடைய வேலையை, அவருடைய வாழ்க்கைத்துணையை, அவருடைய குடும்பத்தை, சில சமயங்களில் அவருடைய உயிரையேகூடப் பறித்துவிடக்கூடும். குடிகாரர்களுக்கு அவர்களுடைய வீட்டிலும் அலுவலகத்திலும் பிறருடன் உரசல் ஏற்படலாம். அது அவர்களிடம் குற்றவுணர்வையும் அவமான உணர்வையும் தூண்டும். அந்த உணர்வுகளை மரத்துப் போகச் செய்ய அவர்கள் மேலும் குடிப்பர். இந்த நச்சுச் சுழற்சிக்குள்தான் மது அடிமைகள் மாட்டிக் கொள்கின்றனர். குடியை நிறுத்தியே ஆக வேண்டும் என்பதை நீங்கள் அறிவீர்கள். ஆனால், உங்களால் அதை நிறுத்த முடியாது. உங்களைக் காயப்படுத்திக் கொண்டிருக்கின்ற மதுதான், உங்களுடைய எதிர்மறை உணர்ச்சிகளை நீங்கள் கட்டுப்படுத்திக் கொள்வதற்கு உதவுகின்ற இரட்சகனாகவும் இருக்கிறது.

குடிப்பழக்கத்தை வேகமான வாழ்க்கைமுறையோடு ஒப்பிடுவது கொஞ்சம் அதிகபட்சமானதாகத் தோன்றக்கூடும். ஸ்டெஃபனி அப்படிச் செய்கின்றபோது, அது சிலருக்குக் கோபத்தைக்கூட ஏற்படுத்தக்கூடும். குடிப்பழக்கம் ஏற்படுத்துகின்ற உடல்ரீதியான சீரழிவை வேகமான வாழ்க்கைமுறை ஏற்படுத்தாமல் இருக்கலாம். ஆனால், இரண்டும் அடிப்படையில் ஒரே

மாதிரியாகத்தான் இயங்குகின்றன. உலகம் மேன்மேலும் வேகமாகச் செல்லத் துவங்குகின்றபோது, நம்முடைய மகிழ்ச்சியும், பொருளாதாரரீதியாகத் தாக்குப்பிடித்துப் பிழைத்திருப்பதற்கான நம்முடைய திறனும், நம்மால் எந்த அளவுக்கு மனித இயல்புக்கு மீறிய வேகத்தில் வேலை பார்க்க முடியும் என்பதையும், எவ்வளவு வேகமாக விளைவுகளை ஏற்படுத்த முடியும் என்பதையும் சார்ந்துள்ளன. வேகமாக மாறிக் கொண்டிருக்கின்ற உலகத்திற்கு நம்மால் ஈடு கொடுக்க முடியுமா என்ற பதற்றம் நம்மைத் தொற்றிக் கொள்கிறது. அந்தப் பதற்றத்தைத் தணிப்பதற்கு, எல்லாம் நம்முடைய கட்டுப்பாட்டில்தான் இருக்கிறது என்ற உணர்வைப் பெற நாம் முயல்கிறோம். அதற்கு நாம் இன்னும் வேகமாக இயங்க முயல்கிறோம். ஆனால், இது ஒரு நச்சு வட்டத்தையே உருவாக்குகிறது. நம்முடைய பதற்றத்தைக் களைவதற்கு நாம் இன்னும் வேகமாகச் செயல்பட முயன்று, மேலும் பதற்றத்தை உருவாக்கிக் கொள்கிறோம். நாம் வேகமாகச் செல்லச் செல்ல, நாம் நினைக்கின்ற அளவுக்கு நம்மையோ அல்லது இந்த உலகத்தையோ வேகமாக இயங்க வைக்க நம்மால் முடியாது என்பது குறித்தத் தெளிவு நமக்கு மேன்மேலும் அதிகரிக்கிறது. இதற்கிடையே, நாம் படுவேகமாக இயங்குவதால், நம்முடைய வேலையின் தரம் குறைகிறது, ஆரோக்கியமற்ற உணவுப் பழக்கங்களை நாம் சுவீகரித்துக் கொள்கிறோம், நம்முடைய உறவுகளைக் கெடுத்துக் கொள்கிறோம். ஆனாலும், நாம் முன்னைவிட வேகமாகச் செல்லவே முயல்கிறோம். வேகத்தைக் குறைத்தே ஆக வேண்டும் என்பதை நீங்கள் அறிந்திருந்தாலும், அது சாத்தியமில்லை என்ற உணர்வு உங்களுக்குள் எழுகிறது.

இப்படிப்பட்ட வாழ்க்கைமுறை முழுக்க முழுக்க இனிமையற்றதாக இருப்பதாகக் கூறிவிட முடியாது. குடிகாரர்களுக்கு எப்படி மது ஊக்கமளிக்கிறதோ, அதேபோல வேகமான வாழ்க்கைமுறையும் ஒருவிதமான போதையளிக்கின்ற துடிப்பான உணர்வைக் கொடுக்கிறது. ஆனால், மனநிம்மதி அளிக்கின்ற

விஷயத்தில் இதனால் வெற்றி பெற முடியாது. நீங்கள் மதுவுக்கு அடிமையாகிக் கொண்டிருப்பதைப் பார்க்கின்ற, கருணையுள்ளம் கொண்ட உங்களுடைய நண்பர்கள், உங்கள் உதவிக்கு வரக்கூடும், ஆரோக்கியமான வாழ்க்கைமுறைக்கு உங்களை மீட்டெடுக்க உதவக்கூடும். மறுபுறம், படுவேகமான வாழ்க்கைக்கு நீங்கள் அடிமைப்படுகின்றபோது, சமூகம் உங்களைக் கொண்டாடும். உங்களுடைய நண்பர்களும் நீங்கள் படுதுடிப்புடன் இயங்கிக் கொண்டிருப்பதற்காக உங்களைப் பாராட்டவே செய்வர்.

குடியை எதிர்த்துப் போராடுவதற்கான அனைத்து நம்பிக்கைகளையும் கைவிட்டாலொழிய, குடிப் பழக்கத்திலிருந்து உங்களால் மீள முடியாது என்பதுதான் ஆல்கஹாலிக்ஸ் அனானிமஸ் அமைப்பின் அடிப்படைக் கோட்பாடு. இந்தக் கண்ணோட்டத்தை, நீங்கள் குடிப் பழக்கத்திலிருந்து மீள முடியாத ஓர் அதலபாதாள நிலையை அடைகின்றபோதுதான் உங்களால் பெற முடியும். அதற்கு மேலும் உங்களால் உங்களையே ஏமாற்றிக் கொண்டிருக்க முடியாது என்ற நிலையை நீங்கள் அடைந்திருப்பீர்கள். அக்கட்டத்தில், உங்களுடைய கடினமான உணர்ச்சிகளை அழுத்தி வைத்துக் கொள்வதற்கான ஒரு கருவியாக மதுவை இனியும் உங்களால் பயன்படுத்திக் கொண்டிருக்க முடியாது என்ற உண்மையின் பக்கம் சாய்வதைத் தவிர உங்களுக்கு வேறு வழி இருக்காது. ஆல்கஹாலிக்ஸ் அனானிமஸ் அமைப்பின் பன்னிரண்டு அம்சத் திட்டத்தின் முதல் அம்சம் இவ்வாறு கூறுகிறது: “மதுவுக்கு முன்னால் நாங்கள் சக்தியற்றவர்களாக இருந்தோம் என்பதையும், எங்களுடைய வாழ்க்கை எங்களால் நிர்வகிக்க முடியாததாக ஆகிவிட்டிருந்தது என்பதையும் நாங்கள் ஒப்புக் கொண்டோம்.” (இது குடியிலிருந்து மீண்டவர்களால் எழுதப்பட்டிருந்த காரணத்தால், இந்த வாக்கியம் இறந்தகாலத்தில் இருக்கிறது.) தன்னால் செய்ய முடியாத ஒன்றை அடைவதற்கான முயற்சியைக் கைவிடும்போதுதான், சாத்தியப்படுகின்ற ஒன்றில் ஒருவரால் இறங்க முடியும். அதாவது, எதார்த்தத்தை

அவரால் எதிர்கொள்ள முடியும். குடிகாரரர்களைப் பொறுத்தவரை அந்த எதார்த்தம் இதுதான்: 'ஒரு சுமூகமான வாழ்க்கையை வாழ்வதற்கு ஒத்திசைவாக இருக்கின்ற மிதமான அளவு மதுவருந்துதல் என்ற ஒன்று இல்லை.' எதார்த்தத்தை வெற்றிகரமாக எதிர்கொண்ட பிறகு, தங்களுடைய பழைய வாழ்க்கைமுறைக்குத் திரும்புகின்ற முயற்சியில் அவர்கள் ஈடுபடுவர்.

அதுபோலவே, படுவேகமான வாழ்க்கைமுறைக்கு அடிமையானவர்களும் எதார்த்தத்தை எதிர்கொள்ள வேண்டும் என்று ஸ்டெஃபனி பரிந்துரைக்கிறார். நாம் நம் முயற்சியை முழுமையாகக் கைவிட வேண்டும். விஷயங்கள் நிறைவேறுவதற்கு எவ்வளவு காலம் ஆகுமோ, அவ்வளவு காலம் ஆகும் என்ற எதார்த்தத்தை நாம் ஏற்றுக் கொள்ள வேண்டும். அதை விரைவுபடுத்த முயன்றால் உங்களுக்குப் பதற்றம் மட்டுமே மிஞ்சும். ஏனெனில், அது சாத்தியமற்றது. நீங்கள் எவ்வளவு வேகமாகச் சென்றாலும், அதைவிட வேகமாகச் செல்ல வேண்டும் என்ற உணர்வுதான் உங்களுக்கு ஏற்படும். தாங்கள் உருவாக்கி வைத்துள்ள அப்படிப்பட்ட எதார்த்தங்களை மீறிய கற்பனைகள் நொறுங்கிச் சரிவதற்குத் தாங்கள் அனுமதிக்கின்றபோது, எதிர்பாராத ஒன்று தங்களுக்கு நிகழ்வதை ஸ்டெஃபனியிடம் ஆலோசனை பெற வந்தவர்கள் கண்டுபிடித்தனர். அது ஒரு படிப்படியான மாற்றம் அல்ல. அது ஒரு முழுமையான மாற்றம். உளவியலாளர்கள் அதை 'இரண்டாம் கட்ட மாற்றம்' என்று அழைக்கின்றனர். கண்ணோட்டத்தில் ஏற்படுகின்ற அந்த மாற்றம், அனைத்தையும் மாற்றிவிடுகிறது. விஷயங்களால் எவ்வளவு விரைவாகச் செல்ல முடியும் என்பதை உங்களால் கட்டுப்படுத்த முடியாது என்ற உண்மையை நீங்கள் ஏற்றுக் கொள்கின்றபோது, உங்களுடைய பதற்றம் முழுமையாக மாறிவிடுகிறது. எடுத்துக்காட்டாக, ஒரு கடினமான வேலைத் திட்டத்திற்கு ஆகும் காலத்தை விரைவுபடுத்த முடியாது என்பதை நீங்கள் உணர்ந்து கொள்கின்றபோது, அதை வேகமாக முடிக்க வேண்டும் என்ற உங்களுடைய பதற்றம் உங்களிடமிருந்து

விடைபெற்றுக் கொள்கிறது. ஸ்டெஃபனி அதை இவ்வாறு விவரிக்கிறார்: "மெதுவாகவும் விடாப்பிடியாகவும் முன்னோக்கி அடியெடுத்து வைப்பதை நீங்கள் மெச்சத் தொடங்குகிறீர்கள். நீங்கள் மெதுவாக ஒவ்வோர் அடியாக எடுத்து வைத்து நகர்கிறீர்கள். உடனடித் தீர்வு, அசௌகரியத்திலிருந்தும் வேதனையிலிருந்தும் உடனடி நிவாரணம், மாயாஜாலமான தீர்வு போன்றவற்றை எதிர்பார்ப்பதை நீங்கள் கைவிடுகிறீர்கள்." உங்களுடைய வரம்பெல்லை எது என்ற பிரக்ஞையுடன் நீங்கள் மீண்டும் எதார்த்த வாழ்விற்குள் இறங்குகின்றபோது, நீங்கள் ஆசுவாசம் அடைகிறீர்கள்; சிறப்பான பின்விளைவுகளை ஏற்படுத்தக்கூடிய, ஆனால், அதிகமாகப் பிறரால் மெச்சப்படாத ஓர் அதிஆற்றல் உங்கள் வசப்படும். பொறுமைதான் அது.

அத்தியாயம் பதினொன்று

பேருந்தில் தொடர்ந்து பயணித்தல்

பொறுமைக்குப் பெரிதாக நற்பெயர் எதுவும் கிடையாது என்று கூறுவதில் தவறில்லை. உங்களிடம் ஒரு காரியத்தைக் கொடுத்து, அதைச் செய்வதற்கு எக்கச்சக்கமான பொறுமை தேவைப்படும் என்று உங்களிடம் கூறப்பட்டால், அதைச் செய்வதற்கு உங்களிடம் பெரிய அளவில் உற்சாகம் எதுவும் பிறக்காது. குறிப்பாக, கீழ்ப்படிந்து போகின்ற ஒரு குணமாக அது பார்க்கப்படுகிறது. பாரம்பரியமாக, கணவன்மார்கள் தங்கள் வீட்டுக்கு வெளியே துடிப்பான ஒரு வாழ்க்கையை வாழ்ந்து கொண்டிருந்தபோது, வீட்டுக்குள் இருந்த மனைவிமார்கள்மீது இது திணிக்கப்பட்டது. அல்லது, சிறுபான்மை இனத்தவரிடம் இவ்வாறு கூறப்பட்டது: "உங்களுடைய முழுமையான குடிமுறை உரிமைகளைப் பெறுவதற்கு நீங்கள் பொறுமையாகப் பல பத்தாண்டுகள் காத்திருக்க வேண்டும்." திறமையான, ஆனால், தானுண்டு தன் வேலையுண்டு என்று பணியாற்றிக் கொண்டிருக்கின்ற ஓர் ஊழியருக்கு, அவ்வளவு எளிதில் பதவி உயர்வு கிடைத்துவிடாது என்ற பொதுவான கருத்து மக்களிடம் நிலவுகிறது. மாறாக, அவர் வேகமாகப் பதவி உயர்வு பெற வேண்டுமென்றால், அவர் தன் சாதனைகளைப் பற்றித் தானே தம்பட்டம் அடித்துக் கொள்ள வேண்டும். இது போன்ற சூழ்நிலைகளில் பொறுமை காக்கின்ற மனப்போக்கு, என்றாவது ஒரு

நாள் தனக்கு நல்லது நடக்கும் என்று வாயைப் பிளந்து கொண்டு உட்கார்ந்திருப்பதற்கு மட்டுமே இட்டுச் செல்லுமே ஒழிய, உங்களுக்கு அதிகாரங்களைப் பெற்றுத் தராது. ஆனால், சமுதாயம் வேகமாகப் பயணிக்கத் துவங்குகின்றபோது, ஒரு மாற்றம் ஏற்படுகிறது. பல சூழ்நிலைகளில், பொறுமை ஒருவிதமான அதிகாரமாக உருவெடுக்கிறது. மொத்த உலகமும் படுவேகமாக நகர்ந்து கொண்டிருக்கின்றபோது, யாராவது ஒருவர் அதை நிராகரித்து, பொறுமையாகக் காரியங்களைச் செய்கின்றபோது, அவர் உலகத்தின் கவனத்தை ஈர்க்கிறார்.

இதைப் பற்றி, ஹார்வர்டு பல்கலைக்கழகத்தில் கலை வரலாற்றைக் கற்றுக் கொடுக்கின்ற ஒரு பேராசிரியரான ஜெனிஃபர் ராபர்ட்ஸிடம் இருந்துதான் முதன்முதலில் நான் கற்றுக் கொண்டேன். நீங்கள் ஜெனிஃபர் எடுக்கின்ற வகுப்பில் கலந்து கொண்டிருந்தால், அவர் முதலில் உங்களுக்குக் கொடுக்கின்ற வேலைத்திட்டம் எப்போதும் ஒரே மாதிரியாகத்தான் இருக்கும். அதைக் கேட்டவுடன் அவருடைய மாணவர்கள் நம்ப முடியாமல் அலறுவர். அது இதுதான்: மாணவர்கள் உள்ளூர் அருங்காட்சியகத்திற்குச் சென்று, அங்கிருக்கின்ற ஓர் ஓவியம் அல்லது ஒரு சிற்பத்தைத் தேர்ந்தெடுத்துக் கொள்ள வேண்டும். பின் அதை அவர்கள் தொடர்ந்து மூன்று மணி நேரம் பார்த்துக் கொண்டிருக்க வேண்டும். அவர்கள் சில நிபந்தனைகளைக் கண்டிப்பாகக் கடைபிடிக்க வேண்டும்: அந்த மூன்று மணி நேரத்தில் அவர்கள் தங்களுடைய அலைபேசியில் மின்னஞ்சல்களைப் பார்க்கக்கூடாது, சமூக ஊடகங்களில் மேயக்கூடாது, அருகிலிருக்கின்ற காபி கடைக்குச் செல்லக்கூடாது. (அவர் பெரிய மனது பண்ணி, கழிவறைக்குச் செல்வதை மட்டும் அனுமதிக்கிறார்.) நான் ஹார்வர்டு பல்கலைக்கழகத்திற்குச் சென்று பேராசிரியர் ஜெனிஃபரைச் சந்திக்கவிருந்தேன் என்றும், அவர் முன்மொழிந்த 'ஓவியம் பார்க்கின்ற' திட்டத்திலும் நான் கலந்து கொள்ளவிருந்தேன் என்றும் நான் என் நண்பரிடம் தெரிவித்தபோது, அவர் என்னைப் பார்த்தப்

பார்வையில் ஒருவிதமான அபிமானம் இருந்தது; அதே நேரத்தில், நான் ஏதோ அமேசான் நதியில் தனியாக ஒரு துடுப்புப் படகுச் சவாரியை மேற்கொள்ள இருந்ததாகக் கூறியிருந்ததுபோல, எனக்கு மறை கழன்றுவிட்டதோ என்ற சந்தேகமும் அந்தப் பார்வையில் தெரிந்தது. நான் அங்குச் சென்ற பிறகுதான், என் நண்பர் என்னுடைய மனநிலை குறித்துச் சந்தேகித்ததில் தவறில்லை என்பதை நான் உணர்ந்தேன். நான் ஹார்வர்டு கலை அருங்காட்சியகத்தில் ஓர் ஓவியத்தைத் தேர்ந்தெடுத்துவிட்டு, அதன் முன் ஒரு நாற்காலியில் அமர்ந்து அதை உற்றுப் பார்க்கத் தொடங்கினேன். அதைப் பார்த்துக் கொண்டிருந்தபோது, பல கணங்களில், அதற்குப் பதிலாக, உடைகளை வாங்கக் கடைக்குச் செல்வது, இணையத்தில் அறைகலன்களின் பாகங்களை வாங்கி வீட்டில் வைத்து அவற்றைக் கோர்த்து முழுமையாக ஆக்குவது போன்ற, எனக்குப் பிடிக்காத பல காரியங்களை நான் சந்தோஷமாகச் செய்திருப்பேன் என்று நான் நினைத்துக் கொண்டேன்.

இத்தகைய எதிர்வினைகள் ஜெனிஃபருக்குப் பெரிதாக வியப்பு ஏற்படுத்தவில்லை. மூன்று மணி நேரம் என்பது மிக நீண்ட நேரம் என்பதைத் தெரிந்தேதான் அவர் அதை வலியுறுத்துகிறார். குறிப்பாக, படுவேகமான வாழ்க்கைமுறைக்குப் பழக்கப்பட்டிருப்பவர்களுக்கு இது நரக வேதனையாக இருக்கும் என்பதை அவர் நன்றாகவே அறிவார். ஓரிடத்தில் மாட்டிக் கொண்டு கிடப்பது எந்த அளவுக்கு விநோதமான விதத்தில் வலிமிக்கதாக இருக்கும் என்பதைத் தன்னுடைய மாணவர்கள் அனுபவித்துத் தெரிந்து கொள்ள வேண்டும் என்று அவர் விரும்புகிறார். அதோடு, அப்படிப்பட்ட உணர்வுகளைப் புறந்தள்ளிவிட்டு, அவற்றைத் தாண்டி என்ன இருக்கிறது என்பதைப் பார்ப்பது ஏன் மதிப்புமிக்கதாக இருக்கும் என்பதையும் அவர் அவர்களுக்குப் புரிய வைக்க நினைக்கிறார். டிஜிட்டல் தொழில்நுட்பத்தால் மட்டுமல்லாமல், ஹார்வர்டு பல்கலைக்கழகத்தில் நிலவிய கடுமையான போட்டிச் சூழல் போன்ற புறக் காரணிகளால் உந்தப்பட்டு,

அவருடைய மாணவர்களுக்கு, படுவேகமானதொரு வாழ்க்கைமுறையை சுவீகரித்துக் கொள்ள அழுத்தம் கொடுக்கப்பட்டு வந்ததைக் கவனித்து வந்த ஜெனிஃபர், இதைப் போன்ற ஒரு பரிசோதனையைத் தான் மேற்கொள்ள முடிவு செய்ததாக என்னிடம் கூறினார். கலை எதிர்பார்க்கின்ற மெதுவான தாளகதிக்கு ஏற்பத் தன் மாணவர்களின் வேகத்தைக் குறைப்பதற்குத் தான் ஏதாவது செய்யாவிட்டால், தான் தன்னுடைய கடமையிலிருந்து தவறிவிட்டிருப்போம் என்று அவர் நினைத்தார். "அந்த மாணவர்கள் எதில் வேண்டுமானாலும் இப்படி நேரத்தைச் செலவழிப்பதற்கு அவர்களுக்கு யாராவது அனுமதி வழங்க வேண்டியிருந்தது. அவர்களுடைய வாழ்க்கையின்மீது ஆதிக்கம் செலுத்திக் கொண்டிருந்த விதிமுறைகள் மற்றும் கட்டுப்பாடுகளிலிருந்து முற்றிலும் வேறுபட்ட விதிமுறைகளையும் கட்டுப்பாடுகளையும் அவர்களுக்கு யாராவது ஒருவர் கொடுக்க வேண்டியிருந்தது."

சில கலை வடிவங்கள் நேரத்தின் அடிப்படையில் உங்களுக்குச் சில நிபந்தனைகளை விதிக்கும். நீங்கள் ஒரு நாடகத்தைப் பார்ப்பதாக இருந்தாலும் சரி, ஒரு திரைப்படத்தைப் பார்ப்பதாக இருந்தாலும் சரி, அது எவ்வளவு நேரம் நடைபெறுகிறதோ, அவ்வளவு நேரம் நீங்கள் காத்திருந்துதான் ஆக வேண்டும். உங்களுக்கு வேறு வழி இல்லை. ஆனால், ஓவியம் உட்படச் சில கலை வடிவங்களால் இப்படிப்பட்ட நிர்ப்பந்தங்களை உங்கள்மீது திணிக்க முடியாது. நீங்கள் ஓர் ஓவியத்தை இரண்டு நொடிகள் பார்த்துவிட்டால், அதை நீங்கள் முழுமையாகப் 'பார்த்துவிட்டீர்கள்' என்று உங்களுக்கு நீங்களே சுலபமாகச் சொல்லிக் கொள்ள முடியும். தன்னுடைய மாணவர்கள், அவர்களுக்கு வழங்கப்படுகின்ற பணித்திட்டங்களை வேகவேகமாகச் செய்து முடிக்காமல் இருப்பதற்காக ஜெனிஃபர் அந்த மூன்று மணி நேர நிபந்தனையை அவர்களுக்கு விதிக்கிறார்.

ஜெனிஃபர் அந்தப் பயிற்சிக்குத் தன்னையும் உட்படுத்திக் கொண்டார். ஜான் சிங்கிள்டன் கோப்லே

என்ற அமெரிக்க ஓவியரின் 'எ பாய் வித் எ ஸ்குரில்' என்ற ஓர் ஓவியத்தை அவர் தேர்ந்தெடுத்தார். அந்த ஓவியத்தில் ஒரு சிறுவன் ஓர் அணிலுடன் இருப்பான். அதைப் பற்றி அவர் இவ்வாறு விவரிக்கிறார்: "அந்த ஓவியத்திலிருந்த சிறுவனின் காதின் வடிவம், அதிலிருந்த அணிலின் வயிற்றில் இடம்பெற்றிருந்த சிறு மடிப்பைக் கச்சிதமாகப் பிரதிபலித்துக் கொண்டிருந்ததைக் கண்டுபிடிப்பதற்கு எனக்கு ஒன்பது நிமிடங்கள் ஆயின. கோப்லே, மனித உடலுக்கும் அந்த விலங்கிற்கும் இடையே ஏதோ ஒரு விதமான தொடர்பை ஏற்படுத்த முயற்சித்தார் என்பது எனக்குப் புரிந்தது. அதேபோல, அந்த ஓவியத்தின் பின்னணியில் காட்சியளித்தத் திரைச்சீலையில் ஆங்காங்கே இடம்பெற்றிருந்த மடிப்புகளும் சுருக்கங்களும், அந்தச் சிறுவனின் காதுகள் மற்றும் கண்களின் கச்சிதமான பிரதிகளாக இருந்ததைக் கண்டுபிடிக்க எனக்கு நாற்பத்தைந்து நிமிடங்கள் ஆயின."

அவசரத்தனத்துடன் இயங்க வேண்டும் என்ற தூண்டுதலை எதிர்த்துச் செயல்படுவதற்கான முயற்சியிலிருந்து முளைக்கின்ற பொறுமை, அடங்கிப் போகின்ற தன்மையின் ஒரு பிரதிபலிப்பு அல்ல. மாறாக, அது துடிப்பான ஒன்றாகும். அதன் பலன்கள் கலையை மெச்சுவதைத் தாண்டியவை. ஆனால், நாம் அதற்குள் செல்வதற்கு முன்பு, இந்த ஓவியத்தை உற்று நோக்குகின்ற விவகாரத்தை நான் நிறைவு செய்துவிடுகிறேன். ஹார்வர்டு அருங்காட்சியகத்திலுள்ள, எட்கர் டேகஸின் 'காட்டன் மெர்ச்சன்ட்ஸ் இன் நியூ ஆர்லீன்ஸ்' என்ற ஓவியத்தை, உங்களுடைய அலைபேசி, மடிக்கணினி மற்றும் உங்களுடைய கவனத்தைக் கவர்கின்ற பிற பொருட்கள் ஒரு பெட்டியில் வைத்துப் பூட்டி வைக்கப்பட்ட நிலையில், நீங்கள் தனியாக அமர்ந்து மூன்று மணி நேரம் உற்றுப் பார்த்துக் கொண்டிருந்தால் என்ன நிகழும்? முதல் நாற்பத்தைந்து நிமிடங்கள் எண்ணற்ற எண்ணங்கள் உங்களுடைய மனத்திற்குள் வெள்ளமெனப் பாய்ந்து கொண்டிருப்பதை நீங்கள் உணர்வீர்கள். உங்களுக்கு அருங்காட்சியகங்கள் பிடிக்காது என்பதும்,

அங்கு வருகின்ற பார்வையாளர்கள் ஆமைகளைப்போல அசைந்து நகர்வதும், அதன் காரணமாக அங்கு ஒருவிதமான மெத்தனம் காற்றில் பரவியிருப்பதும் உங்கள் நினைவுக்கு வரும். உங்களுக்குக் கடுமையான சலிப்பை ஏற்படுத்தியுள்ள அந்த ஓவியத்திற்குப் பதிலாக (மூன்று நபர்கள் ஓர் அறையில் சில பருத்தி மூட்டைகளைச் சோதித்துக் கொண்டிருக்கின்ற ஒரு காட்சியை விவரிக்கின்ற ஓவியம் அது), அதற்கு அருகில், சில ஆத்மாக்கள் நரகத்தில் சித்திரவதைப்படுத்தப்பட்டுக் கொண்டிருக்கின்ற ஒரு காட்சி தீட்டப்பட்டிருந்த ஓவியத்தைத் தேர்ந்தெடுத்திருக்கலாமோ என்று உங்களுக்குத் தோன்றும். ஆனால், அப்படி ஒரு தேர்ந்தெடுப்பை மேற்கொண்டால், மீண்டும் முதலிலிருந்து துவக்க வேண்டியிருக்குமே என்ற எண்ணம் உங்களுக்கு நடுக்கத்தை ஏற்படுத்தும். அதனால், நீங்கள் காத்திருப்பீர்கள். புலம்பலின் இடத்தைக் களைப்பு எடுத்துக் கொள்ளும். அதையடுத்து, பதற்றம் உங்களைப் பற்றிக் கொள்ளும். அதைத் தொடர்ந்து, எரிச்சல் உங்களை ஆக்கிரமித்துக் கொள்ளும். நேரம் மெதுவடைந்து தளர்வுறும். மேலும் ஒரு மணி நேரம் ஓடியிருக்கும் என்ற நம்பிக்கையில் நீங்கள் உங்களுடைய கைக்கடிகாரத்தைப் பார்த்தால், மேலும் பதினேழு நிமிடங்கள் மட்டுமே கடந்திருப்பதை நீங்கள் காண்பீர்கள்.

எண்பதாவது நிமிடத்தையொட்டி, அது எப்படி, துல்லியமாக எக்கணத்தில் நேர்ந்தது என்பது குறித்த உங்களுடைய பிரக்ஞை இல்லாமல், உங்களுக்குள் ஒரு பெரும் மாற்றம் ஏற்பட்டிருப்பதை நீங்கள் உணர்வீர்கள். அப்போது ஒருவழியாக, நேரத்தின் மெதுவான நகர்வு உங்களுக்கு ஏற்படுத்திக் கொண்டிருக்கின்ற அசௌகரியத்திலிருந்து தப்பிக்கின்ற முயற்சியை நீங்கள் கைவிட்டிருப்பீர்கள். ஓவியர் எட்கர் அந்த ஓவியத்தின் இரகசியங்களை உங்களிடம் வெளிப்படுத்திக் கொண்டிருப்பார்: அவர்களுடைய முகத்தில் இழையோடிக் கொண்டிருக்கின்ற கவலை உங்களுடைய கண்களுக்குத் தென்படும். இதில் ஒரு நபர் ஒரு கறுப்பர் என்பதை நீங்கள் முதன்முதலாகக்

காண்பீர்கள். அந்த அறையில் உங்களுடைய பார்வையில் படாமல் இருக்கின்ற ஒருவரின் நிழல் அங்கு இடம்பெற்றிருப்பதும் உங்களுடைய கவனத்திற்கு வரும். அதில் இடம்பெற்றுள்ள ஒருவர், அந்த ஓவியத்தின் பிற கோடுகளை உங்களுடைய கண்கள் எப்படி அர்த்தப்படுத்துகின்றன என்பதைப் பொறுத்து, திடமான ஒருவராகவோ அல்லது ஒளி ஊடுருவக்கூடிய ஒருவராகவோ உங்களுக்குத் தெரிவார். விரைவிலேயே நீங்கள் உங்களுடைய ஐம்புலன்களாலும் அந்த ஓவியத்தை உணரத் தொடங்குவீர்கள்: அந்த அறையிலுள்ள காற்றின் ஈரப்பதத்தை நீங்கள் உணர்வீர்கள்; ஒரு சிறிய இடத்தில் மாட்டிக் கொள்கின்றபோது ஒருவருக்கு ஏற்படும் தனிமை மருட்சியை நீங்கள் அனுபவிப்பீர்கள்; அந்த அறையின் தரையில் பதிக்கப்பட்டுள்ள பலகைகளின் கிறீச்சொலிகளை நீங்கள் கேட்பீர்கள்; காற்றிலுள்ள தூசியின் ருசியை நீங்கள் உணர்வீர்கள்.

நான் முன்பு பார்த்திருந்த உளவியல்ரீதியான 'இரண்டாம் கட்ட மாற்றம்' இங்கு நிகழ்ந்து முடிகிறது. ஓர் அனுபவம் நகர்கின்ற வேகத்தைக் கட்டுப்படுத்த முனைகின்ற வீண் முயற்சிகளை நீங்கள் கைவிடுகின்றபோது, உண்மையான அனுபவம் உங்களுக்குக் கிடைக்கத் தொடங்குகிறது. பொறுமையெனும் அனுபவத்தை, ராபர்ட் குரூடின் என்ற தத்துவவியலாளர் ஏன் "தொட்டுணரப்படக்கூடிய, கிட்டத்தட்டக் கடித்துத் தின்னப்படக்கூடிய ஒன்று" என்று வர்ணிக்கிறார் என்பதை நீங்கள் புரிந்து கொள்ளத் தொடங்குவீர்கள்.

பொறுமையாகக் காத்திருத்தல்

உளவியல் சிகிச்சையாளரான எம். ஸ்காட் பெக், 'த ரோடு லெஸ் டிராவல்டு' என்ற தன்னுடைய நூலில், எதார்த்தத்தின் மெதுவான வேகத்திற்கு ஏற்பத் தன்னை மாற்றிக்கொண்டபோது தன்னிடம் பரிபூரணமானதொரு மாற்றம் ஏற்பட்டதாகத் தெரிவிக்கிறார். பொறுமை என்பது அமைதியான, நிகழ்கணத்தில் இலயிப்பதை

நோக்கமாகக் கொண்ட ஒன்று மட்டுமல்ல; அது ஓர் உறுதியான, பயனுள்ள திறனும்கூட என்பது அவருக்குப் புரிந்தது. அவர் தன்னுடைய முப்பத்தேழாவது வயதுவரை, வீட்டு உபயோகச் சாதனங்கள், கார், சைக்கிள் போன்றவற்றில் சிறிய பழுது ஏற்பட்டால்கூட, தனிப்பட்ட முறையில் அவற்றைச் சரி செய்ய முடியாத நிலையில்தான் இருந்தார். ஒரு நாள், அவருடைய பக்கத்து வீட்டுக்காரர், தன்னுடைய புல்வெட்டும் இயந்திரத்தைப் பழுது பார்த்துக் கொண்டிருந்ததைக் கவனித்த ஸ்காட், அவரிடம், “உங்களைப் பார்த்தால் எனக்குப் பொறாமையாக இருக்கிறது. இதைப் போன்றவற்றையெல்லாம் பழுது பார்க்க எனக்குத் தெரியாது,” என்று தன்னைத் தானே பழித்துக் கொள்ளும் விதத்தில் கூறினார்.

உடனே அந்தப் பக்கத்து வீட்டுக்காரர், “நீங்கள் தேவையான நேரம் எடுத்துக் கொள்ளாததுதான் அதற்குக் காரணம்,” என்று பதிலளித்தார். அது ஸ்காட்டை உறுத்திக் கொண்டே இருந்தது. அதற்கு ஒரு சில வாரங்களுக்குப் பிறகு, அவருடைய நோயாளிகளில் ஒருவரின் காரில் இருந்த ‘ஹேண்ட் பிரேக்’ சிக்கிக் கொண்டது. பொதுவாக, அப்படிப்பட்ட நேரங்களில் ஸ்காட் அது குறித்து எதுவும் செய்திருக்க மாட்டார். ஆனால், சில வாரங்களுக்கு முன்பு அவருடைய பக்கத்து வீட்டுக்காரர் கூறியிருந்தது அவருடைய நினைவுக்கு வந்தது. அதனால், அவர் துணிந்து அதைச் சரி செய்யும் முயற்சியில் இறங்கினார். அது குறித்து அவர் இவ்வாறு தெரிவிக்கிறார்:

> *நான் அந்தக் காரின் முன்பக்க இருக்கைக்கு நேர் கீழே, காருக்கு அடியில் தரையில் படுத்துக் கொண்டேன். பின் நான் சௌகரியமாக இருப்பதை உறுதி செய்து கொள்வதற்குத் தேவையான நேரத்தை எடுத்துக் கொண்டேன். நான் ஒரு சௌகரியமான நிலையை அடைந்ததும், அச்சூழ்நிலையைக் கணிக்கப் போதுமான நேரத்தை எடுத்துக் கொண்டேன். முதலில் என் கண்களில் பட்டவை ஏகப்பட்ட*

> *ஒயர்களும் கம்பிகளும் குழாய்களும்தாம். அவை ஒவ்வொன்றும் எதைக் குறித்தன என்பது எனக்குச் சுத்தமாகத் தெரியவில்லை. எனக்கு ஒரே குழப்பமாக இருந்தது. ஆனால், நான் எந்தவிதமான அவசரமும் இன்றி, நிதானமாக, அந்த பிரேக்கின்மீது என் கவனத்தைக் குவித்தேன். அதிலிருந்து ஒயர்கள் எங்குச் சென்றன என்று நான் உற்று நோக்கினேன். அந்த பிரேக்குக்குள் இருந்த ஒரு சிறிய 'சுவிட்ச்' போன்ற ஒரு பொருள் பிரேக்கை விடுவிக்க விடாமல் தடுத்துக் கொண்டிருந்ததை நான் பார்த்தேன். பின் நான் மேலும் நேரம் எடுத்துக் கொண்டு அதை ஆராய்ந்தேன். பின், அதை நான் என்னுடைய விரலைக் கொண்டு மேலே சற்றுத் தள்ளினால் பிரேக் விடுவிக்கப்படும் என்பது எனக்குப் புரிந்தது. உடனே நான் அதைச் செய்தேன். நான் ஒரே ஒரு விரலை இலேசாக அசைத்தேன். அந்தப் பிரச்சனை தீர்ந்துவிட்டது. நான் ஒரு தலைசிறந்த மெக்கானிக்காக ஆகிவிட்டேன்!*

உங்களுடைய அசௌகரியத்தைப் பொறுத்துக் கொண்டு நீங்கள் பொறுமையாக இயங்கினால், உங்களுக்கு முன்னால் இருக்கின்ற பிரச்சனைக்கு உங்களால் தீர்வு காண முடியும் என்ற ஸ்காட்டின் இந்த உள்நோக்கு, புல் வெட்டும் இயந்திரம், கார் போன்றவற்றுக்கு வேண்டுமானால் பொருத்தமாக இருக்கலாம் என்று நினைத்துவிடாதீர்கள். படைப்பாற்றல்மிக்க வேலைகள், உறவுகள், குழந்தை வளர்ப்பு, அரசியல் போன்ற அனைத்திற்கும் இது பொருந்தும். நாம் ஒரு பிரச்சனையை எதிர்கொள்ளும்போது அது குறித்து நாம் வேகமாக நடவடிக்கை எடுக்கின்றபோது, அதனால் விளையப் போகின்ற தீர்வு எப்படியிருக்கும் என்பது நமக்குத் தெரியாது என்றாலும், நாம் அதை நோக்கி வேகமாக நகர்ந்து கொண்டிருக்கிறோம், விஷயங்கள் நம் கட்டுப்பாட்டில் இருக்கின்றன என்ற உணர்வு நமக்கு ஏற்படுகிறது. அதனால்தான், நம்முடைய வாழ்க்கைத்துணைவர் போன்றவர்கள் முன்மொழிகின்ற ஆலோசனைகளைக் காது கொடுத்துக் கேட்காமல் நாம்

அவர்கள்மீது எரிந்து விழுகிறோம். அவர்கள் கூறுவதைப் பொறுமையாகக் கேட்பது என்பது விஷயங்கள் நம் கட்டுப்பாட்டில் இல்லை என்ற உணர்வை நமக்குக் கொடுக்கிறது. அல்லது, படைப்பாற்றல்ரீதியான சில திட்டங்களை நாம் சிறிது காலத்திலேயே கைவிட்டுவிடுகிறோம். அல்லது, மொட்டவிழ்ந்து கொண்டிருக்கின்ற ஓர் உறவு முழுவதுமாக மலர்வதற்குக் காத்திருக்க நாம் விரும்புவதில்லை. அது எப்படி மலரப் போகிறது என்பதற்குக் காத்திருப்பதைவிட, அதைத் துண்டிப்பதில் நிச்சயமின்மை குறைவாக இருக்கும். ஸ்காட் தன்னுடைய நோயாளிகளில் ஒருவரைப் பற்றிய செய்தியை அந்த நூலில் நம்மிடம் பகிர்ந்து கொள்கிறார்: "அந்தப் பெண்மணி, நிதித் துறையில் சாதனை படைத்த ஒருவர். ஆனால், குழந்தை வளர்ப்பைப் பொறுத்தவரை, சூழ்நிலை எப்படி மலர்கிறது என்பதைக் காண்பதற்குப் பொறுமையில்லாமல், அந்தந்த நேரத்தில் தன் மனத்தில் தோன்றிய எண்ணங்களை அவர் அமல்படுத்தினார். எடுத்துக்காட்டாக, அவர் தன் குழந்தைகளை அளவுக்கதிகமாகக் காலை உணவை உண்ண வைத்தார் அல்லது இரவில் அவர்களைச் சீக்கிரமாகவே தூங்கச் செய்தார். தன்னுடைய தேர்ந்தெடுப்பு தன்னுடைய பிரச்சனைகளைத் தீர்க்குமா என்று அவர் யோசிக்கவில்லை. அது அவருடைய பிரச்சனையைத் தீர்க்காதபோது, அவர் என்னிடம் வந்து, 'எனக்கு ஒன்றுமே புரியவில்லை. நான் என்ன செய்ய வேண்டும்?' என்று கேட்டார்."

பொறுமையின் மூன்று கொள்கைகள்

அன்றாட வாழ்க்கையில் பொறுமையை ஒரு படைப்பாற்றல்மிக்க சக்தியாகப் பயன்படுத்துவதற்கு மூன்று கொள்கைகள் உங்களுக்குக் கைகொடுக்கும். முதலாவது கொள்கை: 'பிரச்சனை குறித்த ஒரு இரசனையை வளர்த்துக் கொள்ளுதல்'. நாம் எதிர்கொள்கின்ற ஒவ்வொரு பிரச்சனையையும் கையாள்கின்ற நோக்கத்தில், அதைப் படுவேகமாக

எதிர்கொள்ள வேண்டும் என்று நம்முள் உருவாகின்ற தூண்டுதலுக்குப் பின்னால், என்றாவது ஒரு நாள், எந்தவொரு பிரச்சனையும் இல்லாத ஒரு சூழலை நாம் அடைவோம் என்ற கற்பனை இருக்கிறது. ஆனால், பிரச்சனைகளே இல்லாத ஒரு நிலை ஒருக்காலும் வரப் போவதில்லை. அப்படிப்பட்ட ஒரு நிலையை நீங்கள் விரும்பவும் மாட்டீர்கள். ஏனெனில், உங்களுடைய வாழ்க்கையில் பிரச்சனைகள் எதுவும் இல்லாதிருக்கும்போது, உங்களுக்குச் செய்வதற்கு எந்தக் காரியமும் இருக்காது என்பதால், வாழ்க்கை உங்களுக்கு அர்த்தமற்றதாகிவிடும். ஆமாம், பிரச்சனை என்றால் என்ன? அதை எப்படி வர்ணிப்பது? உங்களுடைய கவனத்தைத் தன்மீது செலுத்தும்படி அடம் பிடிக்கின்ற ஒரு விஷயம்தான் அது. உங்களுடைய வாழ்க்கையில் பிரச்சனைகளே இல்லாவிட்டால், வாழ்க்கையே அர்த்தமற்றதாகவிடும், இல்லையா? உங்களுடைய அனைத்துப் பிரச்சனைகளையும் துடைத்தெறிய வேண்டும் என்ற இலக்கை நீங்கள் கைவிடுகின்றபோது, அடுத்தடுத்து வருகின்ற பிரச்சனைகளை எதிர்கொள்வதுதான் வாழ்க்கை என்ற ஞானோதயம் உங்களுக்குப் பிறக்கும். அதாவது, பிரச்சனைகள் உங்களுடைய அர்த்தமுள்ள வாழ்க்கைக்கு முட்டுக்கட்டைகளாக இருப்பவை அல்ல, மாறாக, அவற்றின்மீதுதான் வாழ்க்கையே கட்டமைக்கப்படுகிறது என்ற புரிதல் உங்களுக்கு ஏற்படும்.

இரண்டாவது கொள்கை: 'புரட்சிகரமான அதிகரிப்புவாதத்தை சுவீகரித்துக் கொள்ளுதல்'. தன்னுடைய சக கல்வியாளர்களின் எழுத்துப் பழக்கவழக்கங்களை ஆய்வு செய்வதையே தொழிலாகக் கொண்டிருந்த உளவியல் பேராசிரியர் ராபர்ட் பாய்ஸ், பின்வரும் முடிவுக்கு வந்தார்: தங்களுடைய எழுத்துப் பணிக்குத் தங்களுடைய அன்றாட வாழ்க்கையில் ஒரு சிறிய இடத்தைக் கொடுத்திருந்த ஆய்வாளர்கள்தாம் வெற்றிகரமாகவும் உற்பத்தித்திறனுடனும் விளங்கினர். தினந்தோறும் அதை அவர்கள் தொடர்ந்து செய்வதற்கு அவர்களுக்கு இந்த அணுகுமுறை வெகுவாகக்

கைகொடுத்தது. தங்களுடைய அணுகுமுறையின் காரணமாக, எந்தவொரு குறிப்பிட்ட நாளன்றும், தங்களால் பெரிய அளவில் எதையும் எழுதிவிட முடியாது என்ற உண்மையைச் சகித்துக் கொள்கின்ற பொறுமையை அவர்கள் தங்களிடம் வளர்த்துக் கொண்டிருந்தனர். ஆனால், அதே அணுகுமுறையின் காரணமாக, நீண்டகால நோக்கில் அவர்களால் நிறையச் சாதிக்க முடிந்திருந்தது. அவர்கள் தினந்தோறும் பத்து நிமிடங்களிலிருந்து நான்கு மணி நேரம்வரை வாரத்திற்கு ஐந்து நாட்கள் மட்டுமே வேலை செய்தனர். ஆனால், அந்தப் பேராசிரியர்கள், தங்களின் கீழ் முனைவர் பட்டப்படிப்புக்குப் படித்துக் கொண்டிருந்த மாணவர்களிடம் இந்தப் பழக்கத்தை உருவாக்க முயன்றபோது, அதில் அவர்கள் தோல்வியைத் தழுவினர். தங்களுக்கு ஏகப்பட்டக் காலக்கெடுக்கள் இருந்ததாகவும், இதுபோன்ற பழக்கங்கள் தங்களுக்குச் சரிப்பட்டு வராது என்றும் அந்த மாணவர்கள் வாதிட்டனர். அவர்கள் தங்களுடைய ஆய்வுக் கட்டுரைகளை வேகமாக எழுதி முடிப்பதிலேயே குறியாக இருந்தனர். ஆனால், அந்த மாணவர்களின் நடவடிக்கை தன்னுடைய கண்ணோட்டத்திற்கு வலு சேர்ப்பதாக இருந்தது என்று அவர் வாதிட்டார். தங்களுடைய பணியை வேகமாக முடிக்க வேண்டும் என்று அவர்கள் பொறுமையின்றிச் செயல்பட்டுக் கொண்டிருந்ததே அவர்களுடைய முன்னேற்றத்திற்குத் தடையாக இருந்தது. தங்களுடைய படைப்புரீதியான ஆற்றல்மீது தங்களுக்குப் பெரிய அளவில் கட்டுப்பாடுகள் இருக்கவில்லை என்ற உண்மையை ஏற்றுக் கொள்ள வேண்டிய கட்டாயம் அவர்களுக்குக் கொடுத்திருந்த அசௌகரிய உணர்வை அவர்களால் சீரணித்துக் கொள்ள முடியவில்லை. அதிலிருந்து தப்பிப்பதற்கு, ஒன்று, அவர்கள் அதைச் செய்வதை முற்றிலுமாக நிறுத்த வேண்டும் அல்லது அதில் படுவேகமாக ஈடுபட வேண்டும். அவர்கள் வேகமாகச் செய்ய முனைந்தது தள்ளிப்போடுதல்களுக்கு இட்டுச் சென்றது. இறுதியில், மொத்தப் பணியின்மீதும் அவர்களுக்கு வெறுப்பு ஏற்பட்டது.

இந்தப் புரட்சிகரமான அதிகரிப்புவாதம், முக்கியமான ஒரு விதத்தில், வழமையான உற்பத்தித்திறன் அறிவுரைகளுக்கு நேர் எதிராக இருந்தது. நீங்கள் ஆற்றலுடன் செயல்பட்டுக் கொண்டிருந்தாலும், உங்களால் இன்னும் அதிகமாக அந்த வேலையைச் செய்ய முடியும் என்ற உணர்வு உங்களுக்கு இருந்தாலும், ஒரு நாளுக்கு நீங்கள் ஒதுக்கியுள்ள நேரம் முடிவடைகின்றபோது நீங்கள் இங்கு வேலையை மூட்டை கட்டி வைத்துவிடுகிறீர்கள் என்பதுதான் அது. எடுத்துக்காட்டாக, நீங்கள் ஒரு குறிப்பிட்ட வேலைத்திட்டத்திற்குத் தினமும் ஐம்பது நிமிடங்களை ஒதுக்கியுள்ளதாக வைத்துக் கொள்வோம். அந்த ஐம்பது நிமிடங்களின் முடிவில் நீங்கள் அந்த வேலையை நிறுத்திவிட்டு எழுந்து சென்றுவிட வேண்டும். எதற்காக நீங்கள் அப்படிச் செய்ய வேண்டும் என்பதற்கு பாய்ஸ் இவ்வாறு விளக்கமளிக்கிறார்: "நீங்கள் ஒதுக்கியுள்ள நேரத்தைத் தாண்டி வேலை பார்ப்பதற்கு நீங்கள் உங்களை உந்தித் தள்ளுவதற்குக் காரணம், அதை உரிய காலத்திற்குள் முடிக்க முடியாது என்று உங்களிடம் தோன்றுகின்ற பொறுமையின்மை, நீங்கள் போதுமான அளவு உற்பத்தித்திறன்மிக்கவராக இல்லாமல் இருக்கிறீர்கள் என்று உங்களிடம் ஏற்படுகின்ற உணர்வு, அதைப் போன்ற உகந்த நேரம் மீண்டும் ஒருபோதும் கிடைக்காது என்று உங்களிடம் உதிக்கின்ற நினைப்பு ஆகியவைதாம்." ஒரு குறிப்பிட்ட நேரத்தில் வேலையை நிறுத்துவது, உங்களுடைய பொறுமையின் வலிமை அதிகரிக்க உதவும்; மீண்டும் மீண்டும் அதே காரியத்திற்கு நீங்கள் வலுவுடன் திரும்புவதைச் சாத்தியமாக்கும்; நீண்டகால நோக்கில் உங்களுடைய உற்பத்தித்திறன் பெருக அடிகோலும்.

மூன்றாவது கொள்கை: 'படைப்புத்திறன் என்பது படைப்புத்திறனின்மையின் மறுபக்கத்தில் இருக்கிறது என்பதைப் புரிந்து கொள்ளுதல்'. ஃபின்லாந்தில் பிறந்து அமெரிக்காவில் குடியேறிய பிரபல புகைப்படக் கலைஞரான அர்னோ மின்கினென், புகைப்படம் எடுக்கக் கற்றுக் கொள்வதற்குத் தன்னிடம்

வருகின்ற மாணவர்களிடம் பொறுமையின் சக்தியை எடுத்துரைப்பதற்கு, ஹெல்சின்கி நகரின் முக்கியப் பேருந்து நிலையத்தை உதாரணமாக எடுத்துக் கொள்கிறார். அதை அவர் அவர்களிடம் இவ்வாறு விவரிக்கிறார்: “அந்தப் பேருந்து நிலையத்தில் இரண்டு டஜன் நடைமேடைகள் இருக்கின்றன. அங்கிருக்கின்ற பல்வேறு நடைமேடைகளிலிருந்து கிளம்புகின்ற பேருந்துகள் பல வழித்தடங்களில் பயணிக்கின்றன. ஆனால், நகரத்தின் எல்லையைக் கடக்கின்றவரை, அனைத்துப் பேருந்துகளும் ஒரே பாதையிலேயே பயணிக்கின்றன, ஒரே பேருந்து நிறுத்தங்களில் நின்று செல்கின்றன. அந்தப் பேருந்து நிறுத்தங்கள் ஒவ்வொன்றையும் உங்களுடைய தொழில்வாழ்க்கையின் ஓராண்டுகள் என்று நீங்கள் வைத்துக் கொள்ளலாம். எடுத்துக்காட்டாக, நீங்கள் குழந்தைகளைப் புகைப்படம் எடுக்கின்ற ஒரு சிறப்புத் துறையைத் தேர்ந்தெடுத்துக் கொள்கிறீர்கள் என்று வைத்துக் கொள்வோம். அந்தப் பேருந்து உருவகத்தில், ஒரு குறிப்பிட்டத் திசையை நோக்கிச் செல்கின்ற ஒரு பேருந்தில் நீங்கள் ஏறியிருக்கிறீர்கள். மூன்று ஆண்டுகள் (அல்லது மூன்று பேருந்து நிறுத்தங்கள்) கழித்து, நீங்கள் உங்களுடைய புகைப்பட ஆல்பத்தை ஓர் ஓவியக்கூடத்தின் உரிமையாளரிடம் காட்டுகிறீர்கள். அவர் அதைப் பார்த்துவிட்டு, உங்களுடைய புகைப்படங்கள் ஒரு பிரபலமான புகைப்படக் கலைஞரின் புகைப்படங்களைப்போல அச்சசலாக இருப்பதாகக் கூறி அவற்றை அவர் நிராகரிக்கிறார். அதாவது, அந்தப் புகைப்படக் கலைஞரும் நீங்கள் சென்று கொண்டிருக்கின்ற அதே திசையில்தான் பயணித்துக் கொண்டிருக்கிறார் என்பதை நீங்கள் அறிந்து கொள்கிறீர்கள். வேறு ஒருவரின் பாதையைப் பின்பற்றுவதற்காக நீங்கள் உங்களுடைய வாழ்க்கையின் மூன்று ஆண்டுகளை வீணடித்துவிட்டிருந்தது குறித்து உங்களை நீங்களே நொந்து கொண்டு, அடுத்தப் பேருந்து நிறுத்தத்தில் இறங்கி, ஒரு வாடகைக்காரைப் பிடித்து மீண்டும் பேருந்து நிலையத்திற்குத் திரும்பிச் சென்று, அங்கிருந்து கிளம்புகின்ற வேறொரு பேருந்தில் நீங்கள்

ஏறுகிறீர்கள். இம்முறை நீங்கள் வேறொரு திசையில் பயணிக்கின்ற ஒரு பேருந்தைத் தேர்ந்தெடுக்கிறீர்கள். அதாவது, புகைப்படக் கலையில் வேறு ஒரு சிறப்புத் துறையை நீங்கள் தேர்ந்தெடுக்கிறீர்கள். சில பேருந்து நிறுத்தங்கள் கழிந்த பிறகு, உங்களுக்கு முதல் முறை நிகழ்ந்த அதே காரியம் நிகழ்கிறது. உங்களுடைய படைப்பில் வேறு யாரோ ஒருவருடைய பாணியின் அப்பட்டமான சாயல் தெரிவதாகக் கூறப்படுகிறது. இதே கூத்து பல முறை நடக்கிறது. உங்களுடைய படைப்பு ஒரு மூலப் படைப்பு என்று அங்கீகரிக்கப்படுவதில்லை."

அர்னோ இந்த இடத்தில் நிறுத்திவிட்டு, "இதற்கு என்ன தீர்வு?" என்று கேட்டுவிட்டு, அதற்கான பதிலையும் அவரே சொல்கிறார்: "நீங்கள் ஏறிய பேருந்திலிருந்து இறங்காமல் தொடர்ந்து பயணிப்பதுதான் அதற்கான தீர்வு." 'அதே பேருந்தில் பயணித்துத் தொலையுங்கள்!' என்று தன் மாணவர்களிடம் அவர் உரிமையுடன் கடிந்து கொள்கிறார். "நீங்கள் அதே பேருந்தில் தொடர்ந்து பயணிக்கின்றபோது, அந்த நகரின் பேருந்து நிலையத்திலிருந்து கிளம்புகின்ற பேருந்துகள் ஒரு கட்டத்தில் வெவ்வேறு திசைகளில் பிரியத் தொடங்கும். முதலில் புறநகர்ப் பகுதியில் பயணிக்கின்ற அந்தப் பேருந்துகள், அடுத்துக் கிராமப் பகுதிகளின் வழியாகச் செல்லத் தொடங்கும். அங்கேதான் உங்களுடைய தனித்துவமான பாணி வெளிப்படத் தொடங்கும். ஆனால், அது, பொறுமையாக அதே பேருந்தில் பயணிப்பதைத் தேர்ந்தெடுப்பவர்களுக்குத்தான் சாத்தியப்படும். அதாவது, தொடக்கக் கட்டங்களில், பிரபலங்களின் பாணிகளைப் பிரதியெடுக்கவும், சோதனை முறையில் பல பாணிகளை முயற்சி செய்யவும், புதிய திறன்களைக் கற்றுக் கொள்ளவும், அனுபவங்களைச் சேகரித்துக் கொள்ளவும் தயாராக இருப்பவர்களுக்குத்தான் அது சாத்தியப்படும்."

அர்னோவின் அறிவுரை வெறும் படைப்புரீதியான விஷயங்களுக்கு மட்டுமே பொருந்துபவை அல்ல. வாழ்க்கையின் பல அம்சங்களில் சில குறிப்பிட்டத் திசைகளில் மட்டுமே நீங்கள் பயணிக்க வேண்டும்

என்ற கலாச்சார மற்றும் சமூக அழுத்தங்களை மீறுவதற்காகவே சிலர் அவற்றுக்கு எதிர்த்திசைகளில் பயணிப்பர். அவர்கள், மணமுடித்துக் கொள்வது, குழந்தைகளைப் பெற்றுக் கொள்வது, சொந்த ஊரிலேயே இருப்பது, தங்களுக்குப் பிடித்தமான ஒன்றைத் தேர்ந்தெடுப்பதற்குப் பதிலாக ஓர் அலுவலக வேலையைத் தேர்ந்தெடுப்பது போன்றவற்றுக்கு எதிராகக் கலகக் கொடி தூக்குவர். ஆனால், இப்படிப்பட்ட வழியில் பயணிக்கின்றபோது, பாரம்பரியமான வழியில் பொறுமையாகச் செல்பவர்களுக்குக் கிடைக்கின்ற செழிப்பான அனுபவங்களை இவர்கள் இழக்கின்றனர். எடுத்துக்காட்டாக, ஒரு நீண்டகால மணவாழ்க்கையில் இணைந்திருக்கின்ற தம்பதியரின் பரஸ்பரப் புரிதலை அனுபவிப்பதற்கு, நீங்கள் ஒரே நபரோடு நீண்டகாலம் திருமண உறவில் இருந்தாக வேண்டும். ஒரு குறிப்பிட்டச் சமுதாயத்தில் ஆழமாக வேரூன்றியிருக்கின்ற உறவை அனுபவிப்பதற்கு, நீங்கள் ஒரே இடத்தில் நீண்டகாலம் தங்கியிருந்தாக வேண்டும். இவை போன்ற அர்த்தமுள்ள சாதனைகளைப் படைப்பதற்கு, அவற்றுக்கு எவ்வளவு காலம் ஆகுமோ, அவ்வளவு காலம் பொறுமையாகக் காத்திருந்துதான் ஆக வேண்டும், வேறு வழி இல்லை.

அத்தியாயம் பன்னிரண்டு

ஒரு டிஜிட்டல் நாடோடியாக இருப்பதிலுள்ள தனிமை உணர்வு

வருங்காலம் இப்படித்தான் மலர வேண்டும் என்று ஆணையிட முயல்வதற்குப் பதிலாக, அதனிடம் சரணாகதி அடைவதன் மூலம் ஓர் ஆழமான விடுதலை உணர்வை அனுபவிப்பதற்குப் பொறுமையைக் கடைபிடிப்பது மட்டுமே ஒரே வழி அல்ல. மற்றவர்கள் எப்போதும் எரிச்சலூட்டுகின்ற எண்ணற்ற விதங்களில் நம்முடைய நேரத்தை ஆக்கிரமிக்க முயல்வது என்பது பொதுவாக நாம் எல்லோருமே எதிர்கொள்கின்ற ஒரு விஷயம்தான். ஆனால், உற்பத்தித்திறன் மேம்பாடு குறித்து வழங்கப்படுகின்ற அனைத்து அறிவுரைகளுக்கும் பொதுவாக இருக்கின்ற ஒரு விஷயம், ஒரு கச்சிதமான உலகில், உங்களுடைய நேரத்தைப் பற்றி முடிவெடுக்கின்ற நபராக நீங்கள் மட்டுமே இருப்பீர்கள் என்பதுதான்; எவ்வளவு நேரம் வேலை பார்ப்பது, எங்கு வேலை பார்ப்பது, எப்போது விடுமுறை எடுத்துக் கொள்வது போன்றவற்றைத் தீர்மானிக்கின்ற நபர் நீங்கள்தான்; நீங்கள் எவருக்கும் கடமைப்பட்டவர் அல்லர். ஆனால், அதற்கு நீங்கள் அளிக்கவிருக்கின்ற விலை கடுமையானதாக இருக்கும் என்ற வாதத்தையும் நீங்கள் கணக்கில் எடுத்துக் கொள்ள வேண்டும்.

காலக்கெடுக்கள் அல்லது என் கைக்குழந்தையின் ஊகிக்கப்பட முடியாத தூக்கப் பழக்கங்கள் அல்லது

என்னுடைய நேரத்திற்கு ஏற்படுகின்ற வேறு குறுக்கீடுகள் குறித்து எனக்கு எரிச்சலும் கோபமும் ஏற்படும்போதெல்லாம், நான் மாரியோ சல்சிடோவின் கதையைத்தான் எனக்கு நினைவூட்டிக் கொள்வேன். அவர் கியூபாவில் பிறந்து அமெரிக்காவில் குடியேறிய ஒரு நிதி ஆலோசகர். உல்லாசக் கப்பல்களில் அதிகமான நாட்களைச் செலவழித்துள்ள நபராக அவர் அறியப்படுகிறார். கடந்த இருபது ஆண்டுகளுக்கும் மேலாக, 'ராயல் கரீபியன் குரூசஸ்' என்ற கப்பல் நிறுவனத்தின் கப்பல்களையே அவர் பயன்படுத்தி வந்துள்ளதால், அந்நிறுவன ஊழியர்கள் அவரை 'சூப்பர் மாரியோ' என்ற பட்டப்பெயரைக் கொண்டு அழைக்கின்றனர். 2020 இல் ஏற்பட்டக் கொரோனா காலகட்டம் மட்டுமே அவருடைய கடற்பயணத்திற்கு இடையூறாக அமைந்தது. அவர் தேர்ந்தெடுத்த வாழ்க்கைமுறையின் காரணமாக, அவர் நேரத்தை முழுமையாகத் தன் கட்டுப்பாட்டிற்குள் வைத்திருந்தார். ஒரு முறை, அவர் வழக்கமாகப் பயணித்த உல்லாசக் கப்பலின் நீச்சல் குளத்திற்கு அருகே ஒரு சாய்வு இருக்கையில் ஒய்யாரமாகச் சாய்ந்து கொண்டு, லான்ஸ் ஓப்பன்ஹெயிம் என்ற ஆவணத் தயாரிப்பாளருக்கு அளித்த ஒரு பேட்டியில் அவர் இவ்வாறு கூறினார்: "நான் குப்பைகளை எடுத்துச் சென்று போட வேண்டியதில்லை, அறைகளைச் சுத்தம் செய்ய வேண்டியதில்லை, என் துணிகளைத் துவைக்க வேண்டியதில்லை. என் வாழ்க்கைக்கு மதிப்புக் கூட்டாத இத்தகைய நடவடிக்கைகள் அனைத்தையும் நான் என் வாழ்க்கையிலிருந்து நீக்கிவிட்டேன். அதன் காரணமாக, இந்த உலகில் நான் இரசித்துச் செய்ய விரும்புகின்ற நடவடிக்கைகளை மேற்கொள்வதற்கு எனக்கு ஏகப்பட்ட நேரம் இருக்கிறது." ஆனால், அவர் அந்த அளவுக்கு மகிழ்ச்சியாக இருக்கவில்லை என்பது தெரிய வருகின்றபோது, அது நமக்கு வியப்பு ஏற்படுத்துவதில்லை. லான்ஸ் அவரைப் பற்றி எடுத்திருந்த ஆவணப்படத்தின் தலைப்பு 'உலகிலேயே மகிழ்ச்சியான மனிதன்'. அதில் மாரியோ அந்த உல்லாசக் கப்பலின்

தளத்தில், தன் கையில் ஒரு மதுக் கோப்பையுடனும் முகத்தில் ஒரு புன்னகையுடனும் கடலைப் பார்த்தவாறு கம்பீரமாக நடந்து கொண்டிருப்பார்; அவர் 'நண்பர்கள்' என்று அழைக்கின்ற அந்தக் கப்பல் நிறுவனத்தின் ஊழியர்களிடம் அவர் கை குலுக்கிக் கொண்டிருப்பார்; தன்னுடைய சொகுசு அறையில் இருக்கும் தொலைக்காட்சியில், தன்னால் 'ஃபாக்ஸ் நியூஸ்' சேனலைப் பார்க்க முடியவில்லை என்று அவர் புலம்புவார்; அங்குக் கூடியிருக்கும் சில பயணிகளிடம், "இந்த உலகிலேயே நான்தான் மிகவும் மகிழ்ச்சியான மனிதன்," என்று தேவைக்கதிகமான அழுத்தத்துடன் அவர் கூறுவார்; அவர்களும் அதை ஏற்றுக் கொள்வதுபோல ஒரு புன்னகையுடன் தலையாட்டியவாறே, அவரைப் பார்த்துத் தாங்கள் பொறாமைப்படுவதுபோலப் பாசாங்கு செய்வர்.

மாரியோ தான் கூறுகின்ற அளவுக்கு மகிழ்ச்சியானவர் அல்லர் என்று நிரூபிப்பது என் வேலை அல்ல. ஒருவேளை அவர் உண்மையிலேயே மிகவும் மகிழ்ச்சியாக இருக்கலாம். ஆனால், ஒன்று மட்டும் நிச்சயம். நான் அவருடைய வாழ்க்கையை வாழ்ந்து கொண்டிருந்தால், நிச்சயமாக மகிழ்ச்சியாக இருக்க மாட்டேன். ஏனெனில், அவருடைய வாழ்க்கைமுறை, நேரத்தின் மதிப்பு குறித்தத் தவறான புரிதலை அடிப்படையாகக் கொண்டுள்ளது. பொருளாதாரத்தில் சில வளங்களை நீங்கள் எவ்வளவு அதிகமாக வைத்திருக்கிறீர்களோ, அவ்வளவு நல்லது. பணம் இதற்கான ஒரு பொருத்தமான எடுத்துக்காட்டு. மாரியோ நேரத்தையும் அதே கண்ணோட்டத்தில் பார்க்கிறார். ஆனால், அதில் ஒரு சிக்கல் இருக்கிறது. ஏனெனில், நேரத்தின் மதிப்பு, பிறர் எந்த அளவுக்கு நேரத்தின்மீது உரிமை கொண்டாடுகின்றனர் என்பதைப் பொறுத்தது. தொலைபேசி இதற்கான ஒரு சிறந்த எடுத்துக்காட்டு. அதிகமான நபர்கள் தொலைபேசியை வைத்திருக்கும்போதுதான் அதன் மதிப்பு கூடுகிறது. நீங்கள் மட்டும் ஒரு தொலைபேசியை வைத்திருந்தால், அதனால் எந்தப் பயனும் இல்லை. அதேபோல, நீங்கள்

ஏகப்பட்டத் தொலைபேசிகளை வைத்திருப்பதாலும் பெரிய பயன் ஏற்பட்டுவிடாது. சமூக ஊடகங்கள் இந்தத் தர்க்கத்தையே பின்பற்றுகின்றன. நீங்கள் எத்தனை ஃபேஸ்புக் கணக்குகளை வைத்திருக்கிறீர்கள் என்பது முக்கியமல்ல. எத்தனை அதிகமான பேர் ஃபேஸ்புக் கணக்கை வைத்திருக்கின்றனர் என்பதுதான் முக்கியம்.

நம் கைவசம் நிறைய நேரம் இருப்பது நல்லது என்றாலும், அதை நீங்கள் மட்டுமே தனியாக அனுபவிக்கப் போகிறீர்கள் என்றால், உங்களிடம் நேரம் எவ்வளவுதான் கொட்டிக் கிடந்தாலும் அதனால் பெரிய பயன் இருக்காது. சமூக நிகழ்வுகளில் கலந்து கொள்வது, காதலியுடன் ஊர் சுற்றுவது, குழந்தைகளை வளர்ப்பது, தொழில்களைத் துவக்குவது, அரசியல் இயக்கங்களைக் கட்டமைப்பது, தொழில்நுட்ப மேம்பாடுகளை உருவாக்குவது போன்ற, நேரத்தைப் பயன்படுத்திச் செய்யப்படுகின்ற பல முக்கியமான காரியங்களைச் செய்வதற்கு நீங்கள் பிறருடன் ஒத்திசைவாக இயங்கியாக வேண்டும். உங்களிடம் ஏகப்பட்ட நேரம் இருந்து, அதைப் பிறருடன் சேர்ந்து செலவழிப்பதற்கு உங்களுக்கு வாய்ப்புகள் இல்லை என்றால், அதனால் பெரிய பயன் ஏதும் இல்லை என்பதைத் தாண்டி, அது இனிமையற்றதாகவும் மாறிவிடும். நவீன காலத்திற்கு முன்பு ஒரு பழங்குடிக் குழுவில் ஒருவருக்கு வழங்கப்பட்டத் தண்டனைகளிலேயே மிகவும் மோசமானதாகக் கருதப்பட்டது அவரைத் தனிமைப்படுத்துவதுதான். மாரியோ தன்னை அபரிமிதமான நேரத்திற்குச் சொந்தக்காரராக ஆக்கிக் கொண்டபோதிலும், அதே தண்டனையை அவர் தனக்குத் தானே விதித்துக் கொண்டதுபோலத்தான் தோன்றுகிறது.

நேரத்தைப் பதுக்குதல்

மாரியோ தேர்ந்தெடுத்திருந்ததைப் போன்ற ஒரு வாழ்க்கைமுறையைத் தேர்ந்தெடுக்க விரும்பாத அல்லது தேர்ந்தெடுக்க முடியாத மக்கள்கூட, அவர் மேற்கொண்டிருந்த அதே அடிப்படைத் தவற்றைச்

செய்கின்றனர் என்பது உங்களுக்கு வியப்புக்குரிய செய்தியாக இருக்கலாம். நேரத்தை, பகிர்ந்து கொள்வதற்கான ஒன்றாகக் கருதாமல், அதைப் பதுக்குகின்ற ஒன்றாகக் கருதுவதுதான் அது. நேரத்தைப் பிறருடன் பகிர்ந்து கொள்கின்றபோது, எதை, எப்போது, எப்படிச் செய்ய வேண்டும் என்பதைத் தீர்மானிக்கின்ற உங்களுடைய அதிகாரத்தை நீங்கள் இழக்க நேரிடும் என்பது உண்மைதான். பத்திரிகையில் நான் பார்த்துக் கொண்டிருந்த வேலையை உதறித் தள்ளிவிட்டு, வீட்டிலிருந்து வேலை செய்கின்ற ஓர் எழுத்தாளராக நான் மாறியதற்கு, நேரத்தின்மீது நான் அதிக அதிகாரம் செலுத்த வேண்டும் என்ற தூண்டுதல்தான் காரணம். முன்பு குழந்தை பிறந்தவுடன் பெற்றோர்களுக்கு வீட்டிலிருந்து வேலை பார்ப்பதற்குச் சில நிறுவனங்கள் வாய்ப்புகள் வழங்கின. கொரோனா காலத்தில் வேறு வழியில்லாமல் புழக்கத்திற்கு வந்த வீட்டிலிருந்து வேலை பார்க்கின்ற பழக்கம் இனி அதிகரிக்கத் தொடங்கும் என்பது உறுதி. “குறைவான பொருளாதார வளத்தையும், நேரத்தை நெகிழ்வுத்தன்மையுடன் பயன்படுத்துவதற்கான ஒரு சில வாய்ப்புகளையும் கொண்டிருக்கின்ற நபர்கள், நேரத்தை நெகிழ்வுத்தன்மையுடன் பயன்படுத்துவதற்கான முழுமையான வாய்ப்புகளைக் கொண்டிருக்கின்ற பணக்காரர்களைவிட அதிக மகிழ்ச்சியாக இருப்பர்,” என்று, கேலிச்சித்திரக்காரராக இருந்து சுயமுன்னேற்ற நூல்களை எழுதுகின்ற நூலாசிரியராக மாறியுள்ள ஸ்காட் ஆடம்ஸ் கூறுகிறார். அவர் மேலும், “மகிழ்ச்சியாக இருப்பதற்கான தேடலின் முதல் நடவடிக்கை, கால அட்டவணையின்மீது நீங்கள் முழுமையான கட்டுப்பாட்டைக் கொண்டிருப்பதை நோக்கி நகர்வதுதான்,” என்று தெரிவிக்கிறார். இதன் அதிநவீன அவதாரம்தான் ‘டிஜிட்டல் நாடோடிகள்’. நாடுவிட்டு நாடு பயணித்துக் கொண்டே தங்களுடைய சொந்தத் தொழிலை ஒரு மடிக் கணினி மற்றும் இணையச் சேவையின் மூலம் நடத்திக் கொண்டிருப்பவர்கள்தாம் டிஜிட்டல் நாடோடிகள்.

ஆனால், டிஜிட்டல் நாடோடிகள் என்ற இந்த

வார்த்தை ஒரு பெரும் முரண்பாட்டைத் தன்னகத்தே கொண்டுள்ளது. பாரம்பரிய நாடோடிகள் எவரும் தனியாகப் பயணித்தவர்கள் அல்லர். அவர்கள் தீவிரமான குழுசார் அக்கறை கொண்டவர்கள். இன்னும் சொல்லப் போனால், ஓரிடத்தில் நிலையாகக் குடியேறியவர்களோடு ஒப்பிடுகையில் இந்தப் பாரம்பரிய நாடோடிகளுக்குத் தனிநபர் சுதந்திரம் குறைவாகவே இருந்தது. ஏனெனில், அவர்கள் உயிர் பிழைத்திருத்தல் என்பது பெருமளவுக்கு, அவர்கள் ஒரு குழுவாக எவ்வளவு வெற்றிகரமாக இயங்கினார்களோ அதைச் சார்ந்திருந்தது. டிஜிட்டல் நாடோடிகள் ஒளிவுமறைவின்றிப் பேச முன்வந்தால், தனிமைதான் தாங்கள் தேர்ந்தெடுத்திருந்த வாழ்க்கைமுறையின் முக்கியப் பிரச்சனை என்பதை ஒப்புக் கொள்வர். தன்னுடைய வாழ்க்கையின் ஒரு கட்டத்தில் ஒரு டிஜிட்டல் நாடோடியாகச் சுற்றித் திரிந்து கொண்டிருந்த அமெரிக்க நூலாசிரியர் மார்க் மேன்சன், அந்தக் காலகட்டத்தைப் பற்றி இவ்வாறு குறிப்பிடுகிறார்: "கடந்த ஆண்டு மட்டும் நான் 17 நாடுகளுக்கு விஜயம் செய்திருந்தேன். இந்த ஆண்டில் நான் பத்து நாடுகளுக்குச் செல்லத் திட்டமிட்டுள்ளேன். கடந்த ஆண்டு, மூன்று மாதங்களுக்குள், தாஜ்மகால், சீனப் பெருஞ்சுவர், பெருவிலுள்ள மச்சு பிச்சு ஆகிய இடங்களுக்கு நான் சென்றேன். ஆனால், இந்த இடங்கள் அனைத்திற்கும் நான் ஒரு தனியனாகவே சென்றேன்." அவர் இன்னொரு டிஜிட்டல் நாடோடியின் அனுபவத்தைப் பற்றி இவ்வாறு குறிப்பிடுகிறார்: "அந்த நபர் ஒரு முறை ஜப்பானின் புறநகர்ப் பகுதியில் தனியாகச் சென்று கொண்டிருந்தபோது, அங்கிருந்த பூங்கா ஒன்றில், ஏதோ ஒரு குடும்பத்தின் உறுப்பினர்கள் ஒன்றாகச் சேர்ந்து சைக்கிளில் பயணித்துக் கொண்டிருந்ததைக் கண்டு மனமுடைந்து அழுதுவிட்டார். அவர் நினைத்தக் காரியத்தை, அவர் விரும்பிய விதத்தில், அவர் விரும்பிய நேரத்தில் செய்வதற்கு அவருக்குக் கிடைத்திருந்த சுதந்திரம், அவர் பார்த்திருந்த காட்சியைப் போன்ற சிறிய இன்பங்களை அவருக்குக் கைக்கெட்டாக்

கனியாக ஆக்கியிருந்ததை அவரால் தாங்கிக் கொள்ள முடியவில்லை."

நீண்டகாலம் பயணித்தல், ஒரு செய்தி நிறுவனத்திற்காக வேலை பார்க்காமல் சுயமாக எழுதுதல், குழந்தை வளர்ப்புக்காக விடுப்பு எடுத்துக் கொண்டு வீட்டில் இருந்து கொண்டே வேலை பார்த்தல் போன்றவை அடிப்படையில் மோசமானவை என்று நான் கூற வரவில்லை. அவற்றுக்கு, தவிர்க்கப்பட முடியாத ஒரு மோசமான மறுபக்கம் இருக்கிறது என்பதையே இங்கு நான் சுட்டிக்காட்ட விரும்புகிறேன். தனிநபர் சுதந்திரம் மூலம் உங்களுக்குக் கிடைக்கின்ற நன்மையின் மறுபக்கத்தில், உங்களுடைய நேரத்தைப் பிறருடன் பகிர்ந்து கொள்வதன் மூலம் உங்களுக்குக் கிடைத்திருக்கக்கூடிய பலன்களின் இழப்பு இருக்கிறது. எடுத்துக்காட்டாக, ஒரு டிஜிட்டல் நாடோடியின் வாழ்க்கைமுறையில், ஓர் ஆழமான உறவு தழைப்பதற்குத் தேவையான, பரஸ்பரம் பரிமாறிக் கொள்ளத்தக்கத் தாளகதிக்கு இடமிருக்காது. வீட்டிலிருந்து வேலை பார்ப்பதைத் தேர்ந்தெடுக்கின்ற நபர்களைப் பொறுத்தவரை, அவர்களுக்குக் கிடைத்திருக்கின்ற சுதந்திரத்திற்கு, அலுவலகத்திற்குச் செல்வதன் மூலம் உருவாக்கிக் கொள்ள முடிகின்ற நட்பு, அடிக்கடி நண்பர்களுடன் கூடிக்குலாவ முடியாமை போன்றவற்றை அவர்கள் விலையாகக் கொடுக்க வேண்டியிருக்கலாம்.

2013இல், சுவீடனைச் சேர்ந்த ஆய்வாளரான டெர்ரி ஹார்ட்டிங் மேற்கொண்ட ஓர் ஆய்வில், சுவீடன் நாட்டு மக்கள் உல்லாசப் பயணங்கள் மேற்கொள்வதற்கும், அவர்கள் மனச்சோர்வுக்கு எடுத்துக் கொள்கின்ற மாத்திரைகளின் அளவுக்கும் ஒரு தொடர்பு இருப்பதைக் கண்டுபிடித்தார். அதில் அவர் இரண்டு விஷயங்களைக் குறிப்பிடுகிறார். ஒன்று, சுவீடன் நாட்டுக்காரர்கள் வேலையிலிருந்து விடுப்பு எடுத்துக் கொள்கின்றபோது மகிழ்ச்சியாக இருக்கின்றனர் (மனச்சோர்வுக்கு அவர்கள் எடுத்துக் கொள்கின்ற மாத்திரைகளின் அளவு குறைவதை வைத்து இது கணக்கிடப்பட்டது); இரண்டாவதுதான் சுவாரசியமானது: சுவீடன் நாட்டு மக்கள் எந்த

நேரங்களில் எல்லாம் அதிக எண்ணிக்கையில் உல்லாசப் பயணங்களுக்குச் சென்றார்களோ, அப்போதெல்லாம், அந்த நாட்டில் விற்பனையாகிக் கொண்டிருந்த மனச்சோர்வு மாத்திரைகளின் அளவு கணிசமாகக் குறைந்தது. அவர்கள் விடுமுறையில் சென்றிருந்ததால், தனிப்பட்ட முறையில் அவர்களுக்குத் கிடைத்திருந்த நன்மையோடு சேர்த்து, அந்த நாட்டு மக்கள் பெரும் எண்ணிக்கையில் உல்லாசப் பயணங்களுக்குச் சென்றிருந்த காரணத்தால் அவர்களுக்குக் கிடைத்த அனுகூலமும் அதில் சேர்ந்து கொண்டது. அதாவது, இனம் புரியாத ஆசுவாச மேகம் ஒன்று அவர்களைச் சூழ்ந்து கொண்டிருந்ததைப்போல அது இருந்தது.

ஆனால், அதைப் பற்றி ஆழமாகச் சிந்திக்கின்றபோது, அதில் வியப்பதற்கு எதுவுமில்லை என்பது நமக்கு எளிதாகப் புரியும். நண்பர்களுடனும் குடும்பத்தாருடனும் உல்லாசப் பயணங்கள் செல்வது உறவுகளை மேலும் செழிப்புறச் செய்கிறது. ஓய்வு பெற்ற சுவீடன் நாட்டுக்காரர்கள்கூட, எண்ணற்ற மக்கள் உல்லாசப் பயணம் மேற்கொள்கின்ற அதே காலகட்டத்தில் பயணங்கள் மேற்கொள்கின்றபோது கூடுதல் மகிழ்ச்சியுடன் இருக்கிறார்கள் என்பதையும் டெர்ரி கண்டுபிடித்திருந்தார். இந்தக் கண்டுபிடிப்பு இன்னோர் ஆய்வின் கண்டுபிடிப்பைப் பிரதிபலிக்கிறது. அந்த ஆய்வு, வேலையில்லாமல் இருப்பவர்களின் மகிழ்ச்சிகூட வார இறுதியில் அதிகரிக்கிறது என்பதை வெளிப்படுத்தியது. வார இறுதியில், வேலையில் இருக்கின்ற தங்களுடைய நண்பர்களை அவர்களால் பார்க்க முடியும் என்பது முதலாவது காரணம். வார நாட்கள் அளவுக்கு வார இறுதி அவர்களுக்குத் தாங்கள் வேலையில் இல்லை என்ற அவமானகரமான உணர்வை ஏற்படுத்தாது என்பது இரண்டாவது காரணம்.

தன்னுடைய ஆய்வுகளின் முடிவுகள் மறைமுகமாக உணர்த்திய சில விஷயங்கள் குறித்து டெர்ரி கவலைப்படவில்லை. மக்களுக்குத் தேவை தங்களுடைய சொந்த, தனிப்பட்டக் கால அட்டவணையின்மீதான கட்டுப்பாடு அல்ல, மாறாக, ‘நேரத்தின் சமூக

ஒழுங்குமுறைதான்' அவர்களுக்குத் தேவை என்று அவருடைய ஆய்வு உணர்த்துகிறது. தனிநபர்கள் சில குறிப்பிட்ட விதங்களில்தான் தங்களுடைய நேரத்தைச் செலவழிக்க வேண்டும் என்ற புறவயமான அழுத்தத்தைத்தான் 'நேரத்தின் சமூக ஒழுங்குமுறை' என்று அவர் அழைக்கிறார். அதாவது, நீங்கள் சமூகத்தின் தாளகதிக்கு ஏற்ப இயங்கத் தயாராக இருக்க வேண்டும். சபாத் போன்ற பாரம்பரியங்கள், பிரான்ஸ் நாட்டில் முன்பு கடைபிடிக்கப்பட்டு வந்த 'கிரான்டஸ் வேகன்சிஸ்' போன்ற, கோடையில் சில வாரங்களுக்கு அனைத்து நடவடிக்கைகளையும் ஸ்தம்பித்துப் போகச் செய்துவிடும் சமூகப் பழக்கம் போன்றவை இவற்றுக்கான எடுத்துக்காட்டுகள். ஐரோப்பிய ஒன்றியம், சமீபத்தில், சில நிறுவனங்கள் வேலை நேரத்தைத் தாண்டி மின்னஞ்சல்கள் அனுப்புவதைத் தடை செய்துள்ளது. அதைப் போன்ற விதிமுறைகள், மக்கள் எப்போது வேலை செய்யலாம், எப்போது செய்யக்கூடாது என்பதை வரையறுத்தல், ஞாயிற்றுக்கிழமை காலை நேரத்தில் கடைகளைத் திறக்கின்ற நேரத்தைத் தாமதப்படுத்துதல் போன்றவற்றைச் சட்டரீதியாக அமல்படுத்தலாம்.

ஒரு சில ஆண்டுகளுக்கு முன்பு நான் சுவீடனுக்குச் சென்றபோது, அங்குக் கடைபிடிக்கப்படுகின்ற 'ஃபிகா' என்ற பழக்கத்தை நேரடியாக எதிர்கொள்வதற்கு எனக்கு ஒரு வாய்ப்புக் கிடைத்தது. அலுவலகங்களில் ஊழியர்கள் அனைவரும் தினந்தோறும் ஒன்றுகூடிக் காபி அருந்துகின்ற ஒரு நிகழ்வுதான் ஃபிகா. அது சுமார் அரை மணி நேரம் நீடிக்கும். அதில் காபியோடு கேக்கும் வழங்கப்படும். அதில், அலுவலகத்திலுள்ள அனைவரும் பதவி வேறுபாடுகள் இன்றிக் கலந்து கொண்டு, அலுவலகம் சார்ந்த விஷயங்களையும் தனிப்பட்ட விஷயங்களையும் பற்றி உரையாடுவர். என்னுடைய நண்பர் ஒருவர், "என் நிறுவனத்தில் என்ன நடந்து கொண்டிருக்கிறது என்பதை அறிந்து கொள்வதற்கான மிக நல்ல வழிமுறையாக அது எனக்கு இருந்து வருகிறது," என்று என்னிடம் தெரிவித்தார். இது சாத்தியப்படுவதற்குக் காரணம், அதில் கலந்து

கொள்பவர்கள் தங்களுடைய தனிப்பட்ட நேரத்தை அடகு வைத்துவிட்டு, அதற்குப் பதிலாகச் சமூக நேரத்தைக் கடன் வாங்கிக் கொள்ளத் தயாராக இருப்பதுதான்.

சோவியத் ஒன்றியத்தில், ஜோசஃப் ஸ்டாலின், 1929 இல் தொழிற்சாலைகளில் ஒரு புதிய முறையை அமல்படுத்தினார். அதன்படி, ஏழு நாட்கள் கொண்ட வாரம் என்ற பாரம்பரியமான முறை கைவிடப்பட்டு, ஐந்து நாட்கள் கொண்ட ஒன்றாக அது மாற்றப்பட்டது. தொழிலாளர்களுக்கு நான்கு நாட்கள் வேலை, ஐந்தாவது நாள் ஓய்வு என்ற புதிய முறை புகுத்தப்பட்டது. தொழிலாளர்கள் ஐந்து குழுக்களாகப் பிரிக்கப்பட்டனர். அவர்கள் ஷிஃப்ட் முறையில் வேலை பார்க்கும்படி செய்யப்பட்டதால், ஆண்டு முழுவதும் தொழிற்சாலைகள் இயங்கிக் கொண்டிருந்தன. தொழிலாளர்களுக்கும் இது நன்மை பயப்பதாக இருக்கும் என்று வாதிடப்பட்டது. ஏனெனில், ஏழு நாட்களுக்கு ஒரு நாள் விடுமுறை என்பதற்குப் பதிலாக, இந்த முறையில் அவர்களுக்கு ஐந்து நாட்களுக்கு ஒரு முறை விடுமுறை கிடைத்தது.

ஆனால், இது மக்களின் சமூக வாழ்க்கையைச் சீர்குலைத்தது. கணவன், மனைவி இருவருக்கும் ஒரே நாளில் விடுமுறை வருவதுபோல ஏற்பாடு செய்யப்பட வேண்டும் என்ற விதி இருந்தபோதிலும், அது நடைமுறைப்படுத்தப்படவில்லை. நண்பர்களுக்கு ஆளுக்கொரு தினம் விடுமுறை வந்ததால், அவர்கள் சந்தித்துக் கொள்வதும் இயலாத காரியமாயிற்று. ஒரு தொழிலாளர் 'பிராவ்தா' பத்திரிகையில் இப்படித் துணிச்சலாகத் தன் கருத்தை வெளிப்படுத்தியிருந்தார்: "என் மனைவி தன் வேலைக்கும், என் குழந்தைகள் தங்கள் பள்ளிக்கும் சென்றுவிட்டப் பிறகு, வீட்டில் தனியாக உட்கார்ந்து கொண்டு நான் என்ன செய்வது? தேநீர் விடுதிக்குச் செல்லலாம் என்றால், அங்கு என்னால் என் நண்பர்களைச் சந்திக்க முடியாது. ஒரு விடுமுறை நாளை நான் மட்டும் தனியாகச் செலவழிக்க வேண்டும் என்றால், அதை விடுமுறை என்றே அழைக்க முடியாது." தொழிற்சாலைகள் ஓராண்டில் 365

நாட்களும் தொடர்ந்து இயங்கிக் கொண்டிருந்ததால் இயந்திரங்களை நிர்வகிப்பது சிரமமான காரியமாக ஆகியிருந்ததைக் கணக்கில் எடுத்துக் கொண்டு 1940இல் இத்திட்டம் கைவிடப்பட்டது. ஆனால், சோவியத் அரசு இத்திட்டத்தைச் செயல்படுத்தியிருந்ததன் மூலம் தன்னை அறியாமலேயே நேரத்தின் அருமை பற்றிய ஒரு முக்கியமான விஷயத்தை வெளிப்படுத்தியிருந்தது. நேரத்தின் மதிப்பு என்பது அது எந்த அளவு உங்களுக்குக் கிடைக்கிறது என்பதைவிட, அதை நீங்கள் அக்கறை கொண்டுள்ள நபர்களோடு உங்களால் செலவழிக்க முடிகிறதா என்பதைக் கொண்டுதான் நிர்ணயிக்கப்படுகிறது என்பதுதான் அது.

உங்களுடைய நேரம் பிறருடைய நேரத்தோடு ஒத்திசைவாக இருக்கின்றபோது, அது அர்த்தமுள்ளதாகவும் நிஜமானதாகவும் தோன்றுகிறது. 1941இல் வில்லியம் மெக்நீல் என்ற இளைஞர் அமெரிக்க இராணுவத்தில் சேர்ந்தார். விமானங்களைச் சுட்டு வீழ்த்துகின்ற சிறு பீரங்கிகளை இயக்குகின்ற பயிற்சிக்காக அவர் டெக்சாஸுக்கு அனுப்பி வைக்கப்பட்டார். ஆனால், அவருடன் இந்தப் பயிற்சியை எடுப்பதற்காக ஆயிரக்கணக்கானவர்கள் படையில் சேர்த்துக் கொள்ளப்பட்டிருந்தனர். ஆனால், அங்கு அப்படிப்பட்டப் பீரங்கி ஒன்றே ஒன்றுதான் இருந்தது. அதுவும் எல்லா நேரங்களிலும் ஒழுங்காக இயங்கவில்லை. அதனால், அங்கிருந்த இராணுவ அதிகாரிகள், அந்தப் படைவீரர்களைச் சுறுசுறுப்புடன் வைத்திருப்பதற்காக, அவர்களை நாள் முழுவதும், காலாட்படையினருக்கு அளிக்கப்படுகின்ற அணிவகுப்பு நடவடிக்கைகளில் ஈடுபடுத்தினர். இராணுவத்திற்குப் புதியவராக இருந்தாலும், இதுபோன்ற நடவடிக்கைகள் அர்த்தமற்றவை என்பதை வில்லியம் அறிந்திருந்தார். ஒரு சில மாதங்களுக்குப் பிறகு அமெரிக்கா இரண்டாம் உலகப் போரில் குதித்தபோது, அந்த இராணுவ முகாமிலிருந்தவர்கள் போர்முனைக்கு அனுப்பி வைக்கப்பட்டனர். அந்த முகாமில் தான் பங்கேற்றிருந்த அணிவகுப்பு அனுபவங்களைப் பற்றி வில்லியம்

இவ்வாறு விவரிக்கிறார்:

> *விறைப்பான இராணுவத் தோரணையுடன் நாள் முழுவதும் பெரிய நோக்கங்கள் எதுவுமின்றி அணிவகுத்துச் செல்லும்படி நாங்கள் பணிக்கப்பட்டோம். அடுத்தடுத்து எடுத்து வைக்கப்பட வேண்டிய அடியில்தான் எங்களுடைய கவனம் குவிந்திருந்தது. ஆனால், படிப்படியாக, அது எப்படியோ ஒருவிதமான நல்ல உணர்வைக் கொடுக்கத் தொடங்கியது. ஒரே சீராக, நீண்ட நாட்கள் ஒரு குழுவாக அணிவகுத்துச் செல்வது உங்களிடம் ஏற்படுத்தக்கூடிய உணர்ச்சிகளை வார்த்தைகளில் வடிப்பது கடினம். என் மார்பு மட்டும் விம்மிப் புடைத்திருக்கவில்லை, நானே விம்மிப் புடைத்திருந்ததுபோல நான் உணர்ந்தேன். காலகதிக்கு ஏற்பத் தாளகதியுடன் நாங்கள் இயங்கிக் கொண்டிருந்தது, எங்களைப் பற்றி மட்டுமல்லாமல், இந்த உலகைப் பற்றியும் ஒரு நல்லவிதமான உணர்வை எங்களுக்குக் கொடுத்தது.*

அந்த அனுபவம் வில்லியத்துடன் நிரந்தரமாகத் தங்கிவிட்டது. போருக்குப் பின்னர் அவர் ஒரு தொழில்முறை வரலாற்றியலாளராக ஆனார். பின்னர் அவர், 'கீப்பிங் இன் டைம் டுகெதர்' என்ற ஒரு புத்தகத்தை எழுதினார். அதில் அவர், வரலாற்றில், ஒத்திசைவான இயக்கம், ஒத்திசைவான இசை போன்றவை போதுமான அளவு மெச்சப்பட்டிருக்கவில்லை என்ற ஆதங்கத்தை வெளிப்படுத்தியிருந்தார். எகிப்தியப் பிரமிடைக் கட்டியவர்களில் தொடங்கி, ஒட்டமான் பேரரசின் படைவீரர்கள், தினந்தோறும் வேலையைத் துவக்குவதற்கு முன்பாக அலுவலகத்திலேயே சிறிது நேரம் உடற்பயிற்சி செய்து வந்த ஜப்பானிய அலுவலக ஊழியர்கள் ஆகியோர்வரை பல குழுவினரும் இதில் அடங்குவர். ஒத்திசைவான படை அணிவகுப்பு, படைவீரர்கள் நீண்ட நேரம் களைப்படையாமல் பயணிப்பதற்கு வழி வகுக்கும் என்பதை முதலில் அறிந்திருந்தவர்கள் ரோமானியர்களே.

பண்டைய பழங்குடிப் போர்வீரர்கள் ஒத்திசைவுடன் இயங்குவதற்காக உருவானதே இசை என்று சில பரிணாமவியல் உயிரியலாளர்கள் கருதுகின்றனர். மற்ற வகையான கருத்துப் பரிமாற்றத்தைவிட, போர்வீரர்கள் ஒத்திசைவாக இயங்குவதற்கு, தாளகதியுடன்கூடிய இசை சிறப்பாக உதவியிருக்கும் என்று அவர்கள் நம்புகின்றனர்.

நம்முடைய வாழ்விலும்கூட ஒத்திசைவு என்பது பரவியிருக்கிறது. பல நேரங்களில் நாம் அதை உணர்வதில்லை. நாடக அரங்குகளில் மெதுவாகத் துவங்குகின்ற கைத்தட்டல் ஒலி ஒரு கட்டத்தில் ஒரு தாளகதியுடன்கூடிய கூட்டிசையாக மாறுகிறது. ஒரு தெருவில் நீங்கள் நடந்து செல்கின்றபோது, உங்களுடன் ஒரு நண்பர் நடந்து சென்றாலும் சரி அல்லது ஓர் அந்நியர் நடந்து சென்றாலும் சரி, சிறிது நேரத்தில் உங்கள் இருவரின் நடையிலும் ஓர் ஒத்திசைவு ஏற்பட்டுவிடும். ஒத்திசைவுக்கான இந்த உள்ளார்ந்த தூண்டுதலை எதிரிகளால்கூடப் புறந்தள்ளிவிட முடியாது. இதற்கான மிகச் சிறந்த எடுத்துக்காட்டு, 2009இல் உசைன் போல்ட்டுக்கும் டைசன் கேவுக்கும் இடையே நடைபெற்ற உலகத் தடகளப் போட்டி. அதில் உசைன் வெற்றி பெற்றார். பின்னர் அவர்களுடைய ஓட்டத்தை ஒவ்வொரு ஃப்பிரேமாக ஓடவிட்டுப் பார்த்தபோது, உசைன் தன்னை அறியாமலேயே டைசனின் அங்க அசைவுகளை அப்படியே பிரதியெடுத்திருந்தது தெரிய வந்திருந்தது. அது அவருக்குச் சாதகமாக அமைந்துவிட்டது. புறக் காரணிகளின் விளைவாக ஒருவருடைய தாளகதி பிறருடைய தாளகதிக்கு ஏற்ப மாறுகின்றபோது, அது அந்த நபருக்குச் சாதகமாக அமைந்துவிடுவதாக வேறு சில ஆய்வுகள் தெரிவிக்கின்றன. அந்தப் போட்டியில், தன்னையும் அறியாமல் தன் போட்டியாளரான உசைனுக்கு டைசன் உதவியிருந்தார் என்று கூறினால் அது மிகையல்ல.

பிறருடன் இணைந்து நடனமாடுபவர்களும் இதை அறிந்து வைத்துள்ளனர். அவர்கள் இப்படிப்பட்ட ஒத்திசைவில் தங்களைத் தொலைக்கின்றபோது, சுயம் கரைந்து, நேரம் அப்படியே ஸ்தம்பித்து நின்றுவிடுகின்ற

ஒரு புனிதமான இடத்திற்கு - இன்னொரு பரிமாணத்திற்கு - அவர்கள் சென்றுவிடுகின்றனர். உள்ளூர்த் தேவாலய இன்னிசைக் குழுவில் பங்கு பெறுகின்ற ஓர் உறுப்பினர் என்ற முறையில் இதை நான் தனிப்பட்ட முறையில் உணர்ந்திருக்கிறேன். தனியாகப் பாடுகின்றபோது தொட முடியாத உயரங்களை, கூட்டமாகச் சேர்ந்து பாடுகின்றபோது எட்ட முடிவதையும் நான் கண்டிருக்கிறேன். இதை நான் வேறு ஓர் இடத்திலும் உணர்ந்திருக்கிறேன். நான் உள்ளூர் உணவுக் கூட்டுறவுச் சங்கக் கடையில் ஓர் உறுப்பினராக இருக்கிறேன். மாதத்திற்கு ஒரு நாள் நான் அவர்களுக்கு உதவி செய்வதற்காக அங்குச் செல்வேன். அப்போது அங்கிருக்கின்ற, எனக்கு முன்பின் தெரிந்திராத ஊழியர்களுடன் இணைந்து நான் சில வேலைகளைச் செய்வேன். பல நேரங்களில், என்னுடைய நெருக்கமான நண்பர்களுடன்கூட எனக்கு ஏற்பட்டிராத ஒரு பிணைப்பு அவர்களிடம் எனக்கு ஏற்படுவதுண்டு. மத மடாலயங்களில் சக துறவிகளுடன் ஒருவிதமான சமூகரீதியான தாளகதியுடன் பங்கேற்பது போன்ற உணர்வை அது எனக்குக் கொடுக்கிறது.

அதுபோன்ற கணங்களில் ஒரு மர்மமான சக்தி அங்கு இயங்கிக் கொண்டிருப்பதுபோலத் தோன்றுகிறது. அதில் ஈடுபடுபவர்களை, ஆபத்தான காரியங்களில் துணிந்து இறங்கும்படி செய்கின்ற அளவுக்கு அந்த சக்தி ஆற்றல்மிக்கதாக விளங்குகிறது. இராணுவத் தளபதிகளைப் பொறுத்தவரை, படைவீரர்கள் ஒத்திசைவாக அணிவகுத்துச் செல்வதற்கு அவர்களைத் தயார்படுத்துவது அவர்கள் நீண்ட தூரம் களைப்படையாமல் செல்வதற்கு உதவியாக இருக்கும் என்பது முக்கியமல்ல. அவர்கள் தங்களைவிடப் பிரம்மாண்டமாக உள்ள ஒன்றின் ஓர் அங்கமாக உணர்வதும், அதற்காகத் தங்களுடைய இன்னுயிரைத் தியாகம் செய்யத் துணிவதும்தான் அந்தத் தளபதிகளுக்கு முக்கியமாக இருக்கிறது. அமெரிக்க எழுத்தாளரும் தேவாலய இன்னிசைக் குழுவின் உறுப்பினருமான ஸ்டேசி ஹார்ன் தன் அனுபவத்தை இவ்வாறு பகிர்ந்து

கொள்கிறார்: “நான் தனியாகப் பாடுகின்றபோது, இந்த உலகம் இலட்சக்கணக்கான சாத்தியக்கூறுகளையும் நம்பிக்கைகளையும் கொண்ட ஒன்றாக மலராது. சக தேவாலய இன்னிசைக் குழுப் பாடகர்கள் என்னைச் சூழ்ந்திருக்கின்றபோது மட்டுமே அது நிகழும்.”

உங்களுடைய நண்பர்களை மீண்டும் ஒருபோதும் பார்க்காமல் இருப்பதற்கான சுதந்திரம்

நேரத்தைப் பொறுத்தவரை, எத்தகைய சுதந்திரத்தை நாம் உண்மையிலேயே விரும்புகிறோம்? ஒரு புறம், நேரத்தின்மீது நீங்கள் ஏகபோக உரிமை கொண்டாடுவதற்கான சுதந்திரம் இருக்கிறது. உங்களுடைய அரிய நான்காயிரம் வாரங்களுக்குள் பிறர் தங்கள் மூக்கை நுழைப்பதைத் தடுக்கின்ற விதத்தில் உங்களுடைய சொந்தக் கால அட்டவணையை அமைத்துக் கொள்வதற்கும், உங்களுடைய சொந்தத் தேர்ந்தெடுப்புகளை மேற்கொள்வதற்குமான சுதந்திரம் இது. மறுபுறம், பிறருடன் ஒத்திசைவாக இயங்குவதற்கான சுதந்திரம் இருக்கிறது. பிறரோடு இணைந்து ஒரு தாளகதியுடன் ஒத்திசைவுடன் இயங்குகின்றபோது ஒருவருக்குக் கிடைக்கின்ற ஆழ்ந்த அர்த்தமுள்ள சுதந்திரம் இது. இங்கு நீங்கள், விஷயங்களை எங்கு, எப்படிச் செய்ய வேண்டும் என்பது குறித்துக் கொண்டிருக்கின்ற ஏகபோகக் கட்டுப்பாட்டை முழுமையாக விட்டுக்கொடுத்தாக வேண்டும். முதல் வகையான சுதந்திரத்தை அடைவதற்கான உத்திகளை, உற்பத்தித்திறனை அதிகரித்துக் கொள்வது எப்படி என்று அறிவுரை வழங்குகின்ற புத்தகங்களிலிருந்து உங்களால் கற்றுக் கொள்ள முடியும். அவற்றில், அதிகாலையில் மேற்கொள்ளப்பட வேண்டிய கச்சிதமான பழக்கவழக்கங்கள், திட்டவட்டமான கால அட்டவணைகள், மின்னஞ்சல்களுக்கு பதிலளிப்பதற்கு ஒதுக்கப்பட வேண்டிய நேரத்தின் அளவைச் சுருக்குதல், ‘முடியாது’ என்ற கூறக் கற்றுக் கொள்வதன் முக்கியத்துவம் குறித்தச் சலிப்பூட்டும் அறிவுரைகள் போன்றவை

குறிப்பிடத்தக்கவை. உங்களுடைய நேரம் எப்படிப் பயன்படுத்தப்படுகிறது என்பதன்மீது பிறர் செல்வாக்குச் செலுத்தாமல் இருப்பதற்கான அரண்களாக இவை செயல்படும். இவற்றின் முக்கியத்துவத்தைக் குறைத்து மதிப்பிட்டுவிட முடியாது என்பதை மறுப்பதற்கில்லை. தன்னுடைய முன்னுரிமைகளை நிறைவேற்றிக் கொள்வதற்காக நம்மைத் தன் கைப்பாவையாக ஆக்கிக் கொள்ள முனைகின்ற மேலதிகாரி, சுரண்டல்ரீதியான நிறுவன விதிமுறைகள், பிறரைத் திருப்திப்படுத்துவதற்காக எதையாவது செய்துவிட்டுப் பின்னர் குற்றவுணர்வு கொள்ளுதல் போன்றவை உங்களுடைய நேரத்தைத் திருடக்கூடியவை.

இத்தகைய தனிமனிதச் சுதந்திரத்தின் விரிவாக்கத்தைச் சந்தைப் பொருளாதாரத்தின் தேவைகள் விசிறிவிடுகின்றன. நாம் பாரம்பரியமாகச் செய்து வந்ததுபோல, வேலை பார்ப்பதற்கான நேரம், ஓய்வெடுப்பதற்கான நேரம், சமூக உறவாடுவதற்கான நேரம் என்று நேரத்தைப் பிரித்து நிர்வகிப்பது இப்போது சிக்கலாக்கப்பட்டுக் கொண்டிருக்கிறது. இப்போது ஒரு குடும்பமாக அமர்ந்து இரவு உணவு உண்பது என்ற பழக்கமே அரிதாகிக் கொண்டிருக்கிறது; நினைத்த நேரத்தில் சொல்லாமல் கொள்ளாமல் நம் நண்பரின் வீட்டுக் கதவைத் தட்டுவது வழக்கொழிந்து கொண்டிருக்கிறது; பொதுமக்கள் பயன்படுத்துகின்ற ஒரு பூங்காவை உள்ளூர்ச் சமுதாய மக்கள் ஒன்றாகச் சேர்ந்து சீராக்குவது, தொழில்முறை அல்லாத ஓர் இசைக்குழுவை உருவாக்குவது போன்ற, சமுதாய அளவிலான கூட்டு முயற்சிகள் மறக்கப்பட்டுவிட்டன.

சமுதாயத்தில் செல்வாக்கு இல்லாத நபர்களைப் பொறுத்தவரை, இதுபோன்ற சூழல்கள், அவர்களிடம் கொஞ்சநஞ்சம் ஒட்டிக் கொண்டிருக்கின்ற சுதந்திரத்தையும் களவாடிக் கொண்டிருக்கின்றன. அது நடைமுறையில், ஓலா, ஸோமாட்டோ போன்ற, வருவாய் உறுதி இல்லாத, நேரங்காலமற்ற முறையில் பணியாற்றியாக வேண்டிய வேலைகளில் அவர்கள் மாட்டிக் கொள்ள வழி வகுக்கிறது. நீங்கள் ஒரு

பெரிய பல்பொருள் அங்காடியில் வேலை பார்த்துக் கொண்டிருக்கின்ற ஒரு நபர் என்று வைத்துக் கொள்வோம். ஒரு மணி நேரத்திற்கு இடையே எவ்வளவு விற்பனையாகியுள்ளது என்பதை அடிப்படையாக வைத்து, கணினிச் செயலி உருவாக்குகின்ற தேவைகளின் அடிப்படையில் நீங்கள் எந்த நேரத்தில் வேண்டுமானாலும் வேலைக்கு அழைக்கப்படலாம். அப்படி ஒரு நிச்சயமற்ற நிலையில் நீங்கள் மாட்டிக் கொண்டிருப்பதால், வேறு எதையும் செய்யாமல் நீங்கள் வெறுமனே காத்துக் கொண்டிருக்க வேண்டியதுதான். அப்படிப்பட்டதொரு சூழலில், நண்பர்களைச் சந்திப்பது இருக்கட்டும், உங்களால் மருத்துவரின் வீட்டுக்குச் செல்வது அல்லது உங்கள் குழந்தையைப் பராமரிக்க உதவுவது போன்றவைகூடச் சாத்தியப்படாது. முந்தைய தலைமுறையோடு ஒப்பிடுகையில் நேரத்தின்மீது கூடுதலாகக் கட்டுப்பாட்டைக் கொண்டிருப்பதாகப் பெருமைப்பட்டுக் கொள்கின்ற என்னைப் போன்றவர்களின் விஷயத்தில்கூட, நீரைப்போல, என்னுடைய வேலை என்னுடைய சொந்த வாழ்க்கைக்குள் ஒழுகி அனைத்தின்மீதும் பரவிப் படர்ந்து கொண்டிருக்கிறது; இது கொரோனா காலத்தில் தீவிரமடைந்து உச்சத்தைத் தொட்டிருந்தது. சோவியத் ஒன்றியத் தொழிலாளர்கள் வெவ்வேறு குழுக்களாகப் பிரிக்கப்பட்டிருந்ததைப்போல, இப்போது 'நம்முடைய' வேலை நாட்கள் வேறாகவும், 'நம்முடைய வாழ்க்கைத்துணைவர் மற்றும் நம்முடைய நண்பர்களின்' வேலை நாட்கள் வேறாகவும் இருப்பது போன்ற உணர்வு நமக்கு ஏற்பட்டுள்ளது. வாரத்தில் ஒரு நாள் நானும் என் மனைவியும் சேர்ந்து அமர்ந்து ஒரு மணி நேரம் மனம்விட்டுப் பேச முடியாமல் இருப்பதற்கோ, என்னால் என் நண்பர்களுடன் சேர்ந்து பீர் குடிக்க முடியாமல் இருப்பதற்கோ, வழக்கமாகக் கூறப்படுகின்ற 'எனக்கு நேரமில்லை' என்பது காரணமல்ல. அப்படி ஒரு சாக்குப்போக்கை நாம் சொல்லிக் கொள்கிறோம், அவ்வளவுதான். நம்மிடம் நேரம் இல்லாமலில்லை. நம்முடைய சொந்தக் கால அட்டவணையை உருவாக்கிக்

கொள்வதற்கு நமக்குச் சுதந்திரம் இருந்தாலும், நாம் வேலை எனும் நுகத்தடியில்தான் பூட்டப்பட்டுள்ளோம்; நமக்கென்று ஒரு சொந்த வாழ்க்கையை நாம் கட்டமைத்துக் கொண்டிருந்தாலும், அதை அர்த்தமுள்ள ஒரு விதத்தில் பின்னிப் பிணைக்க முடியாத நிலையில் நாம் இருக்கிறோம்.

இது அரசியலின்மீதும் பெரும் தாக்கம் ஏற்படுத்திக் கொண்டிருக்கிறது. ஏனெனில், கள அடிப்படையிலான அரசியலைப் பொறுத்தவரை, கூட்டங்கள், ஊர்வலங்கள், போராட்டங்கள், பிரச்சாரங்கள் போன்றவற்றுக்கு மக்கள் ஒத்திசைவான முறையில் ஒருங்கிணைக்கப்பட வேண்டியது அவசியம். துண்டுபட்டுக் கிடக்கும் ஒரு சமுதாயத்தில் அது கடினம். மக்களின் தன்னிச்சையான கூட்டு நடவடிக்கை இருந்த இடம் இப்போது காலியாக இருப்பதால், அந்த இடத்தை எதேச்சதிகாரத் தலைவர்கள் களவாடிக் கொள்கின்றனர். அந்தத் தலைவர்கள் இப்படிச் சிதறுண்டு கிடக்கின்ற மக்களை ஒருங்கிணைக்கின்றனர். வீட்டில் சோபாவே கதியென்று கிடப்பவன் தொலைக்காட்சி அல்லது அலைபேசிகளின் மூலமாக அணுகப்படுவதற்குக் கச்சிதமானவனாக இருக்கிறான். 'த ஆரிஜின்ஸ் ஆஃப் டோட்டாலிட்டேரியனிசம்' என்ற நூலில், அதன் ஆசிரியரான ஹன்னா அரென்ட் இவ்வாறு குறிப்பிட்டுள்ளார்: "சின்னதாக ஆக்கப்பட்டுள்ள, சிதறடிக்கப்பட்டுள்ள பொதுமக்களின் ஒருங்கிணைப்புக் கூட்டங்கள்தாம் எதேச்சதிகார இயக்கங்கள்." தன் தொண்டர்களுக்கு இடையேயுள்ள ஒரே பிணைப்பு தன்னைப் பின்பற்றுவதாக மட்டுமே இருப்பது ஓர் எதேச்சதிகாரிக்கு மிகவும் வசதியாக இருக்கின்ற ஓர் அம்சமாகும். 2020இல், மின்னியாபொலிஸ் நகரக் காவல் துறை அதிகாரிகளால் ஜார்ஜ் ஃபிளாய்டு என்ற கருப்பர் கொல்லப்பட்டபோது நிகழ்ந்ததுபோல, உலகளாவிய விதத்தில் தன்னிச்சையாகப் போராட்டங்கள் வெடிக்கின்றபோது, அவற்றில் கலந்து கொள்கின்ற ஆர்ப்பாட்டக்காரர்கள் கூட்டாக இயங்கும்போது, தாங்கள் தங்களைவிட அதிகப்

பிரம்மாண்டமாக உணர்ந்ததாகத் தெரிவிக்கின்றனர். அவர்களைப் பொறுத்தவரை, நேரம் உறைந்து போயுள்ளதைப்போலவும், ஒருவிதமான பரவச உணர்வு சூழ்ந்து கொண்டுள்ளதைப்போலவும் அவர்கள் உணர்கின்றனர்.

நேரத்தோடு நாம் கொண்டுள்ள பிற பிரச்சனைகளைப்போலவே இந்த ஒத்திசைவுப் பிரச்சனையும் தனிப்பட்ட அளவிலோ அல்லது குடும்ப அளவிலோ தீர்க்கப்பட முடியாதது என்பது வெளிப்படை. நீங்கள் வசிக்கின்ற பகுதியில் இருக்கின்ற அனைவரையும் ஒரே நாளில் விடுப்பு எடுக்க வைப்பது சாத்தியப்படுமா? ஆனால், நம்முடைய தனிப்பட்ட நேரச் சுதந்திரத்தைப் பேண வேண்டுமா அல்லது அதை எதிர்க்க வேண்டுமா என்பதைத் தீர்மானிப்பது இன்னும் நம் கைகளில்தான் இருக்கிறது. இரண்டாவதாக, சமூகரீதியான சுதந்திரத்தின் திசையை நோக்கி உங்களை உங்களால் கண்டிப்பாக உந்தித் தள்ள முடியும். உள்ளூர் விளையாட்டுக் குழுக்கள், பிரச்சாரக் குழுக்கள் போன்றவற்றில் உங்களை இணைத்துக் கொள்ளுதல் இதற்கான ஒரு சில எடுத்துக்காட்டுகளாகும். டிஜிட்டல் உலகில் இடம்பெறுகின்ற நடவடிக்கைகளுக்குப் பதிலாக நிஜ உலகில் நடைபெறுகின்ற நடவடிக்கைகளுக்கு நீங்கள் முன்னுரிமை கொடுக்க முயலலாம். உங்களுடைய கால அட்டவணை இறுக்கமாக இல்லாதவாறு பார்த்துக் கொள்ளலாம். உங்களுடைய குடும்ப உறுப்பினர்கள் மற்றும் நண்பர்களின் தாளகதிக்கு ஏற்ப ஆடுவதற்கு நீங்கள் முயற்சிக்கலாம். உங்களுடைய நேரத்தை உங்களுக்காக மட்டுமே பதுக்கி வைத்துக் கொள்வது என்பது நீங்கள் நேரத்தின்மீது செலுத்துகின்ற அதிகாரம் அல்ல என்ற உண்மையை நீங்கள் ஏற்றுக் கொள்ள வேண்டும். உங்களுடைய நேரம் உங்களையே திக்குமுக்காட வைத்துவிடக்கூடும்.

அத்தியாயம் பதின்மூன்று

நீங்கள் ஒரு பிரபஞ்சத் தூசு என்பதை ஏற்றுக் கொள்ளுதல்

பிரபல உளவியலாளரான ஜேம்ஸ் ஹாலிஸ், தன்னுடைய நோயாளிகளில் ஒருவரின் கதையை நினைவுகூர்கிறார். மருத்துவ உபகரணங்களைத் தயாரிக்கின்ற ஒரு நிறுவனத்தில் ஒரு வெற்றிகரமான துணைத் தலைவராகப் பணியாற்றிக் கொண்டிருந்த ஒரு பெண்மணி அவர். ஒரு நாள், வேலை தொடர்பாக அமெரிக்காவில் விமானத்தில் பயணித்துக் கொண்டிருந்தபோது, நடுவானில் அவருக்கு இப்படி ஓர் எண்ணம் தோன்றியது: "நான் என் வாழ்க்கையை வெறுக்கிறேன்." இது ஒரு புதிய எண்ணம் அல்ல. அர்த்தமற்ற விதத்தில் தான் தன் நாட்களைச் செலவழித்துக் கொண்டிருந்தோம் என்ற எண்ணம் பல ஆண்டுகளாகவே அவரை அரித்து வந்திருந்தது. ஒரு காலத்தில் அவர் தன் வேலையில் கொண்டிருந்த ஈடுபாடும் இப்போது சுத்தமாக வடிந்திருந்தது. அவர் தேடி ஓடிப் பெற்றுக் கொண்டிருந்த வெகுமதிகளும் அவருக்கு இப்போது மதிப்புமிக்கவையாகத் தோன்றவில்லை. வருங்காலத்தில் என்றாவது ஒரு நாள் தன்னால் மகிழ்ச்சியைத் தரிசிக்க முடியும் என்ற, மங்கிக் கொண்டிருந்த நம்பிக்கையுடன் அவர் ஒவ்வொரு நாளையும் இயந்திரத்தனமாகக் கடத்திக் கொண்டிருந்தார்.

அவர் எப்படி உணர்ந்திருப்பார் என்பதை ஒருவேளை

நீங்களும் உணர்ந்து கொண்டிருக்கலாம். எல்லோருக்கும் அவரைப் போன்ற 'ஞானோதயம்' ஏற்படாமல் இருக்கலாம் என்றாலும், நம்முடைய நான்காயிரம் வாரங்களை வைத்துக் கொண்டு நாம் இப்போது வாழ்ந்து கொண்டிருக்கின்ற வாழ்க்கை மேலோட்டமாகப் பார்ப்பதற்கு வெற்றிகரமானதாகத் தோன்றினாலும், அதைவிடச் செறிவான, பூரணமான, சுவாரசியமான ஒரு வாழ்க்கையை நம்மால் வாழ முடியக்கூடும் என்ற சந்தேகம் நம்மில் பலருக்கும் இருக்கும். ஒருவேளை, ஒரு வார இறுதியை அல்லது ஒரு விடுமுறையை இயற்கையுடனோ, குடும்பத்தினருடனோ அல்லது நெருங்கிய நண்பர்களுடனோ கொண்டாடத்தக்கத் திருப்தியுடன் கழித்துவிட்டு மீண்டும் வேலைக்குத் திரும்புகின்றபோது, அது எப்போதாவது நிகழ்கின்ற ஒன்றாக இல்லாமல், மொத்த வாழ்க்கையுமே அப்படி உணரப்படுகின்ற விதத்தில்தான் இருக்க வேண்டும் என்ற நினைப்பு உங்களுக்கு ஏற்பட்டிருக்கலாம். நவீன உலகம் இனியும் இதுபோன்ற உணர்வுகளுக்குத் தீனி போடுகின்ற நிலையில் இல்லை. மதங்களும், முன்பு இருந்ததைப் போலன்றி, ஓர் உலகளாவிய விதத்தில் எல்லோருக்கும் பொருந்துகின்ற வழியில் வாழ்க்கையின் நோக்கம் குறித்த விளக்கத்தை இனியும் அளித்துக் கொண்டிருக்கவில்லை. அதே நேரத்தில், நுகர்வியம், நம்மால் அர்த்தம் கண்டுபிடிக்க முடியாத இடங்களில் அர்த்தத்தைத் தேட நம்மைத் தவறாக வழிநடத்திக் கொண்டிருக்கிறது. ஆனால், இந்த உணர்வு காலங்காலமாக இருந்து வருகின்ற ஒன்றுதான். எடுத்துக்காட்டாக, பைபிளின் பழைய ஏற்பாட்டில் வருகின்ற 'பிரசங்கி' என்ற புத்தகத்தின் இரண்டாவது அதிகாரத்தில் இடம்பெற்றுள்ள இந்த வசனம், ஹாலிஸின் நோயாளியின் மனத்தை அப்படியே பிரதிபலிக்கிறது: "நான் செய்திருந்த அனைத்துக் காரியங்களையும், நான் மேற்கொண்டிருந்த அனைத்து முயற்சிகளையும் நான் அசைபோட்டுப் பார்த்தேன்; அந்தோ! அவை அனைத்தும் தற்பெருமைக்கும் அர்த்தமில்லாத துரத்தல்களுக்குமே வழிவகுத்தன; இப்பூவுலகில் ஆதாயம் பெறுவதற்கு எதுவுமில்லை."

நீங்கள் உங்களுடைய வாழ்க்கையைக் கொண்டு என்ன செய்து கொண்டிருக்கிறீர்கள் என்ற சந்தேகம் உங்களுக்குள் முளைத்தெழுகின்றபோது, அது உங்களை ஓர் உலுக்கு உலுக்கிவிடும். ஆனால், அது ஒரு மோசமான விஷயமல்ல. ஏனெனில், உங்களுக்குள் அகரீதியாக ஒரு மாற்றம் ஏற்படத் தொடங்கியுள்ளதையே அது வெளிப்படுத்துகிறது. 'வருங்காலத்தில் ஒரு குறிப்பிட்டக் கட்டத்தை அடைந்த பிறகோ, அல்லது உங்களுடைய வாழ்க்கையை நீங்கள் முழுமையாக ஓர் ஒழுங்கிற்குள் கொண்டுவந்த பிறகோ, அல்லது வெற்றிக்கு இவ்வுலகம் நிர்ணயித்துள்ள காரணிகளை நீங்கள் வசப்படுத்திய பிறகோ உங்களுக்குக் கிடைப்பதற்குச் சாத்தியமுள்ள மனநிறைவை நம்பி இருக்க முடியாது, அது குறித்து நீங்கள் இப்போதே ஏதாவது செய்தாக வேண்டும்' என்ற இடத்தை வந்தடையாமல் உங்களிடம் இப்படிப்பட்டச் சந்தேகங்கள் முளைவிட்டிருக்காது. தொழில்முறைப் பயணம் ஒன்றின்போது, திடீரென்று, நீங்கள் வாழ்க்கையை வெறுக்கிறீர்கள் என்ற உணர்வு உங்களுக்கு ஏற்படுவதே, நீங்கள் வெறுக்காத ஒரு வாழ்க்கைக்குள் அடியெடுத்து வைப்பதற்கான முதலடி என்று நீங்கள் கருதிக் கொள்ளலாம். ஏனெனில், உங்களுக்குக் கிடைத்துள்ள வாழ்க்கையை ஓர் அர்த்தமுள்ள விதத்தில் செலவழிப்பதற்கு, குறிப்பிட்ட எண்ணிக்கையிலான நாட்களே உங்களுக்குக் கிடைத்திருக்கின்றன என்ற உண்மையை நீங்கள் உணர்ந்துவிட்டீர்கள். நீங்கள் இந்தக் கண்ணோட்டத்தைப் பெறுகின்றபோது, நேர நிர்வாகம் குறித்த மிக மிக அடிப்படையான கேள்வியைக் கேட்கின்ற நிலையை நீங்கள் வந்தடைகிறீர்கள்: இந்த பூமியில் உங்களுக்கு மீண்டும் கிடைப்பதற்கு வாய்ப்பில்லாத அரிய நேரத்தை ஓர் அர்த்தமுள்ள விதத்தில் நீங்கள் செலவழித்துள்ளீர்கள் என்ற உணர்வு ஏற்படுவதற்கு நீங்கள் என்ன செய்ய வேண்டும்?

மாபெரும் இடைநிறுத்தம்

சில நேரங்களில் இப்படிப்பட்ட உலுக்கல் உணர்வு ஓர்

ஒட்டுமொத்தச் சமுதாயத்திற்குமே ஏற்படுவதுண்டு. நான் இந்த அத்தியாயத்தின் முதல் வடிவத்தை, நான் வசித்து வந்த நியூயார்க் நகரில் வைத்து, கொரோனா காலகட்டத்தின்போது எழுதினேன். அப்போது, தங்களைச் சுற்றி நிலவிக் கொண்டிருந்த துயரம் மற்றும் பதற்றத்திற்கு நடுவே, மக்கள் கசப்பும் இனிப்பும் கலந்த நன்றியுணர்வை வெளிப்படுத்திக் கொண்டிருந்ததை சர்வசாதாரணமாகப் பார்க்க முடிந்தது. அவர்களில் பலர் வேலையை இழந்து, அடுத்த மாத வாடகைப் பணத்திற்கு என்ன செய்வது என்ற கவலையில் தூக்கத்தைத் தொலைத்துக் கொண்டிருந்தபோதிலும், தங்களுடைய குழந்தைகளுடன் நேரம் செலவழிப்பதற்கும், வீட்டிலேயே ரொட்டி சுடுவதற்கும், தோட்டத்திலுள்ள பூச்செடிகளுக்கு நீர் ஊற்றுவதற்கும் கிடைத்திருந்த வாய்ப்புக் குறித்து அவர்கள் உண்மையிலேயே ஆனந்தம் அடைந்திருந்தனர். மக்கள்மீது வலுக்கட்டாயமாகத் திணிக்கப்பட்டிருந்த, வேலை, கல்வி கற்றல் மற்றும் சமூக உறவாடல்களின் தற்காலிக இடைநிறுத்தம், நம்முடைய நேரத்தை நாம் எப்படிச் செலவிட வேண்டும் என்பது குறித்து நாம் கொண்டிருந்த பல்வேறு அனுமானங்களுக்குக் கடிவாளம் இட்டது. எடுத்துக்காட்டாக, ஒரு மணி நேரம் பயணித்து ஒரு மோசமான அலுவலகத்திற்குச் செல்லாமல், வீட்டிலிருந்தவாறே தங்களால் அதே வேலையைப் பார்க்க முடியும் என்பது இப்போது வெளிப்பட்டது; கடினமாக உழைத்துக் கொண்டிருப்பதாகக் காட்டிக் கொள்வதற்காக அலுவலகத்தில் மாலை 6.30 மணிவரை மேசையே பழியாகக் கிடக்க வேண்டிய தேவை இப்போது இல்லாமல் போனது. என் வாழ்க்கையைச் செழிப்புறச் செய்து கொண்டிருந்ததாக நான் நம்பிக் கொண்டிருந்த உணவக உணவுகள் திடீரென்று எனக்குக் கிடைக்காமல் போனபோது, அது எனக்கு ஒரு பெரிய இழப்பாகத் தோன்றவில்லை. (அதே நேரத்தில், அத்தொழிலை நம்பியிருந்தவர்களின் வாழ்க்கை கேள்விக்குறியானதும் என் மனத்தில் ஓர் ஓரமாக உறுத்திக் கொண்டிருந்தது.) களத்தில் இறங்கி வேலை

செய்து கொண்டிருந்த மருத்துவப் பணியாளர்களையும் துப்புரவுப் பணியாளர்களையும் மக்கள் கைதட்டி ஊக்குவித்தச் செயல்கள், வீட்டைவிட்டு வெளியேற முடியாத நிலையிலிருந்த அண்டைவீட்டாருக்காகப் பல்பொருள் அங்காடிகளுக்குச் சென்று சாமான்கள் வாங்கிக் கொடுத்தச் செயல்கள், மனிதாபிமான அடிப்படையில் மக்கள் மேற்கொண்டிருந்த பிற பெருந்தன்மையான செயல்கள் ஆகியவை, நாம் அனுமானித்திருந்ததைவிட மக்கள் அடுத்தவர்கள்மீது அக்கறை கொண்டுள்ளதையே வெளிப்படுத்தின. அதற்கு முன்பு இவற்றை வெளிப்படுத்துவதற்கு நமக்கு நேரம் இருந்திருக்கவில்லை போலும்!

கொரோனா பெருந்தொற்று மக்களுடைய நிலைமையை நல்லவிதமாக மாற்றியிருக்கவில்லை என்பது வெளிப்படை. கொரோனா வைரஸ் கோர தாண்டவமாடியது ஒரு பக்கம் இருந்தாலும், அது நம்மை மாற்றியிருக்கிறது; குறைந்தபட்சம் சில அம்சங்களில் தற்காலிகமாகவாவது அது நம்மை மாற்றியிருக்கிறது. பொதுமுடக்கத்திற்கு முந்தைய காலகட்டத்தில் நம்மிடம் எவையெல்லாம் பற்றாக்குறையாக இருந்தன, அப்போது நாம் விருப்பத்துடனோ அல்லது வேறு வழி இல்லாமலோ எத்தகைய சமரசங்களைச் செய்து கொண்டிருந்தோம் போன்ற விஷயங்கள் குறித்து அது நம்மை ஆழமாகச் சிந்திக்க வைத்திருக்கிறது. எடுத்துக்காட்டாக, எந்நேரமும் வேலை வேலை என்று ஓடிக் கொண்டிருந்த காரணத்தால், நம்மால் அண்டைவீட்டார் குறித்து அக்கறை கொள்ள முடியாத நிலை நிலவியது. நாம் ஒரு சமூகக் குழுவாக ஒருங்கிணைந்து, தீவிரமாக ஒன்றை விரும்பினால், ஒரு பிரம்மாண்டமான விதத்தில் விஷயங்களை மாற்ற முடியும் என்று எழுத்தாளரான ஜூலியோ வின்சென்ட் காம்புட்டோ தெரிவிக்கிறார்: "பெருந்தொற்று நமக்குத் திரைவிலக்கிக் காட்டியிருந்த விஷயங்களின்மீது மீண்டும் வேறு எதையாவது போர்த்தி மறைத்துவிட முடியாது. லாஸ் ஏஞ்சலீஸ் நகரின் தெருவில் கார்கள் ஓடாத காரணத்தால், மாசுபாடு திடீரென்று சுத்தமாக மறைந்து அங்குப் பல காலம் எவரும் பார்த்திராத

நீலவானத்தைப் பலரும் கண்டனர். இரைச்சலுக்குப் பெயர்போன நியூயார்க் நகரின் தெருக்களில் மக்களால் பறவைகளின் கீச்சொலிகளைக் கேட்க முடிந்தது. அமெரிக்காவின் பிரபலமான ‘கோல்டன் கேட்’ பாலத்தில் குள்ளநரிகள் தென்பட்டன. இந்த பூமியின்மீது நாம் ஏற்படுத்திக் கொண்டிருக்கின்ற நாசகரமான விளைவுகளைக் குறைப்பதற்கு நம்மால் நடவடிக்கைகள் எடுக்க முடிந்தால் உலகம் எப்படி இருக்கும் என்பதை வெளிப்படுத்திய காட்சிகள் இவை.” அதே நெருக்கடி, அநியாயத்திற்குக் குறைவான நிதி ஒதுக்கப்பட்டுக் கொண்டிருக்கின்ற பொதுச் சுகாதார அமைப்புகள், சோரம் போய்க் கொண்டிருக்கின்ற அரசியல்வாதிகள், கடுமையான இனப் பாகுபாடுகள், நாட்டில் தலைவிரித்தாடிக் கொண்டிருக்கின்ற பொருளாதாரப் பாதுகாப்பின்மை போன்றவற்றையும் வெளிப்படுத்தியது உண்மைதான். இவை ஏற்கனவே சமூகத்தில் இருந்து வந்துள்ள பிரச்சனைகள் என்றாலும், இப்போது இவை நம் கண்களுக்குப் புலப்படுவதற்கு, தாக்கமிக்க விஷயங்களின்மீது நம் கவனம் குவிந்துள்ளதுதான் காரணம்.

பொதுமுடக்கம் முடிவடைந்தவுடன், பெருநிறுவனங்களும் அரசாங்கங்களும், நாம் தரிசித்திருந்த இந்தச் சாத்தியக்கூறுகளை மறக்கடிக்க ஒரு கூட்டுச் சதியில் ஈடுபடும் என்று ஜூலியோ எச்சரிக்கிறார். அதற்காக அவை புதிய கண்கவர் பொருட்களையும் சேவைகளையும் அறிமுகப்படுத்தும் என்றும், நம் கவனத்தைச் சிதறடிக்கின்ற கலாச்சார மோதல்களைத் தூண்டிவிடும் என்றும், வழமைக்கு வேகமாகத் திரும்புவதற்கு ஏங்கிக் கொண்டிருக்கும் நாம் அவற்றுக்குப் பலியாகிவிடுவோம் என்றும் அவர் கூறுகிறார். அதற்குப் பதிலாக, நாம் இந்த விநோதமான உணர்வைக் கெட்டியாகப் பிடித்துக் கொள்ள வேண்டும் என்றும், நம்முடைய நேரத்தைப் பயன்படுத்துவது தொடர்பான புதிய தேர்ந்தெடுப்புகளை மேற்கொள்ள வேண்டும் என்றும் அவர் பரிந்துரைக்கிறார்.

கொரோனா காலத்தில் நடந்த விஷயங்கள்

விவரிக்கப்பட முடியாத அளவு அற்புதமானவை. நமக்கு இதுவரை கிடைத்துள்ளதிலேயே மகத்தான வெகுமதி இதுதான். நமக்கு நிகழ்ந்திருந்த மாபெரும் இடைநிறுத்தத்தைப் பற்றி இங்கு நான் குறிப்பிடுகிறேன். உங்களுடைய சன்னலின் வழியாக உள்ளே நுழைகின்ற பிரகாசமான வெளிச்சத்தைக் கண்டு உங்கள் கண்களைச் சுருக்கிக் கொள்ளாதீர்கள். அது உங்களுடைய கண்களுக்கு வலி ஏற்படுத்துகிறது என்பதை நான் அறிவேன். ஏனெனில், என் கண்களும் அதனால் காயப்பட்டுள்ளன. திரைச்சீலை முழுமையாக விலக்கிக் கொள்ளப்பட்டுள்ளது. நாம் மீண்டும் வழமைக்குத் திரும்புகின்ற மகத்தான நாள் ஒரு மாபெரும் கொண்டாட்டத்துடன் விரைவில் வரவிருக்கிறது. ஆனால், நான் கூறுவதைக் காது கொடுத்துக் கேட்குமாறு நான் உங்களை மன்றாடிக் கேட்டுக் கொள்கிறேன். ஆழமாக மூச்சிழுத்துக் கொள்ளுங்கள்; உங்களைச் சுற்றி எழுப்பப்பட்டுக் கொண்டிருக்கின்ற சத்தங்களை அலட்சியம் செய்யுங்கள். உங்களுடைய வாழ்க்கைக்குள் எவற்றை மீண்டும் புகுத்த விரும்புகிறீர்கள் என்பது குறித்து ஆழமாகச் சிந்தியுங்கள். வழமை என்பது எப்படி இருக்க வேண்டும் என்பதைத் தீர்மானிப்பதற்கும், வழமை குறித்து ஒரு புதிய விளக்கம் அளிப்பதற்கும் நமக்குக் கிடைத்துள்ள, ஓர் அரிய, புனிதமான (ஆமாம், தெரிந்தேதான் நான் இந்த வார்த்தையைப் பயன்படுத்துகிறேன்) சந்தர்ப்பம் இது. முட்டாள்தனங்களையும், பொய்களையும், கட்டுக்கதைகளையும் உதறி எறிவதற்கு நமக்குக் கிடைத்துள்ள ஒரு வாய்ப்பு இது. நமக்கு உண்மையிலேயே ஒத்து வருகின்ற, நம்முடைய வாழ்க்கையைச் செழிப்பாக்குகின்ற, நம்முடைய குழந்தைகளை மகிழ்ச்சிக்கு உள்ளாக்குகின்ற, நம்மை உண்மையிலேயே பெருமை கொள்ளச் செய்கின்ற விஷயங்களை மட்டுமே நாம் நம்முடைய வாழ்க்கைக்குள் அனுமதிக்க வேண்டும்.

வாழ்க்கையில் உண்மையிலேயே அர்த்தமிக்கவையாக இருக்கின்ற விஷயங்கள் என்று பேச்செடுக்கின்றபோது, அது பிரம்மாண்டத்தைத் தழுவியதாகவே இருக்க

வேண்டும் என்று நாம் நினைத்துக் கொள்கிறோம். உங்களுடைய நேரத்தின் பயன்பாடு என்பது மகத்தான விளைவுகளை ஏற்படுத்தக்கூடிய ஒன்றாக இருக்க வேண்டும் என்று நாம் தவறாக நினைத்துக் கொள்கிறோம். நாம் நம்முடைய வேலையை விட்டுவிட்டு ஒரு சமூகச் சேவகராக ஆக வேண்டும் அல்லது விண்வெளிக் கப்பலைக் கட்டுகின்ற ஒரு நிறுவனத்தைத் துவக்க வேண்டும் என்று நாம் யோசிக்கிறோம். இது போன்ற பிரம்மாண்டங்களை உருவாக்க முடியாத நிலையில் நாம் இருந்தால், அர்த்தமுள்ள ஒரு வாழ்க்கையை வாழ்வது நமக்குச் சாத்தியப்படாது என்ற முடிவுக்கு நாம் வருகிறோம். அரசியல் மற்றும் சமூக வாழ்க்கையைப் பொறுத்தவரை, மிகவும் புரட்சிகரமான, உலகத்தையே புரட்டிப் போடக்கூடிய நடவடிக்கைகளில் மட்டுமே நாம் ஈடுபட வேண்டும் என்று நாம் நினைத்துக் கொள்கிறோம். நினைவு மறதி நோயுள்ள உங்களுடைய உறவினர் ஒருவரைக் கவனித்துக் கொள்வதற்கு நேரத்தைச் செலவிட முனைவதும், காலநிலை மாற்றப் பிரச்சனைகளும் பொருளாதார ஏற்றத்தாழ்வுப் பிரச்சனைகளும் தீர்க்கப்படாமல் இருக்கின்றபோது உள்ளூர்ப் பூங்கா ஒன்றைச் செப்பனிட ஒரு தன்னார்வத் தொண்டராகச் செயல்பட முன்வருவதும் அர்த்தமற்றவை என்று நாம் எண்ணுகிறோம். புதுயுக இயக்கத்தைச் சேர்ந்தவர்கள் இத்தகைய பிரம்மாண்டத்திற்கு இவ்வாறு விளக்கமளிக்கின்றனர்: "நம் ஒவ்வொருவருக்கும் குறிப்பிடத்தக்கதொரு பிறவி நோக்கம் இருக்கிறது; நாம் அதைக் கண்டறிந்து, அதை நிறைவேற்ற வேண்டும் என்று பிரபஞ்சம் நம்மிடம் எதிர்பார்க்கிறது."

இது போன்ற உணர்வுகளால் நாம் திக்குமுக்காடிப் போய்விடாமல் இருப்பதற்கு, நாம் ஓர் அப்பட்டமான உண்மையைத் தெரிந்து கொள்வது மிகவும் அவசியம். அது உங்களை ஆசுவாசப்படுத்தும்; அதைக் கேட்கின்றபோது, நிம்மதிப் பெருமூச்சு ஒன்று உங்களிடமிருந்து வெளிப்படும். அது இதுதான்: "உங்களுடைய வாழ்க்கையை வைத்துக் கொண்டு நீங்கள் என்ன செய்யப் போகிறீர்கள் என்பது ஒரு பெரிய விஷயமே அல்ல. நீங்கள் உங்களுக்குக்

கிடைத்துள்ள நேரத்தை எப்படிப் பயன்படுத்துகிறீர்கள் என்பது பற்றிப் பிரபஞ்சத்திற்குக் கிஞ்சித்தும் அக்கறை இல்லை என்பதே உண்மை."

சுமாரான அர்த்தமுள்ள ஒரு வாழ்க்கை

காலஞ்சென்ற தத்துவவியலாளர் பிரையன் மேகி, நம்மை ஆழமாகச் சிந்திக்க வைக்கின்ற ஒரு விஷயத்தை அடிக்கடிக் குறிப்பிடுவார். மனித நாகரிகம் என்பது வெறும் ஆறாயிரம் ஆண்டுகள் மட்டுமே பழமையானது. ஆனால், இதை மிக நீண்டதொரு காலகட்டமாகக் கருதுகின்ற ஒரு சிந்தனைப் போக்கு நமக்கு இருக்கிறது. மனிதகுல வரலாற்றில் பல பேரரசுகள் தோன்றியும் மறைந்தும் போயுள்ளன. நாம் வரலாற்றுக் காலகட்டங்களின்மீது 'செந்நெறிக் காலம்' அல்லது 'மத்தியக் காலம்' என்று பல்வேறு முத்திரைகளைக் குத்தி, அவற்றைப் பல்வேறு பெயர்களில் அழைக்கிறோம். பனிமலைகளின் அடிவாரங்களில் இருக்கின்ற பனியாறுகள் நகர்வதைப்போலவே காலமும் நகர்கிறது. இப்போது இதை வேறொரு கண்ணோட்டத்தில் பார்க்கலாம். ஒவ்வொரு தலைமுறையிலும், நூறு வயதுவரை (அதாவது, 5,200 வாரங்கள்) வாழ்ந்தவர்கள் பலர் இருந்தனர். மக்களின் சராசரி ஆயுட்காலம் இப்போது இருப்பதைவிட மிகக் குறைவாக இருந்த பழங்காலங்களில்கூட, ஒரு சிலர் நூறு ஆண்டுகள்வரை வாழ்ந்தனர். இந்த நூற்றகவையினர் ஒவ்வொருவரும் பிறந்த நேரத்தில், ஒரு சில நூற்றகவையினர் உயிரோடு இருந்திருப்பார்கள், இல்லையா? இதன்படி பார்த்தால், வரலாற்றில் இப்போதிருந்து பின்னாக்கிச் சென்றால், நூற்றகவையினரின் தொடர்ச்சியான வரிசை ஒன்றை நம்மால் கற்பனை செய்ய முடியும்தானே? வரலாற்றில் மக்களின் ஆவணப் பதிவுகள் செம்மையாக இருந்திருக்கும் பட்சத்தில், இப்படி வாழ்ந்திருந்த குறிப்பிட்ட நபர்களின் பெயர்களை நம்மால் அடையாளம் கண்டுகொண்டிருக்க முடியும்.

இப்போது நாம் சுவாரசியமானதொரு

விஷயத்திற்கு வரலாம். இந்தக் கணக்கின்படி, மிகவும் புராதனமானது என்று நாம் நினைத்துக் கொண்டிருக்கின்ற, வரலாற்றின் பொற்காலங்களில் ஒன்றாகக் கருதப்படுகின்ற எகிப்தியப் பேரரசர்களின் காலம், வெறும் முப்பத்தைந்து ஆயுட்காலங்களுக்கு முந்தைய காலம்தான். இயேசு கிறிஸ்துவின் காலம், இருபது ஆயுட்காலங்களுக்கு முந்தைய காலம். வெறும் ஐந்து ஆயுட்காலங்களுக்கு முந்தைய காலத்தின்போது, எட்டாம் ஹென்ரி இங்கிலாந்தின் அரியணையில் அமர்ந்திருந்தார். உங்களால் நம்ப முடிகிறதா? வெறும் ஐந்து! இந்தக் கணக்கின்படி, மொத்த மனிதகுல வரலாற்றை, வெறும் அறுபது ஆயுட்காலங்களுக்குள் அடக்கிவிடலாம். அறுபது என்பது ஒரு பெரிய எண் அல்ல. "நான் என் நண்பர்களுக்கு ஒரு மது விருந்து அளித்தால், என்னுடைய அறுபது நண்பர்களையும் என்னுடைய வீட்டின் வரவேற்பறையில் என்னால் அடக்கிவிட முடியும்," என்று பிரையன் மேகி கூறுகிறார். இந்தக் கண்ணோட்டத்தின்படி பார்த்தால், மனிதகுல வரலாறு, கண்மூடித் திறப்பதற்குள் நிகழ்ந்துவிடுகின்ற ஒன்றாகத் தோன்றும். அதில் உங்களுடைய வாழ்க்கை? அது ஒரு குண்டூசி முனையைவிடச் சிறியதாக இருக்கும், இல்லையா? அந்தக் குட்டிப் புள்ளிக்கு முன்னால், கணக்கிடுவதற்குக் கடினமான ஒரு பிரபஞ்ச காலம் இருக்கும்; அந்தப் புள்ளிக்குப் பின்னால், அதேபோல பிரமிப்பை உண்டாக்கக்கூடிய பிரமாண்டமானதொரு பிரபஞ்ச காலம் நீண்டு கிடக்கும்.

இப்படிப்பட்ட எண்ணங்கள் நமக்குக் குலைநடுக்கம் ஏற்படுத்தும் என்பதை மறுப்பதற்கில்லை. நூலாசிரியரும் பாதிரியாருமான ரிச்சர்டு ஹாலோவே அதை இவ்வாறு விவரிக்கிறார்: "பிரபஞ்சத்திற்கு உங்கள்மீது துளிகூட அக்கறை கிடையாது என்பதைப் பற்றி யோசிக்கின்றபோது ஏற்படுகின்ற உணர்வு, ஓர் அடர்ந்த காட்டில் வழி தவறிப் போகின்றபோது ஏற்படுகின்ற திக்குமுக்காடல் உணர்வையோ அல்லது ஒரு கப்பலின் மேல்தளத்தில் தனியாக இருக்கும்போது தவறிக் கடலுக்குள் விழுந்துவிடுகின்றபோது ஏற்படுகின்ற தவிப்பையோ

ஒத்ததாக இருக்கலாம்." ஆனால், இதையே வேறு ஒரு கோணத்தில் பார்த்தால், அது விநோதமானதொரு விதத்தில் ஆசுவாசமளிப்பதாக இருக்கும். 'நீங்கள் ஒரு பிரபஞ்சத் தூசு' என்பதை ஏற்றுக் கொள்வதன் மூலம் கிடைக்கின்ற மன ஆறுதல் அது. விஷயங்கள் உங்களைப் போட்டு அழுத்தி, உங்களால் கையாள முடியாது என்ற உணர்வை உங்களிடம் ஏற்படுத்துகின்றபோது, பிரபஞ்சப் பெருவெளித் தளத்திலிருந்து பார்க்கின்றபோது உங்களுடைய பிரச்சனையெல்லாம் ஒரு புண்ணாக்கும் அல்ல என்ற நினைவூட்டல் உங்களுக்குக் கண்டிப்பாக ஆறுதலளிக்கும், இல்லையா? சராசரியான ஒரு வாழ்க்கையில் பதற்றத்திற்குக் காரணமாக இருக்கின்ற பணப் பிரச்சனைகள், உறவுப் பிரச்சனைகள், அந்தஸ்துப் பிரச்சனைகள் போன்றவை கிடுகிடுவெனச் சுருங்கி, தம்முடைய முக்கியத்துவத்தை இழந்துவிடும். பெருந்தொற்றுகளும் முக்கியத்தும் இழந்துவிடும், அதிபர்களும்கூட முக்கியத்துவமற்றவர்களாக ஆகிவிடுவர். உங்களுக்கு என்ன நிகழ்ந்து கொண்டிருந்தாலும் சரி, அதைப் பற்றிய அக்கறையின்றி, பிரபஞ்சம் எப்போதும்போல அமைதியாகவும் அலட்டிக் கொள்ளாமலும் இயங்கிக் கொண்டிருக்கும். பிரபஞ்சப் பெருவெளியில் நீங்கள் தூசிலும் தூசுக்குச் சமானம் என்பதை நாம் நினைவுகூரும்போது, நம்முடைய தோளை அழுத்திக் கொண்டிருக்கும் ஒரு பெரிய பாரத்தை இறக்கி வைத்துள்ளதைப் போன்ற ஒரு நிம்மதி ஏற்படும். இதில் வேடிக்கை என்னவென்றால், அப்படிப்பட்ட ஒரு பாரத்தை நாம் தூக்கிச் சுமந்து கொண்டிருக்கிறோம் என்பதையே நம்மில் பலரும் அறியாமல் இருக்கிறோம்.

நமக்குக் கிடைக்கின்ற இந்த நிவாரணத்தை இன்னும் நெருக்கமாக ஆராயலாம். பல சமயங்களில், இந்தப் பிரபஞ்சம் நம்மைச் சுற்றித்தான் இயங்கிக் கொண்டிருக்கிறது என்ற எண்ணம் நம்மில் பெரும்பாலானவர்களுக்கு இருக்கிறது. அப்படிப்பட்ட உணர்வு இல்லாத பட்சத்தில், பிரபஞ்சப் பெருவெளியில் நீங்கள் தூசிலும் தூசுக்குச் சமானம் என்ற கண்ணோட்டம் நமக்கு ஆசுவாசத்தைக் கொடுக்காது. பிரபஞ்சம்

நம்மைச் சுற்றித்தான் இயங்கிக் கொண்டிருக்கிறது என்ற எண்ணம், மிதமிஞ்சிய செருக்குடையவர்களுக்கும் சுயமோகிகளுக்கும் மட்டுமே சொந்தமானதல்ல. அது ஓர் அடிப்படை மனித இயல்பு. உலகில் நடைபெறுகின்ற அனைத்தையும், நீங்கள் அதன் மையத்தில் இருந்து கொண்டிருக்கிறீர்கள் என்ற கண்ணோட்டத்திலிருந்து பார்க்கின்ற போக்கு உங்களுக்கு இருப்பதால், உங்களுக்குக் கிடைத்துள்ள சில ஆயிரம் வாரங்கள், காலச் சக்கரத்தின் கடையாணியாக நீங்கள் திகழ்வதற்கு வழிவகுத்துள்ளது, அதுவரையுள்ள வரலாறு முழுவதும் உங்களை இந்த இடத்திற்குக் கொண்டு வருவதற்காகவே இயங்கிக் கொண்டிருந்தது என்ற உணர்வை அது உங்களுக்குக் கொடுக்கிறது. உங்களை மையப்படுத்துகின்ற இந்தப் போக்கை, 'தற்செருக்குச் சார்பு' என்று உளவியலாளர்கள் அழைக்கின்றனர். பரிணாம வளர்ச்சிக் கண்ணோட்டத்தில் பார்க்கின்றபோது, அது நம்மிடம் படிந்துள்ளதற்கான காரணம் பிடிபடும். நீங்கள் முக்கியத்துவமற்றவர் என்ற எதார்த்தத்தை நீங்கள் உணர்ந்திருந்தால், உயிர்பிழைத்திருப்பதற்கான ஊக்கமும், உங்களுடைய மரபணுவை அடுத்தத் தலைமுறைக்குக் கடத்துவதற்கான துடிப்பும் உங்களிடம் குறைவாக இருக்கும்.

உங்களுடைய இருத்தலை வரலாற்று முக்கியத்துவம் வாய்ந்த ஒன்றாக நீங்கள் கருதுகின்றபோது வாழ்க்கை மிகவும் அர்த்தமுள்ளதாக விளங்கும் என்று நீங்கள் நினைத்தால், அது தவறு. எனெனில், உங்களுடைய வாழ்க்கை மிகவும் குறுகியதாக இருப்பதால், வாழ்க்கை அர்த்தமுள்ளதாக விளங்குவதற்குத் தேவையான சாதனைகளைப் படைப்பதற்கு உங்களுக்குப் போதுமான நேரம் இல்லை என்ற உணர்வு உங்களை ஆட்டிப் படைக்கும். தத்துவவியலாளர் இடோ லான்டாவின் வார்த்தைகளில் கூறுவதென்றால், "உங்களுடைய வாழ்க்கை, குறைந்தபட்சம் சராசரித்தனத்தைத் தாண்டிய ஒன்றாகவாவது இருக்க வேண்டும்." அது கண்டிப்பாகச் சராசரியான ஒன்றாக இருக்க முடியாது என்பதில் சந்தேகம் இருக்க முடியாது. உங்களுடைய வாழ்க்கை,

பிரபஞ்சப் பெருவெளியில் முக்கியத்துவம் வாய்ந்த ஒன்றாக இருப்பதாக நீங்கள் நம்பும் பட்சத்தில், அதை நோக்கி ஏதேனும் செய்ய வேண்டும் என்ற உந்துதல் உங்களிடம் கண்டிப்பாக இருக்கும், இல்லையா?

இந்த மனப்போக்குத்தான், 'பிரபஞ்சப் பெருவெளியில் ஒரு சிறு நெளிசலையாவது ஏற்படுத்த வேண்டும்' என்பதில் உறுதியாக இருக்கின்ற ஒரு சிலிக்கான் வேல்லி தொழிலதிபர், வரலாற்றில் தன் முத்திரையைப் பதித்தே ஆக வேண்டும் என்று ஒற்றைக் காலில் நிற்கின்ற ஓர் அரசியல்வாதி, தன் படைப்பு லியோ டால்ஸ்டாய் தொட்டிருந்த உயரத்தைத் தொடாவிட்டால் அது முக்கியத்துவம் வாய்ந்ததல்ல என்று இரகசியமாக ஏங்குகின்ற ஒரு நாவலாசிரியர் போன்றோரிடம் காணப்படுகிறது. அதேபோல, தங்களுடைய வாழ்க்கை எந்தவிதத்திலும் அர்த்தமுள்ளதல்ல, வேறு விதமான எதிர்பார்ப்புகளை வளர்த்துக் கொள்வதைத் தாங்கள் நிறுத்திக் கொள்ள வேண்டும் என்ற ஒரு வருத்தகரமான முடிவுக்கு வருகின்ற நபர்களும் மறைமுகமாக இதே கண்ணோட்டத்தைத்தான் கொண்டிருக்கின்றனர். அதாவது, வாழ்க்கையின் அர்த்தம் குறித்து அவர்கள் தங்களுக்கென்று ஒரு தர அளவீட்டை உருவாக்கி வைத்துள்ளனர். அதில் எடைபோடப்பட்டால் எவருமே தேற மாட்டார்கள். அதை இடோ லான்டாவ் இவ்வாறு விவரிக்கிறார்: "தேநீர் தயாரிப்பதற்காக ஒரு கோப்பை நீரைச் சுட வைக்க ஒரு நாற்காலியால் முடியாது என்பதற்காக நாம் அந்த நாற்காலியை ஏற்றுக் கொள்ளாமல் இருப்பதில்லை." நீரைச் சுட வைக்க வேண்டிய செயல்வல்லமை ஒரு நாற்காலிக்கு இருக்க வேண்டிய அவசியமில்லை. அதனால், அந்த நாற்காலியைப் பொறுத்தவரை, அதனால் நீரைக் கொதிக்க வைக்க முடியாது என்பது ஒரு பிரச்சனையே அல்ல. இடோ லான்டாவ் அதை மேலும் இவ்வாறு விளக்குகிறார்: "அதேபோல, பெருவாரியான மக்கள், தாங்கள் ஒரு மைக்கேல் ஏஞ்சலோவாகவோ, ஒரு மொசார்ட்டாகவோ அல்லது ஓர் ஐன்ஸ்டைனாகவோ ஆகிய தீர வேண்டும் என்று கோருவது பொருத்தமற்றது.

ஒட்டுமொத்த மனிதகுல வரலாற்றில் அத்தகையோர் வெகு சிலரே இருந்துள்ளனர்.” வேறு வார்த்தைகளில் கூற வேண்டுமென்றால், உங்களால், ‘பிரபஞ்சப் பெருவெளியில் ஒரு சிறு நெளிசலைக்கூட ஏற்படுத்த முடியாது’ என்று கிட்டத்தட்ட உறுதியாகக் கூறலாம். இந்த வார்த்தைப் பிரயோகத்திற்குச் சொந்தக்காரரான ஸ்டீவ் ஜாப்ஸால்கூட, பிரபஞ்சப் பெருவெளியில் அப்படி ஒரு நெளிசலை ஏற்படுத்த முடியவில்லை. ஐஃபோனை ஒரு சில தலைமுறையினர் நினைவில் வைத்திருக்கக்கூடும், அவ்வளவுதான். ஆனால், உண்மையான பிரபஞ்ச நோக்கில் பார்த்தால், மற்ற அனைத்தையும்போலவே ஐஃபோனும் விரைவில் மறக்கப்பட்டுவிடும்.

பிரபஞ்ச நோக்கில் நீங்கள் முக்கியத்துவமற்றவர் என்று உங்களுக்கு நினைவுபடுத்தப்படுகின்றபோது உங்களுக்கு ஓர் ஆசுவாசமான உணர்வு ஏற்படுவதில் வியப்பேதும் இல்லை. இவ்வளவு காலமும், உங்களால் ஒருபோதும் எட்ட முடியாத ஒரு தரத்தின் அடிப்படையில் நீங்கள் உங்களை எடைபோட்டுக் கொண்டிருந்தீர்கள் என்ற புரிதல் அது. அது உங்களுக்கு அமைதியை மட்டுமல்லாமல், விடுதலை உணர்வையும் அளிக்கிறது. ‘செம்மையாகச் செலவிடப்பட்டதொரு வாழ்க்கை’ என்ற அடைமொழிக்குள் வாழ வேண்டிய நிர்ப்பந்தம் உங்களுக்கு இல்லாமல் போய்விடுவதால், உங்களுடைய நேரத்தை ஓர் அர்த்தமுள்ள முறையில் செலவிடுவதற்கு இருக்கின்ற வேறு சில சாத்தியகூறுகளைத் தேடுவதற்கான சுதந்திரமும் உங்களுக்குக் கிடைத்துவிடுகிறது. அதோடு, நீங்கள் ஏற்கனவே செய்து கொண்டிருக்கின்ற பல விஷயங்களும் அந்த அர்த்தமுள்ள விஷயங்களின் அடைமொழிக்குள் வந்துவிடும் என்ற சாத்தியக்கூறைத் தேர்ந்தெடுப்பதற்கான சுதந்திரமும் உங்களுக்குக் கிடைத்துவிடுகிறது. இதுவரை, அவை முக்கியத்துவமற்றவை என்று நீங்கள் ஆழ்மனரீதியாக அவற்றைக் குறைத்து மதிப்பிட்டு அவற்றை ஒதுக்கித் தள்ளிக் கொண்டிருந்தீர்கள்.

இந்தக் கண்ணோட்டத்தின்படி பார்த்தால், நீங்கள் உங்களுடைய குழந்தைகளுக்குச் சத்தான உணவைத்

தயாரித்துக் கொடுப்பது உங்களுக்குச் 'சமையல் திலகம்' என்ற விருதைப் பெற்றுத் தராவிட்டாலும்கூட, முக்கியத்துவம் வாய்ந்த பிற விஷயங்களைப்போலவே அதுவும் முக்கியத்துவம் வாய்ந்ததுதான் என்று உங்களால் கருத முடியும். நீங்கள் எழுதுகின்ற நாவல் உங்களுடைய சக மனிதர்கள் சிலருக்குக் குதூகலமளித்தால், நீங்கள் ஒரு டால்ஸ்டாய் அல்லர் என்பதை நீங்கள் அறிந்திருந்தாலும்கூட, பிற முக்கியத்துவமிக்க விஷயங்களைப்போலவே உங்கள் நாவலும் முக்கியத்துவம் வாய்ந்ததுதான் என்று உங்களால் கருத முடியும். அதேபோல, வேலை பார்க்க வேண்டிய வயதில் இருக்கின்றபோது, அது எந்த வேலையாக இருந்தாலும், அது யாருக்குச் சேவை புரிகிறதோ அவர்களுடைய வாழ்க்கையை அது சிறிதளவு மேம்படுத்தினால்கூட, அதை மதிப்புமிக்கதாகத்தான் கருத வேண்டும். அதோடு, கொரோனா பெருந்தொற்றுக் காலத்தின் அனுபவத்தின் காரணமாக, நாம் நம்முடைய அண்டைவீட்டார்மீது சற்றே கூடுதலான அக்கறை செலுத்துகின்ற நபர்களாக உருவாகியிருந்தால், ஒட்டுமொத்தச் சமுதாயமும் ஒரு பெரிய அளவில் மாற்றம் அடைந்திருக்காவிட்டால்கூட, அந்த 'மாபெரும் இடைநிறுத்தத்தின்' விளைவாக நாம் மதிப்பு வாய்ந்த ஒன்றைக் கற்றுக் கொண்டிருந்தோம் என்று நாம் மார்தட்டிக் கொள்ளலாம்.

நீங்கள் ஒரு பிரபஞ்சத் தூசு என்பதை ஏற்றுக் கொள்வதற்கு உங்களால் எதைச் செய்ய முடியுமோ அதைச் செய்யுங்கள். உங்களுக்கு வழங்கப்பட்டுள்ள சில ஆயிரம் வார ஒப்பில்லா வெகுமதிக்கு நீங்கள் தகுதியானவர்தான் என்பதை நிரூபிப்பதற்கு, அவற்றைக் கொண்டு நீங்கள் பிரம்மாண்டமான ஒன்றைப் படைக்க வேண்டும் என்று அவசியமில்லை. இன்னும் சொல்லப் போனால், அதற்கு நேர் எதிரானதே பொருத்தமானதாக இருக்கும். அதாவது, அவற்றை அரூபமானவையாகச் சித்தரித்துக் கொண்டு, பிரம்மாண்டமான ஒன்றைப் படைத்தே ஆக வேண்டும் என்று முரண்டு பிடிப்பதை நீங்கள் கைவிட்டாலே போதும்.

அத்தியாயம் பதினான்கு

மனிதகுலப் பிணி

நேரப் பிரச்சனைகளைத் தீர்ப்பது தொடர்பாக நாம் கொண்டுள்ள கற்பனையைக் கச்சிதமாக வெளிப்படுத்துகிறது நான் முன்பே குறிப்பிட்டிருந்த, நேர நிர்வாக வல்லுநரான பிரையன் டிரேசியின் புத்தகத்தின் தலைப்பு: 'நேரத்தை வசப்படுத்துவோம், வாழ்க்கையை வசப்படுத்துவோம்'. நேரத்தைக் கையாள்வதை நாம் ஒரு போராட்டமாக உணர்வதற்குக் காரணம், நாம் அதை வசப்படுத்த முயல்வதுதான். நம்மால் ஊகிக்க முடியாத விதத்தில் மலர்ந்து கொண்டிருக்கின்ற நம்முடைய வருங்கால வாழ்க்கை குறித்து நாம் பாதுகாப்பாக உணர்வதற்காகவும், வருங்கால நிகழ்வுகளால் பாதிப்புக்கு உள்ளாகக்கூடிய நிலையிலிருந்து முற்றிலும் விடுபடுவதற்காகவும், அதன்மீது முழுமையான கட்டுப்பாட்டையும் ஆதிக்கத்தையும் செலுத்த நாம் முயல்கிறோம்.

அந்தப் போராட்டம், நம்மில் சிலருக்கு, பிறருடைய எதிர்பார்ப்புகளைப் பூர்த்திசெய்ய முடியாமல்போவதால் வருகின்ற குற்றவுணர்வை மீண்டும் ஒருபோதும் நாம் அனுபவிக்கக்கூடாது என்பதற்காகவும், செயல்திறன் குறைவைக் காரணம் காட்டி நாம் வேலையிலிருந்து தூக்கி எறியப்பட்டுவிடுவோம் என்ற கவலை மீண்டும் ஒருபோதும் நமக்கு வந்துவிடக்கூடாது என்பதற்காகவும், நம்முடைய பெருங்கனவுகளை நிறைவேற்றாமலேயே

நாம் இறந்துவிடக்கூடாது என்பதற்காகவும், நம்மை நாம் உற்பத்தித்திறன் மிக்கவர்களாகவும் செயலூக்கம் கொண்டவர்களாகவும் ஆக்குவதற்கான முயற்சிகளில் ஈடுபடுவதன் மூலமாக வெளிப்படுகிறது. வேறு சிலர், முக்கியமான செயல்திட்டங்களில் குதிக்காமல் இருப்பதற்கும், நெருக்கமான உறவுகளில் ஈடுபடத் தயங்குவதற்கும் காரணம், நடைமுறையில் அது வெற்றி பெறலாம் அல்லது வெற்றி பெறாமலும் போகலாம் என்று இருக்கின்ற ஒன்றுக்குத் தங்களை அர்ப்பணித்துக் கொள்வதன் மூலம் தங்களுக்கு ஏற்படுகின்ற பதற்றத்தை எதிர்கொள்ள அவர்கள் தயாராக இல்லாததுதான். போக்குவரத்து நெரிசலில் நேரத்தை வீணாக்குவது குறித்தும், நம் கைக்குழந்தையின் அடாவடித்தனமான தாளகதிக்கு ஏற்ப நாம் ஆட வேண்டியிருக்கின்ற பரிதாபம் குறித்தும் நாம் புலம்பித் தீர்ப்பதற்குக் காரணம், நம்முடைய கால அட்டவணைமீது நமக்குத் துளிகூடக் கட்டுப்பாடு இல்லை என்பதை அவை ஈவு இரக்கமின்றி வெளிப்படுத்துவதுதான். மேலும், நேரத்தை வசப்படுத்துவது தொடர்பாக இருக்கின்ற கற்பனையிலேயே உச்சகட்டமான கற்பனையான, தன் முன்னே இருக்கின்ற அனைத்தையும் துவம்சம் செய்வதுபோல வருகின்ற ஊழியின் காலடியில் மிதிபட்டு நசுங்கிப் போய்விடாமல், இறப்பதற்கு முன்பு பிரபஞ்சப் பெருந்திட்டத்தில் பெருமைமிக்கதொரு கதாநாயகனாக நாம் மிளிர வேண்டும் என்ற மகா ஆசையையும் நாம் துரத்திச் சென்று கொண்டிருக்கிறோம்.

நேரத்துடனான நம்முடைய உறவில் எப்படியோ என்றாவது ஒரு நாள் நம் கை ஓங்கும் என்ற இந்தக் கனவை, மனித மயக்கங்களிலேயே எளிதாக மன்னிக்கப்படக்கூடிய ஒன்றாகக் கருதலாம். ஏனெனில், இதற்கு மாற்றாக இருப்பது நமக்குக் குலைநடுக்கம் ஏற்படுத்துவதாக இருக்கிறது. ஆனால், துரதிர்ஷ்டவசமாக, இந்த மாற்றுத்தான் நிஜமானதாக இருக்கிறது. நேரத்துடன் நாம் மல்லுக்கு நிற்பது கண்டிப்பாகத் தோல்வியில்தான் முடியும். ஏனெனில், உங்களிடம் இருக்கின்ற நேரம் அநியாயத்திற்குக் குறைவானது.

உங்களை நோக்கி எறியப்படச் சாத்தியமுள்ள அனைத்துச் சவால்களையும் வெற்றிகரமாக எதிர்கொள்கின்ற நிலையை நீங்கள் ஒருக்காலும் அடையப் போவதில்லை. உங்களுக்கு முக்கியமானதாகப் படுகின்ற அனைத்து இலட்சியங்களும் கைகூடுகின்ற நிலையை நீங்கள் ஒருக்காலும் எட்டப் போவதில்லை. மாறாக, நீங்கள் கடினமான தேர்ந்தெடுப்புகளை மேற்கொள்ள நிர்ப்பந்திக்கப்படுவீர்கள். உங்களுடைய வருங்காலம் இப்படித்தான் இருக்க வேண்டும் என்று அதற்கு உங்களால் ஆணையிட முடியாது என்பதாலும், அதை உங்களால் துல்லியமாகக் கணிக்கக்கூட முடியாது என்பதாலும், உங்களுடைய வாழ்வில் அரங்கேறுகின்ற நிகழ்வுகள்மீது உங்களுக்கு முழுக் கட்டுப்பாடு இருக்கிறது என்ற உணர்வு உங்களுக்கு ஒருக்காலும் வராது.

தற்காலிகமான வாழ்க்கை

இவற்றுக்குப் பின்னாலுள்ள ஆழமான உண்மை, ஹெய்டகர் முன்மொழிந்த, "நேரம் என்பது நமக்குக் கிடைத்திருக்கின்ற ஒரு பொருளோ அல்லது நம்மால் சொந்தம் கொண்டாடப்படுகின்ற ஒன்றோ அல்ல; நேரமே நாம்தான்," என்ற கூற்றில் மறைந்திருக்கிறது. நம் வாழ்க்கையில் நாம் எதிர்கொள்கின்ற கணங்களுடனான நம்முடைய உறவில் நம் கை ஓங்கியிருப்பதற்கு ஒருபோதும் சாத்தியமில்லை. ஏனெனில், அந்தக் கணங்களே நாம்தான். அவற்றை நீங்கள் வசப்படுத்த வேண்டுமென்றால், முதலில் நீங்கள் அவற்றுக்கு வெளியே வர வேண்டும், அவற்றிலிருந்து நம்மைப் பிரித்தெடுக்க வேண்டும். அப்படிச் செய்தால், நாம் எங்கே செல்வோம்? "நேரம் என்ற பொருளால் ஆக்கப்பட்டவன் நான். நேரம் என்ற நதி என்னை இழுத்துக் கொண்டு செல்கிறது; ஆனால், அந்த நதியே நான்தான். நேரம்தான் என்னை அழிக்கின்ற புலியாக இருக்கிறது; ஆனால், அந்தப் புலியே நான்தான். நேரம் என்ற நெருப்பு என்னை விழுங்கிக் கொண்டிருக்கிறது; ஆனால், அந்த நெருப்பே நான்தான்," என்று

அர்ஜென்டீனிய எழுத்தாளர் ஜார்ஜ் லூயிஸ் போர்ஜஸ் முழங்குகிறார். நீங்களே நதியாக இருக்கின்றபோது, பயந்தடித்துக் கொண்டு, அதன் கரையை நோக்கிப் பாய்ந்து செல்வதன் மூலம் உங்களுக்குப் பாதுகாப்பு எப்படிக் கிடைக்கும்? அதனால், பாதுகாப்பின்மையும் வலிமையின்மையும்தான் அடிப்படை இயல்பு நிலை. ஏனெனில், உங்களுடைய வாழ்க்கையின் ஒவ்வொரு கணத்திலும் எது வேண்டுமானாலும் நிகழலாம். ஒரே ஒரு மின்னஞ்சலால் அன்றைய தினத்தின் அனைத்துத் திட்டங்களையும் தவிடுபொடியாக்கிவிட முடியும். அதேபோல, நெருங்கிய ஒருவரின் மறைவு உங்களுடைய வாழ்வின் அடிப்படைக் கட்டுமானத்தையே உலுக்கக்கூடும்.

நேரத்தைப் பொறுத்தவரை, ஒருபோதும் சாத்தியப்படாத ஒரு பாதுகாப்பான நிலையை அடைகின்ற முயற்சியில் நீங்கள் உங்களுடைய வாழ்நாள் முழுவதையும் செலவிடும்போது, உங்களுடைய வாழ்க்கை தற்காலிகமானதாகவே தோன்றும். உங்களுடைய பூரணத்துவமான வாழ்க்கை, நீங்கள் அனைத்தையும் ஒரு சீரான நிலைக்குக் கொண்டு வந்த பிறகுதான் துவங்கும் என்ற உணர்வு உங்களிடம் இருக்கும். உங்களுக்கு நீங்களே இப்படிச் சொல்லிக் கொள்கிறீர்கள்: "எனக்கு ஒதுக்கப்பட்டுள்ள வேலைகளை எல்லாம் நான் முடித்தப் பிறகு; அல்லது என்னுடைய வேலைகளைத் திட்டமிட்ட முறையில் நடத்தி முடிப்பதற்கு ஒரு கச்சிதமான அமைப்புமுறையை நான் உருவாக்கிய பிறகு; அல்லது நான் இளங்கலைப் பட்டம் பெற்றப் பிறகு; அல்லது என்னுடைய கலையை மேம்படுத்திக் கொள்வதற்குப் போதுமான ஆண்டுகளை நான் அதற்காகச் செலவழித்தப் பிறகு; அல்லது நான் என்னுடைய கனவுக்கன்னியைத் தேடிக் கண்டுபிடித்தப் பிறகு; அல்லது நான் குழந்தைகளைப் பெற்றுக் கொண்ட பிறகு; அல்லது என் குழந்தைகள் வேலைக்குச் சென்று தனியாகச் சம்பாதிக்கத் தொடங்கிய பிறகு; அல்லது ஒரு புரட்சி வெடித்துச் சமூக நீதி நிலைநாட்டப்பட்டப் பிறகு, என் வாழ்க்கை என் முழுக் கட்டுப்பாட்டில்

இருப்பதாக நான் உணர்வேன்; அப்போதுதான் என்னால் ஆசுவாசமாக இருக்க முடியும். அதுவரை வாழ்க்கை ஒரு போராட்டமாகவே இருக்கும்." இப்படிப்பட்ட ஒரு கண்ணோட்டத்தைக் கொண்டிருக்கின்றபோது, வாழ்க்கை சில நேரங்களில் பரவசப்படுத்துவதாகவும், பல நேரங்களில் அதீத மனச்சோர்வு ஏற்படுத்துவதாகவும் இருக்கும் என்றாலும், அது எப்போதுமே வருங்கால நிகழ்வுகளின் விளைவுகளையே சார்ந்திருக்கும். 1970இல், சுவிட்சர்லாந்தைச் சேர்ந்த உளவியலாளரும் எழுத்தாளருமான மேரி லூயிஸ் வான் பிரான்ஸ் அந்த உணர்வை இப்படி எடுத்துரைக்கிறார்:

> இன்னும் நிஜ உலகிற்கு வந்து சேர்ந்திருக்கவில்லை என்ற விநோதமான உணர்வு ஒன்று இருக்கிறது. தற்காலிகமாக, ஒருவர் இதை, அதை என்று எதையோ செய்து கொண்டிருப்பார். ஆனால், தான் விரும்புகின்ற பெண் அல்லது தான் விரும்புகின்ற வேலை வருங்காலத்தில்தான் இருக்கிறது, ஒரு நாள் அது தன்னை வந்தடையும் என்று அவர் கற்பனை செய்து கொண்டிருப்பார். அதற்கிடையே, இங்கு மாட்டிக் கொண்டுவிட்ட உணர்வுதான் மேலோங்கி இருக்கும்.

'இங்கு மாட்டிக் கொண்டுவிட்ட உணர்வைக்' கொண்டிருத்தல் என்பது தோல்வியை ஒப்புக் கொள்வதாகும், உங்களுடைய மாயைகள் மறைவதை அனுமதிப்பதாகும். செய்யப்பட வேண்டிய வேலைகள் எப்போதுமே குவிந்துதான் கிடக்கும் என்பதையும், நீங்கள் கடுமையான தேர்ந்தெடுப்புகளை மேற்கொள்வதை உங்களால் தவிர்க்க முடியாது என்பதையும், இந்த உலகை உங்களுக்கு விருப்பமான வேகத்தில் இயங்க வைக்க முடியாது என்பதையும், வருங்காலத்தில் உங்களுக்குக் கிடைக்கப் போகின்ற அனுபவங்களும் உறவுகளும் வலியில்லாதவையாக இருக்கும் என்பதற்கான உத்தரவாதம் எதுவும் உங்களுக்குக் கிடைக்காது என்பதையும், பிரபஞ்சப்

பெருவெளி நோக்கில் உங்களுடைய கதை முடிந்த பிறகு உங்களுடைய பங்களிப்புகள் பெரிதாகக் கணக்கில் எடுத்துக் கொள்ளப்படாது என்பதையும் நீங்கள் ஒப்புக் கொண்டுதான் ஆக வேண்டும்.

இவற்றையெல்லாம் ஏற்றுக் கொள்வதற்குப் பரிசாக பதிலுக்கு உங்களுக்கு என்ன கிடைக்கும் என்று நீங்கள் நினைக்கிறீர்கள்? உங்களுக்குக் கிடைத்துள்ள இந்தக் குறுகிய காலத்தில், உங்களுக்கு மிகவும் முக்கியமானவையாகத் தோன்றுகின்ற ஒரு சில விஷயங்களில் கவனம் செலுத்துவதற்கான வாய்ப்பு உங்களுக்குக் கிடைக்கும். திருமணம், குழந்தை வளர்ப்பு, அமைப்புகளைக் கட்டியெழுப்புதல், அரசியல் அமைப்புகளில் சீர்திருத்தங்களை மேற்கொள்ளுதல், காலநிலை மாற்றத்தைக் கையாளுதல் போன்ற நீண்டகால நடவடிக்கைகளுக்கு இது எதிரானது அல்ல என்பதை நான் இங்குச் சுட்டிக்காட்ட விரும்புகிறேன். இவை மிக மிக முக்கியமான விஷயங்கள் என்பது உண்மைதான். ஆனால், இந்த விஷயங்களைப் பொறுத்தவரையும் இக்கணம்தான் முக்கியமானது. ஏனெனில், இவற்றின் விஷயத்திலும் உங்களுடைய செயல்பாடுகளின் விளைவுகள் எப்படி இருக்கும் என்பது உங்களுடைய கட்டுப்பாட்டில் இல்லை.

காலப்போக்கில் நேரத்துடனான உங்களுடைய போராட்டத்தை முடிவுக்குக் கொண்டு வருவது, அல்லது குறைந்தபட்சம் அதை எளிதாக்குவது, பெரும்பாலான சமயங்களில் உங்களை மகிழ்ச்சியடையச் செய்யும் என்று கற்பனை செய்ய முயல்வது இயல்பானதுதான். ஆனால், அது உண்மை என்று நம்புவதற்கு எனக்கு எந்த முகாந்திரமும் இல்லை. நம்முடைய வாழ்க்கை, நம்முடைய மின்னஞ்சல்களின் வருகைப் பெட்டி நிரம்பி வழிவதிலிருந்து, நம்முடைய மரணம்வரை, நேரம் தொடர்பான எண்ணற்றப் பிரச்சனைகளால் நிரம்பி வழிகிறது. அவற்றை நேருக்கு நேர் எதிர்கொள்ள நாம் துணிகின்ற ஒரே காரணத்தால் அவை நமக்குப் பிரச்சனைகளைப்போலத் தோன்றாமல் இருக்கப் போவதில்லை. நேரம் தொடர்பான

பிரச்சனைகளிலிருந்து நம்மால் ஒருக்காலும் தப்பிக்க முடியாது என்பது ஒரு பிரச்சனையே அல்ல என்ற புரிதல்தான் நமக்கு மன நிம்மதியைக் கொடுக்கும். மனிதப் பிணி வலிமிக்கது என்றாலும், ஜென் ஆசானான சார்லட் ஜோக்கோ பெக்கின் கூற்றுப்படி, “அதற்கு ஒரு நிவாரணம் இருக்கக்கூடும் என்று நீங்களாகவே நினைத்துக் கொண்டிருக்கும்வரையே அது தாங்கிக் கொள்ள முடியாததாக இருக்கும்.” நோயின் தவிர்க்கப்பட முடியாத தன்மையை ஏற்றுக் கொள்ளுங்கள், விடுதலை உடனடியாகக் கிடைத்துவிடும். இறுதியில் ஒருவழியாக, வாழ்க்கை சகித்துக் கொள்ளப்படக்கூடிய ஒன்றாக ஆகிவிடும். நான் ஒரு நாள் என் வீட்டுக்கு அருகேயுள்ள ஒரு பூங்காவில் அமர்ந்திருந்தபோது திடீரென்று எனக்கு ஏற்பட்ட ‘ஞானோதயத்தைப்’ பற்றி நான் ஏற்கனவே கூறியிருந்தேன், இல்லையா? அதையொத்த ஓர் உணர்வை, மிகச் சாதாரணமான ஒரு காரியத்தில் ஈடுபட்டிருந்தபோது தான் பெற்றதாக, பிரெஞ்சுக் கவிஞர் கிறிஸ்டியன் போபின் தெரிவிக்கிறார்: “நான் ஓர் ஆப்பிளைத் தோலுரித்துக் கொண்டிருந்தேன். அப்போது, திடீரென்று, ‘வாழ்க்கை என்பது தீர்க்கப்பட முடியாத அற்புதமான பிரச்சனைகளைத் தொடர்ந்து கொடுத்துக் கொண்டேதான் இருக்கும்’ என்ற ‘ஞானோதயம்’ எனக்கு ஏற்பட்டது. உடனே என் இதயத்தை ஓர் ஆழமான அமைதி இட்டு நிரப்பியது.”

ஐந்து கேள்விகள்

இவற்றை இன்னும் திடப்படுத்திக் கொள்வதற்கு, உங்களுடைய வாழ்க்கை குறித்தப் பின்வரும் ஐந்து கேள்விகளைக் கேட்பது உதவும். அவற்றுக்கான பதில்கள் உங்களுக்கு உடனடியாகத் தெரிந்திருக்காவிட்டால் பரவாயில்லை. இங்கு நம்முடைய நோக்கம், ரெய்னர் மரியா ரில்க்கே குறிப்பிடுவதுபோல, “அந்தக் கேள்விகளில் ஜீவிப்பதுதான்.” நீங்கள் நேர்மையுடன் அக்கேள்விகளைக் கேட்கத் துவங்கிய உடனேயே உங்களுடைய சூழலின் எதார்த்தத்தின்மீது உங்களுடைய

பிடி இறுகத் தொடங்குவதையும், உங்களுக்கு இருக்கின்ற குறுகிய காலத்தை நீங்கள் ஆகச் சிறந்த முறையில் பயன்படுத்தத் தொடங்குவதையும் நீங்கள் பார்ப்பீர்கள்.

1. உங்களுடைய வாழ்க்கையில் அல்லது வேலையில் எங்கு நீங்கள் சௌகரியத்தைத் தேடிக் கொண்டிருக்கிறீர்கள்?

உங்களுக்கு முக்கியமாகப் படுகின்ற வேலைத் திட்டங்களில் நீங்கள் குதிக்கின்றபோது, பெரும்பாலான சமயங்களில், உங்களுடைய நேரம் உங்களுடைய முழுக் கட்டுப்பாட்டில் இல்லை என்ற உணர்வு உங்களுக்குக் கண்டிப்பாக ஏற்படும். தோல்வியடையக்கூடிய முயற்சிகளில் நீங்கள் இறங்கக்கூடும் என்று அதற்கு அர்த்தம். உங்களிடம் அதற்கான திறமை போதுமான அளவு இல்லாதது தோல்விக்கான காரணமாக இருக்கலாம். அவமானத்திற்கு ஆளாவதைச் சகித்துக் கொள்ளுதல், கடினமான உரையாடல்களை மேற்கொள்ளுதல், பிறர் விரக்தி அடைவதற்குக் காரணமாக இருத்தல், உறவுகளில் ஆழமாகச் செல்வதன் மூலம் இழப்பு ஏற்பட்டால் கூடுதல் வேதனைகளைத் தாங்கிக் கொள்ள வேண்டியிருத்தல் போன்றவை உத்தரவாதமாக உங்களுக்குக் கிடைக்கும். அதன் காரணமாக, இயல்பாகவே, நாம் பதற்றத்தைத் தவிர்ப்பதற்கு முன்னுரிமை கொடுக்கின்ற விதத்தில் நேரத்தைப் பயன்படுத்துகின்ற முடிவுகளைத்தான் எடுப்போம். காலந்தாழ்த்துதல், கவனச்சிதறல்கள், மணமுடித்துக் கொள்வதற்கு அஞ்சுதல், ஒரே நேரத்தில் ஏகப்பட்ட வேலைத்திட்டங்களைக் கையில் எடுத்துக் கொள்ளுதல் போன்றவை, அனைத்து விஷயங்களும் உங்களுடைய கட்டுப்பாட்டில்தான் இருக்கின்றன என்ற மாயையைத் தக்கவைத்துக் கொள்வதற்கான முயற்சிகளே. எப்போதுமே கவலையில் மூழ்கியிருப்பதும்கூட, விஷயங்களை உங்களுடைய கட்டுப்பாட்டில் வைத்திருக்க நீங்கள் முயற்சி செய்து

கொண்டிருக்கிறீர்கள் என்ற ஆறுதலான உணர்வை ஏற்படுத்திக் கொள்வதற்கான காரியமே.

முக்கியமான தீர்மானங்களை எடுக்கின்றபோது, “இந்தத் தீர்மானம் என்னைக் குறுக்குகிறதா அல்லது பெருக்குகிறதா?” என்ற கேள்வியைக் கேட்குமாறு ஜேம்ஸ் ஹாலிஸ் பரிந்துரைக்கிறார். இக்கேள்வி, பதற்றத்தைத் தவிர்ப்பதற்காக நீங்கள் தீர்மானங்களை எடுக்காமல் இருக்க உங்களுக்கு உதவும். எடுத்துக்காட்டாக, நீங்கள் தற்போது பார்த்துக் கொண்டிருக்கும் வேலையை அல்லது உங்களுடைய நெருக்கமான உறவை நீங்கள் தொடர வேண்டுமா அல்லது கைவிட வேண்டுமா என்ற தீர்மானத்தை நீங்கள் எடுக்கவிருக்கின்றபோது, எது உங்களுக்கு மகிழ்ச்சியைக் கொடுக்கும் என்ற கேள்வியைக் கேட்டால், அது இருப்பதிலேயே சௌகரியமான ஒன்றைத் தேர்ந்தெடுப்பதற்கே உங்களைத் தூண்டும். ஆனால், ஒரு வேலையில் அல்லது உறவில் தொடர்வது சில சவால்களை உள்ளடக்கியிருக்கும் என்பதால், அந்தச் சவால்கள் உங்களுடைய ஆத்மாவின் சுருக்கத்திற்கு வழி வகுக்குமா அல்லது விரிவாக்கத்திற்கு வழிவகுக்குமா என்பதை உள்ளுணர்வுரீதியாக நீங்கள் எப்போதுமே அறிந்திருப்பீர்கள். அதனால், விரிவாக்கத்திற்கு வழிவகுக்கின்ற தீர்மானங்கள் உங்களுக்கு அசௌகரிய உணர்வை ஏற்படுத்தினாலும் அவற்றையே தேர்ந்தெடுங்கள்.

2. சாத்தியமற்ற உற்பத்தித்திறன் தரங்களை நிர்ணயித்துவிட்டு, அவற்றின் அடிப்படையில் நீங்கள் உங்களை எடைபோட்டுக் கொண்டிருக்கிறீர்களா?

என்றாவது ஒரு நாள் நேரத்தை முழுமையாக வசப்படுத்திக் கொள்வது நமக்குச் சாத்தியப்படும் என்ற கனவின் பொதுவான அறிகுறி, நம்மால் செய்து முடிக்கச் சாத்தியமற்ற இலக்குகளை நிர்ணயித்துக் கொள்வதாகும். அப்படி நிர்ணயித்துக் கொள்ளப்படும் இலக்குகள் நிகழ்காலத்தில் நிறைவேற்றப்படுவது

சாத்தியமற்றது என்பதால், அவை வருங்காலத்திற்குள் தள்ளிவிடப்படும். கணக்கே இல்லாமல் தொடர்ந்து உங்களை வந்தடைந்து கொண்டிருக்கும் அனைத்து வேண்டுகோள்களையும் நிறைவேற்றுகின்ற விதத்தில் உங்களைத் திறமையாக ஒழுங்குபடுத்திக் கொள்வது நடவாத காரியம். அதேபோல, வேலை, குழந்தைகள், சமூக உறவாடல்கள், உல்லாசப் பயணம், அரசியல் செயல்முனைப்பு ஆகிய அனைத்திலும் போதுமான நேரம் செலவழித்துள்ளோம் என்ற உணர்வு ஒருவருக்கு ஏற்படுவது கிட்டத்தட்ட இயலாக காரியம். ஆனால், அப்படிப்பட்டதொரு வாழ்க்கையைக் கட்டமைத்துக் கொள்கின்ற முயற்சியில் நீங்கள் இறங்கியிருக்கிறீர்கள் என்ற நம்புவது உங்களுக்கு ஒரு பொய்யான சௌகரிய உணர்வை அளிக்கும்.

நீங்கள் கையில் எடுத்துள்ள அனைத்திற்கும் உங்களால் நேரம் ஒதுக்க முடியாது என்ற உறுதியான எண்ணம் உங்களிடம் இருந்தால், நீங்கள் உங்களுடைய நேரத்தை எந்த விதத்தில் வித்தியாசமாகச் செலவழிப்பீர்கள்? உங்களுடைய கதை தனித்துவமானது என்றும், எப்படியோ உங்களால் அனைத்தையும் செய்து முடித்துவிட முடியும் என்றும் நீங்கள் என்னிடம் வாதிடக்கூடும். எடுத்துக்காட்டாக, உங்களுடைய அலுவலகத்தில், உங்களுக்கு வழங்கப்படுகின்ற அளவுக்கதிகமான வேலைப் பளுவைச் சுமக்க நீங்கள் மறுத்தால், ஒருவேளை நீங்கள் பணிநீக்கம் செய்யப்படலாம் என்று நீங்கள் அஞ்சலாம். ஆனால், இது ஒரு தவறான புரிதல். உங்களுக்கு வழங்கப்பட்டுள்ள கூடுதல் சுமையை ஈடுகட்டுவதற்காக நீங்கள் கூடுதலாக உழைத்தால்கூட, எதிர்பார்க்கப்படுகின்ற தரத்தை உங்களுக்கு நீங்களே கொடுத்துக் கொள்ள முடியாது. இறுதியில், நீங்கள் எதற்காக பயந்தீர்களோ அந்தப் பணிநீக்கத்தில் போய் அது முடியக்கூடும்.

பிறரிடமிருந்து நீங்கள் எதிர்பார்க்காத ஓர் உயர்ந்த தரத்தை நீங்கள் உங்களிடமிருந்து கறக்க முடிவு செய்வதே ஒருவிதமான குரூரம்தான். உங்களால் முடிந்த அளவு அத்தகைய முயற்சிகளைக் கைவிடுவதுதான்

மனிதாபிமானமான அணுகுமுறையாக இருக்க முடியும். உங்களுக்கு நீங்களே விதித்துக் கொண்டுள்ள சாத்தியமற்றத் தர நிர்ணயங்கள் ஒட்டுமொத்தமாக நொறுங்கிச் சிதறட்டும். பின் அந்தச் சிதிலங்களிலிருந்து, அர்த்தமுள்ள சில வேலைத்திட்டங்களை மட்டும் தேர்ந்தெடுத்து அவற்றை உடனே துவக்குங்கள்.

3. நீங்கள் யாராக இருக்கிறீர்களோ அந்த நபராக எந்தெந்த வழிகளில் உங்களை நீங்கள் இன்னும் ஏற்றுக் கொள்ளாமல் இருக்கிறீர்கள்?

உங்களுடைய நேரம் குறைவானது என்ற உண்மையை எதிர்கொள்வதைத் தள்ளிப்போடுவதற்கான ஒரு நல்ல வழி, இந்தச் சமூகத்தை அல்லது உங்களுடைய பெற்றோரைத் திருப்திப்படுத்துவதற்காக நீங்கள் எப்படிப்பட்ட ஒருவராக ஆக வேண்டுமென்று நினைத்துக் கொண்டிருக்கிறீர்களோ, அதை நோக்கிய பயணத்தின் ஒரு பகுதியாக உங்களுடைய தற்போதைய வாழ்க்கையைக் கருதிக் கொள்வதாகும். இப்படி நீங்கள் வாழ்வதற்கான உரிமையைச் சம்பாதித்தவுடன், உங்களுடைய வாழ்க்கை நிலையற்றது, உங்களுடைய கட்டுப்பாட்டைத் தாண்டியது என்ற உணர்வு உங்களுக்கு ஏற்படாது என்று நீங்கள் உங்களிடம் கூறிக் கொள்வீர்கள். அரசியலும் சுற்றுச்சூழலும் கடும் நெருக்கடிக்கு உள்ளாகியிருக்கின்ற நேரத்தில், இத்தகைய மனப்போக்கு, மற்ற அனைத்து வேலைகளையும் கிடப்பில் போட்டுவிட்டு இந்த இரண்டு விஷயங்கள் தொடர்பான தீவிர நடவடிக்கைகளில் இறங்க வேண்டும் என்ற எண்ணத்தைத் தோற்றுவிக்கும்.

உங்களுக்கு வெளியே இருக்கின்ற ஒன்றின் பார்வையில் உங்களுடைய இருத்தலை நியாயப்படுத்துவதற்கான தேடல், நீங்கள் ஒரு வளர்ந்த நபராக ஆன பிறகும் தொடரும். “நாம் நம்முடைய வாழ்க்கையைக் கொண்டு என்ன செய்து கொண்டிருக்கிறோம் என்பது குறித்து இந்த உலகில்

எவரும் துளிகூட அக்கறை கொண்டிருக்கவில்லை என்பதை 'ஒரு குறிப்பிட்ட வயதில்' நாம் அறிகின்றபோது நாம் அதிர்ச்சியடைகிறோம். குறிப்பாக, தங்களுடைய சொந்த விருப்பங்களைப் புறந்தள்ளிவிட்டு, யாரோ ஒருவருடைய வாழ்க்கையை வாழ்ந்து கொண்டிருக்கின்ற நபர்களை இந்த 'ஞானோதயம்' உலுக்கிவிடும்," என்று உளவியல் மருத்துவரான ஸ்டீபன் கோப் தெரிவிக்கிறார். உங்களுடைய இருத்தலை நியாயப்படுத்துவதன் மூலம் பாதுகாப்பைப் பெறுவது என்பது வீண் முயற்சி. அது தேவையற்றதும்கூட. வாழ்க்கை எப்போதுமே நிலையற்றதாகவும் கட்டுப்பாட்டிற்குள் அடங்காததாகவும் இருக்கும் என்பதால், அது வீண் முயற்சியே. வேறு யாரோ ஒருவரின் அங்கீகாரத்தைப் பெறும்வரை வாழாமல் இருப்பது தேவையற்றது. மன நிம்மதியும் உற்சாகத்தோடுகூடிய சுதந்திரமும் பிறருடைய அங்கீகாரத்தின் வழியாக வருவதில்லை.

நீங்கள் ஒரு குறிப்பிட்ட விதமான நபராக ஆக வேண்டும் என்ற அழுத்தம் உங்களுக்கு இல்லாமல் போகும்போது, உங்களுடைய உண்மையான ஆளுமையையும், உங்களுடைய பலங்கள் மற்றும் பலவீனங்களையும், உங்களுடைய திறமைகளையும் எதிர்கொள்வது உங்களுக்குச் சுலபமாகிவிடும். எடுத்துக்காட்டாக, இந்த உலகம் எதிர்கொண்டுள்ள கடும் நெருக்கடியைச் சமாளிப்பதற்கான உங்களுடைய பங்களிப்பு, ஒருவேளை தீவிரமான களப் பணியாக இல்லாமல் இருக்கலாம்; அல்லது அரசியலில் நேரடியாகக் குதிப்பதாக இல்லாமல் இருக்கலாம்; மாறாக, முதிய வயதுடைய ஓர் உறவினரைப் பேணுவதாகவோ அல்லது இசையை உருவாக்குவதாகவோ அல்லது ஒரு கேக் கடையின் தலைமை பேக்கராக ஆவதாகவோ இருக்கலாம். "நீங்கள் ஒருவரிடம், 'இன்றைய நாளை நீங்கள் மகிழ்ச்சியாகக் கழித்தீர்களா?' என்று கேட்பது, ஒரே நேரத்தில் புரட்சிகரமானதாகவும் இருக்கும், அசௌகரியம் ஏற்படுத்துவதாகவும் இருக்கும். ஆனால், குறைந்தபட்சம், அக்கேள்விக்கான பதில், நீங்கள் உங்களுடைய நேரத்தை ஆகச் சிறந்த முறையில்

எப்படிச் செலவழிக்கலாம் என்பதைக் குறிப்பால் சுட்டிக்காட்டுவதாக அமையக்கூடும் என்பதை உங்களால் மறுக்க முடியாது," என்று புத்த மத ஆசான் சூசன் பைவர் கூறுகிறார்.

4. நீங்கள் என்ன செய்து கொண்டிருக்கிறீர்கள் என்பதை நீங்கள் உணர்ந்திராத காரணத்தால் உங்களுடைய வாழ்க்கையின் எந்தப் பகுதியை நீங்கள் இழுத்துப் பிடித்து வைத்திருக்கிறீர்கள்?

இப்போது நீங்கள் செய்து கொண்டிருக்கின்ற காரியங்கள், பின்னாளில் எல்லாவற்றைக் குறித்தும் ஒட்டுமொத்தக் கட்டுப்பாட்டைப் பெறுவதற்குத் தேவையான அனுபவங்களையும் திறன்களையும் உங்களுக்குக் கொடுக்கும் என்ற கண்ணோட்டத்தை நீங்கள் சுவீகரித்துக் கொள்கின்றபோது, இப்போதைய வாழ்க்கையை ஓர் ஒத்திகையாகப் பார்ப்பது அவ்வளவு சிரமமான காரியமாக இருக்காது. நான் வளர வளர ஓர் உண்மையைத் தெரிந்து கொண்டேன். ஒரு நிறுவனத்தில் இருப்பவர்கள் அனைவரும் எல்லா விஷயங்களையும் தெரிந்து வைத்திருப்பதில்லை என்பதுதான் அது. நான் சிறுவனாக இருந்தபோது, எங்கள் வீட்டு மேசையில் கிடந்த பத்திரிகைகளைப் பார்த்தபோது, அவற்றை வடிவமைத்துத் தயாரித்தவர்கள், தாங்கள் என்ன செய்து கொண்டிருந்தோம் என்பதை முற்றிலும் அறிந்திருந்தனர் என்று நான் நினைத்திருந்தேன். பின்னர் நானே ஒரு பத்திரிகையில் சேர்ந்தபோதுதான் என் எண்ணம் தவறு என்பதை நான் அறிந்து கொண்டேன். ஆனாலும், அரசாங்கம் உட்படப் பிற துறைகள், தாங்கள் என்ன செய்து கொண்டிருக்கிறோம் என்பதை முற்றிலுமாக அறிந்துள்ள நபர்களால் நிறைந்திருக்கும் என்று நான் நினைத்தேன். பின்னர் பலருடன் சேர்ந்து பழகும் வாய்ப்புக் கிடைத்தப் பிறகுதான், அதுவும் தவறு என்பது எனக்குப் புரிந்தது. ஆனாலும், இது பிரிட்டிஷாரிடம் மட்டுமே பரவியிருக்கும் ஒன்றாக இருக்கும் என்று

நான் அனுமானித்தேன். பின்னர் நான் வேலை விஷயமாக அமெரிக்காவில் பணியாற்றியபோது, அங்கும் இது சர்வசாதாரணமாக இருந்ததை நான் கண்டேன். உலக நிகழ்வுகளின்மீது நம்மைப் போன்ற சாதாரண மனிதர்களுக்கு எந்த அளவுக்குப் பிடிமானம் இருக்கிறதோ, அதைவிட அதிகமான பிடிமானம் ஒன்றும் அதிகாரத்தில் இருப்பவர்களுக்கு இல்லை என்பது பின்னர் எனக்குத் தெளிவாயிற்று.

வேலையில், திருமணத்தில், குழந்தை வளர்ப்பில் அல்லது வேறு பிற விஷயங்களில் நீங்கள் என்ன செய்து கொண்டிருக்கிறீர்களோ அதை நீங்கள் அறிந்துதான் செய்து கொண்டிருக்கிறீர்கள் என்ற உணர்வு உங்களுக்கு ஒருபோதும் வராது என்ற உண்மையை எதிர்கொள்வது உங்களுக்கு வியப்பளிக்கலாம். ஆனால், ஒருவிதத்தில் பார்த்தால், அது உங்களுக்கு ஒரு விடுதலையுணர்வைக் கொடுக்க வேண்டும். விஷயங்கள் உங்களுடைய முழுமையான கட்டுப்பாட்டில் இருக்கும் என்ற உணர்வு உங்களுக்கு ஒருபோதும் வரப் போவதில்லை என்றால், அதற்காக நீங்கள் தேவையில்லாமல் எதற்கு மெனக்கெட வேண்டும்? அதேபோல, அவர்கள் அறிந்திருக்கிறார்களோ இல்லையோ, எல்லோருமே ஒரே நிலையில்தான் இருக்கின்றனர் என்ற உண்மை நம்மிடம் மேலும் கூடுதலான விடுதலையுணர்வை உண்டாக்கும்.

5. உங்களுடைய செயல்கள் பலனளிக்கின்றனவா இல்லையா என்பதை நீங்கள் பொருட்படுத்தப் போவதில்லை என்றால், உங்களுடைய நாட்களை வேறு எந்த வித்தியாசமான முறையில் நீங்கள் செலவழிப்பீர்கள்?

நேரத்தை வசப்படுத்துவதற்கான விருப்பமானது, நாம் செலவிடுகின்ற நேரத்தின் மதிப்பு அதன் விளைவுகளை வைத்து எடைபோடப்படுகிறது என்ற அனுமானத்திலிருந்து எழுகிறது. இது மற்றோர் அனுமானத்திற்கும் இட்டுச் செல்கிறது.

உங்களுடைய எந்த நடவடிக்கைகளின் விளைவுகளைப் பார்ப்பதற்கு நீங்கள் உயிருடன் இருப்பீர்களோ, அந்த நடவடிக்கைகளில்தான் நீங்கள் உங்களுடைய கவனத்தைச் செலுத்த வேண்டும் என்பதுதான் அது. ஆனால், 'எ லைஃப்ஸ் ஒர்க்' என்ற தன்னுடைய ஆவணப்படத்தில், டேவிட் லிக்காட்டா, இதற்கு நேர் எதிர்ப் பாதையில் பயணித்திருந்தவர்களை ஆவணப்படுத்தியுள்ளார். தங்களுடைய வாழ்நாளுக்குள் நிறைவேற்ற முடியாது என்று தெரிந்திருந்தும் சில நீண்டகாலத் திட்டங்களைத் தேர்ந்தெடுத்து அவற்றுக்காகத் தங்களுடைய வாழ்க்கையை அர்ப்பணித்திருந்தவர்கள் அவர்கள். அந்த ஆவணப்படத்தில் இடம்பெற்றிருந்த ஒரு தந்தையும் மகனும், இந்த உலகில் மிச்சமிருக்கின்ற காடுகளிலுள்ள ஒவ்வொரு மரத்தையும் அட்டவணைப்படுத்துகின்ற முயற்சியில் ஈடுபட்டிருந்தனர். ஒரு வானியலாளர், கலிஃபோர்னியாவிலுள்ள 'செட்டி' இன்ஸ்டிடியூட்டில் உள்ள தன் மேசையில் அமர்ந்தவாறே, ரேடியோ அலைகளைப் பயன்படுத்தி, பிரபஞ்சத்தில் வேறு உயிரினங்கள் இருந்தனவா என்று ஆராய்ந்து கொண்டிருந்தார். அந்த ஆவணப்படத்தில் இடம்பெற்றிருந்தவர்கள் அனைவரும், தங்களுக்கு மிகவும் அர்த்தமுள்ளவையாகத் தோன்றியிருந்த வேலைத்திட்டங்களில் ஆர்வத்துடன் ஈடுபட்டிருந்தனர். ஆனால், தங்களுடைய முயற்சிகளின் பலன்களைக் காணத் தாங்கள் உயிருடன் இருப்போம் என்று தங்களைத் தாங்களே நம்ப வைத்துக் கொள்ள வேண்டிய தேவை தங்களுக்கு இல்லை என்ற உண்மையை அவர்கள் வெகுவாக இரசித்தனர்.

ஆனால், ஒருவிதத்தில் பார்த்தால், குழந்தை வளர்ப்பு, தாங்கள் சார்ந்துள்ள சமூக அளவில் மேற்கொள்ளப்படுகின்ற திட்டங்கள் போன்றவை உட்படப் பல திட்டங்கள், நம்முடைய வாழ்நாளுக்குள் நிறைவடையக்கூடிய சாத்தியக்கூறு இல்லாதவையாகத்தான் இருக்கின்றன. இவை போன்ற திட்டங்களின் உண்மையான மதிப்பு பல நேரங்களில் நாம் போய்ச் சேர்ந்த பிறகே பிறரால் அறியப்படும். அல்லது,

அது எவராலும் அறியப்படாமலும் போகக்கூடும். நம்மால் விளைவுகளைப் பார்க்க முடியாமல் போகலாம் என்றாலும், கண்டிப்பாக ஈடுபடக்கூடிய அளவு அர்த்தமுள்ளவையாக விளங்கக்கூடிய திட்டங்கள் எவை என்ற கேள்வியை நாம் கேட்க வேண்டும். அப்படிப்பட்டத் திட்டங்களில் ஈடுபடுகின்றபோது, இங்கிலாந்தில் மத்திய காலகட்டத்தில் பிரம்மாண்டமான தேவாலயங்களின் கட்டுமானத்தில் ஈடுபட்டிருந்த கொத்தனார்களின் நிலையில்தான் நாம் இருப்போம். நாம் ஈடுபட்டிருக்கின்ற அந்தத் தேவாலயம் எப்போது கட்டி முடிக்கப்படும் என்பது நமக்குத் தெரியாது. ஆனாலும், கட்டி முடிக்கப்பட வேண்டியவைதாம் அவை.

அடுத்த மிகவும் அவசியமான விஷயம்

*1933*ஆம் ஆண்டு டிசம்பர் *15* அன்று, கார்ல் யுங், ஒரு ஜெர்மானியப் பெண் பத்திரிகையாளருக்கு பதில் எழுதிக் கொண்டிருந்தார். வாழ்க்கையைச் சரியான முறையில் வாழ்வது குறித்து அந்தப் பத்திரிகையாளர் பல கேள்விகளை யுங்கிடம் கேட்டிருந்தார். யுங் அளித்திருந்த சிறப்பான பதிலோடு இந்தப் புத்தகத்தை நிறைவு செய்வது பொருத்தமானதாக இருக்கும். அவருடைய கடிதம் இப்படி அமைந்திருந்தது: "அன்புள்ள மேடம் வி., உங்களுடைய கேள்விகள் பதிலளிக்கப்பட முடியாதவை. ஏனெனில், எப்படி வாழ வேண்டும் என்று நீங்கள் கேட்டிருக்கிறீர்கள். ஒருவரால் எப்படி வாழ முடியுமோ, அப்படி அவர் வாழ வேண்டும். வாழ்வதற்கு ஒரே ஓர் உறுதியான வழி கிடையாது. அதுதான் நீங்கள் விரும்புகின்ற விஷயமாக இருக்கும் பட்சத்தில் நீங்கள் ஒரு கத்தோலிக்க மதத்தில் சேர்ந்து கொள்வது நல்லது. எது எது என்னென்ன என்பதை அங்கு அவர்கள் உங்களுக்குக் கற்றுக் கொடுப்பார்கள். அதற்கு நேர் எதிராக, தனிநபர்களின் வழி என்பது நீங்கள் உங்களுக்காக உருவாக்கிக் கொள்கின்ற ஒன்று. அது ஒருபோதும் பரிந்துரைக்கப்படுகின்ற ஒன்றல்ல. அதை

உங்களால் முன்கூட்டியே அறிந்து கொள்ளவும் முடியாது. நீங்கள் அடி மேல் அடி எடுத்து வைக்க வைக்க அது தன்னை வெளிப்படுத்திக் கொள்ளும். அதற்கு நீங்கள் அடுத்துச் செய்யப்பட வேண்டிய மிக முக்கியமான காரியத்தை அமைதியாகச் செய்ய வேண்டும், அவ்வளவுதான். ஆனால், அது என்ன என்று உங்களுக்கு இப்போது தெரியாது என்று நீங்கள் நினைத்தால், பயனற்ற ஊகங்களில் நீங்கள் காசை விரயமாக்க நேரிடும். ஆனால், அடுத்துச் செய்யப்பட வேண்டிய மிக முக்கியமான காரியத்தை நீங்கள் அசைக்கப்பட முடியாத நம்பிக்கையுடன் செய்தால், நீங்கள் எப்போதும் அர்த்தமுள்ள விதிப்படி நடக்க வேண்டிய ஒன்றைச் செய்து கொண்டிருக்கிறீர்கள் என்று பொருள்." இந்தக் கண்ணோட்டத்தின் திருத்தப்பட்டதொரு வடிவமான, 'அடுத்தச் சரியான காரியத்தைச் செய்யுங்கள்' என்ற முழக்கம், ஆல்கஹாலிக்ஸ் அனானிமஸ் அமைப்பின் இலட்சிய வாசகமாக சுவீகரித்துக் கொள்ளப்பட்டது. தீவிர நெருக்கடிக் கட்டங்களின்போது கடைபிடிக்கப்படுவதற்கான கூற்றாக அது அவர்களிடம் பிரபலமாக இருக்கிறது. அடுத்துச் செய்யப்பட வேண்டிய மிக முக்கியமான காரியத்தைச் செய்வதுதான் நாம் எக்கணத்திலும் செய்ய விரும்புகின்ற ஒன்றாக இருக்க முடியும். எது சரியான நடவடிக்கை என்பதை உறுதியாகத் தெரிந்து கொள்வதற்கான நம்பகமான வழி எதுவும் நமக்கு இல்லாதிருக்கின்றபோதும், இதை நாம் செய்தாக வேண்டும்.

அதிர்ஷ்டவசமாக, அது உங்களால் செய்யப்படக்கூடிய ஒன்றாக இருப்பதோடு மட்டுமல்லாமல், நீங்கள் செய்ய வேண்டிய ஒன்றாகவும் அது இருக்கிறது. நேரம் குறித்த இந்த உண்மையை நீங்கள் இந்த வழியில் எதிர்கொள்கின்றபோது, உற்பத்தித்திறன், சாதனை, மனநிறைவு போன்றவற்றில் உங்களால் உச்சத்தைத் தொட முடியும். வாழ்க்கை படிப்படியாக ஒரு வடிவத்தை எடுத்துக் கொண்டிருப்பதை நீங்கள் காண்பீர்கள். உங்களுக்குக் கிடைத்திருந்த சில ஆயிரம் வாரங்களை நீங்கள் சிறப்பாகப் பயன்படுத்தி இருந்தீர்கள்

என்பதற்கான ஒரே உத்தரவாதமான அளவுகோல், நீங்கள் எத்தனை பேருக்கு உதவினீர்கள் அல்லது எவ்வளவு வேலைகளைச் செய்து முடித்தீர்கள் என்பது அல்ல; மாறாக, உங்களுக்குக் கிடைத்திருந்த வரலாற்றுக் கணத்தின் வரம்புக்குள் செயல்பட்டு, உங்களிடமிருந்த திறமைகளைப் பயன்படுத்தி, எந்த மகத்தான காரியத்தை அல்லது விநோதமான குட்டி விஷயத்தைச் செய்வதற்கு நீங்கள் இந்த பூமிக்கு வந்தீர்களோ அதை உண்மையிலேயே நீங்கள் செய்து முடித்துள்ளீர்கள் என்பதுதான்.

முடிவுரை

நம்பிக்கைக்கு அப்பால்

எல்லாம் சரியாக இருக்கிறது, ஒரே ஒரு பிரச்சனையைத் தவிர: எல்லாமே அலங்கோலமாக இருக்கிறது. இதை நீங்களும் கவனித்திருக்கக்கூடும்.

அனைத்தும் நொறுங்கிக் கொண்டிருக்கிறது. அரசாங்கங்கள் கலகலத்துக் கொண்டிருக்கின்றன; சுற்றுச்சூழல் பேரழிவுக்கு உள்ளாகியிருககிறது; தாறுமாறான தட்பவெப்பநிலை தாண்டவம் ஆடிக் கொண்டிருக்கிறது; அகதிகள் அலைகடலில் அல்லாடிக் கொண்டிருக்கின்றனர்; கொள்ளை நோய்கள் மொத்த உலகையே முடக்கிப் போடுகின்ற அளவுக்கு பயமுறுத்திக் கொண்டிருக்கின்றன; புதிதாக முளைத்துள்ள போலிச் சித்தாந்தங்கள் வீறு கொண்டு எழுந்துள்ளன. மறுபுறம், நன்னம்பிக்கையாளர்கள், 'உலகின் முடிவு இதோ நெருங்கிவிட்டது' எனும் கூச்சல்கள் எல்லா காலகட்டங்களிலும் கேட்டுக் கொண்டுதான் இருந்தன என்பதை நமக்கு நினைவுபடுத்துகின்றனர். உண்மையில், தற்போது நிலைமை சிறப்பாகவே இருக்கிறது என்று அவர்கள் எடுத்துரைக்கின்றனர். குழந்தைகளின் இறப்பு விகிதம், கொடிய வறுமை, சமத்துவமின்மை போன்றவை உலகெங்கும் படுவேகமாகக் குறைந்து கொண்டிருக்கின்றன; படிப்பறிவு உயர்ந்து கொண்டிருக்கிறது; போரில் நீங்கள் கொல்லப்படுவதற்கான வாய்ப்பு குறைந்து

கொண்டிருக்கிறது. இரண்டு கண்ணோட்டங்களையும் சீர்தூக்கிப் பார்க்கின்றபோது, எல்லாம் சீராகிவிடும் என்ற நம்பிக்கையுடன் இருப்பது கடினமாகிக் கொண்டிருக்கிறது.

இப்படிப்பட்ட ஒரு சூழலில் எதற்காக நேர நிர்வாகத்தில் கவனத்தைக் குவிக்கவேண்டும் என்ற கேள்வி எழலாம். இது அபத்தத்தின் உச்சம் என்பதுபோலத் தோன்றலாம். ஆனால், இது, வழமையான நேர நிர்வாக அறிவுரைகளின் கிட்டப்பார்வைக் கோளாற்றினால் விளைந்த ஒன்றுதான். உங்களுடைய கண்ணோட்டத்தை இன்னும் விசாலப்படுத்தினால், இருண்ட, பதற்றமான சூழலில் நேரப் பயன்பாட்டிற்கு ஓர் அவசரத்தனமான அர்த்தம் கொடுக்கப்படுவதை உங்களால் புரிந்து கொள்ள முடியும். நாம் எதிர்கொண்டுள்ள சவால்களை நாம் கையாள்கின்றபோது, அதில் கிடைக்கின்ற வெற்றி அல்லது தோல்வி, ஒரு நாளில் நமக்குக் கிடைக்கின்ற நேரத்தை நாம் பயன்படுத்தும் விதத்தைத் தீர்மானிக்கும்.

'டீப் கிரீன் ரெசிஸ்டன்ஸ்' என்ற புரட்சிகரமான சுற்றுச்சூழல் அமைப்பின் நிறுவனரான டெரிக் ஜென்சனிடம், மக்கள், "நடைமுறைச் சூழல் இந்த அளவுக்கு மோசமாக இருக்கின்றபோது, உங்களால் மட்டும் எப்படி நம்பிக்கையுடன் இருக்க முடிகிறது?" என்ற கேள்வியைக் கேட்பதுண்டு. அதற்கு அவர், "எனக்கு அப்படிப்பட்ட நம்பிக்கைகள் எதுவும் கிடையாது," என்று கூறுவதோடு, "ஆனால், அது ஒரு நல்ல விஷயம்," என்று சேர்த்துக் கூறுவார். "நம்பிக்கை என்பது இருட்டில் ஒரு கலங்கரைவிளக்கமாக இருக்க வேண்டும். ஆனால், நடைமுறையில் அது ஒரு சாபக்கேடாக இருக்கிறது." ஒரு குறிப்பிட்ட விளைவைப் பெற வேண்டும் என்று நம்புவதற்கு, நீங்கள் உங்களுக்கு வெளியே இருக்கின்ற ஏதோ ஒன்றின்மீது நம்பிக்கை வைக்க வேண்டும். அது ஓர் அரசாங்கமாக இருக்கலாம் அல்லது ஆண்டவனாக இருக்கலாம். அல்லது, அடுத்தத் தலைமுறைப் போராளிகளாக இருக்கலாம். புத்த மதத் துறவியான பெமா சோட்ரான் கூறியுள்ளதுபோல, "நம்மைச் சமாதானப்படுத்துவதற்கு நமக்கு எப்போதுமே ஒரு

குழந்தைப் பராமரிப்பாளர் தேவைப்படுவதுபோலத்தான் வாழ்க்கையும் இருக்கிறது.” சில நேரங்களில் அந்த மனப்போக்கை நியாயப்படுத்தவும் முடியும். எடுத்துக்காட்டாக, நான் ஓர் அறுவை சிகிச்சைக்காக ஒரு மருத்துவமனைக்குச் செல்கின்றபோது, தான் என்ன செய்து கொண்டிருக்கிறோம் என்பதை அந்த மருத்துவர் அறிந்துள்ளார் என்ற நம்பிக்கை எனக்கு இருந்துதான் ஆக வேண்டும். ஏனெனில், அச்சூழலில் என்னுடைய தனிப்பட்டப் பங்களிப்பிற்கு அங்கு இடமில்லை. ஆனால், மற்ற சமயங்களில், விஷயங்களை மாற்றுவதற்கு உங்களுக்கு இருக்கின்ற உரிமையையும் ஆற்றலையும் உதறித் தள்ளுவது (எடுத்துக்காட்டாக, ஜென்சஸின் விஷயத்தில் சுற்றுச்சூழல் சீரழிவுக்கு எதிரான போராட்டம்) என்பது, எந்த சக்திகளுக்கு எதிராக நீங்கள் போராடிக் கொண்டிருக்கிறீர்களோ, அவற்றிடமே நீங்கள் சரணாகதி அடைவதாகிவிடும்.

பெமா சோட்ரான் அதை இவ்வாறு விவரிக்கிறார்: “ஆக்கிரமிப்பு சக்திகள் இந்த உலகை நாசமாக்கிக் கொண்டிருப்பதை நிறுத்திவிடும் என்று தாங்கள் நம்புவதாகப் பலர் கூறுகின்றனர். ஆனால், அப்படிக் கூறுவதன் மூலம், இந்த அழிவு, குறைந்தபட்சம் குறுகிய காலமேனும் தொடர்ந்து கொண்டிருக்கும் என்று அவர்கள் அனுமானிக்கின்றனர்; அதற்கு எதிரான போராட்டங்களில் பங்கெடுத்துக் கொள்ள வேண்டிய பொறுப்பிலிருந்து அவர்கள் சௌகரியமாகக் கழன்று கொள்கின்றனர். ஆனால், பிறர் தங்களுடைய செயல்களை நிறுத்திக் கொள்வர் என்று நாம் வெறுமனே ‘நம்பிக்’ கொண்டிருக்கத் தேவையில்லை. நாமே காரியத்தில் இறங்கலாம். சால்மன் மீன் இனங்கள் அழிந்து போகாமல் இருப்பதை நம்மால் உறுதி செய்ய முடியும். அழியும் நிலையிலிருக்கும் வனவிலங்குகளை நம்மால் காப்பாற்ற முடியும். விஷயங்கள் எப்படியோ தாமாகவே சரியாகிவிடும் என்று நம்பிக் கொண்டிருப்பதை நாம் நிறுத்தும்போதும், விஷயங்கள் இதைவிட மோசமாகாது என்று அசட்டுத்தனமாக நம்பிக் கொண்டிருப்பதை நாம் நிறுத்தும்போதும், அவற்றைச் சரி செய்வதற்கான

காரியங்களில் இறங்குகின்ற சுதந்திரத்தை நாம் பெற்றுவிடுவோம்."

நம்பிக்கையைக் கைவிடுவதை ஊக்குவிக்கின்ற ஒரு புத்தகமாக நீங்கள் இதைப் பார்க்கலாம். உங்களுக்கு வரம்பெல்லை இருக்கிறது என்பதை ஏற்றுக் கொள்வது என்பது, சரியான உத்தியின் உதவியுடனும் கூடுதல் முயற்சியுடனும் பிறருடைய எல்லையற்றக் கோரிக்கைகளை உங்களால் நிறைவேற்றிக் கொடுக்க முடியும், உங்களுடைய ஒவ்வொரு குறிக்கோளையும் உங்களால் அடைய முடியும், நீங்கள் வகிக்கின்ற ஒவ்வொரு பாத்திரத்திற்கும் உங்களால் நியாயமாக நடந்து கொள்ள முடியும், மக்கள் போராட்டங்களுக்கு உங்களுடைய ஆதரவை அளிக்க முடியும் போன்ற நம்பிக்கைகளை நீங்கள் கைவிடுவதாகும். அதாவது, எல்லாம் உங்கள் கட்டுப்பாட்டில் இருக்கிறது, வலிமிக்க அனுபவங்கள் உங்களை அண்டாது என்பன போன்ற நம்பிக்கைகளைக் கைவிடுவது என்பது அதன் பொருள். எல்லாவற்றுக்கும் மேலாக, இது ஒரு வெறும் ஒத்திகைதான், என்றாவது ஒரு நாள் அனைத்தும் உங்களுடைய இஷ்டப்படி நடக்கும் என்ற நம்பிக்கையைக் கைவிடுவது என்று இது அர்த்தமாகும்.

பெமா சோட்ரான் கூறியுள்ள 'நம்பிக்கையின்மையுடன் பரிச்சயம் செய்து கொள்வது' என்பது, விஷயங்கள் நன்றாக இருக்கப் போவதில்லை என்பதைப் புரிந்து கொள்வதாகும். இப்போதே நிறைய விஷயங்கள், உலகளாவிய விதத்திலும் சரி, தனிப்பட்ட அளவிலும் சரி, நன்றாக இல்லைதான். ஆர்க்டிக்கில் பனி உருகிக் கொண்டிருக்கிறது. கொரோனா வைரஸ் கோடிக்கணக்கான மக்களைக் கொன்று குவித்து உலகப் பொருளாதாரத்தை அதலபாதாளத்திற்குள் தள்ளியுள்ளது. அமெரிக்க அதிபராக ஆவதற்கு நீங்கள் எள்ளளவும் தகுதியற்றவராக இருந்தும் உங்களால் வெள்ளை மாளிகைவாசியாக ஆக முடியுமா என்ற கேள்விக்கு ஏற்கனவே பதில் கிடைத்துவிட்டது. ஏற்கனவே ஆயிரக்கணக்கான உயிரினங்கள் அழிந்துவிட்டன. நகரவாசிகள் எவ்வாறு காட்டில் மான்கறியையும்

கனிகளையும் உண்டு உயிர்பிழைத்திருப்பது என்ற தலைப்பில் நியூயார்க் டைம்ஸ் பத்திரிகையில் வெளிவந்த ஒரு கட்டுரையில், ஒரு பெண்மணி, " 'ஊழிப் பேரழிவு வருகின்றபோது' என்று பேசுகின்ற மக்கள், நிலைமையின் விபரீதம் தெரியாமல் பேசுகின்றனர். அது ஏற்கனவே வந்துவிட்டது!" என்று தெரிவித்துள்ளார். உலகம் ஏற்கனவே முறிந்த நிலைக்குத் தள்ளப்பட்டுவிட்டது. உலகத்திற்கு எது பொருந்துகிறதோ, அது உங்களுடைய தனிப்பட்ட வாழ்க்கைக்கும் பொருந்தும். கச்சிதமான பாதுகாப்பையோ அல்லது சாதனைகளையோ உள்ளடக்கிய ஒரு வாழ்க்கையை நீங்கள் ஒருபோதும் அனுபவிக்கப் போவதில்லை என்ற நிலை ஏற்கனவே இருக்கிறது. உங்களுக்குக் கிடைத்துள்ள நான்காயிரம் வாரங்கள் தொடர்ந்து கரைந்து கொண்டேதான் இருக்கின்றன.

ஆனால், இது ஒரு வரப்பிரசாதமாக விளங்கக்கூடும். இவற்றை நீங்கள் உள்வாங்கிக் கொள்கின்றபோது, அது உங்களுக்கு விரக்தி ஏற்படுத்தாது, மாறாக அது ஊக்கமளிக்கும். "நம்பிக்கையைக் கைவிடுவது என்பது ஒரு பிரகடனம், ஒரு தொடக்கத்தின் தொடக்கம் அது," என்று பெமா சோட்ரான் கூறுகிறார். முன்பு நீங்கள் பெற ஏங்கித் தவித்துக் கொண்டிருந்த முழுமையான பாதுகாப்பு உணர்வு உங்களுக்குத் தேவையேயில்லை என்பதை நீங்கள் உணர்வீர்கள். இது உங்களுக்கு ஒரு விடுதலை உணர்வைக் கொடுக்கும். உலகம் நிச்சயமின்மையாலும் துன்பத்தாலும் நிறைந்திருக்கவில்லை என்று உங்களுக்கு நீங்களே உறுதியளித்துக் கொள்ள வேண்டிய அவசியம் இல்லாமல் போகின்றபோது, உங்களால் எத்தகைய உதவியைச் செய்ய முடியுமோ அதில் மட்டும் உங்களுடைய கவனத்தைக் குவிப்பதற்கான சுதந்திரம் உங்களுக்குக் கிட்டும். செய்யப்பட வேண்டிய அனைத்தையும் நீங்களே செய்தாக வேண்டும் என்று உங்களுக்கு நீங்களே உறுதியளித்துக் கொள்ள வேண்டிய அவசியம் இல்லாமல் போகின்றபோது, அர்த்தமுள்ள ஒரு சில விஷயங்களைச் செய்வதில் மட்டும் உங்களுடைய கவனத்தைக் குவிப்பதற்கான சுதந்திரம் உங்களுக்குக்

கிடைக்கும்.

நம்பிக்கையைக் கைவிடுவது, பயத்தால் தூண்டப்படுகின்ற, கட்டுப்பாடுகளைத் துரத்திச் சென்று கொண்டிருக்கின்ற, தற்செருக்கு ஆதிக்கம் செலுத்துகின்ற உங்களுடைய வடிவத்தை நீங்கள் துறக்க வழிவகுக்கும். அதாவது, நம்பிக்கையைக் கைவிடுவது, பிறர் உங்களைப் பற்றி என்ன நினைத்துக் கொண்டிருக்கிறார்கள் என்பதில் கவனம் செலுத்திக் கொண்டிருக்கின்ற, உங்களிடமிருந்து சிலவற்றை எதிர்பார்க்கின்ற நபர்கள் எவரையும் ஏமாற்றத்திற்கு உள்ளாக்க விரும்பாத உங்களுடைய வடிவத்தை நீங்கள் உதறித் தள்ள உங்களைத் தூண்டும். அதை ஜென்சன் இப்படி விவரிக்கிறார்: "உங்களுடைய நாகரிக அவதாரம் மரிக்கும். பிறராலும், இந்தச் சமூகத்தாலும் கட்டியெழுப்பப்பட்டிருந்த, புனையப்பட்டிருந்த, முத்திரை குத்தப்பட்டிருந்த, மற்றும் வார்க்கப்பட்டிருந்த உங்களுடைய அவதாரம் மரணிக்கும். ஒட்டுமொத்தத்தில், ஒரு பலியாடாக இருந்த 'நீங்கள்' புதைக்கப்படுவீர்கள். மிச்சமிருக்கின்ற 'நீங்கள்' முன்னைவிட அதிகத் துடிப்பாகவும் அதிக ஜீவனுடனும் வெளிப்படுவீர்கள். செயல்நடவடிக்கைகளில் இறங்க நீங்கள் முன்னைவிட அதிக முனைப்புக் காட்டுவீர்கள். எல்லாவற்றுக்கும் மேலாக, நீங்கள் முன்னைவிட அதிக மகிழ்ச்சியாக இருப்பீர்கள், வாழ்க்கையை அதிகமாகக் கொண்டாடுவீர்கள்."

ஒரு சராசரி மனித ஆயுட்காலம், கிலியூட்டுகின்ற ஒரு விதத்தில், அவமதிக்கும் ஒரு வழியில், அநியாயத்திற்குக் குறுகியது. ஆனால், அதற்காக, நீங்கள் எப்போதும் விரக்தி நிலையிலேயே இருக்க வேண்டும் என்ற அவசியமில்லை; உங்களுக்குக் கிடைத்துள்ள சொற்பக் காலத்தை ஆகச் சிறந்த முறையில் பயன்படுத்திக் கொள்ள வேண்டும் என்ற பதற்றத்திலேயே எப்போதும் உழன்று கொண்டிருக்க வேண்டிய அவசியமும் இல்லை. இன்னும் சொல்லப் போனால், நீங்கள் ஆசுவாசம்தான் அடைய வேண்டும். எப்போதுமே சாத்தியப்படாததாக இருந்து வந்துள்ள, செம்மையான ஒருவராக ஆவதற்கும், எல்லையற்ற முறையில்

செயல்வல்லமையுடைய ஒருவராக விளங்குவதற்கும், உணர்ச்சிரீதியாகச் சாய்க்கப்பட முடியாத ஒருவராக உருவாவதற்கும், முற்றிலும் தனித்து இயங்கக்கூடிய ஒருவராக மிளிர்வதற்குமான தேடலைத்தான் நீங்கள் கை கழுவப் போகிறீர்கள். அதற்குப் பிறகு, வேட்டியை மடித்துக் கட்டிக் கொண்டு, எவை சாத்தியமோ அந்த வேலைகளில் இறங்குவது உங்களுக்கு எளிதில் கைகூடும்.

பின்னிணைப்பு

மேலும் பத்து யோசனைகள்

இந்த உலகில் உங்களுக்கு இருக்கின்ற காலம் ஒரு வரம்புக்கு உட்பட்டது என்றும், அந்த நேரத்தின்மீதும் உங்களால் பெரிதாக ஆதிக்கம் செலுத்த முடியாது என்றும் இப்புத்தகம் நெடுகிலும் நான் வலியுறுத்தி வந்துள்ளேன். அதை நான் கூறியதற்கு, அது நீங்கள் எதிர்கொண்டே ஆக வேண்டிய உண்மை என்பது மட்டும் காரணமல்ல. அந்தக் கண்ணோட்டத்தை நீங்கள் சுவீகரித்துக் கொள்வது உங்களுக்கு அதிகாரமளிக்கும் என்பதும் மற்றொரு காரணம். ஒரு முழுமையான புரிதலுடன் நீங்கள் எதார்த்தத்திற்குள் இறங்குகின்றபோது, எவை அர்த்தமுள்ளவையோ அவற்றை உங்களால் சாதிக்க முடியும், அவை குறித்து அதிக மன நிறைவு அடைய முடியும். இது தொடர்பாக, இப்புத்தகத்தில் நான் ஆங்காங்கே ஏகப்பட்ட உத்திகளைக் கொடுத்துள்ளேன். மேலும் பத்து உத்திகளை நாம் இங்குப் பார்க்கலாம்.

1. உற்பத்தித்திறன் தொடர்பாக 'அளவின் அடிப்படையில் வேலை செய்வது' என்ற அணுகுமுறையைக் கடைபிடியுங்கள்

பெரும்பாலான நேர நிர்வாக அறிவுரையாளர்கள், நீங்கள் அவர்களுடைய உத்திகளைக் கடைபிடித்தால் உங்களால் முக்கியமான வேலைகள் 'அனைத்தையும்'

செய்து முடித்துவிட முடியும் என்று மார்தட்டுகின்றனர். ஆனால், அது சாத்தியமற்றது. அதை அடைய முயற்சிப்பது உங்களை இன்னும் கூடுதலாகப் பதற்றம் கொள்ளவே செய்யும். கடினமான தேர்ந்தெடுப்புகள் தவிர்க்கப்பட முடியாதவை என்ற அனுமானத்திலிருந்து தொடங்குவது நல்லது. அதனால், உங்கள் கையில் இருக்கின்ற வேலைகளின் எண்ணிக்கையைக் குறைப்பதற்கான எந்த உத்தியும் உங்களுக்கு நல்ல பலனையே அளிக்கும். இவற்றைவிடச் சிறப்பாகப் பலனளிக்கின்ற ஓர் உத்தி இருக்கிறது. இரண்டு 'செய்யப்பட வேண்டிய வேலைகளின் பட்டியலை' உருவாக்கிக் கொள்வதுதான் அது. அதில் முதலாவதற்கு, 'செய்யப்பட வேண்டியவை' என்று தலைப்பிட்டுக் கொள்ளுங்கள். இரண்டாவதற்கு, 'செய்து முடிக்கப்பட்டவை' என்று தலைப்பிட்டுக் கொள்ளுங்கள். முதலாவது பட்டியலில் உங்கள் கைவசம் இருக்கின்ற அனைத்தையும் எழுதிக் கொள்ளுங்கள். அது அநியாயத்திற்கு நீண்டதாக இருக்கும். அதிர்ஷ்டவசமாக, அதைக் கையாள வேண்டியது உங்களுடைய பொறுப்பு அல்ல. முதல் பட்டியலிலிருந்து இரண்டாவது பட்டியலுக்கு விஷயங்களை மாற்றுவது மட்டும்தான் உங்களுடைய வேலையாக இருக்கும். இரண்டாவது பட்டியலில் ஒரு குறிப்பிட்ட எண்ணிக்கையில் மட்டுமே செய்து முடிக்கப்பட வேண்டிய வேலைகள் இடம்பெற வேண்டும் (எடுத்துக்காட்டு: பத்து). இதில் இடம்பெற்றுள்ள வேலைகளைச் செய்து முடிக்காமல், இதில் நீங்கள் கூடுதலாக எந்த வேலையையும் சேர்க்கக்கூடாது. 'தற்காலிகமாக நிறுத்தி வைக்கப்பட்டுள்ள வேலைகள்' என்ற மூன்றாவது பட்டியல் ஒன்றையும் நீங்கள் தயாரித்து வைத்துக் கொள்ளலாம். யாராவது அந்த வேலைகள் குறித்து உங்களுக்கு நினைவுபடுத்தினாலொழிய, நீங்கள் இப்பட்டியலிலுள்ள வேலைகளைத் தொட வேண்டிய அவசியமில்லை. இரண்டாவது பட்டியலில் இடம்பெற்றுள்ள விஷயங்கள்மீது நீங்கள் கவனத்தைக் குவிக்கப் போவதால், நீங்கள் உண்மையிலேயே அக்கறை கொண்டுள்ள பல விஷயங்கள் செய்து முடிக்கப்பட்டுவிடும்.

இதற்கு நீங்கள் ஒரு துணை உத்தியையும் ஏற்படுத்திக் கொள்ளலாம். உங்களுடைய தினசரி வேலைக்கு நேர அடிப்படையில் ஒரு வரம்பை நீங்கள் உருவாக்கிக் கொள்ளலாம். உங்களுடைய வேலைச் சூழலின் நிர்ப்பந்தத்தின் அடிப்படையில் நீங்கள் இதை நிர்ணயித்துக் கொள்ளலாம். எடுத்துக்காட்டாக, நீங்கள் காலை 8.30 மணியிலிருந்து மாலை 5.30 மணிவரை அலுவலக வேலையில் ஈடுபடலாம் என்று நிர்ணயித்துக் கொள்ளலாம். பின் இதன் அடிப்படையில் உங்களுடைய பிற வேலைகளுக்கு நேரத்தை ஒதுக்கிக் கொள்ளலாம். "உருப்படியான வேலை என்று நீங்கள் நினைக்கின்ற வேலைகளுக்கு உங்கள் விருப்பப்படி எத்தனை மணி நேரத்தை வேண்டுமானாலும் நீங்கள் ஒதுக்கிக் கொள்ளலாம்," என்று கார்ல் நியூபோர்ட் தன்னுடைய 'டீப் வொர்க்' நூலில் (தமிழில் இந்நூல் 'கருமமே கண்ணாக!' என்ற பெயரில் வெளிவந்துள்ளது) குறிப்பிடுகிறார். ஆனால், உங்களுடைய முதன்மை நோக்கம் மாலை 5.30 மணிக்குள் சில முக்கியமான வேலைகளை முடிப்பது என்று இருந்தால், நேர வரம்பு குறித்தப் பிரக்ஞை உங்களுக்கு இருக்கும் என்பதோடு, அதுவரையுள்ள நேரத்தை உருப்படியாகப் பயன்படுத்திக் கொள்வதற்கும் நீங்கள் ஊக்குவிக்கப்படுவீர்கள்.

2. வரிசைப்படுத்துங்கள், வரிசைப்படுத்துங்கள், வரிசைப்படுத்துங்கள்

மேலே குறிப்பிடப்பட்டுள்ள அதே தர்க்கத்தைப் பயன்படுத்தி, ஒரு நேரத்தில் ஒரே ஒரு முக்கிய வேலையில் கவனத்தைக் குவிப்பதும் நல்ல பலனைத் தரும். (அதிகபட்சம், நீங்கள் ஒரு நேரத்தில் ஒரு முக்கியமான வேலையையும், ஒரு முக்கியத்துவமற்ற வேலையையும் எடுத்துக் கொள்ளலாம்.) அதை முடித்தப் பிறகுதான், நீங்கள் அடுத்த முக்கியமான வேலையைக் கையில் எடுக்க வேண்டும். பல வேலைகளைக் கிடப்பில் போடுவது உங்களுக்குப் பதற்றத்தைக் கொடுக்கக்கூடும் என்றாலும், ஒரே நேரத்தில் பல வேலைகளைத் துவக்குகின்றபோது,

அவற்றில் எதையுமே முடிக்க முடியாமல் போகின்ற ஆபத்து அதில் இருப்பதை நீங்கள் கவனத்தில் எடுத்துக் கொள்ள வேண்டும். படிப்படியாக நீங்கள் அந்தப் பதற்றத்தைக் குறைப்பதற்கு உங்களைப் பழக்கப்படுத்திக் கொள்வது நல்லது. முக்கியமான வேலைகளை முடிக்கின்றபோது உங்களுக்குக் கிடைக்கின்ற திருப்தி, பதற்றத்தைத் தணித்துக் கொள்ள உதவும். நீங்கள் மேலும் மேலும் முக்கியமான வேலைகளை முடிக்க முடிக்க, பதற்றமும் அதற்கேற்பக் குறைந்து கொண்டே வரும். எல்லா வேலைகளையும் தள்ளிப்போடுவது சாத்தியமில்லை என்பது உண்மைதான். எடுத்துக்காட்டாக, மின் கட்டணம் செலுத்துவதையோ, மின்னஞ்சல்களுக்கு பதிலளிப்பதையோ, அல்லது குழந்தைகளைப் பள்ளிக்கு அழைத்துச் செல்வதையோ தள்ளிப்போடுவது சாத்தியமில்லை. ஆனால், இந்த அணுகுமுறையை நீங்கள் கடைபிடிக்கின்றபோது, எந்த வேலைகளை உங்களால் தள்ளிப்போட முடியவில்லையோ, அவையெல்லாம் அவசியமானவை என்பதை உங்களால் உணர்ந்து கொள்ள முடியும். முக்கியமான வேலைகளோடு சேர்த்து இந்த அவசியமான வேலைகளிலும் நீங்கள் உங்களுடைய கவனத்தைக் குவிக்கலாம்.

3. எதில் தோற்கலாம் என்பதையும் முன்கூட்டியே முடிவு செய்து கொள்ளுங்கள்

உங்களுடைய ஆற்றலும் நேரமும் ஒரு வரம்புக்கு உட்பட்டவையாக இருப்பதால், சில விஷயங்களை உங்களால் நிறைவு செய்ய முடிந்தாலும், அவற்றில் நீங்கள் விரும்புகின்ற தரத்தை உங்களால் கண்டிப்பாக எட்ட முடியாது, ஆசைப்படுகின்ற உயரங்களைத் தொட முடியாது, படைக்க விரும்புகின்ற அளவு சாதனைகளைப் படைக்க முடியாது. அதனால், சில விஷயங்களுக்கு முதலிலேயே குறைவான தரத்தை நிர்ணயித்துக் கொள்வது நல்ல பலனளிக்கும். ஏனெனில், அதன் மூலம் உங்களுக்கு மிச்சப்படுகின்ற நேரத்தையும் ஆற்றலையும் உங்களால் வேறு முக்கியமான விஷயங்களுக்குப்

பயன்படுத்திக் கொள்ள முடியும். நீங்கள் தோற்றுப் போவீர்கள் என்று நீங்கள் ஏற்கனவே எதிர்பார்க்கின்ற விஷயங்களில் நீங்கள் தோற்றுப் போகின்றபோது, நீங்கள் விரக்தியடைய மாட்டீர்கள். "உங்களால் அனைத்தையும் செய்ய முடியாமல் போகின்றபோது, நீங்கள் அவமானமடைந்து அவற்றைக் கைவிடுவீர்கள். ஆனால், எதில் நீங்கள் சறுக்குவீர்கள் என்பதை நீங்கள் முதலிலேயே தீர்மானித்துவிடுகின்றபோது, அந்த அவமான உணர்வை நீங்கள் கழற்றி விட்டுவிடுகிறீர்கள்," என்று ஜோன் அக்கஃப் என்ற எழுத்தாளர் கூறுகிறார். எடுத்துக்காட்டாக, உங்களுடைய சமையலறையையோ அல்லது வீட்டின் முன்னாலுள்ள சிறிய பூந்தோட்டத்தையோ நீங்கள் பிரமாதமாகப் பராமரிக்கப் போவதில்லை என்று நீங்கள் முதலிலேயே தீர்மானித்துவிட்டிருந்தால், உங்களுடைய சமையலறை அலங்கோலமாக இருந்தாலோ அல்லது பூந்தோட்டம் களையிழந்து காணப்பட்டாலோ நீங்கள் அது குறித்துப் பெரிதாக அலட்டிக் கொள்ள மாட்டீர்கள், இல்லையா?

இங்கும் உங்களால் ஏகப்பட்ட விஷயங்களை இப்படி ஒதுக்கி வைத்துவிட முடியாது. நீங்கள் ஒரு குடும்பஸ்தராகவும், பெற்றோராகவும், ஆரோக்கியத்தைப் பேணுபவராகவும் இருக்கின்றபோது, பெரும்பாலான விஷயங்களில் சறுக்கிவிடுவது என்ற தீர்மானத்தை உங்களால் எடுத்துவிட முடியாது. ஆனால், இவற்றிலும், ஒரு சுழற்சி முறையில் சில விஷயங்களில் அவ்வப்போது சறுக்குவது என்று முதலிலேயே தீர்மானித்துக் கொள்ள முடியும். எடுத்துக்காட்டாக, அடுத்த இரண்டு மாதங்களுக்கு நீங்கள் உங்களுடைய குழந்தைகளின்மீது உங்களுடைய கவனத்தைக் குவிக்கத் திட்டமிட்டிருக்கிறீர்கள் என்று வைத்துக் கொள்வோம். அப்போது அலுவலகத்தில் உங்களிடம் குறைந்தபட்சமாக எதிர்பார்க்கப்படுகின்ற விஷயங்களை மட்டுமே செய்வது என்று நீங்கள் முடிவெடுக்கலாம். அல்லது, அடுத்த மாதம் முழுவதும் நீங்கள் உங்களுக்குப் பிடித்த ஒரு கட்சிக்காக ஓட்டுச் சேகரிக்கச் செல்வதாகத் தீர்மானிக்கின்றபோது, வழக்கமான உடற்பயிற்சியைத்

தற்காலிகமாக நிறுத்தி வைக்கத் தீர்மானிக்கலாம். அந்தக் காலம் முடிவடைந்ததும், நீங்கள் தற்காலிகமாக நிறுத்தி வைத்திருந்த நடவடிக்கைகளில் மீண்டும் உங்களுடைய கவனத்தைக் குவிக்கத் துவங்கலாம். இந்த உத்தியைக் கடைபிடிப்பதன் மூலம், உங்களுடைய வேலை-குடும்பச் சமநிலையை நீங்கள் தேவையின் பொருட்டுப் பிரக்ஞையுடன் தடம்புரள வைத்து, சிறிது காலத்திற்குப் பிறகு அதைச் சரி செய்துவிட முடியும்.

4. செய்து முடிக்கப்பட வேண்டிய வேலைகளில் மட்டுமே கவனம் செலுத்தாமல், செய்து முடிக்கப்பட்ட வேலைகளிலும் கவனம் செலுத்துங்கள்

செய்து முடிக்கப்பட வேண்டிய வேலைகள் ஒருபோதும் நிறைவுக்கு வருவதில்லை என்பதால், அது விரக்தி மற்றும் சுயநிந்தனைக்கு இட்டுச் செல்லும். எல்லாவற்றையும் செய்து முடித்தால் மட்டுமே உங்களுக்கு உங்களைப் பற்றி ஒரு நல்லவிதமான உணர்வு ஏற்படும். ஆனால், எல்லாவற்றையும் செய்து முடிப்பது என்பது சாத்தியமேயில்லை. அப்படியானால், உங்களுக்கு உங்களைப் பற்றிய நல்ல உணர்வு ஏற்படுவதற்குச் சாத்தியமே இல்லை என்று ஆகிறது. "நீங்கள் உங்களுடைய நாளை ஒருவிதமான 'உற்பத்தித்திறன் கடனுடன்' துவக்குகிறீர்கள், கடின உழைப்பின் மூலம் அக்கடனை அந்நாளின் முடிவுக்குள் திருப்பிச் செலுத்தி, அதைப் பூஜ்ஜியத்திற்கு கொண்டு வந்துவிட வேண்டும்," என்ற அனுமானம்தான் பிரச்சனைக்கு ஒரு முக்கியக் காரணமாக இருக்கிறது. இதை முறியடிப்பதற்கு ஓர் உத்தி இருக்கிறது. 'செய்து முடிக்கப்பட்டுள்ள வேலைகள்' என்றொரு பட்டியலை உருவாக்கிக் கொள்ளுங்கள். காலையில் அது காலியாக இருக்கும். அன்றைய நாள் செல்லச் செல்ல, நீங்கள் வேலைகளை முடிக்க முடிக்க, அந்தப் பட்டியல் இட்டு நிரப்பப்பட்டுக் கொண்டே இருக்கும். அது உங்களை உற்சாகப்படுத்தும். இது வெறும் மன ஆறுதலுக்காகச் செய்யப்படுகின்ற ஒரு

பயிற்சி அல்ல. உங்களுக்குத் தொடர்ந்து கிடைத்துக் கொண்டிருக்கின்ற சிறிய வெற்றிகளுக்கு உங்களை ஊக்குவிக்கும் ஆற்றல் இருக்கிறது. அதனால், சிறிய வெற்றிகளையும் கொண்டாடுங்கள்.

5. உங்களுடைய அக்கறையை ஒன்றுசேர்த்துக் கொள்ளுங்கள்

தவறான விஷயங்களின்மீது அக்கறை கொள்ளுமாறு உங்களைத் தூண்டுகின்ற மிகப் பெரிய இயந்திரம்தான் சமூக ஊடகங்கள். அதோடு, அளவுக்கதிகமான விஷயங்களின்மீது – அவற்றில் பல நல்ல நோக்கங்களைக் கொண்டிருந்தால்கூட – நீங்கள் அக்கறை கொள்ள அவை உங்களைத் தூண்டும். இப்போதெல்லாம், சமூக ஊடகங்களின் மூலமாக, பலதரப்பட்ட அடாவடிச் செயல்களைப் பற்றியும் அநியாயச் செயல்களைப் பற்றியும் நாம் தெரிந்து கொள்கிறோம். அவை ஒவ்வொன்றும் நம்முடைய நேரத்தைத் திருடிக் கொண்டிருக்கின்றன. தனியொரு நபரால் கையாள முடியாத அளவுக்கு எண்ணிக்கையில் அவை பிரம்மாண்டமானவையாக இருக்கின்றன. இன்றைய 'கவனக்குவிப்புப் பொருளாதாரத்தில்' அனைத்துப் பிரச்சனைகளையும் அவசரமானவையாகவே சித்தரிப்பதைத் தவிர வேறு வழியில்லை. எடுத்துக்காட்டாக, எந்தவொரு நவீன நிதி திரட்டும் அமைப்பும், தம்முடைய கோரிக்கை அவசரமற்றது என்று கூறிக் கொள்ள முடியாத ஒரு நிலையில்தான் இருக்கிறது.

இந்தச் செயல்முறையை நீங்கள் புரிந்து கொண்டால், அரசியல், சமூகப் போராட்டம், தொண்டு நிறுவனங்களுக்கான உதவி போன்றவற்றையும் கவனமாகத் தேர்ந்தெடுப்பது உங்களுக்குச் சாத்தியப்படும். எடுத்துக்காட்டாக, அடுத்த இரண்டு ஆண்டுகளுக்கு, உங்களுடைய ஓய்வு நேரத்தைச் சிறை சீர்திருத்த நடவடிக்கைகளுக்குச் செலவிட நீங்கள் தீர்மானிக்கலாம். அல்லது, உள்ளூர் முதியோர் இல்லத்திற்குச் சென்று அங்கிருப்பவர்களுக்கு

ஒத்தாசையாக இருக்க முடிவெடுக்கலாம். அமேசான் காடுகளில் மேற்கொள்ளப்பட்டு வரும் பெரும் அழிவு நடவடிக்கைகள் குறித்தோ அல்லது உலகெங்குமுள்ள அகதிகளின் நிலை குறித்தோ நீங்கள் அக்கறை கொண்டிருக்கவில்லை என்று அதற்கு அர்த்தமில்லை. மாறாக, நீங்கள் அக்கறை கொண்டுள்ள விஷயங்களில் ஒரு குறிப்பிடத்தக்க வித்தியாசத்தை ஏற்படுத்துவதற்கு உங்களுக்கு இருக்கின்ற நேரத்தைக் கவனமாகப் பயன்படுத்த வேண்டிய நிலையில் நீங்கள் இருக்கிறீர்கள் என்று அது பொருள்படும்.

6. ஒற்றை நோக்குக் கொண்ட, சலிப்பு ஏற்படுத்துகின்ற தொழில்நுட்பத்தை சுவீகரித்துக் கொள்ளுங்கள்

டிஜிட்டல் கவனச்சிதறல்கள் மக்களை அடிமைப்படுத்தக்கூடியவை. கடினமான மனித வரையறைகள் இல்லாத ஓர் உலகிற்குள் தப்பிச் செல்வதற்கான வாய்ப்பை அவை உங்களுக்கு வழங்குவதுதான் அதற்குக் காரணம். அர்த்தமுள்ள வேலைகளைப்போல அல்லாமல், இந்த டிஜிட்டல் நடவடிக்கைகள் உங்களுக்குச் சலிப்பு ஏற்படுத்தாது; எந்தவொரு நடவடிக்கையும் எடுப்பதற்கான சுதந்திரம் அங்கு உங்களுக்கு வழங்கப்படும். உங்களுடைய சாதனங்களை முடிந்த அளவு சலிப்பூட்டுபவையாக ஆக்குவதன் மூலம் இதை உங்களால் முறியடிக்க முடியும். எடுத்துக்காட்டாக, நீங்கள் உங்களுடைய அலைபேசி அல்லது கணினியிலிருந்து சமூக ஊடகங்களைத் துண்டித்துவிடலாம்; நீங்கள் துணிச்சல்மிக்கவராக இருந்தால், மின்னஞ்சலைக்கூட நீங்கள் நீக்கிவிடலாம்; உங்களுடைய கணினி அல்லது அலைபேசியின் திரையை வண்ணத்திலிருந்து கறுப்பு-வெள்ளைக்கு மாற்றிக் கொள்ளலாம். “நான் என்னுடைய அலைபேசியின் திரையைக் கறுப்பு-வெள்ளைக்கு மாற்றிய பிறகு, நான் திடீரென்று

ஒரு வித்தியாசமான மனிதனாக மாறிவிடவில்லை. ஆனால், என்னுடைய அலைபேசியின்மீது என்னுடைய கட்டுப்பாடு அதிகரித்திருப்பதாக நான் உணர்கிறேன். இப்போது அது ஒரு வசீகரமான விளையாட்டுப் பொருளாக இல்லாமல், வெறுமனே ஒரு சாதனமாக மாறிவிட்டது," என்று நெல்லி பவுல்ஸ் 'நியூயார்க் டைம்ஸ்' பத்திரிகையில் எழுதியுள்ளார். இதற்கிடையே, உங்களுடைய சாதனங்கள் ஒவ்வொன்றும் ஒரே ஒரு காரியத்தை மட்டும் நிறைவேற்றுகின்றவையாக அவற்றை ஆக்கிக் கொள்ளுங்கள். எடுத்துக்காட்டாக, அமேசானின் 'கின்டில்' சாதனத்தில் புத்தகங்களைப் படிப்பதைத் தவிர வேறு எதைச் செய்வதற்கும் நீங்கள் கடுமையாக மெனக்கெட வேண்டியிருக்கும். ஒரு சமூக ஊடகமோ அல்லது ஓர் இசைச் செயலியோ, ஒரு சொடுக்குப் போடும் தூரத்திலோ அல்லது உங்களுடைய விரல் அசைவுக்கு அடிபணிகின்ற அளவுக்கு அருகிலோ இருந்தால், அவற்றின் ஈர்ப்பு சக்திக்கு எதிராகப் போராடுவது மிகவும் கடினம். ஏனெனில், நீங்கள் ஈடுபட்டிருக்கின்ற வேலை சற்றுக் கடினமானாலோ அல்லது இலேசாகச் சலிப்பூட்டினாலோ உங்கள் மனம் உடனே இவற்றின் பக்கம் தாவிவிடும். அதை உங்களால் கட்டுப்படுத்தவே முடியாது.

7. சாதாரணமான விஷயங்களில் புதுமைகளைத் தேடுங்கள்

நமக்கு வயது ஏறிக் கொண்டே போகும்போது, நேரம் படுவேகமாகப் பறப்பதுபோலவும், நமக்கு மீதமிருக்கின்ற வாரங்களை நாம் விரைவாக இழந்து கொண்டிருப்பதைப்போலவும் ஒரு தோற்றம் நமக்கு ஏற்படுகிறது. ஒரு குறிப்பிட்ட இடைவெளியில் நம்மால் எவ்வளவு தகவல்களைக் கையாள முடியும் என்பதன் அடிப்படையில், நம்முடைய மூளை, காலத்தை அளவிடுகிறது. நம்முடைய குழந்தைப்பருவம் ஏகப்பட்டப் புதுமையான அனுபவங்களை உள்ளடக்கியிருந்ததால், அக்காலகட்டம் முடிவின்றித் தொடர்ந்து நீடித்ததுபோல

நம் நினைவில் நீக்கமற நிறைந்திருக்கிறது. ஆனால், நாம் வளர்ந்து பெரியவர்களாக ஆகின்றபோது, நாம் கிட்டத்தட்ட ஒரே இடத்தில் வசிக்கத் தொடங்குகிறோம், பெரும்பாலும் ஒரே வேலையில் தொடர்கிறோம், வெகு சில உறவுகளுக்குள் மட்டும் உறவாடிக் கொள்கிறோம். மொத்தத்தில், புதுமை நம்மிடமிருந்து விடைபெற்றுக் கொள்கிறது. "உருண்டோடிக் கொண்டிருக்கின்ற ஆண்டுகள், அனுபவங்களை, தன்னிச்சையாக நடந்தேறிக் கொண்டிருக்கின்ற வழமைகளாக மாற்றிவிடுகின்றன. அதனால், நாட்களும் வாரங்களும் அர்த்தமற்றச் சிறு தொகுதிகளாக ஆகிவிடுகின்றன. அதன் விளைவாக, ஆண்டுகள் வெறுமையானவையாக மாறி நொறுங்கிவிடுகின்றன," என்று வில்லியம் ஜேம்ஸ் எழுதியுள்ளார்.

இவற்றை எதிர்கொள்வதற்கு வழக்கமாக வழங்கப்படுகின்ற அறிவுரை, உங்களுடைய வாழ்க்கையைப் புதுமையான அனுபவங்களைக் கொண்டு இட்டு நிரப்புங்கள் என்பதுதான். இது பலனளிக்கிறது என்பதை மறுப்பதற்கில்லை. ஆனால், இது மற்றொரு பிரச்சனையை மேலும் மோசமாக்கிவிடுகிறது. அதாவது, உங்களுடைய இருத்தலே திக்குமுக்காடலுக்கு உள்ளாகிவிடுகிறது. அதோடு, இது நடைமுறைச் சாத்தியமற்றதும்கூட. நீங்கள் ஒரு வேலையில் இருந்தாலும் சரி, உங்களுக்குக் குழந்தைகள் இருந்தாலும் சரி, பெரும்பாலான நேரம், வழமையான விஷயங்களைச் செய்வதில்தான் நீங்கள் உங்கள் வாழ்க்கையைச் செலவிட்டாக வேண்டியிருக்கிறது. கிளர்ச்சியூட்டுகின்ற பயணங்கள் அல்லது புதுமையான நடவடிக்கைகளை மேற்கொள்வதற்கு அங்கு வாய்ப்புகள் குறைவாகவே இருக்கும். இதற்கு மாற்றாக, உங்களுடைய ஒவ்வொரு கணத்தின்மீதும், அது எவ்வளவு சாதாரணமானதாக இருந்தாலும்கூட, கூடுதல் கவனம் செலுத்துமாறு ஷின்ஜென் யங் தெரிவிக்கிறார். புதுமைகளை, முற்றிலும் வித்தியாசமான விஷயங்களில் ஈடுபடுவதன் மூலமாக அல்லாமல், நீங்கள் ஏற்கனவே செய்து கொண்டிருக்கின்ற விஷயங்களை ஒரு வித்தியாசமான முறையில் செய்வதன்

மூலமாக உருவாக்கும்படி அவர் பரிந்துரைக்கிறார். வாழ்க்கையை இப்போதிருப்பதைப்போல இரண்டு மடங்கு தீவிரத்துடன் அணுகுங்கள். அப்போது உங்களுடைய அனுபவங்களும் இரண்டு மடங்கு அதிகரிக்கும்; அந்தக் காலகட்டம், இரட்டிப்புக் காலம் வாழ்வதைப் போன்ற ஓர் உணர்வை ஏற்படுத்தும். தியானம் இங்கு உதவும். திட்டமிடப்படாத முறையில் எங்காவது ஓரிடத்திற்கு நடந்து செல்வதும் அதே அளவு பலனளிக்கும். உங்களுடைய அலுவலகத்திற்கு உங்களுடைய வழக்கமான பாதையில் செல்லாமல், ஒரு புதிய வழியில் பயணிக்க நீங்கள் முயற்சிக்கலாம். நீங்கள் புகைப்படம் எடுக்கலாம், பறவைகளை அவதானிப்பதில் ஈடுபடலாம், இயற்கையை வரைய முயற்சிக்கலாம், குழந்தைகளுடன் கண்ணாமூச்சி விளையாட்டு விளையாடலாம். மொத்தத்தில், நிகழ்கணத்தில் உங்களுடைய கவனத்தை ஈர்க்கின்ற எந்தவொரு நடவடிக்கையையும் நீங்கள் இந்தக் கணக்கில் சேர்த்துக் கொள்ளலாம்.

8. உறவுகளில் ஓர் ஆய்வாளராக இருங்கள்

நம்முடைய நேரம் எப்படி மலர்கிறது என்பதை நம்முடைய முழுக் கட்டுப்பாட்டில் வைத்திருக்க வேண்டும் என்ற நம்முடைய விருப்பம், உறவுகளில் எண்ணற்றப் பிரச்சனைகளை ஏற்படுத்துகிறது. நாம் நேசிக்கின்றவர்கள்மீது அளவுக்கதிகமாக ஆதிக்கம் செலுத்த முயற்சித்தல், திருமணம் செய்து கொள்ள பயப்படுதல், பிறருடைய பேச்சைக் காதுகொடுத்துக் கேட்க முடியாதிருத்தல், சலிப்பாக உணர்தல், தனிப்பட்ட முறையிலோ அல்லது சமூக நடவடிக்கைகளிலோ நேரத்தைச் செலவழிக்க முடியாதிருப்பது குறித்து மருகுதல் போன்ற வழிகளில் இது வெளிப்படுகிறது. இந்தப் பிரச்சனையைக் கையாள்வதற்கு டாம் ஹாப்சன் ஒரு வழியை முன்மொழிகிறார். அவர் ஒரு மழலையர் கல்வி வல்லுநர். சிறு குழந்தைகளுடனான உறவாடல்களுக்கு மட்டுமல்லாமல் மற்றவர்களுக்கும்

இது பொருந்தும் என்று அவர் சுட்டிக்காட்டுகிறார். இதற்கு, வலுக்கட்டாயமாக எல்லாவற்றிலும் ஆர்வம் காட்டுகின்ற ஒரு மனப்போக்கை உங்களிடம் நீங்கள் வளர்த்துக் கொள்ள வேண்டும். ஒரு குறிப்பிட்ட விளைவை ஏற்படுத்துவது இங்கு உங்களுடைய நோக்கமாக இருக்க வேண்டியதில்லை. நீங்கள் உங்களுடைய நிலையை வெற்றிகரமாக விளக்க வேண்டும் என்ற கட்டாயமும் இங்கு இல்லை. "நான் உறவாடிக் கொண்டிருக்கும் இந்த மனித ஜீவன் யார்?" என்ற ஆர்வக்குறுகுறுப்பு உங்களிடம் இருக்க வேண்டும் என்று ஹாப்சன் தெரிவிக்கிறார். மற்றவர்களுடனான உறவு பெரும்பாலும் கணிக்கப்பட முடியாததாக இருக்கும் என்பதால், இங்கு ஆர்வம் காட்டுதல் மிகவும் பொருத்தமாக இருக்கும். ஏனெனில், மக்கள் எல்லா நேரமும் உங்களுக்குப் பிடித்தமான விதத்திலோ அல்லது உங்களுக்குப் பிடிக்காத விதத்திலோ நடந்து கொள்வார்கள் என்று கூற முடியாது.

இன்னும் சொல்லப் போனால், நீங்கள் இந்த மனப்போக்கைக் கிட்டத்தட்ட எல்லா இடங்களிலும் பயன்படுத்த முயற்சிக்கலாம் என்று சுயமுன்னேற்ற நூலாசிரியர் சூசன் ஜெஃப்ர்ஸ் 'எம்ப்ரேசிங் அன்சேர்டன்டி' என்ற தன்னுடைய நூலில் தெரிவிக்கிறார். அடுத்து என்ன நடக்கும் என்பது நமக்கு எப்போதுமே தெரியாமல் இருக்கும் என்பதால், ஆர்வக்குறுகுறுப்பைத் தேர்ந்தெடுத்துக் கொள்வதற்கு உகந்த ஒரு சூழலாக அது விளங்குகிறது. அடுத்து என்ன நடக்கும் என்று ஆர்வத்தோடு இருப்பது என்பது, ஏதாவது ஒன்று நடக்கும் என்று எதிர்பார்த்துக் கொண்டு, அதே நேரத்தில், அதற்கு மாறாக ஏதாவது நடந்துவிடுமோ என்று பயந்து கொண்டிருப்பதைவிட மேலானது.

9. உடனடியான பெருந்தன்மையை வளர்த்துக் கொள்ளுங்கள்

தியான ஆசான் ஜோசப் கோல்ட்ஸ்டைனின் இந்தப்

பரிந்துரையைக் கடைபிடிக்க நான் இன்னும் திணறிக் கொண்டுதான் இருக்கிறேன்., ஏதாவது ஒரு நல்ல காரியத்திற்குப் பணம் கொடுக்க வேண்டும் என்றோ, ஒரு நண்பரிடம் நலம் விசாரிக்க வேண்டும் என்றோ, அல்லது யாராவது ஒருவரைப் பாராட்ட வேண்டும் என்றோ ஒரு பெருந்தன்மை உணர்வு உங்கள் மனத்தில் தோன்றினால், பின்னர் பார்த்துக் கொள்ளலாம் என்று அதைத் தள்ளிப்போடாமல், உடனடியாக அதைச் செயல்படுத்திவிடுங்கள் என்று கோல்ட்ஸ்டைன் கூறுகிறார். இது போன்ற உணர்வுகள் நம்மிடம் தோன்றுகின்றபோது, அவற்றின்மீது நாம் உடனடியாக நடவடிக்கை எடுக்காமல் இருப்பதற்கு, நம்முடைய குரூரக் குணமோ, அல்லது அதைப் பெறுவதற்கு நாம் நினைத்துள்ள நபர் தகுதியானவர்தானா என்ற சந்தேகமோ, அல்லது அது குறித்து நாம் மறுபரிசீலனை செய்ய வேண்டும் என்ற உந்துதலோ காரணமல்ல. பெரும்பாலான சமயங்களில், நம்முடைய நேரத்தின்மீது நாம் முழுக் கட்டுப்பாடு கொண்டிருக்க வேண்டும் என்று உணர்வதிலிருந்துதான் இது பிறக்கிறது. நாம் ஈடுபட்டிருக்கின்ற அவசரக் காரியம் நிறைவேறியவுடன் நாம் அதில் குதிக்கலாம் என்றோ அல்லது இதைச் செம்மையாகச் செய்வதற்குப் போதுமான அளவு ஓய்வு நேரம் கிடைக்கின்றபோது செய்து கொள்ளலாம் என்றோ நமக்கு நாமே சமாதானம் சொல்லிக் கொள்கிறோம். எடுத்துக்காட்டாக, ஒரு நற்காரியத்திற்கு நன்கொடை வழங்க வேண்டும் என்று உங்களுக்குத் திடீரென்று தோன்றுகிறது. ஆனால், எந்த நிறுவனத்திற்கு அதைக் கொடுக்க வேண்டும் என்பது குறித்து இன்னும் விரிவாக ஆய்வு செய்ய வேண்டும் என்று நினைத்துக் கொண்டு அதை நீங்கள் தள்ளிப்போடுகிறீர்கள். ஆனால், உண்மையில் கொடுக்கப்படுகின்ற நன்கொடையால்தான் பயனே தவிர, வெறும் நினைப்பால் எந்தவிதப் பயனும் இல்லை. உங்களுடைய நண்பர் செய்திருந்த ஏதோ ஒரு காரியத்திற்காக அல்லது சாதனைக்காக அவருக்கு ஒரு பாராட்டுக் கடிதம் அனுப்ப வேண்டும் என்ற எண்ணம் உங்களிடம் தோன்றுகிறது. ஆனால், அதைச் சிறப்பாகத்

தயாரித்து அனுப்ப வேண்டும் என்ற நோக்கத்தில் அதை நீங்கள் தள்ளிப்போடுகிறீர்கள். சிறப்பாகத் தயாரிக்கப்படுகின்ற ஒரு பாராட்டுக் கடிதத்தைக் கண்டு உங்களுடைய நண்பர் மிகவும் சிலாகிப்பார் என்பது உண்மை என்றாலும், அதை ஒருக்காலும் அனுப்பாமல் இருப்பதைவிட, அவசரமாகச் சில வார்த்தைகளைக் கிறுக்கி அனுப்புவதே அதைவிடச் சிறந்த காரியமாக இருக்கும். அது குறித்து கோல்ட்ஸ்டைன் இவ்வாறு கருத்துத் தெரிவிக்கிறார்: இவை அனைத்தையும் தொடங்குவதற்கு ஒரு சிறு முயற்சி தேவைப்படலாம்; பெருந்தன்மையான செயல்கள் ஒருவருக்குக் கண்டிப்பாக மகிழ்ச்சியைக் கொடுக்கும்.

10. எதையும் செய்யாதிருப்பதற்குப் பயிற்சி எடுத்துக் கொள்ளுங்கள்

"மனிதனின் மகிழ்ச்சியின்மை அனைத்தும் ஒரே ஓர் அம்சத்திலிருந்துதான் அவனுக்கு வருகிறது என்பதை நான் கண்டுபிடித்துள்ளேன். அவனால் தன் வாலைச் சுருட்டிக் கொண்டு ஓரிடத்தில் அமைதியாக இருக்க முடியாது என்பதே அது," என்று பிளைஸ் பாஸ்கல் எழுதியுள்ளார். உங்களுடைய நான்காயிரம் வாரங்களைச் செம்மையாகப் பயன்படுத்திக் கொள்ள வேண்டும் என்ற சவாலை நீங்கள் எதிர்கொள்கின்றபோது, எதுவும் செய்யாமல் இருக்க முடிவதற்கான திறன் முக்கியத்துவம் பெறுகிறது. ஒன்றுமே செய்யாமல் இருப்பதன் மூலம் உருவாகின்ற அசௌகரியத்தை உங்களால் தாங்கிக் கொள்ள முடியாவிட்டால், நேரம் குறித்து நீங்கள் தவறான தேர்ந்தெடுப்புகளை மேற்கொள்வதற்கான வாய்ப்புகள் அதிகரிக்கும். ஏனெனில், ஏதாவது ஒரு நடவடிக்கையில் நீங்கள் ஈடுபட்டிருக்கிறீர்கள் என்ற உணர்வைப் பெறுவதற்காக அச்செயலை நீங்கள் மேற்கொள்ளக்கூடும். விரைவுபடுத்தப்பட முடியாத விஷயங்களை நீங்கள் விரைவுபடுத்த முயற்சிக்கக்கூடும். அல்லது வருங்கால இலக்குகளை அடைவதற்காக, உங்களுக்குக் கிடைத்திருக்கும் ஒவ்வொரு கணத்தையும்

ஓர் உருப்படியான விதத்தில் செலவழிக்க வேண்டும் என்ற உணர்வு உங்களிடம் மேலெழும்.

எதார்த்தத்தில், ஒன்றுமே செய்யாமல் இருப்பது என்பது இயலாத காரியம். நீங்கள் உயிரோடு இருக்கின்றவரை நீங்கள் சுவாசித்துக் கொண்டுதான் இருப்பீர்கள்; உட்காருதல், நிற்றல் என்று உங்கள் உடலைக் கொண்டு நீங்கள் எதையேனும் செய்து கொண்டுதான் இருப்பீர்கள். இப்படிச் சொல்லிக் கொண்டே போகலாம். எனவே, ஒன்றுமே செய்யாமல் இருப்பதற்கு உங்களைப் பயிற்றுவித்துக் கொள்வது என்பது, உங்களுடைய அனுபவத்தை, உங்களைச் சுற்றியுள்ள நபர்களை அல்லது உலகத்தை உங்களுடைய போக்குக்கு ஏற்ப மாற்றிக் கொள்ள உங்களுக்குள் எழுகின்ற உந்துதலை அடக்கி வைத்துக் கொண்டு, விஷயங்கள் எப்படி இருக்கின்றனவோ அப்படியே அவை மலர்வதற்கு அனுமதிப்பதாகும். ‘சும்மா இருத்தல்’ என்ற ஒரு தியானத்தை ஷின்ஜென் யங் கற்றுக் கொடுக்கிறார். அதற்கு நீங்கள் ஓர் அலாரத்தை வைத்துக் கொள்ள வேண்டும். முதலில் ஐந்து அல்லது பத்து நிமிடங்களிலிருந்து நீங்கள் தொடங்கலாம். ஒரு நாற்காலியில் அமர்ந்து கொள்ளுங்கள். அடுத்து, எதுவொன்றைச் செய்ய முயற்சிப்பதையும் நிறுத்துங்கள். சிந்தித்தல், உங்கள் சுவாசத்தின்மீது கவனத்தைக் குவித்தல் போன்ற ஏதோ ஒன்றை நீங்கள் செய்து கொண்டிருப்பதை நீங்கள் கவனிக்கின்ற ஒவ்வொரு முறையும், அந்தச் செயலைச் செய்வதை உடனே நிறுத்திவிடுங்கள். எடுத்துக்காட்டாக, நீங்கள் செய்துள்ள ஏதோ ஒன்றுக்காக உங்களை நீங்களே விமர்சித்துக் கொள்ளத் துவங்குகிறீர்கள் என்றால், அதை நிறுத்திவிடுங்கள். ஏனெனில், அதுவும் ஒரு சிந்தனைதான். இப்படி உங்களுடைய முயற்சிகள் எதுவாக இருந்தாலும் அதை நீங்கள் நிறுத்த வேண்டும். அலாரம் அடிக்கின்றவரை இதை நீங்கள் தொடர வேண்டும். “எதுவுமே செய்யாமல் இருப்பதைவிட அதிகக் கடினமான ஒரு காரியம் இல்லை,” என்று ஜென்னி ஓடெல் என்ற நூலாசிரியர் கூறுவதில் உண்மை இல்லாமலில்லை.

நன்றியுரை

இந்நூலை எழுதி முடிப்பதற்கு எனக்கு நீண்ட காலம் ஆகிவிட்டது. இதை அனுமதித்தவர்களுக்கும், இதன் உருவாக்கத்திற்குப் பல விதங்களில் உதவியவர்களுக்கும் நான் நன்றி தெரிவித்துக் கொள்கிறேன். நேரத்திற்கு ஒரு வரம்பெல்லை உண்டு என்ற நிதர்சனத்தை வலியுறுத்தி எழுதப்பட்டுக் கொண்டிருந்த ஒரு நூல் அதிகமான நேரத்தை எடுத்துக் கொண்டிருந்ததாக என்னைக் கிண்டல் செய்த என்னுடைய நண்பர்களை நான் இப்போது மன்னித்துவிடுகிறேன்.

என்னுடைய இலக்கிய முகவர் டீனா பென்னெட்டின் உதவி இல்லாமல் இத்திட்டம் நிறைவேறி இருந்திருக்காது. அவர் எனக்கு நிபுணத்துவமான வழிகாட்டுதலையும் நிலையான ஆதரவையும் வழங்கி வந்திருந்தார். அவருக்கு என் நன்றிகள். இப்புத்தகத்தின் இறுதிக் கட்டத்தில் கிளாரி கான்ராடின் ஈடுபாடு மிகவும் உதவிகரமாக இருந்தது. அதேபோல, ‘டபிள்யூஎம்இ’ நிறுவனத்தைச் சேர்ந்த டிரேசி ஃபிஷர் மற்றும் அவருடைய லண்டன் சகா மட்டில்டா ஃபோர்ப்ஸ் வாட்சன் ஆகிய இருவருடனும் பணி புரிந்தது என்னுடைய அதிர்ஷ்டம்தான். ‘எஃப்எஸ்ஜி’ நிறுவனத்தைச் சேர்ந்த எண்ணற்ற நபர்களுக்கு நான் நன்றிக்கடன் பட்டுள்ளேன். குறிப்பாக, என்னுடைய எடிட்டர் எரிக் சின்ஸ்கிக்கு என் நன்றி. அவர் என்னிடம் அசாத்தியமான பொறுமை காட்டியதோடு, என் யோசனைகள் தெளிவு பெறுவதற்குத் தேவையான

பல ஆலோசனைகளையும் வழங்கினார். அதன் மூலம் இப்புத்தகம் வெகுவாக மேம்பாடு அடைந்தது. இந்நூலின் இறுதிக் கட்டங்களில் எடிட்டிங் செய்வதில் எனக்கு உதவிய ஜூலியா ரிங்கோவுக்கும் என் நன்றி. லோட்சென் ஷிவர்ஸுக்கும் விளம்பரத் துறையில் உள்ள அவரது சகாக்களுக்கும், ஜூடி கிவியாட், மவுரீன் கிளியர், கிறிஸ்டின் பெய்க், கிறிஸ் பீட்டர்சன் ஆகியோருக்கும் மிக்க நன்றி. ‘தி போட்லி ஹெட்’ நிறுவனத்தைச் சேர்ந்த ஸ்டூவர்ட் வில்லியம்ஸ் இன்றியமையாத கருத்துகளை வழங்கினார்; அவரது சகாக்களான ஐடன் ஓ நீல் மற்றும் சோஃபி பெயின்டர் ஆகியோருக்கும் நான் மிகவும் நன்றியுள்ளவனாக இருக்கிறேன். கொரோனா வைரஸ் தொற்றுநோயின் விளைவாகப் பள்ளிகள் மற்றும் அலுவலகங்கள் மூடப்பட்டிருந்தபோது எனக்கு அளிக்கப்பட்ட இந்த அக்கறையை நான் வெகுவாகப் பாராட்டுகிறேன்.

இந்நூலில் விவாதிக்கப்பட்டுள்ள கருத்துகளை நான் வேறு சில இடங்களில் வேறு சில நபர்களுடன் விவாதித்துள்ளேன். ‘கார்டியன்’ பத்திரிகையைச் சேர்ந்த மெலிசா டெனெஸ், பால் லெய்ட்டி, ருத் லூயி, ஜோனதன் ஷைனின் மற்றும் டேவிட் வுல்ஃப், ‘நியூ பிலாஸஃபர்’ பத்திரிகையைச் சேர்ந்த ஜான் போக்; பிபிசி நிறுவனத்தைச் சேர்ந்த பீட்டர் மெக்மனஸ் ஆகியோர் அவர்களில் குறிப்பிடத்தக்கவர்கள். லிலா செசில், ஜான் க்ரோப், ராபின் பார்மிட்டர், ரேச்சல் ஷெர்மன் ஆகியோருடன் நான் நடத்தியிருந்த உரையாடல்கள் இந்தப் புத்தக வடிவாக்கத்திற்கு மிகவும் உறுதுணையாக இருந்தன. எனது ஆராய்ச்சியின்போது பின்வரும் நபர்கள் தாராளமாகத் தங்களுடைய எண்ணங்களை என்னுடன் பகிர்ந்து கொண்டனர்: ஜெசிகா ஏபெல், ஜிம் பென்சன், ஸ்டீபனி பிரவுன், கார்ல் செடர்ஸ்ட்ராம், ஜேம்ஸ் ஹோலிஸ், டெரிக் ஜென்சன், மறைந்த ராபர்ட் லெவின், ஜெஃப் லை, மரியா மார்டினான்-டோரஸ், ஜெனிஃபர் ராபர்ட்ஸ் சிவர்ஸ், மைக்கேல் டாஃப்ட், ஆன்டினா வான் ஷ்னிட்ஸ்லர், ரெபேக்கா வராக் சைக்ஸ் மற்றும் ஷின்சென் யங். ஆஷ்லே டட்டில் ஒரு முக்கியமான

தருணத்தில் நான் பணிபுரிய ஓர் அற்புதமான இடத்தை எனக்கு வழங்கினார். மேலும் இந்தப் புத்தகத்தின் பெரும்பகுதியை ‘புரூக்ளின் கிரியேட்டிவ் லீக்கில்’ வைத்து எழுத எனக்கு வாய்ப்புக் கிடைத்தது. அங்கிருந்த நீல் கார்ல்சன் மற்றும் எரின் கார்னி ஆகியோர் எனக்கு வெகுவாக உதவினர். கென்னத் ஃபோக் மற்றும் மேக்சன் மெக்டோவல் ஆகியோருக்கு நான் மிகவும் நன்றிக்கடன் பட்டுள்ளேன்.

எம்மா பிரோக்ஸைப் பற்றித் தனியாகக் குறிப்பிட்டாக வேண்டும். எங்கள் நட்பு நீண்டது. இப்போது எங்களுடைய குழந்தைகள் ஒருவரோடு ஒருவர் நட்பு பாராட்டிக் கொண்டிருக்கின்றனர். அதைப் பற்றி நான் மிகவும் மகிழ்ச்சி அடைகிறேன். நாங்கள் நடத்தியிருந்த பல உரையாடல்கள் இந்தப் புத்தகத்திற்குள் ஊடுருவியுள்ளன. எனது பெற்றோர்களான ஸ்டீவன் பர்க்மேன் மற்றும் ஜேன் கிபின்ஸ் ஆகியோருக்கும், எனது சகோதரி ஹன்னாவுக்கும் என் நன்றி; என் நண்பர்கள் ஆல்டன், லைலா, ஈதன், ஜெர்மி, ஜூலியா மேரி, மெரோப் மில்ஸ், ஜூன் சாப்ளின், கிராஃபோர்ட்-மோன்டேன்டன் குடும்பத்தினர் ஆகியோருக்கும் என் நன்றிகள் உரித்தாகுக.

என் வாழ்க்கையில் ஹீதர் சாப்ளின் ஆற்றியுள்ள பங்கிற்கு ஒரு சில வார்த்தைகளில் நன்றி தெரிவித்துவிட முடியாது. ஆனால், அவருடைய அன்பு, தோழமை, நகைச்சுவையுணர்வு மற்றும் நேர்மை, மற்றும் இந்தப் புத்தகத்திற்காக அவர் செய்த பல தியாகங்களுக்காக நான் மிகவும் நன்றியுள்ளவனாக இருக்கிறேன் என்பதை நான் இங்கே கூறிக் கொள்ள விழைகிறேன். இந்தப் புத்தகத்திற்கான வேலைகள் தொடங்கிய சிறிது நேரத்திலேயே எங்கள் மகன் ரோவன் எங்களிடத்திற்கு வந்து சேர்ந்தான். இது இப்புத்தகத்தை விரைவாக முடிக்க உதவியது என்று கூறுவது அவனுடைய பங்களிப்பைக் குறைத்து மதிப்பிடுவதாகும். ஆனால், அவனை இன்னும் ஆழமாகப் புரிந்து கொள்ள இந்த அனுபவம் எனக்கு மிகவும் உதவியது. அவர்கள் இருவருக்கும் நான் என்னுடைய அளவற்ற அன்பைத்

தெரிவித்துக் கொள்கிறேன்.

எனது அன்பான பாட்டி எரிகா பர்க்மேன். அவர் தன் குழந்தைப்பருவத்தை நாஜி ஜெர்மனியில் கழித்திருந்தார். அவருடைய கதையை நான் ஏழாவது அத்தியாயத்தில் விவரித்துள்ளேன். அவர் 2019இல் தன்னுடைய தொண்ணூற்று ஆறாவது வயதில் காலமானார். அவர் இப்போது உயிருடன் இருந்திருந்தால் இந்தப் புத்தகத்தைப் படித்திருப்பாரா என்பதை என்னால் உறுதியாகக் கூற முடியாது. ஆனால், வருவோர் போவாரிடமெல்லாம், தன் பேரன் இந்தப் புத்தகத்தை எழுதியிருக்கிறான் என்று அவர் பெருமையடித்துக் கொண்டிருந்திருப்பார் என்பதை என்னால் உறுதியாகச் சொல்ல முடியும்.

PSV குமாரசாமி

மொழிபெயர்ப்பாளர்

இவர் ஒரு கவிஞர். மொழிபெயர்ப்பாளர். சுற்றுச்சூழல் ஆர்வலர். மலையேற்றப் பயிற்றுவிப்பாளர். புகைப்படம் எடுப்பதில் அலாதி ஆர்வம் உடையவர். ஊர் சுற்றுவதில் ஏக விருப்பமுடையவர். இவருடைய பல்லாண்டுகால மொழிபெயர்ப்பு அனுபவத்தில் எண்பதுக்கும் மேற்பட்ட நூல்கள், எண்ணற்றக் கட்டுரைகள் மற்றும் கவிதைகள் வெளிவந்துள்ளன. இலக்கியம், சுயமுன்னேற்றம், சுற்றுச்சூழல், பொருளாதாரம், அறிவியல் போன்ற பல்வேறு துறைகள் தொடர்பான நூல்கள் அவற்றில் அடங்கும்.

ரோன்டா பைர்னின் உலகப் புகழ்பெற்ற நூலான 'இரகசியம்', டோனி ஜோசஃபின் 'ஆதி இந்தியர்கள்', ஸ்டீபன் ஹாக்கிங்கின் 'ஆழமான கேள்விகள் அறிவார்ந்த பதில்கள்' போன்றவை இவருடைய மொழியாக்கத்தில் வெளிவந்துள்ள நூல்களில் குறிப்பிடத்தக்கவை.

தமிழக அரசு இவருக்கு 2022ஆம் ஆண்டுக்கான சிறந்த மொழிபெயர்ப்பாளர் விருதை வழங்கி கௌரவித்துள்ளது.

இவர் தன் மனைவி திருமதி நாகலட்சுமி சண்முகம் அவர்களுடனும் தன் மகன்கள் இருவருடனும் தற்போது மும்பையில் வசித்து வருகிறார்.

ஆலிவர் பர்க்மேன்

நூலாசிரியர்

ஆலிவர் பர்க்மேன் ஒரு பிரபல பத்திரிகையாளர் மற்றும் நூலாசிரியர். பிரிட்டனில் வெளிவரும் 'கார்டியன்' பத்திரிகையில் 'இது உங்களுடைய வாழ்க்கையை மாற்றும்' என்ற தலைப்பில் வாரந்தோறும் வெளியாகிக் கொண்டிருந்த உளவியல் கட்டுரைகளை அவர் பல ஆண்டுகளாகத் தொடர்ந்து எழுதி வந்தார். அவருடைய கட்டுரைகள், நியூயார்க் டைம்ஸ், வால் ஸ்டிரீட் ஜர்னல், சைக்காலஜீஸ், நியூ ஃபிலாசஃபர் ஆகிய பத்திரிகைகளிலும் வெளியாகியுள்ளன. 'த ஆன்டிடோட்: ஹேப்பினஸ் ஃபார் த பீப்பிள் ஹு காண்ட் ஸ்டேன்ட் பாசிட்டிவ் திங்கிங்' என்ற பிரபலமான நூலையும் அவர் எழுதியுள்ளார்.

அந்நியப் பத்திரிகைக் கூட்டமைப்பு ஆண்டுதோறும் வழங்குகின்ற இளம் பத்திரிகையாளர் விருதை அவர் ஒரு முறை பெற்றுள்ளார். பெரிதும் மதிக்கப்படுகின்ற ஆர்வெல் விருதுக்கு 2006 இல் தேர்ந்தெடுக்கப்பட்டிருந்த ஆறு கட்டுரைகளில் அவருடையதும் இடம்பெற்றிருந்தது. அவரைத் தொடர்பு கொள்ள *www.oliverburkeman.com* என்ற வலைத்தளத்தை அணுகுங்கள்.